भरारी

दिलीपराज प्रकाशन प्रा.लि.™

२५१ क, शनिवार पेठ, पुणे - ४११०३०

दिलीपराज प्रकाशनाची सर्व पुस्तके आता आपण **Online** खरेदी करू शकता.
आमच्या Website ला कृपया अवश्य भेट द्या. **www.diliprajprakashan.in**
दूरध्वनी क्रमांक (फॅक्ससहित) - **२४४४१७२३, २४४८३९९५,
२४४९५३१४**
info@diliprajprakashan.in

भरारी

बापू अडकिने

दिलीपराज प्रकाशन प्रा. लि.™
२५१ क, शनिवार पेठ, पुणे -४११०३०

भरारी / Bharari

ISBN - 978 - 93 - 82988 -

प्रकाशक । राजीव दत्तात्रय बर्वे । मॅनेजिंग डायरेक्टर
दिलीपराज प्रकाशन प्रा. लि.। २५१क, शनिवार पेठ, पुणे
४११०३०

शिवराम चित्रमंदिराजवळ,
शिवरामनगर, परभणी ४३१ ४०१

प्रकाशन दिनांक :

प्रकाशन क्रमांक :

टाईपसेटिंग । सौ. मधुमिता राजीव बर्वे
पितृछाया मुद्रणालय, ९०९ रविवार पेठ. पुणे ४११००२

मुखपृष्ठ । हेमंत देशपांडे

अज्ञानाच्या काळोखात
चाचपडणाऱ्या
ग्रामीण युवकांना
सादर अर्पण...

भरारी

भरारी

भरारी

१

आंबली बारस. दुपारी बाराच्या सुमाराला हलगी-सनया गर्जायला लागल्या. गावातले तमाम स्त्री-पुरुष नवे कपडे घालून डोक्यावर तांब्या-पितळेच्या घागरीत आंबील घेऊन पारापुढे जमू लागले. भरलेल्या घागरींवर हळदी-कुंकवाचे पट्टे ओढले होते. घागरींच्या तोंडात फुलोऱ्याने लगडलेले लिंबाचे डहाळे ठेवले होते. बघता बघता सारा गाव जमा झाला. गर्दी वाढू लागली तसा बाजेवाल्यांना जोश चढू लागला. पोरं चेकाळली. युवकांचे बाहू फुरफुरले. शालू-पैठणीतल्या तरुणी रोमांचित झाल्या. दत्ता पैलवानाने हवेत टोपी उंच फेकली. तीस फूट उंचीची महादेवाची काठी अलगद अचलून त्याने भुमकार ठोकली,

"शंभूच्या नावानं हर बोला!"

गावकरी एका आवाजात गर्जले,

"हरहर महादेव!"

हलगीनं महादेवाची घाई धरली,

'डंगचिक डंगचिक डंग डंग डंगचिक

डंगलक डंगलक डंगचिक डंगचिक'

हलगी बोलू लागली, पैलवानाच्या बलदंड हातात काठी डोलू लागली. एका पाठोपाठ पाचसहा जणांनी काठी नाचवली. एक कारभारी उठून म्हणाला, "बस झालं बापुने व्हो! चला आता महादेवाकडं."

सगळे तटातट उठले. घागरी डोक्यावर घेतल्या आणि संगमेश्वर महादेवाकडे निघाले. तिथून पाच औडावर महादेव मंदिर होते. रस्त्यात मरीआईचा पार होता. मरीआईला नारळ फोडून लोक पुढे जात होते. चिंचेच्या इरसाईन झाडांच्या दाटीत भव्य हेमाडपंथी महादेव मंदिर, इंजनगावचे खास आकर्षण होते. मंदिराला फेऱ्या मारून लोक कुप्प्या कुप्प्याने सावलीत बसले. काठीची पूजा झाली. देवाला नारळ फोडून आंबील, पनीर, वाहिले. मग प्रसादाचे वाटप सुरू झाले.

गव्हाच्या पिठाची पातळ आंबील. त्यात लाल चटणी, मीठ, पुदिना, कोथिंबीर, जिरे, विलायची, असा मसाला असतो. पनीर, म्हणजे हरभऱ्याची भिजवलेली दाळ. त्यात गूळ, साखर

किंवा पेढे आणि लिंबाचा थोडा फुलोरा मिसळतात. सोबत ओला नारळ. भरलेल्या टोपल्यातला एका एका माणसाला मूठ भरून प्रसाद वाटायचा. अशा अनेक मुठी प्रसाद खाऊन पोट भरायचे. वाटी-वाटीने आंबील प्यायला सुरुवात व्हायची. एखाद्याची आंबील फार चवदार झालीय म्हणून बातमी पसरायची, तिथे लोक गर्दी करायचे आणि ती घागर हातोहात रिती व्हायची. असा तो साधासुधा, कमखर्ची, गावाला एकत्र जोडणारा, उत्सव!

दरीच्या उतारावर वसलेले इंजनगाव जगाच्या खिसगणतीतही नव्हते. इतिहास-भूगोल नसलेले, एवढेच काय, स्वत:चे अस्तित्वही ठाऊक नसलेले एक उपेक्षित खेडे. आबादी वाढली तसे गाव खाली पसरत गेले. उताराच्या खाली मैदान. मैदानात मारुतीचा पार. पाराच्या मागे उघडी नदी आणि तिथून थोड्या अंतरावर आसना नदी. गावापासून दक्षिणेला हाकेच्या अंतरावर आसना-उघडीचा संगम. दरीच्या दोन्ही बाजूच्या उतारावर बोरी, बाभळी, अंजन, लिंब इत्यादीची हिरवीगर्द दाट झाडी. पूर आल्यावर दोन्ही नद्या एक व्हायच्या आणि विशाल पात्राचे रूप घेऊन वहायच्या. पुराचे पाणी मारुतीसमोरच्या पटांगणात यायचे. पटांगण झिजून खड्डे पडायचे.

गावाच्या खालच्या बाजूला पारासमोर शाळा होती. शाळेसमोरच्या मैदानात लिंबाची झाडे होती. त्यातल्या एका झाडाखाली जुन्या मंदिराच्या प्रचंड तंड्या वर्तुळात ठेवल्या होत्या. तंड्यांच्या आतल्या गोलाईत नदीची वाळू भरली होती. लोक तंड्यांवर खाली पाय सोडून बाकासारखे बसायचे. ती गावाची सार्वजनिक बैठक होती. तिला चावडी देखील म्हणायचे.

आंबल्या बारशीच्या दुसरे दिवशी संगमेश्वराची यात्रा भरायची. सायंकाळी मारुतीसमोर गाड्या ओढायचा महत्त्वाचा धार्मिक कार्यक्रम असायचा. एकामागे एक आठ-दहा बैलगाड्या बांधायच्या. त्यात पोरं-टोरं बसायची. नवस बोललेल्या माणसाच्या सर्वांगाला हळद, कपाळाला ओल्या कुंकवाचा मळवट आणि त्यावर तांदळाचा लेप दिलेला असायचा. त्याला काळ्या घोंगडीचा घोंगता पांघरायचे. नवस बोललेल्याच्या अंगात दैवी शक्तीचा संचार होतो म्हणून त्याच्या दोन्ही दंडांना दोन माणसं मजबूत पकडायची. पुढे हलगी-ताशाचा गजर करत मागे पाच सुवासिनी पुष्पवर्षाव करायच्या. नवशे मारुती, मरीआई आणि महादेवाचे दर्शन घेऊन पळत पळत येऊन मानेवर जू उचलायचे. सुतार जुवावर उलट्या वाकसाने नारळ फोडायचा. हरहर महादेवाच्या गजरात गाड्या हलायच्या. नवसकर्ता जणू एकटाच गाड्या ओढतोय अशा अविर्भावात पळायचा. मागे शंभर-पन्नास

माणसं गाड्या ढकलायची. गाड्यात बसलेली पोरं जोरात गिल्ला करायची.

इंजनगावची यात्रा पंचक्रोशीत प्रसिद्ध होती. संध्याकाळी नाच, तमाशे, गोंधळी, वाघ्या-मुरळीचे फड उभे रहायचे. पुरुष तमाशे बघायचे, स्त्रिया गोंधळ आणि जागरण ऐकायच्या. पोरी-सोरी गोंधळी वाघ्यापुढे बसल्या तरी त्यांचे डोळे तमाशाकडे असायचे. हुल्लडबाज पोरं पानपट्ट्यांसमोर उभे राहून पोरींवर नजरा खिळवायचे. भोवताली आकाश पाळणे, हॉटेल आणि खाऊंचे पाल लागलेले असायचे. असा हवशा-नवशा-गवशांचा तो सामूहिक मेळा म्हणजे यात्रा.

सकाळी गावातील माणसं चावडीवर जमली. यात्रेचा फाळा कुठवर झालाय त्याचा आढावा घेतला जात होता. फाळा सगळेच द्यायचे पण काही जण अडेलतट्टूपणा करायचे. त्यातून बाचाबाची व्हायची. कधीकधी हमरी-तुमरीवर येऊन भांडणं सुद्धा जुंपायची. राग, द्वेष, विरोध व्यक्त झाले तरी जगन्नाथाचा रथ सहसा थांबायचा नाही.

यात्रेच्या निमित्ताने लेकी-बाळी येणार होत्या, सोयरे-धायरे येणार होते, त्यामुळे बाजारहाट करणे जरुरी होते. ती आठवण येताच रामराव पाटील घाईघाईने उठले. त्यांची नजर मारुतीपुढच्या पटांगणावर गेली. पुरापासून पटांगणाचे संरक्षण व्हावे असे सर्वच गावकऱ्यांना वाटायचे. रामराव पाटलांनी मात्र त्याचा ध्यास घेतला होता. गावाला एकच मोकळी जागा उपलब्ध असल्यामुळे पुराच्या तडाख्यातून पटांगण वाचवलेच पाहिजे असे त्यांना मनातून वाटायचे. नेहमीप्रमाणे ते बोलले,

"मायला, या पटांगनाकडं कोनाचंच लक्ष नाही. कव्हा पर्यकाळ लागंल ते लागो. दर वर्षी पुरानं त्यात खड्डे पडायलेत. लक्ष नाही देलं तर पारामागची नदी इथून वाहायला लागल आन मंग पाय ठेवायला जागा रहानार नाही."

अंकुशराव म्हणाले, "तुमच्या मनात घनव तळमळ हय, मातर आपलं गाव सुदं राहिलं नाही. जे ते आपल्या मनाचा मालक झालाय. कोन्ही कोनाचं ऐकायलाच तयार नसल्यावर आसे कामं कसे व्हतील? एवढं मोठं पटांगन दगडा-मुरूमानं भरनं हे काही मामोली काम नाही. समद्या गावकऱ्यांयन पक्कं मनावर घेतल्याशिवाय हे व्हनार नाही. आन अशी एकजूट गावात राहिलेली नाही. जत्रंच्या फाळ्याला आडमुठीला ययालेत तिथं एवढं मोठं अंगमेहनतीचं काम आपले मानसं करतील असं वाटंना. ते काही असलं तरीही पटांगन वाहून जानं गावाला परवडनारं नाही. सामाईक कामासटी दुसरीकडं कोठ चार हात सुदीक मोकळी जागा नाही. बगू, व्हयील काहीतरी."

रामराव पाटील म्हणाले, "आहो, तस उसन्यासरक बोलून चलनार नाही. हे आपल्यालाच मनावर घेवाव लागनार हय."

अंकुशराव म्हणाले, "एकदा हे जत्रचा गर्दा सरू द्या. मंग सगळ्यायची मिटींग घेऊ आन पावसाळ्याच्या आंधी हे पटांगनाचं खेंग्ट एकदाच मिटवून टाकू."

रामराव पाटील इंजनगावची एक जबरदस्त आसामी होती. त्यांचं शरीर-सौष्ठव तर एकदम नजरेत भरणारं. साडेसहा फूट उंची, डबल हाडाचा बुरूजासारखा बांधा, शरीराला शोभेल एवढीच तोंद, सावळा रंग आणि सर्वावर ताण त्यांचा भारदस्त पहाडी आवाज. रामराव बोलायचे नाहीत, गर्जायचे. ते बैठकीत बोलले तर त्यांचा चिरेबंदी वाडा हादरायचा. चावडीवर बोलले तर सारा गाव झांजरायचा. दाट काळे कुळकुळीत केस, वाघासारखा जबडा, पांढरा मलमलचा कुडता आणि पायघोळ धोतर असा अस्सल मराठवाडी थाट. भोवतालच्या पंचवीस गावात त्यांच्याएवढा रुबाबदार माणूस नव्हता. ते गावाचे कर्तेधर्ते होते, आणि गाव त्यांच्या अंकित होता असे म्हणायला हरकत नाही.

पूर्वी इंजनगाव बऱ्यापैकी सुखी गाव होते. कोरडवाहू शेती असली तरी लोक वेळच्या वेळी काम करून जरुरीपुरते उत्पन्न काढायचे. कोरडवाहू मिरची हे प्रमुख नगदी पीक होते. खरीप हंगामाच्या मध्याला लावलेली, सेंद्रीय खते दिलेली लाल मिरची दसरा-दिवाळीत काढायला यायची. पुढे वर्षे-दोन वर्षात चांगला भाव आल्यावर किंवा पैशाची गरज पडेल तशी विकली जायची. एकरी तीन ते पाच क्विंटल उत्पन्न यायचे, पण खर्च नसायचा. रोग किंवा किडीचा प्रादुर्भाव झालाच तर एखादी दुसरी गोमूत्राची फवारणी केली जायची. म्हणून ते पीक परवडायचे.

काळ बदलला, श्रमसंस्कृतीचा लोप झाला. मालकाने शेतात जाऊन काम करावे ही कल्पना कालबाह्य ठरली. अर्धवट शाळा शिकून घरी बसलेली मुले बेकारांच्या फौजा बनल्या. नवयुवकांचा गावात वेगळा पांढरपेशा वर्ग तयार झाला.

शेतीतले लक्ष कमी झाल्यामुळे गावावर दारिद्र्याची अवकळा आली. रिकामपणाचे थेर वाढले. पत्ते, जुवाबाजी, नशापाण्याची अवदसा शिरली. समाज विद्रूप झाला. घरात पैसा उरला नाही, बाजारात पत उरली नाही. तांब्या गहाण ठेवून वारलं द्यायला सावकार हात आखडत होते. घरात शिलकीचं उत्पन्न नव्हतं आणि निकडीच्या वेळी कोणी दाता नव्हता. अशा परीस्थितीत दिवस ढकलणे चालू होते. आपत्तीतून उत्पत्तीची संधी शोधण्यापेक्षा प्राप्त परिस्थितीशी जुळवून घेण्यात लोक धन्यता मानत होते. विचार नव्हता म्हणून आचारात बदल व्हायची

शक्यता नव्हती. ठेविले अनंते...! अशा पद्धतीने समाज दिवस कंठित होता.

एका संध्याकाळी कृषि खात्याची गाडी गावात आली. चावडीवर माणसं जमली. तालुका कृषि अधिकारी आकमार साहेबांनी इंजनगावात सिंचन व्यवस्थापनावर कृषि मेळावा घ्यायची कल्पना मांडली.

ते म्हणाले, "इंजनगाव वसमत पासून अवघ्या तीन किलोमीटर अंतरावर असले तरी शेतीत खूप मागासलेले राहिले आहे. गावाच्या पश्चिमेकडच्या काही जमिनीला पूर्णा प्रकल्पाचे पाणी मिळत असले तरी पारंपरिक पीकपद्धतीत थोडाही बदल झालेला नाही. इथल्या मागासलेपणाचा ठपका वरिष्ठ अधिकारी आमच्यावर ठेवतात. इथली शेती सुधारावी म्हणून आमच्यावर बळजोरी करतात."

केशव म्हणाला, "आम्ही वसमतच्या जवळ हाव हेच आमच्या मागासलेपनाचं मुख्य कारण हय. खरं सांगायचं मंजेनी हे गाव रात्रीच्या मुक्कामाची धर्मशाळा झालंय. लोक सकाळनी उठतात, आन गवरीच्या ढेपशानं दात घाशीत वसमतला चहा पियाला जातात. मंग शेतात कोनं जावावं आन् कामं कोनं करावं? उगं आमच्या नादाला लागुन रघत आटवू नका. तुम्ही कितीबी परयत्न केले तरी हे नर्मदेतले गोटे बदलनार नाहीत."

केशवच्या बाजूलाच मारुती बसलेला होता. तो म्हणाला, "साहेब, मेळावे न फेळावे घेतल्यानं कोठं सुधारना होती काय व्हं? काही अनुदानाच्या योजना आसतील तर सांगा."

साहेब म्हणाले, "योजनेचा लाभ घेतील त्यांना अनुदान जरूर मिळेल. अशा योजनांची माहिती देण्यासाठी आपल्याला एक शेतकरी मेळावा घ्यायचा आहे. भोवतालच्या दहा एक खेड्यातले निवडक शेतकरी मेळाव्याला येतील. मेळाव्याचा संपूर्ण खर्च कृषि खात्यामार्फत केला जाईल. आपले फक्त सहकार्य हवे आहे."

अंकुशराव म्हणाले, "खर्च नसल्यावर एक काय दहा मेळावे घ्या की. एकदमच सुधारना व्हनार नाही. मातर चार शब्द कानावर पडले तर अंगावर थोडंच हय? बिलकूल घ्या साहेब. आमची तयारी हय. आम्हाला काय, नुसतं येयाचं अन् ऐकायचं!"

मेळाव्याचा दिवस उजाडला. पारासमोर लिंबाच्या झाडाखाली शामियाने उभे राहिले. ध्वनिक्षेपकावर गाणी सुरू झाली. दहा वाजता कार्यक्रम जाहीर झाला होता. काही म्हातारी माणसं लहान मुलांना घेऊन आली आणि शामियान्याच्या बांबूच्या आधाराने बसली. आवाजाने चेकाळून पोरंसोरं शामियान्यात धुडगूस

घालत होती. शाळेतल्या टेबल खुर्च्या आणून स्टेज तयार केले. एक कळकट टेबलक्लॉथ टेबलावर टाकला. तो नेहमी शाळेच्या कार्यक्रमात वापरला जायचा. कार्यक्रमानंतर गुंडाळून ठेवलेला टेबलक्लॉथ पुन्हा दुसऱ्या कार्यक्रमाच्या वेळीच बाहेर निघायचा. त्यामुळे धुलाई त्याच्या नशिबी कधी आलीच नव्हती. उपलब्ध साधनसामुग्रीतच समारंभ साजरा करायचा असल्यामुळे दुसरा इलाजच नव्हता. पाण्याने भरलेली एक लोखंडी घागर, स्टीलचे तीन-चार प्याले, उदबत्त्या, समई, वाती, काड्याची पेटी, मेणबत्ती, नारळ, गुलाल, दिवंगत नेत्याचा फोटो, कन्हेरीच्या लाल फुलाचे पन्नास-साठ हार, अशी सगळी तयारी एकदा काळजीपूर्वक तपासून अकमार साहेब रिकाम्या शामियान्याकडे आशाळभूत नजरेने पाहात बसले. अकरा वाजून गेले तरी सभास्थानाकडे कोणीही फिरकले नव्हते. बसल्या-बसल्या त्यांची नजर स्टेजच्या मागे काठीला अडकवून ठेवलेल्या हारांकडे जात होती. कन्हेरीच्या लाल फुलांचे सकाळी तयार केलेले हार उन्हाच्या तडाख्याने कोमेजून काळेठिक्कर पडले होते. आता ते हार बदलणे शक्य नव्हते. प्रमुख पाहुण्यांच्या आगमनाची वार्ता नाही. श्रोते जमतील याची खात्री नाही, असे निराशाजनक चित्र पाहून अकमार साहेबांचे मन हारातल्या फुलांसारखेच कोमेजून गेले होते. ध्वनिक्षेपकावरचे गाणे संपले की कृषि साहाय्यक भडके अजिजीने सांगायचे,

"बंधू बघीनिनों, कार्यक्रमाची वेळ झाली आहे, थोड्याच वेळात कार्यक्रम सुरू होत आहे. सर्व गावकऱ्यांनी ताबडतोब मंडपात येऊन बसावे."

आकमार साहेब टेबलाच्या बाजूला कलंडले आणि घोरायला लागले. दुपारचा एक वाजला. दर पाच मिनिटांनी लोकांनी सभास्थानी यावे, असे भडके विनवत होते. पण त्यांची ती थाप होती, हे गावकऱ्यांना माहीत होते.

दीड वाजता एकदाच्या गाड्या आल्या. यात्रेत 'मौत का कुआ' खेळ सुरू होण्याअगोदर लोकांना आरडा ओरडा करून जमवण्याचा प्रयत्न केला जातो, त्यापेक्षाही जास्त तळमळीने भडके ओरडायला लागले. त्यांच्या आवाजातल्या आर्ततेवरून पाहुणे आल्याचे लोकांनी ओळखले आणि हळूहळू दाट-पातळ का होईना शामियाने माणसांनी भरले. खुर्च्या ठेवल्या होत्या त्यापेक्षा जास्त पाहुणे आले. ज्यांना आसन मिळाले नाही ते आखडून उभे राहिले पण एकही व्ही.आय.पी. खाली सतरंजीवर बसायला तयार नव्हता. एका शिक्षकाने मुलांकरवी दोन बाकडी खुर्च्यांच्या मागच्या रांगेत आणून ठेवल्यावर स्टेजवरच्या जागेचा प्रश्न सुटला. अकमार साहेबांनी अवताल भोवताल नजर फिरवली. समारंभ साजरा होण्यापुरते श्रोते जमले होते.

कृषि विस्तार अधिकारी जांभळेनी संचलनाचा माईक हातात घेतला. पंचायत समितीच्या सभापतींनी समई पेटवून कृषि क्रांतीच्या जनकाला हार घातला. उदबत्त्या लावून नारळ फोडला. सहज त्यांच्या मनात आले, कृषि क्रांतीचा जनक होऊन गेला, मग क्रांती कुठे आहे? एका मास्तराने भलतेच तोंड वेडेवाकडे करत स्वागत गीत सादर केले. त्यानंतर सत्कार समारंभ सुरू झाला. हार घालण्यापूर्वी पाहुण्यांचा अल्पपरिचय करून द्यायची जांभळेची पद्धत होती. कोणी कोणाला हार घालायचा हे ते समोर बघून ठरवत होते. नावाची अकस्मात पुकार झाल्यावर सत्कार करणारा भांबावून जायचा व दाटीतून वाट काढत वोलांडे देत स्टेजपर्यंत पोहोचायचा. एका व्यक्तीचा सत्कार करायला दोन मिनिटं लागत होती, त्यामुळे सत्कार समारंभ तब्बल दीड तास चालला. अकमार साहेबांना स्टेजवर बसायला जागा नव्हती. स्टेजच्या बाजूला लहान मुले गर्दी करून उभी होती. त्यातच साहेब उभे होते. कधी हात पाठीमागे घेऊन तर कधी छातीवर बांधून सत्कार सोहळा व्यवस्थित चालल्याचे ते पाहात होते. लग्नात वधूपिता नवरदेव-नवरीकडे दुरून बघतो तसे. सत्कार करणारे आणि करून घेणारे जाम खूश होत होते. अकमार साहेबांना तेच हवे होते. नमनाला घडाभर काय, मणभर तेल जळाले तरी कोणाची हरकत नव्हती.

दहा वाजता जाहीर झालेला कार्यक्रम तीन वाजता सुरू झाला. दिरंगाईबद्दल कोणाला काही वाटत नव्हते, कारण ती नेहमीचीच सवय होती. कार्यक्रमाचे प्रास्ताविक अकमार साहेबांनी केले. त्यातच त्यांनी आधुनिक सिंचन पद्धतीचे महत्त्व, अनुदानाच्या सरकारी योजना वगैरे विषयी माहिती दिली. भाषण किती अश्रवणीय, रटाळ आणि कंटाळवाणे असू शकते त्याचा अकमार साहेबांचे भाषण उत्तम नमुना होते. सभेत कंटाळा आणि आळसाचा अमल चढला होता.

गावकऱ्यांच्या वतीने शिवराज बोलायला उठला. तो नुकतीच बीएससी कृषि अंतिम परीक्षा संपवून गावी आला होता. त्याचे व्यक्तिमत्त्व अत्यंत प्रभावशाली होते. तो बोलायचा म्हणजे सर्वांगाने बोलायचा. डोळे, चेहरा, हात आणि सबंध शरीर त्याच्या बोलण्यात सहभागी असायाचे. भाषाप्रभुत्व, भारदस्त आवाज, शब्दांची फेक आणि सूत्रबद्ध विचारांमुळे त्याचे बोलणे नेमका परिणाम घडवणारे असायचे. तो उठल्याबरोबरच सभेतली मरगळ दूर पळाली.

तो म्हणाला, "बंधू-भगिनींनो! ह्या छोट्याशा कार्यक्रमाच्या निमित्ताने पंचक्रोशीतले बरेच नवोदित कार्यकर्ते इथे जमले आहेत. भोवतालच्या खेड्यातले बरेच शेतकरी उपस्थित आहेत. माननीय सभापती, बी.डी.ओ. साहेब आणि

उपस्थित सर्व पाहुण्यांचे गावकऱ्यांच्या वतीने मी हार्दिक स्वागत करतो.

"मित्र हो! सिंचन हा आजच्या सभेचा विषय आहे. आपल्या जवळ किती पाणी आहे, आणि असलेल्या पाण्यातून आपण किती उत्पादन काढतो त्यावर आपली गरिबी-हरीपी अवलंबून असते. पाण्याविना जमीन म्हणजे वाळवंट! पाणी असेल तिथेच जीवसृष्टी असते. इंजनगावच्या परिसरात मुबलक पाणी असले तरी ते आपल्या नियंत्रणात नाही. वरून नद्या वहात येतात आणि गाव ओलांडून खाली जातात. हे पाणी अडवून शेतीकडे वळवले तर आपल्या शिवारातून सोन्याचा धूर निघेल. समृद्धी आपल्या उशाला आहे पण ती गुप्त धनासारखी दडून बसलेली आहे. हे गुप्तधन शोधता आले तर आपला कायमचा उद्धार होईल.

"गावाच्या पश्चिमेकडच्या काही जमिनीला पूर्णाप्रकल्पाचे पाणी मिळते पण त्यात नियमितपणा नसल्यामुळे आपल्या शेतीला त्याचा फारसा उपयोग होऊ शकलेला नाही. संगमाच्या खाली सात-आठ फूट उंचीचा बंधारा बांधला तर दोन्ही नद्यांच्या पात्रात तीन चार किलोमीटर पर्यंत पाणी साचेल. हे पाणी पाईपलाईनने पूर्वेकडे नेल्यास तिकडची एक हजार एकर जमीन पाण्याखाली येईल आणि गावाच्या शेतीचे चित्र बदलून जाईल. शेती विकासासाठी पाणी ही पायाभूत सुविधा आहे म्हणून तिचा गावकऱ्यांनी गांभीर्याने विचार करावा अशी माझी नम्र विनंती आहे. इंजनगावच्या विकास कार्याला प्रोत्साहन देण्यासाठी ज्या ज्या मान्यवरांनी इथे पायधूळ झाडली त्या सर्वांचे मी गावाच्या वतीने आभार मानतो. धन्यवाद!"

थातुरमातुरपणे चाललेल्या कार्यक्रमात शिवराजच्या भाषणाने एकदमच गांभीर्य निर्माण झाले. त्यानंतरची सर्व भाषणे उपसासिंचन आणि शेतीविकास ह्या एकाच विषयावर केंद्रित झाली. तरुण कार्यकर्त्यांमध्ये अपार उत्साह होता. कामाला वाहून घेण्याची धडाडी होती, पण दिशा नसल्यामुळे ही शक्ती पुराच्या पाण्यासारखी व्यर्थ जात होती.

सभेचे अध्यक्ष आणि पंचायत समितीचे सभापती सर्वात शेवटी बोलायला उठले.

ते म्हणाले, "ग्रामीण युवकात विकासाची एक ऊर्मी निर्माण झाल्याचे चित्र मी आज शिवराजच्या रूपात पाहत आहे! (टाळ्या) विकासाच्या नव्या आशा पल्लवित करणारा माझ्या आयुष्यातला हा एक अविस्मरणीय प्रसंग आहे. आम्ही स्वप्नं बघितली पण त्यातली बरीच धुळीला मिळाली. जुन्या पिढीतले आदर्श कवटाळायला गेलो त्या आधीच ते मोडीत निघाले होते. फुले, आंबेडकर,

शाहूंना समोर ठेवायचा प्रयत्न केला पण त्यांची जाती-जातीत फाळणी झाली. एवढी कट्टर फाळणी की हिंन्दुस्थान-पाकिस्तानची फाळणी त्यापुढे फिक्की वाटावी. समाजोद्धारासाठी नि:स्पृह सेवा करायचा निर्णय घेतला तोवर संपत्तीला देवापेक्षा जास्त प्रतिष्ठा मिळाली. निष्कांचन नेत्याला समाज मानत नाही. लक्ष्मीधराच्या भोवती सगळे लाळ घोटतात. या द्रुत-गतीने बदलणाऱ्या निष्ठांशी जुळवून न घेता आल्याने आमच्यासारख्या कार्यकर्त्यांची फरफट झाली आणि विकासाचे मनोरथ वाऱ्यावर सोडून द्यावे लागले. शिवराजने घेतलेली भूमिका स्वयंस्फूर्त आणि स्वावलंबन शिकवणारी आहे. ह्या मार्गाने युरोपात झालेला विकास मी स्वत: पाहिला आहे.

"शिवराजने कल्पिलेली उपसासिंचन योजना अत्यंत गरजेची असूनसुद्धा तिला मूर्त रूप येईल तो मी सुदिन समजेन. ग्रामीण समाज हजार व्याधींनी ग्रासलेला आहे. तो एवढा पूर्वग्रहदूषित असतो की बदलाच्या विरोधात तो सर्व शक्तीनिशी ठाम उभा राहतो. हा एकच मुद्दा नाही, विरोधासाठी अनंत मुद्दे असतात आणि ते सारख्याच ताकदीचे असतात. कितीही कल्याणकारी कल्पना असली तरी तिला प्रतिरोध ठरलेलाच असतो. प्रतिकार मोडून जे पुढे मुसंडी मारतात ते ध्येयाप्रत पोहोचतात. लाभधारकांचा विरोध असेल तर आपण अट्टाहास कशासाठी करायचा असे म्हणून धीर सोडला की कोणतेच कार्य घडत नाही. इंजनगावची उपसासिंचन योजना पूर्णत्वाला गेली तर सर्वात जास्त आनंद मला होईल. ग्रामीण युवक उत्पादक कार्याचा विचार करतो आहे त्याची मला खुशी आहे. माझ्या शुभेच्छा सदैव तुमच्या सोबत आहेत. धन्यवाद!"

कार्यक्रम संपला तेव्हा शाळूच्या वाड्याकडून एकदम रडा-रडीचा आवाज आला. अचानक काय घडले म्हणून सर्व जमाव तिकडे धावला. लालबाच्या घरची बायका-मुले जोरजोरात रडत होती. रडण्याचा गोंधळ एवढा प्रचंड होता की, काय झाले ते सांगायलाही कोणी तयार नव्हते. रडण्यातली तळमळ आणि आदळ आपट बघणारांचेसुद्धा धडे भरून येत होते. लालबाने शेतात झाडाला गळफास लावून आत्महत्या केल्याची माहिती थोड्या वेळाने समजली. लालबा एक भक्तिमार्गी, सालस, सुस्वभावी, आणि प्रेमळ माणूस होता. त्याच्या मृत्यूची बातमी सर्वांनाच धक्का देणारी आणि दु:खद वाटली.

लालबा वीस एकर जमिनीचा मालक होता. त्यात केळी, ऊस, मोसंबी आणि धान्याची पिके घेतली जायची. एखादा गडी लावून लालबा स्वत: शेतात राबायचा. बायका मुलं सुद्धा शेतातच कामं करायची. अलीकडे शेतीतल्या

धंद्यातल्या अडचणी अनंत पटीने वाढल्या. मजुरी तीन-चार पटींनी वाढूनसुद्धा वेळेवर मजूर मिळेनासे झाले. बी-बियाणे, खते आणि औषधांच्या किंमती गगनाला भिडल्या. सतत चार वर्षे पाऊस कमी पडल्यामुळे पाण्याची तीव्र टंचाई निर्माण झाली. केळीवर एक नवखाच रोग येऊन उत्पन्नात मोठी घट झाली. साखर कारखान्यात गटबाजी वाढल्यामुळे धनदांडग्यांचेच ऊस जाऊ लागले. लालबाला सतत दोन वर्षे ऊस जाळून टाकावा लागला. कधी कधी चाळीस हजार रुपये टन विकली जाणारी मोसंबी एकदम दोन-अडीच हजार रुपये टनावर आली. हातात पैसा येत नव्हता तरी सधन शेतीसाठी करावे लागणारे खर्च थांबवता येत नव्हते. बँकांची कर्ज काढली. सावकाराकडून दीडी-दुप्पटीच्या व्याजानं पैसा उभा केला. तरी शेतात टाकलेला पैसा शेतातच जिरत होता. सातत्यानं वाढणाऱ्या अडचणीत लालबाचं कुटुंब बेजार होत होतं.

लालबाला दोन मुलं आणि एक मुलगी होती. मोठा मुलगा शाळा सोडून शेतात काम करायला लागला होता. लहाना मुलगा दहावीत होता. सोळा-सतरा वर्षांची मुलगी लग्नाला आली होती. तिच्या लग्नाविषयी नवरा बायकोने खूप मनोरथ रचले होते. पण परिस्थिती बिघडल्यामुळे एक एक वर्ष लग्न पुढे ढकलावे लागत होते. म्हणून त्या कुटुंबात कोणाचाच जिवाजागी जीव नव्हता.

लालबाची सासुरवाडी बऱ्यापैकी श्रीमंत होती. विशेष म्हणजे ती श्रीमंती वाढवण्यात लालबाचाच मोठा हात होता. मेहुणा पंचायत समितीचा सदस्य होता. सर्कलमध्ये त्याचे राजकीय वजन होते. तसा गावातला एक प्रतिष्ठित माणूस म्हणूनही दबदबा होता. लालबाचे उत्पन्न चांगले होते, तेव्हा शिलकीचा पैसा तो मेहुण्याला द्यायचा. त्या पैशावर मेहुणा व्याजबट्याचा व्यवहार करायचा. ते एकमेकांकडे जात तेव्हा मुद्दल आणि व्याजाची पडताळणी व्हायची. दोघांचे हिशेब जुळायचे आणि पुन्हा व्यवहार वाढायचा. लालबाची धनराशी फुगत गेली. मेहुण्याने वाडा बांधणे, शेती-घेणे, जनावरांची खरेदी-विक्री करणे, अशा कामांचा धूमधडाका उठवला. देण्या-घेण्याच्या व्यवहारामुळे तो एक वजनदार माणूस म्हणून गणला जाऊ लागला. पैशाचे व्यवहार कुटुंबात किंवा बाहेर फारसे कोणाला माहीत नव्हते.

मुलीच्या लग्नासाठी आणि उधार उसनवारीचा पैसा फेडण्यासाठी मेहुण्याकडचा जमा पैसा आणण्याशिवाय दुसरा मार्ग उरला नाही. म्हणून लालबाने मेहुण्याकडे पैशाची मागणी केली. सर्व पैसा लोकांना व्याजाने दिलेला आहे, वसुली होईल तसे आपल्याला पैसे आणून देतो असे मेहुण्याने सांगितल्यावर

लालबाला गप्प बसणे भाग होते. वर्ष-दोन वर्ष लोटले तरी मेहुणा पैसे परत करायचे नाव घेत नव्हता. खरे म्हणजे मेहुण्याने घरच्याच व्यवहारात पैसा खर्च केला होता, आणि तो परत करायची आता त्याची ऐपत नव्हती. मेहुण्याकडून पैसा येणार आहे, शेतीचेसुद्धा दिवस पालटतील ह्या आशेवर लालबा कर्ज काढत राहिला. त्याची आर्थिक कंगाली वाढत गेली. मग लालबा पैशाविषयी ह्याच्या त्याच्या जवळ बोलू लागला. लहान मेहुणा, सासू आणि कुटुंबातल्या इतरांना पैशाचे गौडबंगाल समजले तेव्हा एकच हाहाकार उडाला. कुटुंबीयांचे आणि नालतगांचे मन सांभाळण्यासाठी मेहुण्याने लालबाकडून एवढे पैसे घेतले नाहीत म्हणून हात वर केले. लालबाचा पैसा कष्टार्जित होता. त्याने मेहुण्याशी केलेले व्यवहार पारदर्शक होते, त्यामुळे मेहुण्याच्या बेईमानीने तो पुरता खचला.

सासुरवाडीने पुरते उद्ध्वस्त करूनही लालबाने पत्नी किंवा मुलांवर कधी राग काढला नव्हता. व्याजाच्या लालसेपायी तो स्वतःच फसला होता. त्यात कुटुंबीयांचा कुठेही संबंध नव्हता. पण अलीकडे लालबाचा संयम सुटू लागला. तो सासुरवाडीची आठवण काढून तळतळाटून शिव्याश्राप देऊ लागला. पत्नी लालबाचे टोचून बोलणे सहन करू लागली. त्याचा राग वाढत गेला अन एक दिवस त्याने पत्नीला बेदम मारले. ही वार्ता ऐकून लहाना मेहुणा दुसऱ्या तीन-चार नातेवाईकांना घेऊन इंजनगावला आला. थातुर-मातुर शेती करून कुटुंबाची जेमतेम गुजराण करणारा अशी लालबाविषयी इतर नातेवाईकांची धारणा होती. मेहुणा आणि आलेल्या नातेवाईकांनी अनेक वाकडे तिकडे प्रश्न विचारून त्याला जेरीला आणले. तुम्ही दिलेल्या पैशाचे आकडे भरमसाठ फुगवून आमच्यावर खोटा आळ घेत आहात असं जेव्हा लहाना मेहुणा म्हणाला, तेव्हा लालबाला तोंड दाबून बुक्या मारल्यासारखे वाटले. तो असाहाय्य होऊन गुडघ्यात तोंड घालून मुळूमुळू रडत राहिला. त्याची बाजू घेणारे कोणी नव्हते किंवा त्याच्या व्यवहाराला पुरावाही नव्हता.

लालबा चिडल्यावर झालं गेलं विसरून जा, आपल्या पैशाची चोरी झाली असं समजून मनाला त्रास करून घेऊ नका, असं पत्नी सांत्वन करायची पण शेतीची बिघडलेली परिस्थिती, मुलीच्या लग्नाची जबाबदारी आणि आप्तांनी दिलेला दगा यातून लालबाला सावरता आले नाही. शेवटी त्याने गळफास लावून मृत्यूला कवटाळले.

* * *

२

लालबाचा मुलगा दुलबा शिक्षण सोडून शेतीत आला होता. आता कुटुंबाची सर्व जबाबदारी त्याच्या एकट्यावर येऊन पडली होती. खांब कोसळलेला तंबू सावरणे त्याच्या कुवतीबाहेर होते. सभोवताल सर्व अडचणीचेच डोंगर होते. हिंमत देणारा कोणी जवळचा नातेवाईक नव्हता. भाव-भावकीत तर परदुःख शीतल मानण्याचीच भावना होती.

दुलबाची बहीण सुलभा बारावी चांगल्यापैकी पास झाली होती. आपल्यामुळे भाऊ आणि आई परेशान आहेत ह्याची तिला जाणीव होती, पण स्त्री जातीला कुटुंबाच्या विकासात हातभार लावायच्या संधी नसल्यामुळे तिला काही करता येत नव्हते. मला काहीतरी धंदा काढून द्या म्हणून ती आईला आणि दुलबाला विनंती करत होती. तिच्या बोलण्याकडे कोणीही फारसे लक्ष देत नव्हते.

आई आणि सुलभा अधूनमधून शिवराजच्या शेतात कामाला जायच्या. शिवराज त्यांची आस्थेने चौकशी करायचा. लालबाच्या जाण्याने आम्ही किती पोरके झालो हे आई कळवळून सांगायची, कोणा सोयऱ्या धायऱ्याचा आधार नाही, पोरीच्या लग्नाचं अभिंड कसं सोडवायचं ते समजत नाही. असा अडचणींचा डोंगर ती शिवराजपुढे उभा करायची. त्यांची नाजूक परिस्थिती पाहून शिवराज व्यथित व्हायचा.

एके दिवशी दुपारी भाकरी खाऊन बाया झाडाखाली बसलेल्या असताना, शिवराज तेथे आला. सुलभा म्हणाली,

“नेहमी-नेहमी आपल्या परिस्थितीचं रडगाणं गाऊन आमचा प्रश्न सुटनार नाही. भाऊ, पैसे कमवायचं मला एखादं काम करता येणार नाही का!”

शिवराजने तिच्याकडे चमकून बघितले. तो म्हणाला, “वा गं बहाद्दरीन! का करता येणार नाही? जरूर करता येईल. गेल्या वर्षी ग्रामीण महिलांसाठी कृषि विज्ञान केंद्रामार्फत बेकरीचा प्रशिक्षण वर्ग झाला होता. त्यात तू होतीस का!”

“हो. हो.. मी तो कोर्स केलेला आहे.”

“पण ती माहिती तुझ्या लक्षात आहे का?”

"लक्षात आहे ना, शिवाय नोटस् आहेत, पुस्तकं आहेत. सर्व प्रात्यक्षिकांसह तीन महिन्याचे फार चांगले प्रशिक्षण होते."

"आपल्या गावातल्या बऱ्याच बायांनी ते प्रशिक्षण घेतलं पण व्यवसाय मात्र कोणीच का सुरू केला नाही?"

"त्यात सुरू करण्यासारखी एकही बाई नव्हती. प्रशिक्षण साजरं करण्यासाठी गोरगरिबांच्या बाया बळंच धरून आणल्या होत्या. रोजानं काम करणाऱ्या बाया पैसे मिळतात म्हणून प्रशिक्षण वर्गात येऊन बसायच्या."

आईनं मध्येच विचारलं, "काय मनलीस गं?"

"अग ते नाही काय गेले वर्षी डबलरोटी, बिस्किट, खारी करायला शिकवायचे. ते सांगतेय मी भाऊला. पण भाऊ, तो व्यवसाय आमच्यासारख्याच्या आवाक्यातला नाही. त्याला भांडवल लागतं. अशा परिस्थितीत व्यवसायाचा विचार तरी कसा करावा?"

शिवराज म्हणाला, "अगं वेडाबाई! तुला कोणी सांगितलंय भांडवलाचा विचार करायला, तुझी काम करायची इच्छा आहे काय, तेवढंच सांग."

"इच्छा पुष्कळ आहे रे,पण ते कसं जमायचं?"

"ते माझ्यावर सोड. मी तुला प्रकल्प उभा करून देतो. तो पुढे चालवणं ते तुझं काम. आपण बँकेला प्रस्ताव देऊ. दहा टक्के रक्कम आपण उभी केली तर बँकेच्या पैशावर पुढचं सगळं करता येईल."

प्रकल्प अहवाल तयार झाला. शिवराजने परस्पर दहा टक्के रक्कम भरून बँकेचे कर्ज मंजूर करून घेतले. दुलबाच्या मदतीने शेतात मोठी झोपडी बांधली गेली. कामापुरत्या मशीन आल्या. एक जुनी सायकल रिक्षा विकत घेऊन तिच्यावर मालवाहतुकीसाठी चौकोनी साटा बसवला. उत्पादन सुरू झाले. सुलभाचा लहान भाऊ शाळेत जाताना रिक्षात माल भरून न्यायचा आणि शाळा सुटल्यावर पैसे घेऊन घरी यायचा. रोजच्या रोज पैसे येऊ लागले. बँकेतले खाते फुगू लागले. घरची परिस्थिती पालटू लागली. मालाची मागणी वाढू लागली. मजुरीने दुसऱ्याच्या शेतात काम करणारी सुलभा पंचवीस माणसं हाताखाली राबवू लागली. आईला अशक्य कोटीतली वाटणारी गोष्ट सुलभाने प्रत्यक्षात करून दाखवली होती. अधूनमधून कारखान्यावर जाऊन शिवराज तिला प्रोत्साहन देत होता.

शिवराज कामाच्या वेळी शेतात असायचा. एखादं काम कसं करायचं हे तो गड्यांना नीट समजावून सांगायचा आणि स्वत: मागे उभे राहून काम करून घ्यायचा. एक दिवस चैपीखालचा रेशमाजी शेतात आला. त्याला पाहून एका

गड्यानं विचारलं, "अहो, पैलवान, आज इकडं कोठं दिवस निघाला?"

तिरपी टोपी अधिक वाकडी करीत रेशमाजी म्हणाला, "यंदा पैलवानकीचा धंदा जरा जोरात करायचाय. त्यासाटी खुराक कोनता खायाचा ते शिवा भाऊला इचाराय आलो."

गडी म्हणाला, "त्यात काय इचारायचं? नौटाकाच्या जागी दीड नौटाक हानली की, बारा हत्तीचं बळ अंगात येतंय."

त्याच्या बोलण्यावर सर्व गडी खळबळून हसले. तो अडचणीत असल्याशिवाय असा भेटायला येणार नाही, हे ताडून शिवराजने थोडे गांभीर्याने विचारले.

"रेशीम दादा, कसं काय येणं केलं?"

"शिवा भाऊ, बायकूनं आन पोरानं फार मारलं हो! पुन्हा घरात पाय ठेवशील तर जीव घेतो मनले. दारूचा मला घनव कटाळा आलाय. मातर सुटत नाही त्याला काय करू? काही काम करायला जावावं तर अंगात बळ राहिलं नाही. घरात बायका पोऱ्हं सदा हिडीस फिडीस करतात. तुम्ही जर काही मार्ग दाखवला नाही, तर मला लालबासारकी फाशी घेन्यावाचून दुसरा मार्ग नाही."

शिवराज म्हणाला, "फाशी घेवो तुझे दुश्मन. तू एक हुशार माणूस आहेस, व्यसनानं तुला मागे आणलं; पण धीर सोडू नकोस. मार्ग काढू काहीतरी, लालबाच्या सुलभाकडे काही काम असेल तर तिला विचारून पाहतो."

रेशमाजीला काम मिळाले. सायकल रिक्षावर वसमतला बेकरीच्या मालाचे वितरण करून परतताना बेकरीला लागणारा कच्चा माल घेऊन यायचे, ते काम होते. पण कामाच्या वेळेत दारूला हात लावयचा नाही अशी सुलभाने कडक अट घातली होती. पिदकडा रेशमाजी माणसात आला. रिक्षा ओढायला बळ लागतं म्हणून दारू ऐवजी बदाम, खारीक खाऊ लागला.

इंजनगावात धड संसार बोटावर मोजण्याएवढेही नव्हते. उसवलेले आणि फाटलेलेच जास्त. एकाचं दुःख दुसऱ्यासारखं नव्हतं, जेवढी कुटुंबे त्या प्रत्येकाचा राडा निराळाच होता. त्यामुळ एकोपा, बंधुभाव, सहकार्य, सामाजिक भावना ह्याबद्दल गाव निरुत्साही होते. जो तो आपल्याच प्रपंचाच्या विवंचनेत गुरफटलेला होता.

रामराव पाटील सकाळीच वाड्याबाहेर पडले. दरवाजाच्या चबुतऱ्यावर उभे राहून एकाला अंकुशरावाला बोलवायला पाठवले. रस्त्यात दिसणाऱ्या माणसांना त्यांनी स्वतःच बोलावले. एका मुलाला कोतवालाला बोलवायला

धाडले. अमुक या, तमुक या, असा गर्दा करत करत चावडीवर पोहोचले. थोड्याच वेळात ओटा भरून माणसं जमली.

रामराव पाटील म्हणाले, "आपल्या गाववाल्यायची कमालच मनावं लागंल. आरं, या पटांगनाकडं पाहता की वाहून जाऊ देता? जे ते आपल्याच कामात गरक हतं, मंग हे काम कोनं करावं?"

उमाजी पोरसवदा असला तरी त्याला बोलायचा आचपेच नव्हता. मोठ्या माणसात बोलू नयेत अशा गोष्टीसुद्धा तो जास्तच धिटाईने बोलायचा. तो म्हणला, "कोनं करावं मंजी? ज्याह्यचं मोडून पल्डय त्याह्यनं करावं. आमचे घरं हतं वऱ्हलाकडं, गावाच्या वऱ्ही आमच्या गाड्या, जनावरं थेट घरापस्तोर येतात. पाराजवळच्या रस्त्यानं वागायचं आम्हाला कामच पडत नाही."

तुकाराम हळू आवाजात आचके देत बोलायचा. तो म्हणाला, "आसं बेईचारी अडबंग बोलू नाही, आन दुधात मिठाचा खडा टाकून ते नासवू नाही. नासवायचं काम सोपं आसतय, चांगलं करायला वाडवडिलायचं पुन्य लागतंय. काय मनलास, पाराजवळच्या रस्त्याचं काम पडत नाही? जत्रा कोठं भरली व्हती? गाड्या कोठं वढल्या? पोळ्याला बैल कोठं फिरतात? लग्नांचे मांडव कोठं देतात? गावजेवनं कोठं व्हतात? सकाळनी खुट्याचे सुटल्यावर गाई-वासरं कोठं उभे राहतात? गावातले समदे लेकरंबाळं कोठं खेळतात? एक नाही हजार येळा तुम्ही इथं येता. समंध नाही मनायला जिबीला हाड हय काय!"

रामराव पाटील म्हणले, "तुकाराम, कहाला उगच शेनावर गुंडा आन अंगावर शितोडा! हे काय शहाने मानसं हतं काय? जीब रेटल तसं बोलायचं! आग्या ना पिच्छा!"

उमाजीची चांगलीच चिकनीहांडी झाली.

भजन्या नामदेवाने खिशातून पंचांग काढले. तो गावातला मानलेला ज्योतिषी होता. जन्मनाव सांगणे, राशी सांगणे, कोणाची जनावरे गायब झाली तर ती कोणत्या दिशेला सापडतील ते सांगणे, जमिनीत पाणी कुठे लागेल तिथपासून सण, वार, तिथी सांगण्यापर्यंत त्याला माहिती होती. त्याच्या गळ्यात टपोऱ्या मण्यांची तुळशीमाळ आणि जानवे असायचे. कपाळावर अष्टगंध, कपाळ, मान आणि हातावर विभूतीचे ठळक पट्टे ओढलेले असल्यामुळे तो इतरांपेक्षा वेगळा दिसायचा. पंचांग पाहून तो म्हणाला,

"परवाच्या दिवशी रोहिणी नक्षत्र सुरू व्हनार हय. या वर्षी पाऊस बेंडकोळीच्या वाहनावर येनार हय. नको नको वाटल एवढा पाऊस पडंल.

रोहिन्यात पावसाला सुरवात व्हयील. मिरगात पिकं कोळपायला येतील, आसा पंचांगाचा आंदाज हय. मंजेनी आजून चार आट दिवसात पावसाळा सुरू व्हायालाय.'' नामदेवाची भविष्यवाणी ऐकून बैठकीत गोंधळ माजला. पटांगणात दगड, गोटे आणि मुरूम भरून ते एका पातळीत सवान करायचे ठरले होते. काम कष्टाचे आणि जिवाभारी होते. ते केले पाहिजे असे कोणालाही मनातून वाटत नव्हते. पुढे ढकलले तर बरे होईल, अशीच सर्वांची भावना होती. रामराव पाटीलसुद्धा हुकमी स्वरात बोलत नव्हते. जनमताचा अंदाज घेण्यासाठी अंकुशराव म्हणाले,

''पंचांगाच्या मानानं आनखी दहा बारा दिवसात पावसाळा सुरु व्हायालाय. हे पटांगन तुम्हाला दिसायलंय मातर माळातून दगोड-गोटे आनून इथं भरनं मामोली काम नाही. जिवावराची पोळी हय. दहा पंधरा दिवस सगळा गाव झटला तरी अर्धनिर्धय काम व्हनार नाही. आता गरबड करून आर्ध्यात हातपाय गाळन्यापरता दिवाळी झाल्यावर कामाला लागलो तर चार आठ दिवस कमी लागो की जास्त.''

अंकुशराव सगळ्यांच्या मनातलंच बोलले, पुन्हा आपसात गुणगुण सुरू झाली. सुटलो बुवा एकदाचे, असा भाव चेहऱ्यांवर दिसू लागला. बैठकीला नको ते वळण लागलेले पाहून रामराव पाटलांना काय बोलावे ते काही सुचेना. भरकटलेली जनावरं रस्त्यावर कशी आणायची त्याचा विचार करत शिवराज उभा राहिला. उभे राहून बोलल्याचा अधिक परिणाम होतो हे त्याला माहीत होते.

तो म्हणाला, ''गाव इथेच नांदायचे असेल तर पटांगण असणे जरूर आहे. पटांगणाचं संरक्षण आता करा की पुढे केव्हाही करा, पण ते आपल्यालाच करावं लागेल. आपल्याला स्वबळावर हे काम करावे लागणार आहे.

''हे उन्हाळ्याचे शेवटचे दिवस आहेत. लग्नसराई संपली. शेतीची कामं संपलीत. पेरणी सुरू होईपर्यंत बैलं, गाड्या, माणसं रिकामी आहेत. आपल्याला एवढं रिकामपण वर्षभरात कधीच नसतं. काल आम्ही मैदानाची लांबी, रुंदी आणि खाचखळग्यांची मोजणी केली. आपल्या गावात एकशे सात गाड्या आणि सहा ट्रॅक्टर आहेत. दिवसातून एका बैलगाडीच्या पाच आणि एका ट्रॅक्टरच्या सहा फेऱ्या झाल्यावर दहा दिवसात आपले काम पूर्ण होईल. एखादा दोन दिवस कमी-अधिक, पण एवढे काम झाले तर पुढच्या अनेक पिढ्यांना मैदानाचा उपयोग होईल. मला वाटतं, गावकऱ्यांनी हिंमत धरावी आणि हे अवघड काम पूर्ण करायचा निर्धार करावा.''

दोलायमान झालेले विचार पुन्हा सकारात्मक बाजूला झुकले. थोडावेळ आपसात उलटसुलट चर्चा झाली आणि काम सुरू करायचा निर्णय झाला. तो चोपीवरच्या पुरभाने जाहीर केला. पुरभा एक भोळसट साधा माणूस होता. तो बोलताना त्याचे डोळे मोठे व्हायचे, गळ्याच्या शिरा ताणायच्या, हात-पाय ताठ व्हायचे आणि तो रागात बोलतोय असे वाटायचे. वास्तविक ते त्याचे सहज बोलणे असायचे.

पुरभा म्हणाला, ''बस झालं गडे हो! पसाभर घुगऱ्या आन सरी रात मच मच! काम मोठं असंल, परीक गावाम्होरं हे काहीच नाही. शिवराजचं मननं आम्हाला एकशे एक टक्का पटलं. उद्या सुरुवात करायची आन व्हयील तेवढं काम करायचं. काही शिल्लक राह्यलंच तर पुन्हा पुढच्या वर्षी करायचं.''

शिवराज आणि पाचसहा पोरं याद्या करत बसली. कोणत्या गाडीवर कोण कोण राहणार, मोठे दगड कोणी आणायचे, गोटे आणि मठारणी कोणी आणायची, मुरूम कोणी आणायचा, आलेला माल व्यवस्थित भराई कोणी करायची असे कामाचे नियोजन करण्यात आले. शिवराजने सुचवले, लांब अंतरावरून मुरूम खोदून आणण्यापेक्षा नदीतली ठोकर वाळू भरली तर काम सोपे होईल. त्याच्या सूचनेला कारभाऱ्यांची संमती मिळाली.

अंकुशराव म्हणाले, ''सकाळनी साडेसाहा वाजता पहिली घंटी वाजलं. बराबर सात वाजता कामाला सुरुवात झाली पाहिजे. सात ते बारा काम. बारा ते तीन इश्रांती. पुन्हा तीन ते सातपस्तोर काम. सकाळनी तीन खेंपा आन दुपारून दोन खेपा झाल्या पाह्यजेत. गाड्या ठेल भरून आनायच्या. त्यात हांगीडेंगी चलनार नाही. परतेक गाडीची तपासनी व्हईल. हे काम घरचं समजून नेटानं करायचं. पुरभाजी, उमाजी, आनखी अमुक ढमुक काही शंका हता काय!''

बराच वेळ कोणीच काही बोलले नाही.

अंकुशराव म्हणाले, ''शंका नसंल तर ठरल्या परमानं उद्या कामाला येयाचं. आमची आशी आडचन हय, तशी गरबड हय, आमुक ढमूक आसे खेंगटे काढू नका.''

दुसरे दिवशी सकाळी दिवसाच्या तिरपी बरोबर बैलगाड्या आणि माणसं पाराजवळ जमायला सुरुवात झाली. बघता बघता मैदान फुलून गेले. रामराव, अंकुशराव, नऱ्होजी, केरोजी अशी ज्येष्ठ माणसं पारावर उभी राहून गर्दीला सूचना देत होती. हवालदार भीमरावाने नऊ दहा नारळ, गुलाल, उदबत्त्या, साखर, आणली होती. अंकुशरावाचा मान पहिला होता. पहिले नारळ त्यांनी

फोडले. दुसऱ्या तीन मानकऱ्यांनी मानाच्या क्रमाने नारळ फोडले. सर्व नारळ फोडून साखर-वाटीचा प्रसाद तयार केला. गुलाल लावून सर्वांना प्रसाद वाटला. समोरच्या गाडीची पूजा करून जुवावर उदबत्त्या लावल्या. अपघात टळावा म्हणून चाकाखाली लिंबू ठेवून फोडले. एक गाडीवान जोरात ओरडला, 'शंभूच्या नावानं हर बोला,' सर्वांनी एका आवाजात गर्जना केली, 'हर हर महादेव.' सबंध दरीत आवाज दुमदुमला. बैलांच्या शेपटी पिळल्या, धाड धाड आवाज करत, धुराळा उडवत गाड्या माळाकडे निघून गेल्या.

रामराव पाटलाच्या घरून चरवी भरून चहा आला. चहा घेत घेत गाड्या किती आल्या, कोणाच्या आल्या, त्याचा आढावा सुरू झाला. केशव आणि मारुतीने रजिस्टरवर सविस्तर नोंदी केल्या होत्या. कुथन्या गंगाराम सोडला तर गावातल्या सर्व गाड्या आणि ट्रॅक्टर कामावर आले होते. गंगारामाचे वागणे असेच हेकटपणाचे असे. सर्वांसोबत सामूहिक कामात खुशीने सहभागी झाला असे कधीच घडत नसे. काम निघाले की हे असेच का, ते तसेच का म्हणून निष्कारण कुंथायचा, म्हणून पोरांनी त्याचे नाव कुथन्या गंगाराम ठेवले होते. त्याच्याकडे कोणी फारसे लक्ष द्यायचे नाही किंवा त्याच्यावाचून कोणते काम अडायचेही नाही.

गाड्यांची ये-जा सुरू झाली. केशव आणि मारुती प्रत्येक गाडीजवळ जाऊन बघत होते. कोणी माल कमी आणला तर गाडीवानाला ताकीद देत होते. रामराव, अंकुशराव, नामदेव पारावरून आरडाओरडा करत होते. 'दमानं टाका, आजूबाजूला दगड उडू देऊ नका, गाड्या पळवू नका, डंगरायची बेजारी करू नका' वगैरे वगैरे! त्यांच्या ओरडण्याचा लोकांवर परिणाम होत नव्हता, तरी कामात जोश आणणारी वातावरणनिर्मिती जरूर होत होती. सुताराचा नेहा पारापुढेच लागला होता. कोणाची झेलपाटी तुटली, कोणाचा आरू मोडला, धुरे मोडले तरी तिथल्या तिथे लगेच दुरुस्ती होत होती. धाव पडली, खिळी मोडली, माणी सरकली, बंद निघाला तर घिसडी लगेचच दुरुस्ती करत होता. सारा गाव झुलत होता. एका लईत बोलत होता 'हर हर महादेव.' माळावरचे दगड येत होते. खाचखळगे भरत होते. पटांगणाला वज्ररूप मिळत होते. हा सोहळा बघून मारुतीरायाला रामसेतूच्या कामाची नक्कीच आठवण होत असणार.

काम सुरू होऊन एक आठवडा उलटला. सर्व कसे सुरळीत चालू होते. सुरुवातीचे ताण-तणाव, शीण-भाग संपून काम अंगवळणी पडले होते. अजून तीनचार दिवस असाच रगाडा चालला तर कामाची इतिश्री होणार होती, पण

गाडीवान पोरं थांबली. पटांगणात गाड्या सोडून आखडून बसली. टोळके-टोळके असले तरी बसण्यात एकजूट होती. ते आपसात कुजबुजत होते. हातवारे दिसत होते पण आवाज अजिबात येत नव्हता. पोरं ताणलेत, काहीतरी बिनसलेय हे पारावरच्या कारभाऱ्यांच्या लक्षात आले. एवढा रंगात आलेला कार्यक्रम थोड्यात भंगतो की काय, अशी मनात पाल चुकचुकली.

रामराव पाटील पारावरूनच गरजले. त्यांनी गरजण्याचा आव आणला खरा, मात्र त्यांच्या आवाजातली कातरता लपण्यासारखी नव्हती. ते म्हणाले,

"काय झालं रे पोऱ्हे हो? असे हात पाय गाळून का बसले? आज गाड्या जुपायच्या नाहीत काय?" पाटलाचे बोलणे ऐकलेच नाही अशा आविर्भावात पोरं मख्ख बसून राहिली. मुके मईंद जसे. शेवटी रामराव पाटील पारावरून खाली आले. एका घोळक्याजवळ थांबून त्यांनी विचारले, "काय झालं बापुने हो? कोणी काही बोललं काय? कोनाचं काही चुकलं आसल तर सांगा ना." एक दाढी वाढलेला पोरगा वर न बघता म्हणला,

"कोनाचं काही चुकलं नाही. आम्ही एवढं मेहनतीचं काम केलं, आता सगळ्यायची एक मागनी हाय. पोऱ्हं मनायलेत गोळ्याचं जेवन पाहिजे."

रामराव म्हणले, "गोळ्याचं जेवन, आन ते कोन देईल? हे काय कोनाच्या घरचं काम थोडंच हाय? जेवन करायचं मंजी फाळा करावं लागल. आतां हे काम सोडून फाळा करीत बसता काय? आठ दिसा आधीच टाक्तरच्या तेलासाठी पैसे गोळा केलेत. लोकायला पैसे तरी किती येळा माघायचे? आरे, कामच किती बाकी हय? हात्ती गेलाय आन शेपूट राह्यलंय! खोळंबा करायची ही येळ नव्ह. जेवनाचं बगू दमानं. उठा आन कामाला लागा. उगंच परेशान करू नका." पोरं जागेवरून हलली नाहीत. घुम्यासारखी बसून राहिली.

रामराव पाटील पाराकडे परतले. त्यांचा चेहरा पडला होता. पारावरच्या गावकऱ्यांना त्यांनी पोरांचे म्हणणे सांगितले. कोणीही त्यावर प्रतिक्रिया दिली नाही. सारे विचारमग्न झाले. पोरांनी एकाएकीच आडमुठीला का यावं ते कोणाच्याच लक्षात येत नव्हत. यशवंतराव म्हणाले, "जेवन करनं काही आवघड नाही. त्यात काहाय, आपलेच पैसे जमा करायचे आन आपल्याच जेवनाला खर्च करायचे, परीक ही येळ नाही. उद्या बदंबदं पानी रिचवलं तर काम आर्धवटच पचनी पडंल. मातर पोऱ्हायच्या हाटखोरपनाला काय इलाज हाय!"

पाराला पाठ देऊन कामाजी बापू बिडी ओढत बसले होते. त्यांनी लांब झुरका घेतला आणि दोन्ही नाकपुड्यातून धूर सोडला. पाराच्या चिऱ्यावर बिडीचे

थोटुक विझवून कामाजी बापू उठले. रामराव पाटलाला मागं यायची त्यानी खूण केली. पोरांच्या एका टोळक्याजवळ जाऊन म्हणाले, "हे रामराव मनतात तुम्हाला जेवन पाह्यजे मनं."

पोरं एका आवाजात म्हणाली, "हो ऽऽऽ!"

कामाजी बापू म्हणाले, "बुंदीच्या गोळ्याचं?"

पोर पुन्हा, "हो ऽऽ!"

बापू म्हणाले, "ठीक हय! तुमचा एवढा हाटच आसल तं मी एकटा गावजेवन देतो, मातर राहिलेलं काम पावसाच्या आंधी झालं पाहिजे."

एकदम जिवात जीव आल्यासारखी पोरं तटातट उठली. कामाजी बापूच्या भोवती गोळा होऊन म्हणली, "बापू, तुम्ही कामाची फिकिरच करू नका. काम शेवटाला गेल्याबिगर आम्ही थांबनारच नाही. पन बापू, जेवनाच्या तयारीला लागा. काम झालं की गोळ्याचं जेवन करूनच आम्ही घरी जानार."

पोरं जाम खूश झाली. कामाजी बापू जिंदाबाद! अशा कैक गर्जना झाल्या. फटाफट गाड्या जुंपल्या आणि माळाच्या दिशेने चौखूर उधळल्या.

कामाजी बापू गावातली एक मातब्बर आसामी. त्यांना कंजूस म्हणावे की दिलदार, हे कधीच ठरवता आले नाही. पांढरी गांधी टोपी, हलक्यात हलक्या कापडाचा पांढरा शर्ट, जाडेभरडे धोतर आणि पायात जाडजूड चप्पल असा अगदी साधा वेश असे. ते बाराही महिने खारीक, खोबरे, बदाम, काजू खायचे. नेहमीसाठी दोन दुभत्या शेळ्या ठेवायचे. बिडीला बिडी ओढायचे. खूप बिड्या ओढायचे, पण दुसऱ्याच्या. स्वत:च्या खिशातल्या कट्टयाला हात न लावता दुसऱ्याच्या बिड्या एकावर एक ओढत राहायचे. एक बिडी संपली की दुसरीसाठी हात पुढे करायचे. ज्यांना स्वभाव माहीत होता ते त्यांना लागतील तेवढ्या बिड्या देत रहायचे.

शेतात शेणखत घालण्यावर कामाजी बापूंचा विशेष भर असे. अर्ध्या गावाचे खत ते एकटेच ओढायचे त्यामुळे मालटाल भरपूर व्हायचा. शेतमाल साठवायला त्यानी वाड्याच्या भिंतीत आंबार बांधले होते. साठवलेला माल ते पेरणीच्या वेळी बी म्हणून वाटायचे. सुगीवर दिढीने वसूल करायचे. त्यात खूप फायदा व्हायचा. पदरमोड करण्यात कमालीचे चेंगट असणारे कामाजी बापू काही ना काही निमित्त साधून वर्षातून एकदा पूर्ण गावाला बुंदीच्या लाडूची पंगत द्यायचे. आज पोरांनी हट्ट धरून नगरभोजनाचा योग जुळवून आणला म्हणून ते खूश होते.

एकदाचा कामाचा शिराडा झाला. शेवटच्या गाड्या आल्या तेव्हा सुवासिनींनी बैलांच्या खुरांवर पाणी घालून हळद-कुंकू वाहिले. आरत्या ओवाळल्या आणि गाडीवानांना मुरमुरे-बत्ताशांचा प्रसाद दिला. संथ गतीनं गाड्या घरी परतल्या. स्वयंपाक तयारच होता. संध्याकाळी अंधार पडायच्या आत पंक्ती उठल्या. कामाजी बापूंनी आग्रह करून करून गावकऱ्यांना लाडू खाऊ घातले.

जेवणाचे भांडे धुणे, आवरणे चालू होते. कारभारी बिड्या ओढत, तंबाखू मळत निवांत बसले होते. शिवराज मित्रांसोबत पाराच्या एका बाजूला बसला होता.

मारुती म्हणला, ''एवढं मोठं काम एका झटक्यात व्हवून गेलं बगा. आता कितीही पूर आला तरी पटांगनाची चिंता मिटली. लई बेस्ट काम झालं.''

केशव म्हणाला, ''योग चांगला लागला. मारोतराव, त्या दिवशी शिवराजनं कानायेगळं टाकलं असतं तर काम झालं असतं आसं तुम्हाला वाटतंय काय?''

मारुती म्हणाला, ''नाव सोडून बोला राजे हो! बैठक मोडल्यातच जमा व्हती. खरं सांगायचं मंजी काम करायचं कोनाच्याच मनात नव्हतं. शिवराजनं सगळा हिसाबच मांडला तव्हा डोस्के ताळ्यावर आले. या कामाचं सगळं केरडिट शिवराजलाच देया पाह्यजे.''

शिवराज म्हणला, ''काम सगळ्या गावानं करायचं आणि क्रेडिट मला एकट्याला द्यायचं, हा काही न्याय झाला नाही. सर्वांनी जीव ओतून कामं केली म्हणून इतिहास घडला. वडीलधाऱ्या मंडळीनं मनावर धरलं, पावलोपावली प्रोत्साहन दिलं, म्हणून कामाचा हुरूप शेवटपर्यंत टिकला. आपसात लाथाळ्या करणारी माणसं एकोप्यानं एवढं प्रचंड कामसुद्धा करतात हे नवलच म्हणावं लागेल.''

केशव कुत्सितपणानं म्हणाला, ''हं, एकोपा! कोठं दिसला तुला एकोपा! तुला गाव ठावं नाही बापू! तू आपला सोयऱ्यासरका येतूस आन निघून जातूस! गाव किती करामती हय, ते तुला ठावच नाही! आरं, जे आले तेच मेले! सांदीत तोंड लपवून बसले ते बाजूलाच राह्यले. कोठं व्हता कुथन्या गंगाराम? कोठं व्हता ढेकन्या दुकानदार? कामाला येयाचं सोडा, पारकडं दर्शन तरी झालं का? मनं, काम एकोप्यानं झालं!''

मारुती रागारागात म्हणाला, ''त्या कुथन्याचं त नाव घेऊ नाही आपेशाचं! समाजाचं कोनतंय काम असो, हे भडवा खुडुक कोंबडीसरका लपून बसतय! तुमच्या ध्यानात आसंल, माघं आडातला गाळ काढायचा ठराव झाला. सगळे लोक कामाला लागले. परीक हे पाप्याचं पितर पाराजवळ बसून राह्यलं. कामाला

हात लावला नाही. पानी भरायला मातर सगळ्यात आधी येतंय. बेशरमपनाला तं काही हादच नाही. मही एक गोष्ट ध्यानात ठेवा, कुथन्या मेल्यावर गावातलं मानूस काय त्याच्या मड्याला हात लावनार नाही, सोयरेधायरेच धुंडाये लागतील. जे मानूस कहीच कोनाच्या कामावर पडत नाही त्याला लोकायनं काय मनून इचारावं!''

शिवराज फक्त सुट्टीत गावी यायचा. त्यातलेही अर्धेअधिक दिवस मामाकडे आजोळी रहायचा. गावाशी संपर्क फारच कमी होता. भेटलेल्या प्रत्येक माणसाची आस्थेने चौकशी करायचा. गावातला खूप शिकलेला एक हुशार मुलगा म्हणून लोकांना त्याचे कौतुक होते. लोक त्याच्याशी आपुलकीने वागत. त्यामुळे सर्व लोक त्याला आपले वाटत. त्याचे लोकांविषयी पूर्वग्रह नसल्यामुळे एखाद्यावर टीकाटिप्पणी केलेली त्याला आवडत नसे.

शिवराजला लहानपणीच मामाने एका प्रख्यात निवासी शाळेत घातले होते. शाळेत आरोग्य आणि व्यक्तिमत्त्व विकासाला विशेष महत्त्व दिले जाई. बारावीनंतर त्याला इंजिनिअरिंग किंवा मेडिकलला जाता आले असते पण त्याने मुद्दामच कृषिक्षेत्र निवडले. त्याची एक नंबरची साठ एकर जमीन होती. चार विहिरींवर पन्नास एकर बारमाही सिंचन होते. केळी, हळद, मिरची, कापूस अशी नगदी पिके उत्तम पिकायची. आईला घरी एकटीला सोडून जावे लागू नये म्हणून नोकरी करायची नाही असे त्याने मनाशी ठरवले होते. लोकांना मात्र वाटायचे, शिवराज मोठा हुद्देदार झाला पाहिजे.

शिवराज अवघ्या दोन महिन्यांचा असताना वडील गेले. घरात एकटी आई. चुलता नाही, चुलती नाही, जवळची कोणी भावकी नाही, की कोणाचा आधार नाही. आईने शिवराजचा तळहातातल्या फोडासारखा सांभाळ केला. त्याला बाहेरगावी शाळेत पाठवायला ती तयार नव्हती पण मामाने समजावल्यावर ती ऐकली. तो शाळेत गेला तसा शिकत राहिला. मन लावून अभ्यास करायचा. गावातली आडदांड उनाड पोरं, आणि सभ्य शिवराज यांच्यात फार मोठी तफावत होती. आपली मुलं शिवराजसारखी का नसावीत असे अनेक माता-पित्यांना वाटायचे.

* * *

३

रोहिणी, मृग, दोन्ही नक्षत्रं उघडी गेली. पावसाचा मागमूसही नव्हता. धरणं रिती असल्यामुळे उन्हाळ्याच्या सुरुवातीपासूनच पाट कोरडे पडले होते. परभणी आणि हिंगोली हे दोन्ही जिल्हे दुष्काळाच्या जबड्यात सापडले होते. वसमत तालुक्याच्या बहुतांश भागात पूर्णा प्रकल्पाचे पाणी असल्यामुळे तेथे सधन शेती होती.

एक एक नक्षत्र मागे पडू लागले तशी लोकांची तगमग वाढू लागली. जनावरांचा चारा काही दिवसापुरताच शिल्लक होता. ज्या जमिनीवर गेल्या पंचवीस वर्षापासून पाटाचे पाणी खेळत होते, ते पाणी संपताच चाळीस फूट खोलीपर्यंतचा भूगर्भ कोरडा झाला होता. नद्या आटल्या, विहिरी आटल्या. पिण्याच्या पाण्याची मारामार सुरू झाली. सरकारी टँकर गावागावात धावू लागले. पाच सात किलोमीटरहून बैलगाड्यात पाणी आणणे हे दिनचर्येतले सर्वात महत्त्वाचे काम झाले.

दिवसभर कोरडे वारे वहात होते. धुळीचे लोट उठत होते. खायला कस्पट शिल्लक नसले तरी जनावरं जमिनीला तोडं घासत होती. पोटं खपाटीला भिडली होती. शरीराची हाडं उघडी पडली होती. शिंगांचा भार जड झाला होता. ती जेमतेम जिवंत राहतील एवढाच मूठमूठ चारा रात्री खुंट्यावर घातला जात होता. कधी कल्पना केली नव्हती एवढा चारा महागला होता. दुष्काळाचा पहिला फटका जनावरांना बसत होता. लोक चिंताग्रस्त झाले होते. धीर सुटत चालला होता. अंगणात स्वच्छंदे बागडणारी निरागस बालके उद्या अन्नावाचून तडफडत असलेली कल्पना छातीत गोळा उठवणारी होती. पुढे येणारे संकट भयावह होते. वातावरण गंभीर झाले होते. कोणाला काही सुचत नव्हते. सारे सुतकी चेहऱ्याने आकाशाकडे आशाळभूतपणे पाहत होते. मनात हुरहुर दाटली होती. पावसाला आळवण्यासाठी पारंपरिक उपाय केले जात होते. कोणी महादेवाची पिंड पाण्यात बुडवून जप करत होते. कोणी बेडकांची लग्ने लावत होते. दररोज सकाळ संध्याकाळ सर्वच गावात केला जाणारा प्रकार, "धोंडी धोंडी पाणी दे." ह्यात दोन लहान नागड्या मुलांच्या कमरेभोवती लिंबाचे डहाळे गुंडाळून बेडूक बांधलेली काठी त्यांच्या खांद्यावर

देतात. पाच पंचवीस मुलांसोबत त्यांची गावातून मिरवणूक काढतात. बाया बापड्या मिरवणुकीवर थंड पाणी टाकतात. धोंडी धोंडी पाणी दे च्या घोषणा चालू असतात.

उठले की वसमतला जाणारी माणसं गावात एकत्र बसू लागली. दुष्काळाची सामूहिक चिंता करू लागली. नामदेव पंचांग वाचून पाऊस नक्की पडणार असे भाकीत करत होता. असेच एक दिवस लोक चावडीवर बसले असताना, चार दिवसात पाऊस नक्की पडणार म्हणून नामदेव सांगत होता.

उमाजी रागात येऊन बोलला, "उगच कहाला थापा मारता राव, रोहिन्यात पाऊस पडनार, बेंडकीचं वहान हय, नको नको एवढा पाऊस पडंल, आसं तुम्ही सांगितलं व्हतं. ज्या नक्षत्रात तुम्ही पाऊस सांगितला ते सगळे कोल्डे गेले. आटपंधरा दिसात जनावरं सोडून देवाव लागतील. त्याच्या पुढी गाव सोडून लेकरं कडीवर घेऊन वनवन फिरावं लागंल."

चोपीवरला पुरभा नामदेवावर उसळून म्हणाला, "ते पंचांगाचं बाड द्या उकंड्यावर फेकून. बेंडकोळीचं वहान, कटाळा येईस्तोर पाऊस, एकतरी गोष्ट खरी हय काय? आडगात न उपगात, आन वाटनं चाललं गानं गात!"

थोडा ओशाळून नामदेव म्हणाला, "बेंडकोळीच्या वाहनाचा जरा घोळच झाला. त्याचं काय हय, सुरवातीच्या नक्षत्रात हे वाहान नसावं मनतात. मंजेनी व्हतंय काय की, पाऊस पडत नाही तव्हर बेंडकोळ्या भाईर पडत नाहीत, अन बेंडकोळ्या नसल्यामोळं पावसाला पडता येत नाही. आधी मुर्गी की आधी अंडा? असा ते पेच हय! तुम्ही पंचांग खोटं मनता, तेय बरोबर नाही. देशात सरासरी हवामान कसं राहील त्याचा त्यात अंदाज आसतंय."

दुष्काळाची तीव्रता वाढत होती तसे गावोगाव चिंतेचे वातावरण तयार होऊ लागले. इंजनगावात निदान पिण्याच्या पाण्याचा प्रश्न नव्हता. नदीच्या पात्रात पाच दहा फूट खोलीचा खड्डा खोदला तरी भरपूर पाणी लागायचे. इतर गावात परिस्थिती वाईट होती. कामापुरते पाणी आणण्यात दिवस जात होता. टँकर होते पण त्यांच्या कामात शिस्त नव्हती. त्यांच्यावर कोणाचे नियंत्रण नव्हते. आला दिवस तो अधिकच गंभीर रूप धारण करून येऊ लागला. ओलावा फाकून शुष्कता वाढू लागली.

प्रसार माध्यमांनी दुष्काळाच्या बातम्या द्यायला सुरुवात केली खरी पण त्यात वास्तवाचे दर्शन घडवणारे गांभीर्य नव्हते. हवामान खात्याने पावसाचे अंदाज वर्तविणे बंद केले होते.

'वृक्षतोडीमुळे महाराष्ट्राचे वाळवंट होणार!, गेल्या शंभर वर्षातला हा महादुष्काळ ठरणार!, अती उपशाने भूगर्भजल संपणार!'

अशा विधानांना शास्त्रीय आधार नसतो. काही समाजमान्यता पावलेल्या बाजारबुणग्या अज्ञानी तज्ज्ञांची ही मते असतात. ती प्रसिद्ध केली की लोकांना चर्चेसाठी विषय मिळतो, खऱ्या-खोट्याची चाड कोणाला!

नदीतले विऱ्हे आणि विऱ्ह्यांचे झरे हा शिवराजच्या चिंतनाचा नवा विषय झाला. नदीतल्या भूगर्भाची एक विशिष्ट ठेवण आहे हे त्याच्या लक्षात आले. दोन तीन फूट वाळूच्या खाली काळी माती लागायची. दहा फुटापासून खाली दोन ते तीन फूट वाळूचा कठीण खडक लागायचा. हा खडक फोडला की त्याच्या फुटलेल्या भेगेतून उकळी मारून पाणी वर यायचे. विऱ्ह्याच्या काठावर बसून हाताने पाणी भरता येईल एवढी पातळी वर यायची. याचा अर्थ कठीण खडकाच्याखाली पाण्याचा साठा होता आणि खडकापासून पंधरा फूट वर उसळी मारेल एवढा त्याला दाब होता. पाणी आहे हे नक्कीच, पण ते किती आहे ते कळणे महत्त्वाचे होते. शिवराजने जिल्हा भूजल तज्ज्ञांशी संपर्क साधला. त्यांनी आस्थेने चौकशी केली. विषय समजून घेतला. भूजलाची उपलब्धता ठरवण्यासाठी ज्या शास्त्रीय चाचण्या घ्याव्या लागतात त्या घेण्यासाठी त्यांनी विभागीय कार्यालयाशी पत्रव्यवहार केला, तोंडी विनंत्या केल्या, पण खात्याने ठरवून दिलेल्या कामाच्या कक्षेत बसत नाही, म्हणून ह्या विनंतीला वाटाण्याच्या अक्षदा लावण्यात आल्या. जिल्हास्तरीय तज्ज्ञांनी प्रक्षेत्राची निरीक्षणे करून नद्यांच्या घळीत अमाप पाणीसाठा असल्याचा निर्वाळा दिला. गाववाल्यांशी सहज, बोलता बोलता, शिवराजने पाण्याच्या प्रचंड खाणीचा शोध लावलाय, असे तज्ज्ञांनी सांगितले. गाववाल्यांनी त्याला फार महत्त्व दिले नाही. त्यात एवढे काय नवल? असेच सर्वांना वाटले, घरकी मुर्गी, दाल बराबर! ज्या समाजात गुणग्राहकतेचा उदारपणा नसतो तो समाज खुरटा राहतोच पण त्यातल्या अचाट कुवतीच्या व्यक्ती देखील बुटक्या राहतात. शिवराजच्या म्हणण्याप्रमाणे उपसा सिंचन योजना मार्गी लागली असती तर इंजनगावाला दुष्काळाचे चटके बसले नसते, ती कल्पना उचलून धरायला कोणी पुढे येत नव्हते.

पावसाळी हंगामात तापलेल्या उन्हाळ्याने जिवाची तगमग होत होती. जनावरांचा चारा संपलाच होता, आता माणसं देखील कण्या-घुगऱ्यावर आली होती. भुकेने व्याकूळ झालेले जीव उदास होऊन निवाऱ्याला तोंड लपवत होते. जनावरं वळण्यात मतलब नव्हता, लोकांनी ती मोकाट सोडून दिली होती.

विहिरीच्या पाण्यावर शिवराजची केळी, ऊस, हळद, मिरची, कापूस अशी पिके होती पण मोकाट जनावरांनी त्यांचा पार फडशा पाडला. जहाजच बुडू लागल्यावर त्यातला छोटा मोठा उंदीर कसा तरणार? तरायचा प्रयत्नसुद्धा करू नये अशी एकंदर परिस्थिती होती. आलेले संकट निस्तरणार की सर्वांचा घात घेणार, हे भलेमोठे प्रश्नचिन्ह होते.

शिवराजच्या मनात एक धाडसी विचार आला. कोणाही अधिकाऱ्याला किंवा पुढाऱ्याला येणाऱ्या संकटाची चाहूलसुद्धा लागलेली नव्हती. काही हालचाल झाली नाही तर माणसा-जनावरांच्या मुडद्यांचे ढीग लागतील, असे चित्र स्पष्ट दिसत होते. शिवराजने गावतल्या चारपाच मित्रांना तयार केले. तीन मोटरसायकलवर सहा जणांचा ताफा गावोगाव फिरू लागला. ते गावात जाऊन युवकांना एकत्र करायचे. दुष्काळात काय घडू शकते त्याचे चित्र उभे करायचे. सर्वांनी मिळून सरकारवर दबाव आणला तरच आपण जगू शकतो, असा विचार पेरायचा. सक्रीय सहभागी होणाऱ्या कार्यकर्त्यांच्या याद्या करायच्या, असा झंझावती दौरा सुरू झाला. लोकांना जे पाहिजे तेच घडत होते, म्हणून तो लगेच लोकाभिमुख कार्यक्रम बनला. वसमतला रिकाम्या ताट-वाट्यांचा भव्य मोर्चा काढायचे ठरले. मोर्चाचा हातोहात प्रचार झाला.

तरुणांनी आखलेला कार्यक्रम, त्यात कुठेही ढिसाळपणा नव्हता. घोषणा लिहिलेले फलक तयार झाले, निवेदने लिहिली गेली, प्रसार माध्यमांसाठी बातम्या तयार झाल्या, मोर्चाच्या मार्गावर जागजागी पेयजल, चहा-फराळाची स्वस्त दुकाने थाटण्यात आली. प्रत्येक स्वयंसेवकाला त्याचे काम निश्चित माहीत असल्यामुळे गोंधळाला वाव नव्हता.

मोर्चाच्या दिवशी सकाळपासून स्त्री-पुरुषांच्या झुंडी वसमतकडे धावू लागल्या. ठरलेल्या वेळी मोर्चाला सुरुवात झाली. स्त्रिया आणि मुलांची उपस्थिती लक्षणीय होती. जवळ जवळ प्रत्येक गावचे भजनी मंडळ पावली खेळत, अभंग गात मोर्चात सामील झाले होते. काही मोठ्या गावातील बँड पथके गर्दीचा उत्साह वाढवत होती. उच्चरवात घोषणा दिल्या की ताट-वाट्यांचा कर्णकर्कश ठणठणाट होत होता. आजपर्यंत अनेक मोठमोठे राजकीय मोर्चे निघाले पण या सम हाच! जनतेचे एवढे विराट रूप वसमतकरांनी पूर्वी कधी पाहिले नव्हते. दात ओठ खाऊन सरकार विरोधी घोषणा देण्याचा आक्रस्ताळी त्वेषसुद्धा पाहणाराला हादरवणारा होता.

मोर्चा आस्ते आस्ते तहसील समोर आला. ग्रामीण भागातल्या निरुपद्रवी

शेतकऱ्यांचा मोर्चा. म्हणून पोलीस यंत्रणा थोडी गाफीलच होती. वसमतचे आमदार मोर्चाला सामोरे आले. त्यांच्या सोबत तालुक्यातले सत्ताधारी, विरोधी, प्रमुख कार्यकर्ते होते. मोर्चेकरी तहसील समोरच्या मैदानात बसले. वाद्यांचा गजर चालू होता. बऱ्याच दिंड्यांमध्ये ग्यानबा-तुकारामच्या जयघोषात पावली खेळत होते. काहीजण टाळ मृदंगाच्या नादात भगव्या पताका नाचवत होते. मैदानाला यात्रेचे रूप आले होते.

शिष्टमंडळासोबत आमदार तहसीलदाराच्या दालनात आले. शिष्टमंडळातल्या प्रतिनिधींनी तहसीलदार, आमदार आणि पत्रकारांना निवेदनाच्या प्रती दिल्या.

आमदार म्हणाले, "मोर्चाचे आयोजन छान झाले. तुमच्या कल्पकतेचे मी कौतुक करतो, पण घोषणा आणि फलक एवढे भडक करायची गरज नव्हती."

टाकळगावचा विश्वजीत कटारे अतिशय भावनावेगाने तो म्हणला, "आमदार साहेब, ज्यांची पोटं भरलेली आहेत त्यांना आमची कृती भडकच वाटणार! जुलै महिना संपत आला तरी पावसाचा पत्ता नाही. ग्रामीण भागात भयानक परिस्थिती निर्माण झालीय. गुरं-ढोरं शेवटचे श्वास मोजत आहेत. लोकांचा धीर सुटलाय. साक्षात मरण समोर दिसत आहे. दुष्काळाचा एवढा वणवा भडकला असताना तुमचा एक तरी अधिकारी, पुढारी गावात चौकशीला तडफडलाय काय? निवडणुकीच्या वेळी तुम्ही आम्हाला झोप घेऊ देत नव्हता. निवडणुकीच्या काळातली तुमची घालमेल आठवा आणि आजची ही बेफिकीरी आरशात बघा, जनतेशी आपण किती इमानदार आहोत ते तुमचे तुम्हालाच दिसेल. आम्ही पोटतिडिकीनं मागण्या मांडल्या तो तुम्हाला भडकपणा वाटला. ग्रामीण भागाचे कैवारी म्हणून निवडणुकीत आम्ही तुम्हाला साथ दिली. निवडून आल्यावर तुम्ही मात्र आमची घोर प्रतारणा केली."

कोणीतरी मधेच बोलला, "मतदानाच्या आधी पाय चाटत होते"

हे ऐकून आमदार एकदम भडकले. रागारागात मोठ्याने ओरडले,

"कोण आहे तो हरामखोर? खाली मान घालून चोरून का बोलतोस? वर बघून उघड बोल की मर्दासारखा!"

शिष्टमंडळातले सभासद तावा तावाने उठले. विश्वजीतने चढ्या आवाजात तोंडाचा पट्टा सुरू केला, "हरामखोर कोणाला म्हणता? मायबाप जनतेला? ज्यांनी तुम्हाला मतं दिली, तुमच्या हातात सत्ता दिली, ते हरामखोर असतील तर तुम्ही सात हरामखोर! निवडणुकीच्या वेळी लोकांना तुम्ही किती आश्वासनं दिली, आता लोक मरणाच्या दारात उभे असताना त्यांची अशी निर्भर्त्सना करता? जरा

बाहेर या, हरामखोर कसे असतात ते दिसेल तुम्हाला."

शिष्टमंडळ आदळ आपट करीतच बाहेर पडले. मोर्चेकरी बिथरले. वातावरण एकाएकीच बिघडले. आमदार आणि शिष्टमंडळाची बाचाबाची होतेय हे सर्वांच्या लक्षात आले. स्वत:ची सुरक्षा सांभाळून तहसीलदाराचे शांतीचे प्रयत्न जारी होते. राग अनावर झाला. मोर्चेकरी खवळले. घोषणांचा हल्लकल्लोळ झाला. आमदाराने एक दोघांच्या मुस्काटात हाणल्या. एखाद्यावर आग्यामोहोळ तुटून पडते तशी गर्दी आमदारावर पडली. त्याला पायाखाली तुडवले, कपडे फाडले आणि तोंडाला डांबर फासले. तोवर कोणीतरी गाढव आणले. भुतासारख्या काळ्याकुट्ट आमदाराला गाढवावर बसवले. भेदरलेले गाढव वेड्यावाकड्या उड्या मारीत पळाले. आमदार आडभाड जमिनीवर आपटले. उजवा हात मोडला आणि जन्मात कधी पाहिला नाही असा मुक्का मार बसला. तोवर दंडुकेधारी पोलीस आले, त्यानी आमदाराभोवती कडे धरले, मोर्चेकरी सभास्थानी दूर जाऊन बसले. छायाचित्रकार, वार्ताहारांनी आपले काम केले. चौकशीअंती हा प्रसंग पूर्वनियोजित नव्हता हे स्पष्ट झाले. ज्या चपळाईने डांबर गाढव आणले गेले त्या दोन अज्ञात व्यक्ती कोण? हे शेवटपर्यंत उघड गुपित राहिले.

मोर्चाची भट्टी एवढी जमेल असे कोणालाही वाटले नव्हते. कोणाच्या ध्यानीमनी नसताना आमदाराला गाढवावर बसवण्याचा प्रकार अनुचित वाटला तरी प्रसिद्धीच्या दृष्टीने तो उपयुक्तच ठरला. प्रसार माध्यमांनी मोर्चाला अमाप प्रसिद्धी द्यावी हे साहजिकच होते. आमदाराच्या वर्तनाने उभ्या महाराष्ट्रात सरकारची भरपूर नाचक्की झाली. लोकांच्या जीवघेण्या प्रश्नावर सरकार किती झोपलेले आहे, शासनकर्ते, लोकप्रतिनिधी किती उद्धट आणि बेजबाबदार आहेत, ह्या मुद्यांवरून माध्यमांनी शिमगा केला. बऱ्याच प्रमुख वृत्तपत्रांनी अग्रलेख लिहून दुष्काळ निवारणाचे काम तातडीने सुरू करावयाचा सरकारला सल्ला दिला. दुष्काळग्रस्त भागात एक जरी भूकबळी गेला तरी ग्रामीण जनता सरकारला कच्चे खाईल असा काहीनी दम भरला. बारहाल, मराठवाड्यातल्या दुष्काळाची चर्चा मुंबईत सुरू झाली आणि वरच्या पातळीवर दुष्काळ निवारण कार्याची रूपेरषा आकार घेऊ लागली.

मोर्चाची यशस्विता बघून राजकीय पक्ष खडबडून जागे झाले. दुष्काळ निवारणात आम्ही मागे नाहीत हे दाखवणे गरजेचे होते. परभणीचे खासदार रामचंद्र गायतोंडे राजकीय डावपेचांसाठी प्रसिद्ध होते. लोकमत आपल्याकडे कसे खेचून आणायचे आणि भोळसट लोकांना आध्यात्मिक भूलभुलैय्यात कसे गुंतवायचे

हे त्याना चांगले माहीत होते. त्यांच्या डोक्यात एक अफलातून कल्पना आली. गंगाखेड जवळ गोदाकाठच्या माळावर मोठा यज्ञ करायचे त्यांनी ठरवले.

खासदार असल्यामुळे गायतोंडेचे दिल्लीला नेहमीच जाणे-येणे असे. तिथून ते हरिद्वार, हृषिकेश, नैनिताल, काठमांडू, राणीखेत, सिमला आणि हिमालयात अनेक ठिकाणी फिरायचे. राजकारणावरची आपली पकड अबाधित राहावी म्हणून अनेक तपस्वी साधूंकडे ते नियमित रतीब घालायचे. अशाच एका हिमालयातल्या साधूला त्यांनी मतदारसंघातल्या दुष्काळाविषयी सांगितले. साधूने यज्ञ करायचे सुचवले आणि गायतोंडेंनी ते शिरसावंद्य मानले.

यज्ञाचा प्रकल्प मोठा होता. तो राबवणे ऐऱ्यागैऱ्याचे काम नव्हते. रामचंद्र गायतोंडेंसाठी हे अशक्य नसले तरी आव्हानात्मक होते. हिमालयातल्या बालकिरण महाराजांनी यज्ञाचे व्यवस्थापन करण्याची जबाबदारी स्वीकारली. हृषिकेश आणि अमरनाथच्या संस्कृत ज्ञानपीठातून मंत्र म्हणणारे एक हजार युवा स्नातक पाठवण्याचे ज्ञानपीठाच्या अधिकाऱ्यांनी मान्य केले. राजस्थानात गाईंचे मोठमोठे कळप असतात. अशा कळपातल्या एक हजार गाई मालगाडीने गंगाखेडला आणायचे ठरले. एवढी सर्कस उभी करायची आणि पोसायची म्हणजे प्रचंड खर्च लागणार होता.

'गंगाखेड' हे लहानसे नगर गोदावरी नदीच्या किनाऱ्यावर वसलेले आहे. नदीपासून जवळ पण शहरापासून दूर असलेल्या विस्तीर्ण टेकडीवर 'पंचवटी' आश्रमाची उभारणी करायचे ठरले. आराखडा तयार झाला. स्नातक निवासाच्या दोनशे झोपड्या, मंत्रोच्चारण करणाऱ्या प्रमुख गुरूंच्या सव्वाशे झोपड्या, स्वयंपाकी, मजुरांसाठी दोनशे झोपड्या, स्वयंपाकगृहे, भोजनगृहे, भांडारगृहे, कार्यालये, बालकिरण ऋषींचा भव्य निवास, प्रार्थना मंडप, दर्शन मंडप, गुप्तदान हुंडी, यात्री भवन, गोधन मंडप असा टोलेजंग आश्रम उभा राहिला. निवासी झोपड्यांना जमिनीवर दोन फूट उंचीचा ओटा, त्यावर कच्च्या विटांच्या गोल भिंती आणि वर वासुदेवाच्या टोपीसारखी गवताची शाकारणी केली होती. जमीन आणि भिंती गाईच्या शेणाने सारवल्या जायच्या.

ठरल्याप्रमाणे ऋषीं, मुनी, सद्‌गुरू, पंडीत, स्नातक, गाई आणि सेवकवर्ग आश्रमात येऊन दाखल झाले. शेकडो कार्यकर्ते यज्ञाच्या प्रचारासाठी गावोगाव फिरू लागले. देशभरातून कोट्यवधींच्या देगण्यांचा पाऊस पडू लागला. हे महान पुण्यकर्म तडीस नेण्यासाठी अनेक दानशूर धर्मात्मे हातभार लावत होते. गायतोंडेंना खिशातून एक कवडीही खर्च करावी लागली नाही. परस्पऱ्या उजवला नाऱ्या!

आश्रमवासीयांना भोजन, गायींना चारा, यज्ञासाठी तूप, दान देणाऱ्यांच्या लांबलचक याद्या तयार होऊ लागल्या. पाच हजाराची देणगी देणाराला प्रार्थना मंडपात प्रवेश होता. दहा हजार रुपयात सद्‌गुरू दर्शनाचा लाभ व्हायचा. गोरगरिबांसाठी प्रत्येक होमकुंडाजवळ दानपेट्या ठेवलेल्या होत्या. गुप्तदानाची वेगळी व्यवस्था होती. दानात, धान्य आणि कडबा-वैरण स्वीकारण्याचीही सोय होती.

मुहूर्तावर यज्ञाला प्रारंभ झाला. उद्‌घाटन सोहळ्याला अलोट गर्दी उसळली. उद्‌घाटनात बालकिरण महाराज म्हणाले,

"पृथ्वीवर पापाचे ओझे वाढले तिथे परमेश्वर संकट निर्माण करतो. भक्तीत परमेश्वर कोप कमी करण्याची शक्ती असते. 'यज्ञ' हा देवाला प्रसन्न करण्याचा अनुभवसिद्ध मार्ग आहे. भक्तिमार्गातून संकटमोचन ही आपल्या थोर ऋषिमुनींची शिकवण आहे. तो मार्ग स्वीकारला म्हणून खासदार गायतोंडे अभिनंदनास पात्र-आहेत.

"यज्ञ हे एकट्या दुकट्याचे काम नाही. त्यात अगणित लोकांचा सहभाग असतो. एवढ्या लोकांच्या वतीने केलेली प्रार्थना आणि क्षमायचना थेट देवापर्यंत पोचते. पापाचे डबके साचलेल्या ह्या प्रदेशात जी अशुद्धता निर्माण झाली तिचे शुद्धीकरण करण्याची यज्ञ ही एक अपूर्व पर्वणी आहे. एका गाईला चारा दिला तर तेहतीस कोटी देव तृप्त होतात, इथे हजार गायींना चारा भरवणाऱ्याच्या पुण्याची गणना कोणी करावी? पुण्य जोडायची दुर्लभ संधी तुमच्या दाराशी आली. यज्ञात योगदान करणारे सदासुखी होतील. भविष्यात ह्या प्रदेशावर येणारी विघ्ने टळतील आणि श्रद्धावानांना भयमुक्ती मिळून मोक्षप्राप्ती होईल."

पंचवटी आश्रम दुष्काळाच्या दलदलीत उमललेल्या कमलपुष्पासारखा भासत होता. तिथे येणारा प्रत्येक माणूस भक्तिरसात चिंब होत होता. ती साधी, सुंदर वसाहत, शेणाने सारवलेली घरे, किशोरवयीन गोंडस स्नातके, ऋषीसम गुरू, मंत्रोच्चारांचे गुंजन, धूप-धुपारे, समिधा व तुपाचा घमघमाट, होमकुंडातला धूर, हे सर्व आगळेवेगळे दृश्य पाहून दर्शनाला आलेल्या भक्तांना आपण साक्षात स्वर्गात प्रवेश केल्याचा भास होत होता. लोकांना गायतोंडेंच्या कल्पकतेची तारीफ वाटत होती. बरेच भाविक पुण्यात्मा म्हणून गायतोंडेंच्या पाया पडू लागले. रामचंद्र गायतोंडे मुत्सद्दी राजकारणी म्हणून ओळखले जायचे, ते आता जनतेला मोक्षपदी नेणारे धार्मिक शिरोमणी झाले. ते लोकांचे आदरस्थान बनले. 'मतखंडात' त्यांची जागा अढळ झाली.

* * *

४

दुष्काळ वाढू लागला. एकी दुकी जनावरं मरू लागली. आकाशात ढोकाडांची गर्दी वाढू लागली. चोऱ्यामाऱ्यांचे प्रमाण एवढे वाढले की, प्रत्येक रात्र काळरात्र वाटू लागली. उपाशीपोटी असुरक्षितता, हे फारच झाले. गोरगरिबांच्या घरातला दाळदाणा संपत आला. लेकरं रडत होती, बायाबापड्या उपाशीपोटी मुळूमुळू अश्रू ढाळत होत्या, पुरुष असहाय होऊन अवसान गाळून चिंतातूर झाले होते. हरीण, ससे, लाव्हरु, पारवे, तित्तर, मोर अशा पशू-पक्ष्यांच्या शिकारी सुरू झाल्या. बऱ्याच कुटुंबात उंबराच्या दोड्या शिजवून भुकेची आग विझवली जाऊ लागली. झाडपाले खायचे प्रयोग सुरू झाले. आता खऱ्या दुष्काळाला सुरुवात झाली. दुष्काळग्रस्त भागातले एक दोन मंत्री होते, पण नुसते कुंकवाचे धनी! एक नंबरचे लोचट आणि होयबा! सरकारी यंत्रणा तर एकजात नपुंसक! असून अडचण - नसून खोळंबा! रिकाम्या घरात उंदीर, घुशी फुकटच्या सूरपाटी खेळत होत्या.

शिवराज आणि त्याचे तरुण मंडळ अस्वस्थ झाले. तातडीने हालचाली सुरू झाल्या नाही तर अनर्थ होणार होता. त्यांनी दुष्काळी तालुक्यातल्या निवडक कार्यकर्त्यांची बैठक बोलावली. मोठ्या संख्येने कार्यकर्ते आले. एकापेक्षा एक फर्डे वक्ते आले होते. जगातल्या कोणत्याही संसदेला लाजवतील अशी भाषणे सुरू झाली. ग्रामीण भागातल्या टॅलेंटची प्रचिती आली. पण प्रश्न कसा सोडवायचा ह्यापेक्षा सभा गाजवण्यावर सर्वांनी भर दिला. एकापेक्षा एक जहाल भाषणे झाली. पण मूळ मुद्दा बाजूला राहिला. शेवटी शिवराजने हस्तक्षेप केला. तो पोटतिडिकीने बोलत असला तरी भावनाप्रधान झाला नव्हता. आपल्या चळवळीचा उद्देश काय? दुष्काळ निवारणासाठी काय करावे लागेल? चळवळीची यंत्रणा कशी उभारावी लागेल? आपल्याला कोणती कामे किती वेळात करावी लागतील? अशा मुद्यांवर त्याने थोडक्यात विवेचन केले. जमलेल्या कार्यकर्त्यांना कामाची दिशा कळली.

बैठकीच्या विषयसूचीत पहिला विषय होता, 'दुष्काळ निवारण संघर्ष समितीची' निवड.

संघर्ष समितीचे अध्यक्षपद शिवराजने स्वीकारावे अशी

सभागृहात आवाजी मागणी झाली आणि शिवराजने ती मान्य केली. केंद्रिय समितीचे उपाध्यक्ष, सचिव, खजिनदार आणि प्रत्येक सज्जातून एका सदस्याची निवड झाली. दुष्काळासंबंधीच्या बातम्यांना पुरेशी प्रसिद्धी मिळणे फार महत्त्वाचे होते, त्यासाठी प्रसिद्धी समितीचे गठण झाले. लोकप्रतिनिधी आणि अधिकाऱ्यांना दुष्काळाविषयी सतत अवगत ठेवणे, मदतीचे प्रस्ताव शासनाला पाठवणे, मंजूर झालेल्या प्रस्तावांची अमलबजावणी करणे इत्यादी कामांसाठी 'पाठलाग' समिती निवडली गेली. चार दिवसांच्या आत मुख्यमंत्र्यांची भेट घेऊन तातडीने मदत कार्य सुरू करण्यासाठी आग्रह धरावा, असा एक महत्त्वपूर्ण ठराव पारित करण्यात आला.

तिसऱ्या दिवशी दुष्काळ निवारण संघर्ष समिती मुंबईला पोचली. कोणाकोणाच्या भेटी घ्यायच्या, काय निवेदने द्यायची, कोणत्या मागण्या जोर धरून मागायच्या हे सर्व अगोदरच ठरले होते. पहिली भेट कृषि राज्यमंत्र्याची होती. ते दुष्काळग्रस्त भागातले असल्यामुळे त्यांना सोबत घेऊन इतरांच्या भेटी घ्यायच्या होत्या.

कृषि राज्यमंत्र्याची भेट सकाळी अकरा वाजता ठरली होती. समिती सदस्य त्यांच्या कक्षात येऊन बसले. एक वाजला तरी मंत्री महोदयांचा पत्ता नव्हता. सुरुवातच उशीरा झाली तर पुढचे नियोजन बारगळणार होते. वाट पाहात स्वस्थ बसण्यावाचून इलाज नव्हता.

दीड वाजता एक गणवेशधारी गुबगुबीत शिपाई दालनात आला. सुवासिक उदबत्यांचा मोठा जुडगा स्टँडवर लावत 'साहेब येत आहेत' असे त्याने जाहीर केले. खोलीभर नजर फिरवून सर्व ठीकठाक असल्याची खात्री केली. बऱ्याचशा समिती सदस्यांना उदबत्या फक्त देवाजवळ लावतात हे माहीत होते. माणसाला उदबत्त्या लावलेल्या ते प्रथमच पहात होते. शिपाई पुन्हा परफ्यूम स्प्रे घेऊन आला. त्याने खोलीच्या कानाकोपऱ्यात सुवासिक फवारा मारला. दुष्काळात होरपळलेली माणसं अत्तराच्या घमघमाटात गुदमरून गेली. खासगी सचिवाच्या मागून साहेब डौलात दालनात आले. समिती सदस्यांनी उठून राम राम केला. मंत्र्याने अदबीने अभिवादन स्वीकारून सर्वांना बसण्याची विनंती केली.

मंत्री खूश होऊन म्हणाले, "अरे वा वा, आपल्या भागातली माणसं मुंबईत आलेली पाहून आनंद झाला. माफ करा, मला यायला थोडा वेळ झाला. मी यायला निघालो आणि सौभाग्यवती म्हणाल्या, आज चतुर्थी आहे, सिद्धीविनायकाचे दर्शन घेतल्याशिवाय मंत्रालयात जाऊ नये. मग काय करणार? त्यांच्या सोबत

जावेच लागले. पण सिद्धीविनायक जागृत देवस्थान आहे. आमच्या सौभाग्यवतीनं नवस केला अन देवाच्या कृपेनं आपल्याला मंत्रीपद मिळालं.''

विश्वजीतने हळूच कोपरखळी मारली. म्हणाला, ''साहेब, तुम्ही भाग्यवान आहात. अलीकडे भक्तिमार्गात रामचंद्र गायतोंडेंचे पारडे तुमच्यापेक्षा जड होत आहे, नाहीतर देवाच्या कृपेने तुम्ही महाराष्ट्राचे मुख्यमंत्रीच व्हायचे!''

मंत्री लगेच म्हणाले, ''तुमच्या तोंडात साखर पडो!

''त्याचं काय आहे बरं का, पार्टी हायकमांडच्या मनात आलं ना, तर काहीही होऊ शकतं. म्हणूनच पार्टीच्या बॉसेसना खूश ठेवण्यासाठी आमचा आटापिटा चालू असतो. तुम्ही खेड्यात राहणारे, तुम्हाला हे राजकारणातले छक्केपंजे समजणार नाहीत. तसं आपल्याविषयी खालपासून वरपर्यंत फार चांगलं मत आहे. मी कोणाला विरोध करत नाही किंवा कोणाचं मन दुखवत नाही. आता हेच बघा, मराठवाड्याच्या वाट्याचा विकासनिधी इतरत्र पळवण्याची सारखी दादागिरी चालू असते, पण मी कधीच विरोध करत नाही. जिकडं पैसा जातो तिकडची जनता जागृत आहे. एखाद्या पुढाऱ्यानं दुसऱ्या विभागाचा पैसा ओढून आणला तर लोक त्याचं कौतुक करतात, त्याला डोक्यावर घेतात. आपल्याकडच्या लोकांना काही कळत नाही. पैसा कुठून आला आणि कुठे खर्च झाला त्याची कोणाला परवड नाही. मग आपण नाहक झगडेमोल कशाला घ्यायचं!''

गोपाळराव नवघरे थोडे चिडूनच म्हणाले, ''ठरलेल्या वेळेपेक्षा आपल्याला तीन तास उशीर झालाय. दोन तीन मंत्र्यांना भेटून परत पत्रकार परिषद घ्यायचीय. लवकर निघालं तर बरं होईल.''

मंत्री म्हणाले, ''निघू या की! अगोदर चहा घेऊ (खासगी सचिवाला खुणेनेच चहा सांगतात) तुम्ही म्हणाल, येवढ्या दूर येऊन आपल्या मंत्र्यानं साधा चहासुद्धा पाजला नाही, चहाचं बिल आपल्याला थोडंच द्यायचं असतं, तो सरकारी खर्च असतो. अहो, एकदा मंत्री झालं ना, की मग कुठल्याच गोष्टीची कमी नसते. गाड्या, ड्रायव्हर, बंगला, नोकरचाकर, भत्ते, पोलिसांचं संरक्षण, काही विचारू नका, राजा झाल्यासारखं वाटतं. जनतेच्या आशीर्वादानं हे असंच चालो!'' स्वत:च्याच भावविश्वात हरवून ते स्वगतात बोलल्यासारखे म्हणाले,

''सिद्धीविनायक पावला अन मुख्यमंत्रीपदाची माळ गळ्यात पडली तर परभणी जवळ इंद्रायणीच्या डोंगरावर प्रचंड मंदिर उभारून तिथं प्रति विनायकाची प्रतिष्ठापना करायचा आम्ही संकल्प सोडला आहे.''

दुसरी भेट मुख्यमंत्र्यांची होती. पी.ए. ने फोन लावले. मुख्यमंत्र्यांनी

लगेच बोलावले. मुख्यमंत्री एक मुरब्बी राजकारणी होता. लोभस व्यक्तिमत्त्व, चोखंदळ स्वभाव, कुशाग्र बुद्धिमत्ता आणि नेमक्या प्रश्नाची उमज, ह्यामुळे प्रशासनावर त्यांची जरब होती. विरोधकांच्या प्रखर टीकेला मिश्किल उत्तर देण्याच्या त्यांच्या खास हातोटीमुळे विरोधाची धार बोथट होऊन जायची. त्यांचे राजकारणातले कट्टर विरोधक खासगीतले प्रेमळ मित्र असत. अशा एका प्रगल्भ नेत्याच्या समोर दुष्काळाचा प्रश्न मांडायचा हे शिवराजपुढे मोठे आव्हान होते.

टोपी, सदरा नीटनेटका असल्याची खात्री करून कृषि राज्यमंत्री निघाले. त्यांच्यामागे समिती सदस्य चालत मुख्यमंत्र्यांच्या दालनात आले. मुख्यमंत्र्यांनी हसून स्वागत केले.

ते म्हणाले, "बऱ्याच वेळेपासून मी तुमचीच वाट पाहात होतो. आज माझ्यासमोर दुष्काळाएवढा दुसरा महत्त्वाचा प्रश्न नाही. परभणी आणि हिंगोली जिल्ह्यातल्या दुष्काळी परिस्थितीची मी पूर्ण माहिती घेतली आहे. तुम्ही मोर्चा काढून सरकारला जी निवेदने दिली, त्यावर आम्ही कार्यवाही सुरू केली आहे. परवा मंत्रीमंडळाची विशेष बैठक झाली. त्यात सर्व प्रश्नांवर सविस्तर चर्चा होऊन संबंधित जिल्हाधिकाऱ्यांकडे खर्चाच्या रकमा वर्ग केल्या आहेत. त्यात प्रामुख्याने पाणी पुरवठा, गुरांच्या छावण्या आणि माणसांसाठी भोजन व्यवस्थेचा समावेश आहे. औषधोपचारासाठी फिरत्या दवाखान्यांची सोय केली आहे. तुम्ही नॉन पॉलिटिकल समिती स्थापन करून फार चांगले पाऊल उचलले आहे. मी तुम्हा सर्व सदस्यांचं मन:पूर्वक अभिनंदन करतो आणि तुमच्या सेवेमुळे ह्या महाभयानक संकटात जीवितहानी टळो एवढी सदिच्छा व्यक्त करतो. आमचं काम जेवढ्या तडकाफडकी व्हायला पाहिजे होतं तेवढं आम्ही केलं आहे. आता आलेल्या मदतीचा योग्य विनियोग करणं ही तुमची जबाबदारी आहे."

विश्वजीत म्हणला, "साहेब, दुष्काळग्रस्त भागाचं चित्रीकरण केलेली पंधरावीस मिनिटांची सी.डी. आणली आहे. थोडा वेळ दिला तर बरे होईल."

मुख्यमंत्री म्हणाले, "अवश्य! अहो तुमच्यासाठी मी कितीही वेळ द्यायला तयार आहे" हॉलमध्ये अन्नपुरवठा मंत्री, कृषि मंत्री, महसूल मंत्री, अर्थ मंत्री, यांच्या खात्यांचे सचिव आणि पत्रकारांनासुद्धा पाचारण केले होते.

दुष्काळाचे चित्रीकरण एवढे जबरदस्त होते की सर्वांना आपण प्रत्यक्ष दुष्काळग्रस्त भागात फिरत आहोत असे वाटले. दुपारचे कडक ऊन, भुतासारखे भन्नाट वारे, आकाशाच्या उंचीचे धुळीचे स्तंभ उभे करणाऱ्या राक्षसी वावटळी, झाडाच्या सावलीतून केविलवाण्या नजरेने मृगजळाकडे बघणारी जनावरे, झाडपाला

गोळा करणारी माणसे, उदास गावे, कुठे मेलेले जनावर नजरेला पडते का म्हणून आकाशात गोलगोल फिरणारी गिधाडे, स्वच्छ आभाळाच्या भयाण रात्री, रात्रीच्या अंधारातली कोल्हेकुई, मोरांचे कर्कश रडणे आणि मध्येच 'चोर चोर चोर' ची बोंबाबोंब. उपाशी झोपलेल्यांचे काय लुटायला चोर येत होते तेही कळत नव्हते. उघडे नागड्याजवळ गेले, अन सारी रात्र थंडीने मेले! अशी एकूण दैन्यावस्था! माणसं अजून मेली नव्हती पण मरायला टेकलेल्या लोकांची अवकळा कोणाचेही हृदय पिळवटून टाकणारी होती.

सी.डी. बघितल्यावर वातावरण गंभीर झाले, मेंदू बधिर झाले आणि हालचालीत कमालीचा जडपणा आला. गहिवरल्यामुळे मुख्यमंत्र्यांचा आवाज घोगरा झाला. त्यांनी परभणी आणि हिंगोलीच्या जिल्हाधिकाऱ्यांना फोन लावले. त्यांची तयारी कुठवर आलीय त्याची माहिती घेतली. दोन दिवसात गुरांच्या छावण्या आणि आठवड्याच्या आत सर्व गावात मोफत भोजनालये सुरू झाली पाहिजेत अशी ताकीद दिली. संघर्ष समितीने दोन्ही जिल्हाधिकाऱ्यांच्या सतत संपर्कात राहावे आणि कसलीही अडचण आली तरी सचिवाशी किंवा माझ्याशी संपर्क साधावा अशी मुख्यमंत्र्यांनी सूचना केली.

निवेदनावरचे नाव बघून शिवराज पाटील कोण, अशा अर्थी मुख्यमंत्र्यांनी सदस्यांकडे बघितले. शिवराज उभा राहिला. विनम्रपणे हात जोडून म्हणाला,

"मी शिवराज पाटील, वसमत तालुक्यातल्या इंजनगावचा रहिवासी आहे. नुकतीच बी.एससी. कृषि पदवी घेऊन गावी आलोय. मित्रांच्या मदतीने दुष्काळ निवारणाचे काम करायचे ठरवले आहे." त्यानंतर एका एका समिती सदस्याने उठून स्वत:चा परिचय करून दिला.

पत्रकारांनी प्रश्न विचारायला सुरुवात केली. अध्यक्षाच्या नात्याने शिवराज उत्तरे देऊ लागला.

पत्रकार : दुष्काळ निवारणासंबंधी सरकारने जी पाऊले उचलली त्याबद्दल तुम्हाला काय वाटते?

शिवराज : आम्हाला कमालीचं आश्चर्य वाटलं. आम्ही सरकारला जी कामं करा म्हणून सांगायला आलो होतो ती कामं त्यानी अगोदरच केली आहेत. दुष्काळ मुक्तीसाठी आम्हाला अनेकवेळा मोर्चे काढावे लागतील, उपोषणं करावे लागतील, धरणे धरावे लागतील आणि व्यापक संघर्ष करावा लागेल असा आमचा अंदाज होता. दुष्काळ निवारणासाठी सरकारनं ज्या तातडीनं ठोस निर्णय घेतले त्याबद्दल

संघर्ष समितीच्यावतीने मी सरकारचे हार्दिक अभिनंदन करतो (टाळ्या).

पत्रकार : आमदाराला गाढवावर बसवल्यामुळे सरकारने झटपट पाऊले उचलली असे तुम्हाला वाटते का?

शिवराज : मुळीच नाही!! तो एक अपघात होता. आमच्या आमदारानेसुद्धा त्या घटनेला फाजील महत्त्व दिलेले नाही.

पत्रकार : दुष्काळ निवारणाचा जो कार्यक्रम सरकारने राबवायचा ठरवला आहे त्यामुळे कितपत दुष्काळ निवारण होईल?

शिवराज : सरकारने ज्या तडफदारपणाने निर्णय घेतले आणि प्रशासन कामाला जुंपले त्यावरून दुष्काळ निवारणाची शासनाची प्रामाणिक इच्छा स्पष्ट होते. काम कितपत प्रभावी राहील हे कार्यक्रम राबवणाऱ्या यंत्रणेवर आणि लाभार्थी किती सहकार्य करतात त्यावर अवलंबून आहे. काही झाले तरी जनावरं किंवा माणसांचे भूकबळी जाणार नाहीत एवढे निश्चित!

पत्रकार : ग्रामपंचायतीच्या पंचापासून पंचायत समिती, जिल्हापरिषदेचे सदस्य, आमदार, खासदार, मंत्री असे शेकडोच्या संख्येने राजकीय पुढारी असताना तुम्ही नॉन पॉलिटिकल लोकांची संघर्ष समिती बनवलीत, सर्वच पुढारी दूर का राहिले?

शिवराज : ज्यांना येऊ घातलेल्या भयानक संकटाची चाहूल लागली आणि हे संकट आवाक्याबाहेर जायच्या आत निवारले पाहिजे असे प्रकर्षाने जाणवले ते संघर्ष समितीत एकत्र आले. धंदेवाईक राजकारण्यांना समाजकारणाची चाड राहिलेली नाही, म्हणून त्यांना दुष्काळाचे गांभीर्य अजून तरी लक्षात आलेले नाही.

पत्रकार : दुष्काळ निवारण संघर्ष समिती ही कुठल्याही वैध मार्गाने आस्तित्वात आलेली नाही. त्यामुळे तिला कसलेही अधिकार नाहीत. हा स्वेच्छेने एकत्र आलेला उत्साही लोकांचा एक छोटा गट आहे. ही बिनबुडाची संघर्ष समिती दुष्काळ निवारणात काय योगदान देणार?

शिवराज : येत्या चार दिवसात गुरांच्या छावण्या आणि पुढच्या एकदोन दिवसात भुकेलेल्यांना अन्नदान सुरू होणार आहे, हे काम कोणी केले? आम्ही सुरुवात केली तसं हे काम तडीलासुद्धा नेऊ. सत्ता गाजवायची असते तेव्हा हातात अधिकार लागतो. सेवा करण्यासाठी लागतो तो फक्त त्याग! कोणीही सामान्य माणूस सेवा करू शकतो, त्यासाठी

अधिकारी किंवा पदाधिकारीच लागतो असे नाही. सेवा करायचा अधिकार सर्वांना आहे. सेवा करता करता कोणी मेवा खाताना दिसला तर लोक त्याचा दावा धरतात!

पत्रकार : खासदार गायतोंडेनी गंगाखेडला यज्ञ सुरू केला आहे, त्यामुळे दुष्काळ निवारण होईल का?

शिवराज : पौराणिक काळात जेव्हा यज्ञाचे खूप स्तोम होते त्या काळात अनेक वेळा भीषण दुष्काळ पडले होते. यज्ञ केल्यामुळे पाऊस पडतो असे श्रद्धाळू लोकांना वाटत असेल, पण ह्या समजुतीला थोडाही शास्त्राधार नाही. यज्ञामुळे दुष्काळाची तीव्रता वाढते हे मात्र आम्ही बघत आहोत. गंगाखेडला दोन हजार माणसांना दररोज पंचपक्वान्नांचे भोजन दिले जाते, ही माणसे दुष्काळपीडित क्षेत्राबाहेरची आहेत. हजार गायींना भरपेट चारावैरण खाऊ घातली जाते, ह्या गाई राजस्थानातून आणलेल्या आहेत. हातातला कामधंदा सोडून दररोज लाखो लोक यज्ञस्थळी येत आहेत, हा फार मोठा अपव्यय आहे. शहरातले पैसेवाले लोक धर्माच्या नावाखाली लुटले जात आहेत.

पत्रकार : आता एक शेवटचा प्रश्न; यज्ञामुळे खासदार गायतोंडेंना खूप खूप प्रसिद्धी मिळत आहे. ते एक वंदनीय सत्पुरुष गणले जात आहेत. यज्ञातून त्याना अमाप संपत्तीलाभ होतो आहे. तुम्हाला तसं काहीच मिळणार नाही. मग गायतोंडे तुमच्यापेक्षा अधिक व्यवहारी ठरतात.

शिवराज : आम्ही सेवाभावनेने हे काम शिरावर घेतले आहे. ह्या संकटात सापडलेल्या एकाही माणसाचा किंवा जनावराचा भूकबळी जाऊ नये, एवढाच आमचा उद्देश आहे.

शिवराजच्या विचारांची स्पष्टता, आत्मविश्वास, शैलीदार बोली आणि प्रगल्भता यानी श्रोत्यांवर छाप पडली. मुख्यमंत्री तर विशेष प्रभावित झाले. पत्रकारांनी मुख्यमंत्र्यांना प्रश्न विचारायला सुरुवात केली.

पत्रकार : साहेब, आपण मराठवाड्यातले रहिवासी आहात म्हणून एवढ्या तातडीने मदतकार्य सुरू केले, असे काही लोकांचे म्हणणे आहे.

मुख्यमंत्री : त्या काहीत तुम्ही नाहीत असे मी गृहीत धरतो! नाशिकच्या कुंभमेळ्यात चेंगराचेंगरी झाली तेव्हा अर्ध्या तासात गोंधळावर नियंत्रण मिळवले, लगेच जखमींवर उपचार सुरू झाले आणि मदत कार्यावर जातीने

लक्ष ठेवण्यासाठी घटनेनंतर चार तासांच्या आत मी नाशिकला पोहोचलो, तेव्हा मी पश्चिम महाराष्ट्राचा रहिवासी नव्हतो. मुख्यमंत्र्यांच्या खुर्चीत बसल्यावर माणूस एवढ्या कोत्या विचारांचा रहात नाही.

पत्रकार : मदतकार्य करण्याची धिसाडघाई केल्यामुळे कित्येक कामं नियमबाह्य होतील, आणि लबाड अधिकारी त्याचा गैरफायदा घेतील, हा अपव्यय नव्हे काय?

मुख्यमंत्री : कुछ पाने के लिये कुछ खोना पडता है। जीवितहानी होऊ नये, ही आमची पहिली प्रायॉरिटी होती. प्राप्त परिस्थितीत आम्ही जे केलं ते योग्यच होतं.

पत्रकार : नैसर्गिक आपत्तीच्यावेळी आलेली मदत गरजवंतांपर्यंत पोचत नाही हा सामान्य अनुभव आहे. मढ्याच्या टाळूवरचे लोणी खाणारी माणसांची जात संकट काळात अधिकच सक्रीय होते. अशा चोऱ्या थांबवण्यासाठी आपण काही उपायायोजना केली आहे काय?

मुख्यमंत्री : 'चोरांची गय केली जाणार नाही,' हे बोलायला आणि ऐकायला चांगले वाटते पण कुंपणच शेत खाऊ लागते तेव्हा प्रश्न अवघड बनतो. शेवटी शिक्षा तरी किती जणांना करायच्या? कामं करायला काही माणसं तरी शिल्लक राहिली पाहिजेत ना! जनतेनं मनात आणलं तर मात्र ह्या चोऱ्या बंद होऊ शकतात. हा एक जटील प्रश्न आहे आणि त्याचे उत्तर दृष्टिपथात नाही, हे मी कबूल करतो, पण चोरांची गय करायची नाही ह्या धोरणावर आपण ठाम आहोत.

मुख्यमंत्र्यांसह सर्वांचे आभार मानून संघर्ष समितीने निरोप घेतला. त्या दिवशी टी.व्ही. च्या सर्व वृत्त वाहिन्यांवर 'दुष्काळ' हा एकच महत्त्वाचा विषय होता. सी.डी. मधील भेसूर दृष्ये, शिवराज आणि मुख्यमंत्र्यांच्या पत्र परिषदेतील निवडक अंश सातत्याने दाखवले जात होते. शिवराजची छबी अख्खा महाराष्ट्र बघत होता. दुष्काळग्रस्त गावात टी.व्ही. भोवती खचाखच गर्दी जमली होती. दुष्काळ निवारण संघर्ष समितीच्या प्रयत्नांमुळे लवकरच चारा-वैरण येणार, माणसांना सरकारी जेवण मिळणार म्हणून गावोगाव आनंद पसरला. दुष्काळाची चर्चा समुद्राला भरती आल्यासारखी महाराष्ट्रात ऊफाळून आली. एका दिवसात शिवराज प्रसिद्धीच्या झोतात आला. संकटात सापडलेल्यांना तर तो देवदूतासारखा वाटू लागला.

दुष्काळी तालुक्यातले प्रशासन खडबडून जागे झाले. प्रत्येक स्तरावर बैठका येवढ्या वाढल्या की कर्मचारी हैराण झाले. लागोपाठ बैठकाच बैठका. खालच्या कर्मचाऱ्यांना नक्की काय सांगायचे त्याची कुठेच एक वाक्यता नव्हती. एक अधिकारी सांगायचा, गावागावात जा, ग्रामसभा घ्या, स्वयंपाक कमिटी, छावणी कमिटी, लोकांच्या मताने निवडा. पुढच्या बैठकीत दुसरा सांगायचा, "वरून फार दबाव आहे, कामं वेळेवर सुरू झाली नाही तर नाकर्त्या कर्मचाऱ्यांविरुद्ध कडक कारवाई करण्याचे आदेश आहेत. ग्रामसभा घेण्यात वेळ दवडू नका, गावात कोण माणसं कामाची आहेत ते तुम्हाला माहीतच असतं, खटाखट समित्या नेमा आणि फटाफट कामं सुरू करा. आता वरून जी विचारणा होतेय, त्यात मोफत जेवण आणि छावण्या सर्व गावात सुरू झाल्या की नाही एवढेच विचारले जात आहे आणि ते हो किंवा नाही अशा एका शब्दात उत्तर मागवत आहेत. करा किंवा मरा, अशी कडेलोटाची वेळ आलेली आहे. कामं वेळेवर झालीच पाहिजेत. जे दिरंगाई करतील त्यांना जबर शासन होईल हे पक्के लक्षात ठेवा." वरच्या अधिकाऱ्यांच्या अशा परस्पर विरोधी सूचना ऐकून नक्की काय करायचे ह्या विषयी खालचे कर्मचारी संभ्रमात पडत होते. सकाळी बैठक गावात, दुपारी तालुक्याला तर संध्याकाळी जिल्ह्याला. बैठकांच्या धामधुमीत कर्मचारी बेजार! वरच्या अधिकाऱ्यांवर काम करून घ्यायची जबाबदारी होती तर खालच्या कर्मचाऱ्यांना प्रत्यक्ष कृती करायची होती. विचारात स्पष्टता नसल्यामुळे फुकटची धावपळच अधिक होत होती. निरर्थक बैठकात फजूल वेळ घालणाऱ्या अधिकारी व कर्मचाऱ्यांना, आपण दुष्काळग्रस्तांसाठी किती कठोर परिश्रम करतो आहोत म्हणून फुशारकी वाटत होती.

परभणी व हिंगोली ह्या दोन दुष्काळपीडित जिल्ह्यात मदतीचा ओघ सुरू झाला. धान्याच्या वॅगन्स आणि चाऱ्याचे ट्रक भरभरून येऊ लागले. गोदामे भरू लागली. ट्रक, टेंपो, बैलगाड्यांनी मालाचे गावोगाव वितरण होऊ लागले. परदेशातून काही सुकी फळे व बिस्किटांची पार्सले आली, ती मात्र खेड्यांच्या वाटेने जाऊ शकली नाहीत. ती मध्येच कुठे जिरली त्याचा शोध ना बोध! फळे, बिस्किटे हे खेडुतांचे खाद्य नाही, त्याची परदेशी लोकांना कल्पना नसावी, म्हणून आलेल्या मालाची योग्य ठिकाणी विल्हेवाट लावली गेली असावी. प्रत्येक गावात गुरांच्या छावण्या उभ्या राहिल्या. जरूर तेथे पाण्याचे टँकर धावू लागले. माणसांसाठी दुपारी बाराच्या सुमाराला गव्हाच्या पिठात माफक गूळ घालून शिजवलेली पातळ कांजी आणि सायंकाळी सहा वाजता फोडणीची

खिचडी असा ठरावीक मेनू होता. कधी खिचडी ऐवजी आमटी भात असा बदल केला जायचा. ठरलेल्या वेळी घंटी वाजली की लोक आपापले ताट तांब्या घेऊन यायचे, पंगती धरायचे व जेवून जायचे. आता दुष्काळाची चिंता बरीच मिटली होती. झाडपाल्याऐवजी थोडेफार का होईना पोटात अन्न जात होते. माणसांची तशीच जनावरांची उपासमार थांबली होती.

काही दिवस शांततेत लोटल्यावर येणाऱ्या मदतीला पाय फुटू लागले. अन्नधान्याचे ट्रक गोदामाऐवजी काळ्या बाजाराकडे परस्पर वळते होऊ लागले. गोदामातून गावाकडे जाणारी काही वाहने अज्ञातस्थळी लंपास होऊ लागली. कांजी पातळ होऊ लागली. तिचा गोडवा पांचट लागू लागला. खिचडी अर्धी कच्ची शिजू लागली. खिचडीत तेल-मसाला वासापुरताच पडू लागला. चाऱ्याच्या पेंढ्यांचा आकार चार पटीने कमी झाला. जनावरांच्या भात्या बसू लागल्या. माणसं अर्धपोटी राहू लागली. कोणी तक्रारवजा बोलले की कर्मचारी त्यांच्याशी मगरूरी करू लागले. परिस्थिती बिघडत चालली. असंतोष भडकू लागला. दुष्काळग्रस्त जनता पुन्हा अडचणीत सापडली. संघर्ष समितीच्या कार्यकर्त्यांनी धान्याच्या चोरीचे अनेक ट्रक पकडले. ते अधिकाऱ्यांच्या स्वाधीन केले. चार दोन दिवसात असे ट्रक सहीसलामत सुटून जाऊ लागले. बनावट कागदपत्रे तयार होऊ लागली. पुरावे नष्ट होऊ लागले. सगळीकडे बोंबाबोंब उठली. शेवटचा पर्याय म्हणून गुप्तहेरांची खास पथके तैनात करण्यात आली. त्यांनी काही गुन्ह्यांचा छडा लावला. चोरट्या व्यापाऱ्यांवर गुन्हे दाखल झाले. चोरांना मदत करणाऱ्या अधिकाऱ्यांना नोकरीतून बडतर्फ केले तरी परिस्थितीत तसूभरही सुधारणा झाली नाही.

मोफत भोजनावर पोसणाऱ्या लोकांच्या आरोग्याचे सर्वेक्षण एका स्वयंसेवी संघटनेने केले. लोकांचे मोठ्या प्रमाणात कुपोषण होत असून साथीचे आजार फैलावण्याची अहवालात भीती व्यक्त करण्यात आली. ह्या अहवालाचा धागा पकडून विरोधकांनी सरकारवर टीकेच्या तोफा डागल्या. सर्व तालुक्यातून वाढीव कॅलरीचे प्रस्ताव शासनाला गेले. सकाळी कांजी ऐवजी, पोळी, वरण, भात, एक भाजी आणि रात्री खिचडी किंवा आमटी भात, सर्व पोटभर, अशी सुधारणा करण्यात आली. कागदावर रेशन वाढले तरी थाळ्या रिकाम्याच राहू लागल्या.

चाऱ्याचे तर काही विचारायची सोय नव्हती. चाऱ्याची खरेदी काय भावाने झाली, किती खरेदी झाली, किती चारा गावापर्यंत पोचला, जनावरांना किती खाऊ घातला, कश्श्याचा कशाला मेळ नव्हता. मेळ लावायला कोणाला

वेळ नव्हता म्हणून चारा व्यवहारात सगळा घोळच घोळ होता. अन्नधान्याचे निदान मोजमाप तरी करता येते. कितीही मोठा चारा घोटाळा झाला तरी त्यातून सहीसलामत सुटता येते, कारण आजचा चारा उद्याच्या शेणात शोधता येत नसतो!

भ्रष्टाचाराने सर्व मर्यादा ओलांडल्या. पाहिजे त्यापेक्षा कितीतरी अधिक मदत देऊनही लोकांचे जीव धोक्यात आलेले पाहून सरकार मेटाकुटीला आले. प्रसार माध्यमांनी त्या आगीत तेल ओतण्याचे काम इमाने इतबारे चालवले. भ्रष्टाचार रोखण्यात आणि दुष्काळ निवारण्यात सरकार शंभरटक्के अपयशी ठरले म्हणून सगळीकडून टीकेची झोड उठली. सर्व थरातून सरकारची निंदानालस्ती होऊ लागली. न जाणो एखादा भूकबळी गेला तर परिस्थिती फारच विस्फोटक होईल म्हणून मुख्यमंत्री चिंतातूर झाले होते. त्यानी प्रमुख पुढाऱ्यांबरोबर आणि अधिकाऱ्यांबरोबर अनेकवेळा चर्चा केल्या पण आशेचा किरण कुठेच दिसत नव्हता.

दुष्काळ निवारण संघर्ष समिती मुख्यमंत्र्यांना भेटायला मुंबईला आली. सर्व संबंधित लोकांना बैठकीला बोलावले. समितीच्या सदस्यांनी कर्मचाऱ्यांच्या कामाविषयी सविस्तर माहिती दिली. लोक किती हलाखीत जगत आहेत आणि क्षोभाने त्यांचा किती जळफळाट होतो आहे तेही विशद केले.

शिवराज म्हणाला, ''गुळाला मुंगळे लागल्यावर त्यांना बाजूला करायला गेले तर ते तुटून येतात पण गूळ सोडीत नाहीत, अगदी तीच अवस्था नोकरशाहीची झाली आहे. जनावरं मेली, माणसं अन्नावाचून हातपाय खोरू लागली तरी त्यांची थोडीही पर्वा न करता लूट कशी करता येईल, हा एकच ध्यास त्यांच्या पुढे आहे. परवा एका मोठ्या अधिकाऱ्याची आम्ही चोरी पकडली. आमचे कार्यकर्ते त्याची दमदाटी करत होते, तो निगरगट्टपणे म्हणला, ''चोरी करू नको तर पुढाऱ्यांचे हप्ते खिशातून देऊ काय!''

बैठकीवर शोककळा पसरली, खुद्द मुख्यमंत्री हिरमुसले. मंत्रीगण खजील झाले. एवढे वस्त्रहरण झाल्यावर बाहेर तोंड दाखवायची सोय नव्हती. बराच वेळ बैठकीत स्तब्धता होती. खुर्चीत सावरून बसत शिवराज म्हणाला,

''साहेब, एक तोडगा आहे, करून बघायला हरकत नाही.'' सर्वांनी माना उचलून आशाळभूतपणे शिवराजकडे बघितले.

मुख्यमंत्री उत्सुकतेने म्हणाले, ''बोला, बोला!''

शिवराज म्हणाला, ''परभणीचे एक जेष्ठ स्वातंत्र्य सैनिक, सर्वोदयी

कार्यकर्ते, बिहारीलाल आपल्या चांगले परिचयाचे आहेत. मदत वाटपाची सर्व सूत्रे त्यांच्या सुपूर्द करावीत. त्यांच्याकडे सत्यवादी आणि निष्ठावान कार्यकर्त्यांची मोठी फौज आहे. बिहारीलाल दुष्काळ निवारणाचा प्रश्न समर्थपणे हाताळतील असा मला विश्वास वाटतो.'' मुख्यमंत्र्यांनी दोन्ही हातात चेहरा झाकून अंमळ विचार केला. त्यांचे डोळे चमकल्यासारखे वाटले. जेष्ठ सहकाऱ्यांचा त्यांनी नजरेनेच होकार मागितला. सभागृहाने मूक संमती दिली.

मुख्यमंत्र्यांनी परभणीला बिहारीलालना फोन जोडायला सांगितले. लगेच संपर्क साधला. मुख्यमंत्री बिहारीलाल बरोबर सविस्तर बोलले, आणि मदत लोकांपर्यत पोहोचेल अशी यंत्रणा उभी करण्याची विनंती केली. मुख्यमंत्र्यांची अगतिकता लक्षात घेऊन बिहारीलालांनी लगेच होकार दिला. त्याच दिवशी मंत्रीमंडळाची तातडीची बैठक घेऊन दुष्काळग्रस्तांना मदत वाटपाचे अधिकार बिहारीलालना देण्याचा अधिकृत सरकारी ठराव पास झाला.

बिहारीलालवर अकस्मात फार मोठी जबाबदारी येऊन पडली. गांधी-विनोबांच्या विचारांनी मंतरलेले बिहारीलाल धीरोदात्तपणे कामाला लागले. प्रथम त्यांनी सल्लागार समितीचे गठण केले. त्यात शिवराज, विश्वजीत, काही जेष्ठ सर्वोदयी प्रतिनिधींचा समावेश केला. मराठवाड्यातल्या एकूण एक महाविद्यालयाशी संपर्क साधून प्रत्येक महाविद्यालयातून दोन ते तीन विद्यार्थी स्वयंसेवक म्हणून पाठवण्याची विनंती केली. कामाची व्याप्ती, लागणारे स्वयंसेवक, त्यानुसार सर्वोदयी कार्यकर्त्यांच्या याद्या तयार झाल्या. परभणीला तीन दिवसांचे प्रशिक्षण शिबीर आयोजित केले. कामाचे वाटप झाले. केवळ आठच दिवसात सर्व कार्यकर्ते नेमून दिलेल्या जागांवर रूजू होऊन कामाला सुरुवात झाली. सरकारी कर्मचारी दुष्काळ निवारण कार्याच्या जबाबदारीतून पूर्ण मुक्त झाले.

दुष्काळातली सर्व कामं सरकारी कर्मचारीच करत होते पण प्रत्येक मोक्यावर सर्वोदय सैनिक ठामपणे उभे असल्यामुळे चोरीला थोडाही वाव नव्हता. शासनाच्या ह्या दणक्याने कर्मचारी घायाळ झाले. बँकेतला कॅशिअर ज्या निर्विकारपणे नोटा हाताळतो तेवढ्या निरिच्छपणे काम करणे त्याना भाग पडू लागले. बार आणि ढाब्यात रात्री फुलणाऱ्या जत्रा ओसरल्या. त्या उलट येणारी मदत आता लोकांपर्यंत पोचू लागली. गावकऱ्यांना अन्न आणि जनावरांना वैरण भरपेट मिळू लागली. दुष्काळाचा लोकांना जणू विसर पडला.

* * *

५

जेवायचे आणि आराम करायचा ह्या शिवाय गावकऱ्यांना दुसरे कामच नव्हते. पूर्वी वसमतला गेल्याशिवाय दिवस कटत नसे. सकाळी अंघोळ न्याहारी झाली की वसमतला फार महत्त्वाचे काम असल्याचा आव आणून मंडळी वाटेला लागायची. ठरलेल्या दुकानात मैफिली बसायच्या. दिवसभरात चार दोन तरी पाहुणे भेटायचे, त्यांच्यासोबत हॉटेलमध्ये जाऊन चहापाणी व्हायचे. एका पैशाचीही खरेदी-विक्री न करता सायंकाळी नुसते हात हालवत गावी परत यायचे. कुटुंबातल्या येड्यागबाळ्या माणसांना शेतात कामाला दौडायचे आणि महत्त्वाचे काम असल्याचा बहाणा करून स्वत: शहरात जायचे ही तमाम चाणाक्ष लोकांची रीत होती. दुष्काळामुळे शेती वैराण झाली. शेतातली सर्वच कामे थांबली. गावातून पलायनाची गरज संपली. वसमतला जाणे उलट कंटाळवाणे वाटू लागले. पारावर, चावडीवर, ग्रामपंचायतीत किंवा काही खासगी बैठकात लोक गटागटात बसू लागले.

शिळोप्याच्या गप्पात अधून मधून उपसा सिंचन योजनेचा विषय डोके वर काढू लागला. योजना झालीच पाहिजे म्हणणारा जसा प्रबळ गट होता तसाच योजना फायद्याची होणार नाही, असे म्हणणारा तेवढाच, उलटसुलट कसाही का होईना पण चर्चेतून विषय ऐरणीवर येऊ लागला. एके दिवशी चावडीवर रामराव पाटलांनी सुरुवात केली. म्हणाले,

"काहीय मना गड्या, मातर भिजवनाशिवाय शेतीत मजा नाही. या पावसाचं काही खरं राह्यलं नाही. आमच्या लहानपनी एकदा झड लागली की पंधरा पंधरा दिवस सुर्यनारायनाचं दर्शन व्हयाचं नाही. चैत्र वैशाखापास्तोर नद्या वाहायच्या. झडीत घोंगड्या वाळायच्या नाही. त्यावर माशा अंडे घालायच्या. वल्या घोंगडीत अंड्यातून आळ्या बाहेर पडायच्या. त्याला 'आसाडी' मनायचे. आता झडच नाही मनून आसाड्या नाहीत. पाऊस पडायचा ते पडतय, मातर कव्हा, कोठं आन किती त्याचा काही अंदाज नाही. हातचं पानी आसल्याशिवाय शेती मंजेनी लागो भागो आंधळ्याची काठी!"

आडमुठ उमाजी म्हणला, "आपल्या पाचशे एकर जमिनीला

पूर्ना धरनाचं पानी हय, मंग तिथं सोन्याचा धूर निघतय काय!''

अंकुशराव म्हणाले, ''सोन्याचा धूर निघत नसंल, मातर वर्सात डबल पीक त येतय की नाही?''

उमाजी पुन्हा आडवं घेत म्हणाला, ''डबल नाही टिबल घेत आसाल! पर मव्हा एक सवाल हय, धरनाखाली शेती आसलेल्या किती लोकायनं इमले बांधलेत? आहो इमले त सोडाच, खतं, ओषिदं आन बी-बियानाच्या खर्चानं ते कर्जबाजारी झालेत! आसं आसलं त कहाला करावं भिजवन?''

तुकाराम गावातला एक प्रगतीशील शेतकरी होता. त्याने टाकळगावच्या ओढ्यावरून पाईपलाईन करून मळ्यात पाणी आणले होते. वीस एकराच्या मळ्यात संत्रा, मोसंबी, केळी, ऊस, कापूस अशा नगदी पिकांचे भरघोस उत्पन्न घ्यायचे. शेती परडवडत नाही, असे बोललेले त्यांना आवडत नसे. बारीक किनरी आवाजात ते उमाजीला टोचून म्हणाले, ''नाचता येईना आंगन वाकडं, यालाच मनतात. फायद्याची शेती करनं मंजी तोंडचा खेळ नव्हं! धोरनी मानसंच ते करू जाने! चांगली शेती करायची मनल्यावर पानी पाह्यजे यात वादच नाही!''

उमाजी म्हणला, ''मंग हय काय तुमच्या गावात पानी? आसना त शिमग्या पाडव्याच्या आधीच आटती. कॅनॉल चालू आसला तर उघडीला पानी राहतय. या वर्षी धरनात पानी नाही मनून उघडीलाय नाही. आपलं धरण तरी किती भरवशाचं हय? चार वर्स पानी भरतंयं आन दोन वर्स रिकामं राहतय! खात्रीचं पानी आसल्याशिवाय उपसा सिंचना योजनंची रिक्सं घेऊ नाही असं मला वाटतय.''

शिवराजकडे पाहून रामराव पाटील म्हणाले,

''व्हय शिवराज, ते जमिनीतलं पानी पाहनारे कोन्ते कानू लोक आले व्हते, त्याह्यनं काय सांगितलं?''

शिवराज म्हणाला, ''ते जमिनीतल्या पाण्याचे तज्ज्ञ होते. त्यांच्या म्हणण्यानुसार आपल्या नद्यांच्या ह्या घळीत बारा ते पंधरा फुटांच्या खाली पाण्याचा मोठा साठा आहे. धरणात पाणी असेल तेव्हा तर नदीत अडवलेले पाणी संपणार नाही पण पाट बंद झाल्यावर भूगर्भातल्या साठ्यावर आपली योजना चालू शकते.''

मारुतीनं विचारलं, ''मंग जमिनीतलं पानी घेयाला इहिरी कराव लागतील!''

शिवराज म्हणला, ''विहिरींपेक्षा एक सोपा मार्ग आहे. पुराच्या पातळीच्या थोडे उंचावर साधारण एक एकर जागा निवडायची. ती सात आठ फूट खोलीपर्यंत

मशीनने खोदायची. तळे तयार होईल. बुडाला खडक लागल्यावर खाली पाण्यापर्यंत बोअर पाडायचं. हे तळे पाण्याने कायम भरलेले राहील. गरज पडेल तेव्हा तळ्यातले पाणी जॅकवेलमध्ये सोडायचे.''

योगाजी शिवराजचा नंबर एकचा विरोधक होता. घरी बऱ्यापैकी श्रीमंती होती. कॉलेजात एकदोन वर्षे टिवल्याबावल्या करून मध्येच घरी बसला होता. शिवराजविषयी त्याच्या मनात असूया होती.

तो म्हणाला, ''ही योजना मंजी उठ कळी अन बस पाठकोळी, अशातला परकार हय! त्या दिवशी पंचायत समितीचे सभापती काय मनले ते आठवा. ते मनले, चमत्कार घडला तरच ही योजना उभी राहील. हे पोरखेळ नव्हं! अशा कामात हजार अडथळे असतात, आसं ते बोलले.''

रामराव पाटील म्हणाले, ''हे काय मनलान ते काय मनला, त्याचा इचार करीत बसलो तर बाबाय जाईल आन दसम्याय जातील! आपुन आपल्या परीनं डोस्क चालवावं.''

यशवंतराव हसत हसत म्हणाले, ''आहो, आम्हा आडान्यायला काय कळतय त्यात? परीक एक परस्न मला आवघड वाटायलाय. आता हे इजचं आसं सोंग झालय. 'लोड शेटींग' की काय मनतात ते दिवसेंदिवस वाढतच चाललंय. आता त चोईस घंट्यातले चार घंटे ईज राह्यली. आजून पुढीत काय वाढून ठेवलय ते देवालाच ठावं!''

मारुती म्हणाला, ''जिज्या, इजची तुम्ही काळजीच करू नका. वसमतच्या बाबू सावकारानं आपल्या साई मंदिराजवळ जिनिंग मिल टाकलीय. तिथं चोईस घंटे इज आसती. दोनचार दिवसामाघं मी त्याह्यच्या मुनिमाला इचारलं, तर ते मनला की त्याह्यनं अेक्सप्रेस लाईन घेतलीय. लाईन आनायचा खर्च आपुन केला की अेक्सप्रेस लाईन मिळती.''

यशवंतराव लगेच म्हणाले, ''तसं आसंल तर लई बेस बगा! नाहीत आपल्या लायनीसरकी लाईन मनल्यावर यवजनेचं काही खरं नाही.'' तेवढ्यात जेवणाची घंटी वाजली आणि चर्चा तिथेच थांबली. दहापाच गावकरी एकत्र जमले की उपसा सिंचन योजनेचा विषय हमखास निघायचा.

शिवराजच्या मनमिळाऊ आणि प्रेमळ स्वभावामुळे त्याचे गावातले मित्रमंडळ वाढू लागले. त्याचे लोभस व्यक्तिमत्त्व, कुशाग्र बुद्धिमत्ता आणि निष्कपट वागणे, सोबत्यांना हवे हवेसे वाटू लागले. गावात त्यांचा एक वेगळाच गट तयार झाला. ते एकत्र बसू लागले, चर्चा करू लागले आणि शिवराजच्या

प्रागतिक विचारांनी भारावून जाऊ लागले. इंजनगावच्या तरुणांसाठी शिवराज म्हणजे एक चालते बोलते संस्कार केंद्र बनले.

अर्धे अधिक गाव शिवराजच्या प्रभावाखाली आले. त्यात बहुतांश त्याच्याच वयाचे तरुण होते. कुटुंबाच्या धोरणात्मक निर्णयात तरुणांना स्थान नव्हते. विकासाबाबत शिवराजच्या विचारांचा तरुणांवर कितीही प्रभाव असला तरी त्याचा फारसा उपयोग नव्हता. कारण निर्णयाचा पूर्ण अधिकार बुजुर्गांच्या हातात होता. बुजुर्गांना हिताच्या गोष्टी सांगणे शिवराजला शक्य नव्हते. तो वडिलांना अनादर वाटला असता.

एके दिवशी रामराव पाटलांनी मुद्दामच लोकांना चावडीवर बोलावले.

ते म्हणाले, ''काल मही जिल्हा बँकेच्या मॅनेजर साहेबाची भेट झाली. ते मनले आपल्या जिल्ह्यासटी वरच्या बँकेची एक खास योजना आलीय. सहकारी तत्त्वावर पाईपलाईन करायला लागल तेवढं कर्ज देनार हतं. कर्जावर तीस टक्के अनुदान हय. तिसऱ्या वर्सापासून परतफेडीचे हप्ते सुरू व्हतील. पहिले तीन वर्स मुद्दलावर याज लागनार नाही.''

खवड्या लक्ष्मणने विचारले, ''जिल्यात अशा काही यवजना व्हयल्यात काय!''

अंकुशराव म्हणाले, ''घनव व्हयल्यात. मी काल कारबाऱ्यासोबतच व्हतो. मॅनेजर मनले, एवढा माकूल पैसा येऊन पल्डाय की आता घेनारायचीच कमाल हय. आतापस्तोर जिल्ह्यात पंचीस पानी सोसायट्या निघाल्यात. दहा सोसायट्यायला त एक दीड कोटीचा पहिला हप्ता देऊनय टाकलाय.''

रावजी म्हणाला, ''मव्हा यवजनेला इरोध नाही, परीक जिल्हा बँक ही अस्सल लबाडायची बँक हय. पैसे घेतल्याशिवाय साध्यासुध्या कामाला परीक हात लावीत नाहीत. ही त कोटीमधली इस्कीम दिसयतीय.''

पुरभा म्हणाला, ''तसं आसल्यावर उगं सुखातली दुखात घालू नका.'' चर्चेला विरोधी वळण लागताच योगाजीला चेव आला. तो म्हणाला,

''उगे सपनं पाहू नका! तुमची एकय गोष्ट खरी नाही. बँकेत मी गेलो व्हतो पाईपलाईनसटी कर्ज माघायला. ते देशमुख, आपला सकत सोयरा हय. सुटत्या सवालालाच ते मनला, तुमचे सगळे खाते निल हात काय? खाते निल केल्याशिवाय आमची बँक कर्ज देत नाही. आता बोला, आपल्या गावात निल खाते आसनारे कितीजन हात? इथच बोंबलली यवजना! निघालेत मठे दिल्लीच्या लालकिल्ल्यावर झेंडे लावायला!''

अंकुशराव म्हणाले, "तसं नाही राजा! खुद मॅनेजर आम्हाला मनले किती कर्ज पाहिजे ते सांगा. सरकारच्या येगयेगळ्या यवजना असतात. तशीच एखांदी ही आसल!"

रामराव पाटील म्हणाले, "आदुगर सगळी माहिती काढू आन जमत आसल तरच नादाला लागू."

आता उमाजी पुढे सरसावला. तिरसटपणाने म्हणाला, "दम आसल तर आपल्या सोताच्या मोटरा बसवाव आन पाईप लाईन कराव! कोनाची हाईक नको की दईक नको! सगळ्या गावाचं पानी एका पाईपमधून नेल्यावर आपले लोक गुनानं पानी घेतील आसं तुम्हाला वाटतंय काय? आपल्या गावात सगळ्यात जास्त भांडनं कहामोळं व्हतात? कॅनॉलच्या पान्यामोळं! पानी सुटल्यावर भांडन, मारामारी झाली नाही आसं एकतरी रोटेशन खाली जातय काय? तिथं इंजिनिअर असतात, पाटकरी आसतात तरी एवढी बोंबाबोंब! ही पाईपलाईन तर आपली सोताची हय. परतेकजन मालकी हक गाजविनार! मंजेनी राडाच की नाही!"

ही चर्चा चालू असताना दिवट्याच्या वाड्यातला भगवान चावडीवर आला. तो अर्धी पदवी झालेला शिक्षित होता. त्याला गावोगाव फिरायचा नाद होता. टाकली उपरणी खांद्यावर की निघाला सोयऱ्याच्या गावाला, हे नित्याचेच होते. तो सदानकदा नाकात बोटं घालायचा म्हणून त्याचे नाव मेकड्या भगवान पडले होते. सदा फिरतीवरच असल्यामुळे कुठे काय चाललेय याची त्याला माहिती असायची.

रामराव पाटलांनी विचारले, "भगवान, तू गावोगाव फिरतुस, या उपसा जलसिंचन योवजना व्हयाल्यात, त्याह्यची काय परिस्थिती हय!"

भगवान म्हणाला, "यवजना लई चांगली हय, मातर बँकेचे लोक लई लुचाट हत. आपल्याला पत्ता लागू देनार नाहीत, सगळा पैसा हडप करतील. गेल्या दोन वर्सापासून इस-पंचीस गावात आशा योवजनायच्या नावाखाली कर्ज उचललं आन ते आपसात वाटून घेऊन मोकळे झाले. बँकेनं एक पद्धत पाल्डीय, नायर नावाचा एक तेलंगी गुत्तेदार हय. सिंचन योजनेचे गुत्ते ते एकलाच घेतंय. त्यानं एक ट्रक पाईप आन दोन मोटरा आनून ठेवल्यात. ज्या गावाच्या योजनेची पहानी करायला वरच्या बँकेचे लोक येतात त्या गावात भेटीच्या आदले दिवशी पाईप आन मोटरा नेऊन ठेवतात. तपासनी झाली की माल उचलून दुसऱ्या गावाला नेतात. अजून एकाय गावात जमिनीत काय पाईप पुरला नाही. कहाच्या योजनान, कहाचं काय. सगळा चोर बजार हाय!"

उमाजी भगवानला म्हणाला, "बँकेचे लोक पैसा कसा हाडप करतात ते तू त्या दिवशी सांगत व्हतास, याह्यला जरा सांग ना."

भगवान म्हणला, "मला लई त काही ठावं नाही. चार दोन गावात काय झालं ते मी सोता पाह्यलय. बँकेनं नायर नावाचा जे गुत्तेदार ठेवलाय ते चेअरमनचा खास मानूस हय. गावात सिंचन सोसायटी रजिस्टर झाली की नायर त्या सभासदायशी दोस्ती करतय. पहिला हप्ता मिळायला पंधरावीस दिवस लागतात. काही ना काही कामासटी सभासदायला रोजच जिल्हा बँकेत जावाव लागतय. नायर त्याह्यची खान्यापिन्याची सगळी सोय करतय. खेड्यात मनवा हय, 'ज्याचं खाल्लं मीट त्याचं कराव नीट' येवढी चंगळ झाल्यावर मंग काय, सबासद त्याच्या इशाऱ्यावर नाचतात. ते जिथं सांगल तिथं डोळे झाकून सह्या-आंगठे करतात. सोसायटीच्या नावानं बँकेत जमा होनारी सगळी रक्कम नायर काढून घेतंय आन चेअरमन साहेबाला नेऊन देयत. शेवटचा हप्ता मिळाल्यावर सबासदायला थोडीफार चिरीमिरी देऊन गावाकडं पाठवलं जातंय. तसं त कोनी कोनाला काही इचारत नाही, परीक यवजनेचं काय झालं आसं कोनं इचारलंच तर 'मुंबईला मंजुरीला पाठविलीय' आसं सांगितलं जातंय. तिकडं चेअरमन पैशाच्या ढिगात आन इकडं शेतकरी कर्जाच्या ढिगात! हरहर महादेव!"

गळ्याच्या शिरा ताणून पुरभा म्हणाला, "बगा, एवढी बारीक सारीक माहिती काढाव लागती. गाव बरबाद करायचं हे काम दिसायलय. कोनाला काय करायचं आसल ते करा, आम्ही त्या यवजनंत भाग घेनार नाही."

रामराव पाटील भोवताल बघत म्हणाले, "शिवराज दिसत नाही, कोठं भाईरगावी गेलाय की काय?"

योगाजी कुत्सितपणे म्हणाला, "शिवराजचा थाट काही इचारू नका. रोज सकाळनी दोन तीन गाड्या येतात. दुष्काळाची मदत लोकायला बरोबर मिळती की नाही ते गावोगाव जाऊन पाहतात आन राती परत येतात."

रामराव पाटील म्हणाले, "ते एक लेकरू आपल्या गावात हिरा निवल्डय! परवा गंगाधर अप्पाच्या आडतीत गोष्टीहून गोष्ट निघाली. अप्पा येवढ्या कौतुकानं मनू लागले, शिवराजच्या हुषारीमोळं दुकाळातल्या हजारो लोकायचे परान वाचले. मुख्यमंत्र्यानं तर त्याची पाट थोपटिली मनं. आपल्या गावाचं नाव काढनार गडी!"

योगाजी तेवढ्याच फणकाऱ्यानं म्हणला, "आहो, काहाचं काय आन फाटक्यात पाय! काळ पल्ड्यावर सरकारला मदत देवावच लागती. त्या बिहारीलालनं याचं नाव कमिटीत घेतलं मनून सगळी ऐश चलली. सरकारी गाड्या उडवायलेत,

भत्ते घेयालेत, डाक बंगल्यावर पार्ट्या खायालेत, आन जगाला दाखवायला दुष्काळ निवारनाचं काम करायलेत!''

अंकुशराव म्हणाले, ''बरं, त्या जाऊ द्या भानगडी, ज्याचं नशीब त्याच्या संगं! आपला इषय काय? कोणत्यातरी ठोस निर्नयाला या.''

भगवान म्हणला, ''या यवजनंच्या भानगडीत पडून आपली हातानं बुडवनूक करू नाही आसं मव्ह सपष्ट मत हय. मी आत्ताच सांगितलं ना, पंचीस गावचे पैसे बॅकवाल्यायनं लाटलेत. एकाय गावात कामाचं उद्‌घाटनयबी झालं नाही. मंग त्याच्यातून आपुन काय धडा घेयाचा ते ठरवा. आपल्या जवळ मनाल तर लिंबगावला योजना झाली तिथ गावतलाच मोठा नेता व्हता मनून काम पुरं झालं, मातर पुढी लोकायनं भांडनं करून ती यवजना बंद पाडली. हिंगोलीजवळ मोठी यवजना झाली. आमदाराचा एकहाती कारबार व्हता मनून काम शेवटाला गेलं. पह्यल्याच पिकाला पानी 'तू आधी की मी अधी' मनून शेतकऱ्यायनं एकमेकायचे डोस्के फोडले. यवजना बंद पडली आन सात जल्म फिटनार नाही एवढं कर्ज झालं. ते बुडित कर्ज हय आसं घटकाभर मानू, परीक गेल्या पाचसात वर्सापसून गावात एक पैसा कर्ज मिळालं नाही. सगळे येव्हार खोळंबले.

''माघं एक सरकारी यवजना आली. पाटबंधारे खात्यामार्फत सामूहिक उपसा सिंचन यवजना उभारून त्या शेतकऱ्यायच्या हवाली केल्या गेल्या. मराठवाड्यात अशा शंभर यवजना झाल्या. देवाशपत, त्याच्यातली एकय यवजना एक वरीसभरय चलली नाही. अशी परिस्थिती हय, आता तुम्हीच इचार करा.''

भजन्या नामदेव पोथीचा अर्थ सांगण्यात दहा गावात प्रसिद्ध होता. तो सहज बोलतानासुद्धा दृष्टांताच्या भाषेतच बोलायचा. नामदेव म्हणाला,

''लहान मुलायच्या पुस्तकात एक गोष्ट आसती बगा. पाच फन्याचा एक भला मोठा सरप आसतय. त्याच्या फनीवर परथईच्या मोलाचा मनी आसतय. रातच्याला त्याचा भक उजेड पडतय. एखांद्या दगडावर उच जागी मनी ठेऊन त्याच्या उजेडात सरप चरतय. ते मनी घेयाला कोनी गेला की ते नाग त्याच्यावर धावून जातय. घनव परथईच्या मोलाचा मनी हय, मातर नागोबा घेऊ देत नाही ना! तशी ही पान्याची यवजना लई चांगली हय मातर मार्गातले आडथळे आपल्या जिवाभारी हतंना! शिवराज नया रघताचा हय. त्याला मस वाटतय हे कराव, ते कराव, परीक वडीलायचा बोल हय, 'आपल्याला तोलल तेच कराव!''

योजनेविषयी निर्माण होणाऱ्या शंका कुशंका शिवराजच्या कानी जायच्या.

त्या गैरवाजवी नव्हत्या. योजना उभी करण्यात खरेच ते मोठे अडथळे होते. प्रत्येक प्रश्नाचे समाधानकारक उत्तर मिळाल्याशिवाय योजनेला लोकांची संमती मिळणार नाही हे पक्के होते. उत्तरं शोधण्यासाठी तो मित्रांबरोबर विचार विनिमय करायचा.

रंगुमाय, पन्नाशीकडे झुकलेली गावातली एक चौभास बाई! तिच्या घरापुढे मोठे आंगण होते. आंगणात रस्त्याकडून छातीएवढी उंच भिंत होती. रस्त्याने जाणारा येणाराला माईची ओसरी आणि आंगण स्पष्ट दिसायचे. रस्त्याने जाणारी प्रत्येक व्यक्ती रंगुमाईला बोलल्याशिवाय पुढे जात नसे. ती आस्थेने चौकशी करायची, 'चलला काय बापू शेताला? निघाली काय माय कामाला?' हे आपुलकीने ओथंबलेले दोन शब्द ऐकण्यासाठी लोक क्षणभर थांबून तिला मुद्दाम बोलायचे. काही बाया, काही पुरुष सरळ ओसरीवर येऊन टेकायचे आणि पाच मिनिटं बोलून मग पुढे जायचे, काहीजण रस्त्यातच उभे राहून बोलायचे. रंगुमाय घरकामात कितीही व्यस्त असली तरी प्रत्येकाला प्रेमाने बोलायची. साऱ्या गावाची प्यारी रंगुमाय । तिचा मुलगा, मुंजा, अतिशय कष्टाळू पण तेवढाच लाजाळू अन शामळू! आईचा अती लाड हेच त्याच्या तशा स्वभावाचे कारण असावे. मुंजाला चांगले दिवस यावेत म्हणून रंगुमाईची केवढी धडपड असायची.

एके दिवशी सकाळी शिवराज बैठकीत पेपर वाचत बसला होता. रस्त्याने रंगुमाय लगबगीने आपल्याच घराकडे येत असल्याचे त्याने पाहिले. तो उठून उभा राहिला. "माय, कशी काय आलीस?" म्हणून विचारले.

उभ्या उभ्याच ती म्हणाली, "आरं काही नाही बापा, ते रावजी मनला शिवराज कोनती पान्याची यवजना करायलाय, सगळ्या गावाच्या जमिनीला पानी मिळनार मनं! बँकचं कर्ज घेऊन एका मोठ्या पाईप मधून पानी माळावर नेनार हत मनला. काय ते इचारून घेवाव आन आमचं नाव मधी घेयाला तुह्या कानावर घालाव मनून मुद्दाम भेटाया आले. बँकला किती पैसे भराव लागतील, कागदपत्रं काय काय लागतील ते आगळ्या घडीनं सांग मंजेनी मी जोड लावते. आमचं हय एकलपायाचं काम, ऐन येळला लोकायसरकी धावपळ व्हयाची नाही."

शिवराजने विचारले, "बँकेचे कर्ज घेऊन सगळ्यांबरोबर योजनेत सहभागी व्हायची तुझी तयारी आहे? तुला कर्जाची भीती नाही वाटत?"

रंगुमाय म्हणाली, "मी यवजनत येनार मंजी येनार, आन त्याच उतपनावर कर्जबी फेडणार! रावजीनं सांगितलं तव्हापसून त मह्या पोटात आनंद मावना!

आमच्यासरक्या गरिबाच्या शेताला कव्हातरी पानी मिळालं आसतं काय? हे किती नादर झालं! लोंढ्याबराबर धोंडायबी गंगला चललाय! मस नव एकर रान हाय, परीक कव्हा पिकतंय, त कव्हा हुकतंय! त्याच शेताला पानी मिळालं त सोनं व्हईल!''

रंगुमाईचा उत्साह बघून शिवराजला नवल वाटलं. ती नाउमेद होणार नाही अशा बेताने तो म्हणाला, ''माय, तुझ्यासारख्यांचे आशीर्वाद असतील तर हे काम नक्कीच होईल, पण योजनेवर लोकांचा अजून विश्वास बसत नाही. त्याला कारणंही तशीच आहेत. एक एक अडचण दूर सारत सर्व गोष्टी अनुकूल झाल्या की गावकरी आपोआपच एकत्र येतील. कागदपत्रांची आणि पैशांची आत्ताच काळजी करू नकोस. तुला सोडून योजना होणार नाही हे पक्के लक्षात ठेव.''

रंगुमाय म्हणाली, ''मह्या वाघा तू रं! मोठं काम हाय बापू, आडचनी त येनारच हता. सगळ्या गावाची मोट एका जागी बांधायची मंजी सोपं थोडच हय? लोक काय बोलायलेत तेय मला समंदं ठाव हय. मी काय गावाच्या भाईर थोडीच राहाते? काही झालं तरी मव्हा तुह्यावर सोळाआने भरोसा हाय! तुह्या हाताला येस हय. तू जे काम हातात धरशील ते शेवटाला जानार मंजी जानार!''

शिवराजने आईला हाक मारली. आई बैठकीच्या दारात आल्यावर म्हणाला,

''आई, बघ कोण आलंय, तुझ्या सासूबाईना गोडगोड चहा कर. उपसा सिंचन योजना होणार म्हणून त्यानी तोंडभरून आशीर्वाद दिलाय.''

जिल्हा बँकेचे अधिकारी चारआठ दिवसाला गावात चकरा मारू लागले. नानापरीने योजनेचे महत्त्व पटवून सांगू लागले. उपसा सिंचन योजनांमुळे पश्चिम महाराष्ट्राच्या शेतीची कशी भरभराट झाली त्याची उदाहरणे देऊ लागले. हप्ते वेळेवर भरले तर अनुदानामुळे हे बिनव्याजी कर्ज पडणार आहे, असे हिशोब करून सांगू लागले. बँक अधिकारी जेवढ्या तळमळीने योजनेची तरफदारी करू लागले तेवढा शेतकऱ्यांचा संशय वाढू लागला. कसेही करून योजना गळ्यात घालायची आणि जमेल तेवढी लुटून खायची, हा त्यांचा उद्देश कोणाही अडाणी माणसाला स्पष्ट समजू लागला.

पाण्याची उपलब्धता, वीज पुरवठा, कर्ज पुरवठा, अशा महत्त्वाच्या तांत्रिक अडचणी दूर झाल्या होत्या. आता संभ्रमात टाकणारे दोन यक्षप्रश्न सभासदांच्या मनात गोंधळ निर्माण करत होते. एक म्हणजे गिधाडासारख्या आसुसलेल्या बँक कर्मचारी आणि पदाधिकाऱ्यांच्या घशात जाण्यापासून योजना कशी वाचवायची आणि काम पूर्ण झाल्यावर ती कशी चालवायची? ह्या दोन्ही

प्रश्नासंबंधाने शिवराजने मित्रांसोबत प्रदीर्घ चर्चा केली. पाच युवकांच्या एका गटावर बँकेतून कर्ज देण्याच्या पद्धतीचा अभ्यास करायची जबाबदारी सोपवली. दुसऱ्या पाच जणांनी कोल्हापूर-सांगलीतल्या दहा नमुनेदार योजनांना भेटी देऊन योजना सुरळीत चालवण्यासाठी काय नियम केले आहेत व त्या नियमांचे पालन कसे केले जाते, हा अभ्यास करावा असे ठरले.

आठ पंधरा दिवसात सर्व माहिती एकत्र करून दोन्ही गट परत आले. त्यानी आणलेली संपूर्ण माहिती गावकऱ्यांसमोर ठेवली. बँकवाल्यांच्या नाड्या कुठे, कशा आवळायच्या त्याच्या चक्रव्यूहाचा सविस्तर आराखडा तयार केला गेला. बँकवाल्यांना 'कच्चे खाऊ की भाजून खाऊ' अशी लोकात चीड निर्माण झाली. योजनेच्या विरोधात बोलणारे आपोआपच होयबांच्या पंक्तीत सामील होऊ लागले.

एका खासगी सल्लागार कंपनीकडून सर्वेक्षण केले गेले. त्यांनी योजनेचा प्रकल्प अहवाल तयार केला. 'श्री संगमेश्वर सहकारी उपसा जल सिंचन योजना, मर्यादित, इंजनगाव' ह्या नावाने संस्थेची नोंदणी झाली. संस्थेच्या पदाधिकाऱ्यात योजना नको म्हणणारांची संख्या अधिक होती. शिवराजला अध्यक्षपद स्वीकारण्यासाठी आग्रह झाला, पण त्याची जमीन नियोजित योजनेत येत नसल्यामुळे त्याने ते विनम्रपणे नाकारले. सोयायटीच्या पदाधिकाऱ्यात रंगुमाईचे नाव घालण्यासाठी मात्र शिवराजने मित्रांजवळ आग्रह धरला. रंगुमाईला लिहिता वाचता यायचे. समोरचा माणूस लहान का थोर ह्याच्याशी तिला काही देणे घेणे नसायचे. ती सर्वांशी सारख्याच मोकळेपणाने बोलायची. तिच्या ह्या निर्भीड, रोखठोक तरीही प्रेमळ स्वभावानेच सोयायटीच्या कामकाजात मदत होणार होती.

सर्व कागदपत्रांची जोडणी झाल्यावर श्री संगमेश्वर सोसायटीचे पदाधिकारी चेअरमन साहेबांना भेटायला बँकेत गेले. भेटीची तारीख, वेळ अगोदर ठरली होती. मॅनेजरच्या कक्षातून उठून ते चेअरमनच्या कक्षाकडे निघाले. चेअरमनला त्यांच्याकडे येणारी माणसे बसल्या जागेवरून दिसायची. व्हरांड्यातून येणारे इंजनगाव सोयायटीचे पदाधिकारी बघून त्यांना आनंद झाला. दोन अडीच कोटी रुपयांचा जणू लोंढाच आपल्याकडे येतोय असा त्यांना भास झाला. मंडळी कक्षात येताच अतिशय हर्षोल्हासाने त्यानी त्यांचे स्वागत करून स्थानापन्न होण्याची विनंती केली. अध्यक्ष, योगाजीने सर्व पदाधिकाऱ्यांची ओळख करून दिली. बाजूला बसलेल्या मॅनेजर साहेबांनी सोसायटीचा प्रकल्प अहवाल आणि कर्जाच्या प्रस्तावाची फाईल चेअरमन साहेबांपुढे ठेवली.

मॅनेजर म्हणाले, ''साहेब, एका खासगी सल्लागार कंपनीकडून त्यांनी प्रकल्प अहवाल तयार करून घेतलाय.''

चेअरमननी अहवालाची प्रत खालूनवरून बघितली आणि म्हणाले, ''वा वा! छान केलाय अहवाल, पण त्याची काही गरज नाही हो! उगीच फजूल खर्च आहे हा! अगदी कमी किंमतीत अहवाल करायची सोय बॅंकेनेच केली आहे. ह्यापुढे असे खर्च करण्यापूर्वी बॅंकेला विचारत जा.''

चेअरमनच्या ह्या प्रतिक्रियेवर मुद्दामच कोणी काही बोलले नाही. चेअरमन साहेबांचे ते विशाल दालन, छतात आणि भिंतीत झाकलेल्या दिव्यांचा मंद प्रकाश, ए.सी.ची अल्हाददायक थंड हवा, उंची गालिचा, हे सगळे वैभव मऊशार खुर्चीत बसून बरेचजण पहिल्यांदाच अनुभवत होते. थंड पेय आले. काहींनी चवीने घोटघोट घ्यायला सुरुवात केली तर काहींनी गटागटा पिऊन पेले रिकामे केले. फाईलचे कागद उघडून मॅनेजरने जिथे जिथे अंगुली निर्देश केला तिथे चेअरमन साहेबांनी भराभरा सह्या केल्या.

चेअरमन म्हणाले, ''आज तुमचा कर्जप्रस्ताव बॅंकेनं दाखल करून घेतला आहे. मॅनेजरसाहेब प्रकल्प अहवाल घेऊन स्वत: जातील आणि प्रकल्पाला तांत्रिक मंजुरी घेऊन येतील. मग पुढची सगळी कामं आपल्या अखत्यारीतली आहेत. आम्ही सर्व प्रकरण व्यवस्थित हाताळू, तुम्हाला बिलकुल तकलीफ होणार नाही. ह्या शुभकार्याबद्दल मी तुम्हा सर्वांचं अभिनंदन करतो. पुन्हा भेटू, रामराम!''

चार आठ दिवसात नाबार्डकडून योजनेची तांत्रिक मंजुरी आली. बॅंकेने कर्ज प्रकरण मंजुरीचे सोसायटीला पत्र दिले. सोयायटीच्या नावाने त्याच बॅंकेत खाते उघडण्यात आले. कर्जाचा पहिला हप्ता मिळण्यासाठी प्रस्ताव सादर झाला. डायरेक्टर बोर्डाच्या मीटिंगमध्ये तो पास झाल्यावर एकूण अंदाजपत्रकाच्या तीस टक्के रक्कम सोसायटीच्या खात्यात जमा झाली.

नायरने सोसायटीच्या पदाधिकाऱ्यांचा अभ्यास सुरू केला. इतर गावांपेक्षा परिस्थिती वेगळी आहे हे त्याच्या लक्षात यायला वेळ लागला नाही. इंजनगावाच्या सोसायटीचा एकही पदाधिकारी विनाकारण बॅंकेत फिरकत नव्हता. त्यांना कुठे आणि कसे गाठायचे ह्यासाठी नायर परेशान होता. त्याला एक युक्ती सुचली. रामराव पाटील आणि अंकुशरावांच्या मदतीने त्याने गावात रामकथा सप्ताहाचे आयोजन केले. कथाकथन करणारे एक चांगले महाराज आणले. कथेच्या समाप्तीला गोडभाताचे जेवण द्यायचे ठरले. त्या निमित्ताने नायर रोजच गावात येऊ लागला. सोसायटीच्या प्रतिनिधींशी संधान साधू लागला. माणसाला घेरण्याची त्याची

चिकाटी आश्चर्यजनक होती. शेवटी संस्था अध्यक्ष, योगाजीच्या घरी तो चांगलाच स्थिरावला. कमालीचा लाळघोटेपणा, स्तुतीचा अखंड गजर, कधी मिठाया, कधी फळांचे नजराणे, त्यामुळे योगाजीच्या कुटुंबीयांना तो खास आपला माणूस वाटू लागला. करता करता त्याने योगाजीवर पूर्ण अमल बसविला. सोसायटीचा अध्यक्ष झाल्यामुळे योगाजीला श्रीमंत व्हायची कशी संधी आहे आणि गावोगावचे अध्यक्ष आपल्या मार्गदर्शनामुळे कसे मालामाल झाले हे तो योगाजीच्या गळी उतरवू लागला.

मीटिंगची नोटीस फिरली. सोयासटीच्या खात्यात पैसे जमा झाल्यावर ही पहिलीच मीटिंग होती. सर्व पदाधिकारी आणि कायमचे निमंत्रित सदस्य रामराव पाटील, अंकुशराव, शिवराज बैठकीत उपस्थित झाले. अध्यक्ष योगाजीने सर्वांचे स्वागत करून विषय पत्रिकेवरचा पहिला विषय चर्चेला घेतला. विषय होता, तळे, नदीतला बंधारा आणि जॅकवेलच्या कामाचे टेंडर काढणे.

सचिव मारुती म्हणाला, ''शक्यतो ही तिन्ही कामं एकाच मोठ्या गुत्तेदाराला देवाव. त्यासाठी खुल्या निविदा महत्त्वाच्या प्रादेशिक वर्तमानपत्रात देवाव.'' काही सदस्यांनी तीन कामं वेगवेगळ्या तीन गुत्तेदारांना दिली तर ती लवकर होतील असे मत दिले.

अध्यक्ष योगाजीने प्रौढत्वाच्या आवेशात सांगितले, ''सर्व बाबीयचा ईचार करून हे निर्नय घेतला पाहिजे. आपल्याला पैसे देनारी आणि येवजना तडीला नेनारी हय जिल्हा बँक. सगळ्या नियोजित उपसा सिंचन योजनायसटी बँकेनं नायर नावाचा गुत्तेदार मुकर्रर केलाय. आपणालासुद्धा नायरला सोडून हे काम दुसऱ्याला देता येनार नाही, नसता बँक आपल्या इरोधात जाईल आन यवजना जागीच बसल.''

उपाध्यक्ष रावजी म्हणला, ''नायर काय चीज हय ते समद्यायला ठावं हय. त्या लपुटाचं नाव पुन्हा या मिटिंगमंदी निघू नाही. त्याला काम देनं तर दूरच राहयलं. नियमापरमान निविदा द्या, जे गुत्तेदार योग्य वाटल त्याला काम देऊ. बँक काय करती ते पुढचं पुढी पाहू!''

वृत्तपत्रातील जाहिरात बघून अनेक चांगले गुत्तेदार पुढे सरसावले. कामं न करताच येवढ्या मोठ्या योजनेचा पैसा जिरवला जातोय ह्याचा राग बऱ्याच जणांच्या मनात खदखदत होता. थोडा तोटा झाला तरी हरकत नाही पण हे काम करूच करू, अशा जिद्दीने अंदाजपत्रकापेक्षा पंधरा वीस टक्के कमी दर भरून गुत्तेदार स्पर्धेत उतरले. तळे आणि बंधाऱ्याचे काम एकाला तर इनटेकवेल

आणि जॅकवेलचे काम दुसऱ्या गुत्तेदाराला देण्यात आले. गावातल्याच एका वृद्धाच्या हस्ते नारळ फोडून कामाला युद्ध पातळीवर सुरुवात झाली.

बँकेशी आपण किती जीवघेणा खेळ खेळत आहोत हे गावातल्या आबालवृद्धांना समजत होते. बँक पुढचे हप्ते देणारच नाही, ही काळ्या दगडावरची रेघ होती आणि तसे घडले तर आपण किती संकटात येऊ, ह्या विषयावरच सर्वत्र चर्चा चालू होती. शिवराजने फूस लावली म्हणून गावकरी बहकले आणि विनाशाच्या वाटेला लागले, असा शिवराजवर उघड उघड आरोप होऊ लागला. येऊ घातलेल्या अधोगतीचे मूळ शिवराज आणि फक्त शिवराजच आहे ही भावना सर्व गावकऱ्यांच्या मनात पक्की झाली होती. संकट यायच्या आधीच ते आणणारा दोषी कोण, हे लोकांनी ठरवून ठेवले होते. आता जणू आघाताच्या पावित्र्यात सगळे सिद्ध होते. एखाद्या निष्पाप समाजसेवकाच्या विरोधात एवढी तीव्र द्वेषभावना निर्माण होते तेव्हा त्याचे मन किती व्याकूळ होत असेल, हे त्याचे त्यालाच माहीत!

पैशाच्या पेट्या घरी येण्याऐवजी इंजनगावच्या योजनेचे काम सुरू झाले ही विपरित घटना होती. बँकेला ही जबरदस्त चपराक होती. चेअरमन साहेबांच्या सर्वांगावर कोड फुटल्यासारखे ते पांढरेफटक पडले. आपले नियोजन चुकले, नायर घसरला की कर्मचाऱ्यांनी दगा दिला, ह्यापैकी एकाही कोड्याची त्यांना उकल होईना. वास्तविकपणे, इंजनगावच्या योजनेत काही मिळणार नाही, अशी कुणकुण त्यांच्या कानावर आली होती, पण त्यांना अधिकाराची एवढी गुर्मी चढलेली होती की ती वार्ता त्याना य:कश्चित वाटली. त्यांचा आग्यावेताळ, जळफळाट आणि थयथयाट बघून लोक पिसाळलेल्या कुत्र्याला घाबरतात तसे त्यांना घाबरू लागले. नायर समोर आला असता तर त्याचा त्यांनी कोथळाच बाहेर काढला असता. त्यांची तहानभूक उडाली आणि डोळ्यातली झोप पळाली! नुकसान ह्या ना त्या मार्गाने भरून काढता येईल पण काळ सोकावण्याची भीती! चेअरमन हवालदिल झाले. एकदाच तीनचार जीवघेणे रोग झाल्यावर अगोदर कोणता बरा करायचा आणि कोणता मागे ठेवायचा हे समजत नाही तसे जनहसे न होता कोणत्या मार्गाने बाहेर पडायचे हे त्याना समजत नव्हते. श्री संगमेश्वर सिंचन सोसायटीची बारीकसारीक माहिती चेअरमनकडे जमा होऊ लागली.

सोसायटीचे कर्तेधर्ते शिवराज पाटील आहेत, हे त्यांच्या लक्षात आले. दुष्काळ निवारण कार्यात शिवराजचे योगदान फार मोठे असून खुद्द मुख्यमंत्र्यांनी त्याच्या कामाची वाखाणणी केल्याचे त्यांना सांगण्यात आले होते. मुख्यमंत्री

आणि शिवराज यांच्या एकत्र मुलाखती टेलिव्हिजनवर आल्या असून दुष्काळग्रस्त भागात लोक त्यांचा देवदूतासमान आदर करतात, हे ऐकून स्वत:ला राजकारणातले तिसमारखाँ समजणारे चेअरमन जागीच थिजल्यासारखे झाले. विचार करून शेवटी शिवराजची भेट घ्यायचा त्यांनी निर्णय घेतला. शिवराजला तारीख वेळ देऊन त्यानी भेटीचे निमंत्रण दिले.

सोसायटीचे उपाध्यक्ष रावजी, सचिव मारुती आणि खजिनदार रंगुमाय अशा विश्वासू सहकाऱ्यांसोबत शिवराजने चेअरमन बरोबराच्या भेटीसंबंधी अनेकवार चर्चा केली. कोणता विषय निघाला म्हणजे कसा पवित्रा घ्यायचा, हे धोरण ठरवले. बैठकीच्या दिवशी संस्थेचे अध्यक्ष, उपाध्याक्ष, सचिव, खजिनदार आणि कायदा सल्लागारासह, आम्ही भेटीला येत असल्याचा निरोप चेअरमनकडे पाठवला.

चेअरमन साहेबांनी सर्वांचे स्वागत केले. लोकांना देवदूत वाटणारा शिवराज त्याना यमदूतासारखा वाटला. शिवराजचे व्यक्तिमत्त्व बघून त्यांचा गर्वपात झाला. आपल्या शरीरात वर्षानुवर्षे वास करणारा आत्मविश्वास झडून चाललाय असे वाटल्यामुळे त्यांच्या हातापायांना कंप सुटला. चेहेऱ्यावरचा घाम पुसून लटके अवसान आणत ते म्हणाले,

"तुम्ही सर्व मिळून आलात त्याबद्दल मला अधिकच आनंद झाला, काय घेणार बोला." कोणी काहीच बोलत नाही असे पाहून त्यानी थंड पेय आणायला सांगितले.

चेअरमन म्हणाले, "शिवराज विषयी मी बरंच ऐकून आहे. येवढ्या पोरवयात विचारांची एवढी प्रगल्भता, ईश्वरी देण म्हटली पाहिजे!"

शिवराजने उठून त्यांचे दर्शन घेतले. म्हणाला,

"आपले आशीर्वाद आहेत साहेब!"

चेअरमन म्हणाले, "सिंचनाचा अनुशेष भरून काढण्यासाठी नाबार्डने आपल्या जिल्ह्यासाठी एक विशेष योजना दिली आहे. पुष्कळ पैसा उपलब्ध आहे. बँकेने अनेक गावांना उद्युक्त करायचा प्रयत्न केला. आपले लोक नंबर एकचे 'आरंभशूर' आहेत. जोशात आरंभ करतात पण लगेच हातपाय गाळून बसतात. तुम्ही सुरुवात चांगली केली आहे. तुमचे काम फत्ते होईल असा मला विश्वास वाटतो." एवढे बोलून चेअरमन साहेबांनी हवापाण्याच्या गप्पा सुरू केल्या. शेवटी मारुती हातात फाईल घेऊन उभा राहून म्हणाला,

"साहेब, बँक आम्हाला अजिबात सहकार्य करत नाही. आम्ही कामाचा अहवाल दिल्यावर बँकेनं त्या कामांची तपासनी करायला पाहिजे. परीक तसं होत

नाही. याचा अर्थ आमचे पुढचे कामं खोळंबनार हतं.''

चेअरमन छद्मी हसत म्हणाले, ''अशा किरकोळ गोष्टी माझ्यापर्यंत यायला लागल्या तर मी त्यांना कुठवर पुरू शकणार? ह्या गोष्टी तुमच्या लेव्हलवर तुम्हाला करून घ्याव्या लागतील!''

कायदा सल्लागार म्हणाले, ''आत्तापर्यंत बँकेकडे जी कामे प्रलंबित आहेत त्यांना माननीय चेअरमन व मॅनेजर जबाबदार असून त्यांच्या वैयक्तिक मिळकतीतून व कौटुंबिक मालमत्तेतून नुकसार भरपाई केली जावी असा दावा आम्ही ग्राहक मंचकडे दाखल केला आहे.'' असे सांगत वकीलाने दाव्याची प्रत चेअरमन समोर ठेवली. त्यांनी ती दोन मिनिटात वाचली.

सल्लागार वकील म्हणाले, ''बँकेची कामाची एकूण पद्धत पाहता कर्जाचे पुढचे हप्ते वेळेवर मिळणार नाहीत हे उघड आहे. पैसा यायला विलंब लागला, तर गुत्तेदारांचे काम बंद पडेल व ते नुकसान भरपाई मागण्यास पात्र राहतील. असा दंड बसला तर चेअरमन व मॅनेजरकडून तो वसूल करण्यात यावा, असा दुसरा दावा आम्ही ग्राहकमंचात दाखल केला आहे.'' त्याचीही प्रत त्यानी टेबलावर टाकली.

हे सर्व ऐकत असताना, आपल्या खुर्चीला आग लागल्यामुळे ती भयंकर पोळत असल्यासारखे चेअरमनला वाटले. राजकारणातल्या अनेक धरणीकंप-भूकंपांनी ते कधी डगमगले नव्हते पण आज त्यांची खरोखर पाचावर धारण बसली.

सल्लागार वकील म्हणाले,

''साहेब, आणखी एक दावा आम्ही तयार करत आहोत. त्याचा मतितार्थ असा आहे की, बँकेच्या गैरकारभरामुळे संगमेश्वर संस्थेचे किंवा तिच्या सभासदांचे जे काही नुकसान होईल त्याची नुकसान भरपाई करणे ही चेअरमन व मॅनेजरची वैयक्तिक जबाबदारी राहील.

आमचा पहिला दावा लगेचच सुरू होईल. दुसरे दावे वेळ आल्यावर दाखल करा असे निर्देश कदाचित कोर्ट देईल, पण आमचे हक्क अबाधित ठेवण्यासाठी आमची रणनीती कशी राहील ते आपल्या लक्षात आणून देण्यासाठी आम्ही हा खटाटोप केला.''

हे सर्व ऐकत असताना चेअरमनची राजनीती पक्की झाली होती. वकीलाने समोर टाकलेल्या फाईल कचरा लोटल्यासारख्या दूर लोटत चेअरमन अगदी सहज म्हणाले,

''नाही नाही मंडळी, हे सर्व करायची काहीच गरज नाही. निदान मी

चेअरमन असेपर्यंत तरी तुमच्यावर कोर्ट कचेऱ्या करायची वेळ येऊ देणार नाही. आपल्या हातून ग्रामीण समाजाची सेवा घडावी आणि गावांचा चौफेर विकास व्हावा म्हणून मी ह्या खुर्चीला चिकटून बसलो आहे. संकटग्रस्त ग्रामीण मंडळी बघितली की माझं काळीज हेलावतं, माझ्या दुःखी बंधू-भगिनींसाठी आपल्या चामडीच्या पायघड्या अथंराव्यात अशा कल्पनांनी मन ओथंबून येतं. घर-संसार, जमीन-जायदाद सर्व वाऱ्यावर सोडून उगीच नाही बसलो आम्ही लष्काराच्या भाकरी भाजत!''

रंगुमाय म्हणाली, ''साहेब, तुमच्यासरके देवमानसं आम्हा गरिबायच्या पाठीशी हत मनून काहीतरी बरं हय, नाहीतर खेडवळायला या चटकमटक दुनियेत कोन इचारतंय? शेवटी आपलं ते आपलंच! आज तुमची भेट झाली आन जीव भांड्यात पल्डा बगा!'' रंगुमाईने उठत उठत दोन्ही हाताची उलटी बोटं आपल्या चाळ्यावर मोडली. 'सदा सुखी रहा' असा आशीर्वाद दिला. निरोप घेऊन ते कक्षाबाहेर पडले.

आयाळ गळालेल्या, दात पडलेल्या आणि नखं झडलेल्या कंगाल सिंहासारखे चेअरमन कक्षात फेऱ्या मारू लागले. भेट घेऊन परतणारी पाठमोरी मंडळी जणू आपल्याला मूठमाती देऊन माघारी जात आहेत असे त्याना वाटले. ते कमालीचे बेरके, म्हणून समाजाचे म्होरके असले तरी आज पोरक्याहून पोरके झाल्याची खंत त्यांचा ऊर जाळीत होती. आज त्यांची हिंमत हारली, मर्दानगी जिरली, धमक सरली आणि वीरता विरली. राहिले फक्त 'भूस भरलेले बुजगावणे! निर्जीव, निचेतन, निरंक, निरक्त, फेकलेले निर्माल्य!' पोकळपणाची ही भावना मनाची विफलता अधिक गर्द करणारी होती. कमालीच्या विमनस्कतेमुळे कोणीतरी आपला गळा करकचून आवळतोय, डोळ्यांची बुबुळं खोबणीतून बाहेर पडली आहेत आणि जीभ तोडाबाहेर लोंबकळत आहे असा त्यांना भास झाला. जनतेला आपले हक्क कळले तर जनशक्तीपुढे आपण किती यःकश्चित आहोत ह्याची त्याना पहिल्यांदाच जाणीव झाली. खेड्यातली एक अडाणी बाई चंडिका होऊन आपल्या छाताडावर थयथयाट करू शकते, हे त्याना चांगले कळले. अशाही मरणोन्मुख अवस्थेत नायरच्या निकम्मेपणाचा त्याना भयंकर संताप आला. त्याच्या मस्तकात धोंडा घालून तो तडफडून मरताना बघावे असे त्यांना वाटले.

पुढे योजनेच्या उभारणीत थोडाही व्यत्यय आला नाही.

* * *

६

किल्ले वडगावला सल्लागार समिती पोचली तेव्हा सायंकाळचे पाच वाजले होते. मारुतीसमोरच्या सभामंडपात पाच-पंचवीस माणसं गप्पा मारत बसले होते. पारामागच्या मैदानात पोरांनी क्रिकेटचा डाव मांडला होता. मैदानात गावाकडच्या बाजूला स्त्रियांचा मोठा घोळका गटागटात चर्चा करत होता. गावाबाहेर मेसकाईच्या लिंबाखाली छावणीतली जनावरं रवंथ करत होती. वासरं भोवताल हुंदडत होती. एखादा वृद्ध गेल्यावर गावात संमिश्र शोककळा पसरते तसे गावातले वातावरण होते. गावात जेवण आणि छावणीचे काम इतर ठिकाणांपेक्षा चांगले होते.

शिवराज म्हणाला, ''मी काय म्हणत होतो काका, हे फुकट गावजेवण, बऱ्याच लोकांना अपमानकारक वाटते. मी माझ्यावरून विचार करतो. माझी कितीही उपासमार झाली तरी रस्त्यातल्या पंक्तीत मी जेवायला जाऊ शकेल असे वाटत नाही. मी बघतोय, की विशिष्ट लोकच सार्वजनिक पंक्तीत जेवायला जातात.

''येणारी मदत थेट दुष्काळ पीडितांपर्यंत जावी म्हणून आपण कडक यंत्रणा उभी केली, तरी चोऱ्या पूर्ण बंद झाल्या असे म्हणता येत नाही. सरकारी कारभारात ट्रकने चोऱ्या व्हायच्या. आता शेर पावशेराने होत आहेत. भाज्या, सरपण, आचारी, तेल, मीठ, मसाला, अशा अनेक मोकळ्या वाटांवर कोणीही नियंत्रण ठेवू शकत नाही. म्हणून सरळ शिधा पद्धत स्वीकारली तर अनेक गोष्टी सोप्या होतात. समजा, पाऊस पडला तरी धान्याचे पहिले पीक हातात येईपर्यंत जेवणाची सोय करावीच लागणार आहे. पावसाळ्यात एकत्र अन्न शिजवायला आणि पंक्ती बसवायला बहुतेक खेड्यात जागा नसते. म्हणून मोफत जेवणाऐवजी मोफत रेशनची संकल्पना अवलंबिली तर अधिक सोईचे होईल असे वाटते. ''

बिहारीलाल म्हणाजे, ''तुला काय म्हणायचंय ते माझ्या लक्षात आलं.'' असे म्हणत ते मोठ्याने हसले आणि शिवराजच्या पाठीत मोकळ्या हाताने थाप मारली. काकांची थाप ही त्यांच्या सहमतीची पावती असे. त्यांची थाप हे एखाद्याशी अतूट नाते

जोडायचे अहिंसक अस्त्र होते!

दुसरे दिवशी शिधा वाटपाचे प्रस्ताव शासनाला पाठवण्यात आले. एका आठवड्यात प्रस्तावांना मंजुरी आली. दुष्काळाचे हिडीस रूप सौम्य झाले.

नुकतीच पदवी घेऊन गावात आलेला पोरसवदा शिवराज दुष्काळ निवारणात फार महत्त्वाची भूमिका निभावत असल्याचे पाहून तो थोरामोठ्यांच्या कुतूहलाचा विषय बनला होता. शिवराजमध्ये अशी कोणती शक्ती होती की जिच्यामुळे दर दिवसाला त्याची उंची मूठमूठ वाढत होती? त्याचा विचार, आचार, बोलणे, वागणे, दिसणे, हसणे, एवढेच नाही, त्याच्या हालचालीत, प्रत्येक क्रियेत उच्च अभिरुचीचा साक्षात्कार व्हायचा. विवेकशीलता हा त्याच्या व्यक्तिमत्त्वाचा प्रमुख भाग होता. थोडाही अनावश्यक दिखाऊपणा न करता किंवा कसलाही खोटा आव न आणता सहजसुंदर, मोकळी राहणी हे त्याच्या असामान्यतेचे मर्म होते. त्याचे माणसं जोडण्याचे कसब, काम करून घ्यायची हातोटी, दूरदर्शीपणा, आत्मविश्वास, निर्भीडता आणि निःस्वार्थी सेवाभावाने त्याला सद्‌गुणांचा पुतळा बनवले होते. दुष्काळाचे अस्मानी संकट फार भयंकर होते असे नव्हे. एका विशाल राज्यातले दोन जिल्हे पोसणे सरकारला सहज शक्य होते. पण संकटाला सुलतानी झूल चढवल्यावर ते अक्राळविक्राळ रूप धारण करते. दुष्काळ असाच हाताबाहेर गेल्यावर मदत वाटपाची सूत्रे बिहारीलालांकडे सोपवण्याची शिवराजची कल्पना शंभर टक्के यशस्वी ठरली होती.

हिमालयवासी बालकिरण सद्‌गुरू महाराज आणि परभणी लोकसभा मतदार संघातले थोर धर्मात्मा खासदार गायतोंडे यांच्या संबंधात फरक पडायला सुरुवात झाली. यज्ञात जमा होणारी संपत्ती महाराज एकटेच हडप करू लागले. वास्तविकपणे, गायतोंडे त्यांचे एकनिष्ठ भक्त होते. महाराजांच्या दैवी सामर्थ्याने पूर्ण प्रभावित झालेले होते. सद्‌गुरूंचा वरदहस्त आहे, तोवर आपल्या सामाजिक प्रतिष्ठेला कुठलीच बाधा येणार नाही, असा त्यांचा दृढ विश्वास होता. आपले सर्वस्व गुरुमाऊलींच्या चरणी अर्पण करण्याइतपत ते आज्ञाधारक होते. मग संबंधात फरक पडण्याचे कारण? गुरुमहाराज कात टाकू लागले! दररोज रात्री दहा वाजता काळ्या रंगाची बुलेटप्रुफ व्हॅन आश्रमात येणे सुरू झाले. व्हॅनसोबत नखशिखांत बुरखाधारी व्यक्ती यायची. तो पुरुष की स्त्री हे कळायचे नाही. बुरखाधारी व्यक्ती आणि ट्रंका सोडून व्हॅन लगेच निघून जायची, गुरुमहाराजांच्या निवासामागे एक दार होतं. ते बंद असल्यावर तिथे दार असल्याची कल्पनाही येत नसे. व्हॅन आडमार्गाने सरळ दाराजवळ यायची आणि बुरखाधारी व्यक्ती व

भरलेल्या ट्रंका घेऊन सकाळी चार वाजता निघून जायची. ती आल्यागेल्याचा कोणाला पत्ताही लागायचा नाही.

चार दोन दिवसातून एखादी पेटी महाराज गायतोंडेकडे पाठवायचे. ती रक्कमसुद्धा बरीच मोठी असायची, पण उत्पन्नाचा फार मोठा हिस्सा बालकिरण महाराज गडप करत होते ह्यात गायतोंडेंना संदेह नव्हता. त्यांच्यासाठी महाराज म्हणजे परमेश्वराचा अवतार होते. मनात कितीही किंतू आले तरी महाराजांना विचारायचे धाडस त्यांच्यात नव्हते. गायतोंडेंचा एक नोकर महाराजांच्या तैनातीत होता. व्हॅनचे गौडबंगाल त्याला माहीत झाले होते. व्हॅनमध्ये कोण येतात, कशाची नेआण करतात ते त्याला कधी प्रत्यक्ष पाहता आले नव्हते पण अंदाज करणे शक्य होते. त्याने व्हॅनविषयी मालकाला सांगितले. ती माहिती ऐकून गायतोंडेचे डोके गरगरायला लागले. महाराजांविषयीच्या आदरभावनेमुळे त्यांचा विश्वास बसणे शक्य नव्हते, पण प्रत्यक्षदर्शी नोकर जे सांगतो आहे तेही का म्हणून खोटे समजायचे असा त्यांना प्रश्न पडला.

व्हॅनमधून महाराज पैसा लांबवत होते, आश्रमाच्या पवित्र परिसरात नशा आणि व्यभिचार करत होते. गायतोंडेंचे मन महाराजांविषयी खट्टू होऊ लागले. आदरभावना कमी होऊ लागली. शेवटी एक दिवस व्हॅनचा छडा लावायचा त्यांनी निर्णय घेतला. एका सशस्त्र टोळीवर काम सोपवले. व्हॅन कुठे अडवायची, प्रतिकार झाल्यास कुठून हल्ला करायचा, वगैरे सर्व तपशील ठरला.

सकाळी चार वाजता व्हॅन आश्रमातून निघाली. खाच खळग्याच्या कच्च्या रस्त्याने ती टेकडीच्या दिशेला वळली. टेकडीला वळसा घालून अरुंद रस्त्याने ती खाली उतरत असताना वळणाच्या टोकाला रस्त्यात लाकडाचा ओंडका टाकलेला दिसला. गाडी मागे वळवायला जागा नव्हती आणि ओंडका काढल्याशिवाय पुढेही नेता येत नव्हती. दोन माणसं गाडीतून उतरली. एकाजवळ लख्ख प्रकाश पाडणारी टॉर्च होती. दोघे ओंडक्याजवळ गेले. ओंडका हालवून बघितला पण तो भारी होता. ते गाडीकडे परत फिरणार तेवढ्यात चार बाजूनी त्यांच्यावर टॉर्च चमकल्या. एकजण दरडावून बोलला, "जहाँ के वहाँ रुक जाव। जराभी हिलनेकी कोशिश की तो गोलियाँ बरसायंगे।" चारजण गाडीजवळ गेले. काचांना ब्लॅक फिल्म लावलेली असल्यामुळे गाडीच्या आतले काही दिसत नव्हते. बाहेरून दार वाजवल्यावर दार उघडून एक व्यक्ती खाली उतरली. पूर्ण अंग आणि हातपाय झाकलेली ती व्यक्ती एक पांढऱ्या दाढीचा गोसावी होता. तो शांत आवाजात म्हणाला,

"अरे भाई, क्या चाहते हो? हम आश्रमवासी, गंगास्नान जा रहे है।" दोघांनी महाराजांवर रायफली रोखून धरल्या, दुसऱ्या दोघांनी गाडीची तपासणी केली. समोरची एक सीट सोडून मागे आठ मोठ्या लोखंडी ट्रंका रचून ठेवलेल्या होत्या. तपासणी करणाऱ्याने विचारले,

"महाराज इतने सारे बक्से कहाँ ले जा रहे हो? उनमे क्या है?"

महाराज म्हणाले, "मै बताऊँभी तो आप भरोसा थोडाही करेंगे? आप खुदही देख लेना।" हल्लेखोरांनी तीनचार ट्रंका खाली काढल्या. उघडल्यावर प्रत्येक ट्रंकमध्ये भरलेली पिशवी निघाली. पिशवीचे तोंड सोडून बघतात तर काय आत राख होती. त्यानी सगळ्या ट्रंका उघडून बघितल्या, सर्वात राखेशिवाय दुसरे काही नव्हते.

हल्लेखोरांनी विचारले, "महाराज ये क्या है? हम कुछ समझे नही । रक्षा थैली मे और थैली मजबूत संदुक मे, ये किसलिये!"

महाराज म्हणाले, "बेटा, इसमे ना समझनेवाली कोई बात नही है। दिनभर जो होम होता है उसकी यह पवित्र रक्षा है। यह रक्षा रोजकी रोज गंगार्पन की जाती है।"

गायतोंडेंना हल्ल्याची वार्ता समजल्यावर वेड लागायची पाळी आली. करायला गेलो गणपती अन झाला मारुती, अशी त्यांची अवस्था झाली. व्हॅनवर आपणच हल्ला केला हे बालकिरण महाराजांना नक्कीच कळणार! त्यांचा आपल्यावर किती रोष होईल आणि त्याची परिणती कशात होईल, ह्या विचाराने ते पुरते गंगारून गेले. पण धैर्यवान नाही, तो राजकारणी कसला? हल्ल्याशी आपला काही संबंध नाही, ह्या भूमिकेवर ठाम रहायचा त्यांनी निर्धार केला.

पुढच्या आठ पंधरा दिवसात विशेष काही घडले नाही. एके दिवशी आश्रमावर अचानक मोर्चा आला. समाजवादी युवक आघाडीने यज्ञाचे थोतांड लोकांना सांगण्यासाठी बऱ्याच तयारीनिशी पंचवटी आश्रमावर धडक मारली. यज्ञाच्या नावाखाली आश्रमात किती गैरप्रकार चालू आहेत त्याची माहिती देणारी पत्रकं खोचक भाषेत लिहून वाटली गेली. गंगाखेड शहरातून घोषणा देत आणि यज्ञ बंद करण्याची मागणी करीत मोर्चा पंचवटी आश्रमात आल्यावर मोर्चेकऱ्यांनी बराच गोंधळ घातला. आश्रम पेटवून द्यायच्या धमक्या दिल्या, गाईच्या गोठ्यात मोठे फटाके फोडून गाईचे कळप उधळून लावायचे प्रयत्न झाले. मोर्चाचे स्वरूप फार घाबरण्यासारखे नव्हते पण बालकिरण महाराजांनी ते भलत्याच गांभीर्याने घेतले. मोर्चा निघून गेल्यावर ते कमालीचे अस्वस्थ झाले. आपल्यावर फार मोठे

आभाळ कोसळलेय अशा भयविव्हळ अवस्थेत ते निजधामात इकडून तिकडे फेऱ्या मारू लागले. त्यानी गायतोंडेना थेट निजधामात बोलावले. गायतोंडेंनी अतिशय दबकत दबकत प्रवेश केला. ते तिथे पहिल्यांदाच आले होते. जमिनीवर वाळूचा जाड थर होता. वाळूवर गालिचा अंथरून गालिचावर एक मोठा पलंग, शेजारी दोन दिवाण, तीन चार आरामखुर्च्या, दोन टीपॉय, छताला टांगलेले मंद प्रकाशाचे झुंबर होते. पलंग आणि दिवाणवर मऊ - मुलायम गाद्या, उशा आणि मखमली लोड होते. कूलर, पंखे, मच्छरदाणी अशा सुविधाही होत्या. गायतोंडे बसले होते त्या खुर्चीपासून हाताच्या अंतरावर एक छोटा टिपॉय होता.

टीपॉयवर एक अतिशय आकर्षक बाटली होती. बाटलीत अर्ध्यापेक्षा जास्त तांबूस पिवळसर द्रव भरलेले होते. ती परदेशातून आयात केलेली एकदम भारीची दारू असावी. महाराजांची नजर चुकवून गोयतोंडे बाटलीकडे बघत होते. महाराजांचे कशावरच लक्ष नव्हते. गायतोंडेंना फारच संकोचल्यासारखे वाटत होते. गडबडीत महाराज बाटली बाजूला ठेवायला विसरले होते. बाटली बाहेर असल्याचे लक्षात आल्यावर महाराजांची किती फजिती उडेल, हा विचार फारच चमत्कारीक होता. जे होईल ते बघू, असे म्हणून गायतोंडे शांत बसले. पुढे काय करायचे, हा निर्णय झाल्यावर मनावरचा ताण आपोआपच कमी होतो.

''दोन मिनिटात आलो हं,'' असे म्हणून महाराज बाथरूमकडे गेले. ती संधी साधून गायतोंडेंनी बाटली हातात घेतली. लेबलवर लिहिले होते, ''मस्टर्ड ऑईल, केवल मालिश के लिये'' गायतोंडेनी बाटली होती तिथे आपटली, आणि गच्च डोळे मिटून बसले. आपण महाराजांविषयी अघोरी विचार करतो, त्यांच्याविषयी गैरसमज करून घेतो पण प्रत्यक्षात ते एक सात्त्विक पुरुष असल्याचा दरवेळी प्रत्यय येतो. महाराजांविषयी हीन विचार करणे म्हणजे स्वत:च्या पायावर धोंडा पाडून घेणे आहे. त्यांच्याशी विनम्रतेनेच वागायचा, ठाम निर्धार केला.

महाराज खोलीत परत आले तसे गायतोंडे उठून अदबीने उभे राहिले. महाराज बरेच शांत झालेले दिसले. ते म्हणाले,

''गायतोंडेंजी, इस आश्रमसे हमारा मन उब गया है। हम यहाँ जादा दिन रहना नही चाहते। अब अगर बारीश जल्दी नही हुई तो लोंगोंका यज्ञसे विश्वास उड जायगा। लोग यज्ञ के खिलाफ आंदोलन भी खडा कर सकते है। उसका सामना करना हमारे लिये बहोत मुष्कील होगा। ऐसा कोई बवाल खडा होनेसे पहले यज्ञ समाप्त करना जरूरी है।''

महाराजांच्या ह्या वक्तव्याने गायतोंडेना एकदमच धक्का बसला. आपण

नदीच्या पात्रात उभे असून पायाखालची वाळू झपाट्याने निसटत असल्याचा त्याना भास झाला. यज्ञ असा मध्येच बंद पडला तर केलेल्या परिश्रमांवर पाणी फिरेल आणि आपले जनहसे होईल, असे स्पष्ट चित्र त्याना दिसत होते. लोकांचे समाधान होईल असा खुलासा केल्याशिवाय यज्ञ बंद करणे म्हणजे हाताने संकट ओढवून घेण्यासारखे होते. गायतोंडेंनी महाराजांची करता येईल तेवढी मनधरणी केली, पण महाराज आपला हेका सोडायला तयार नव्हते. शेवटी गायतोंडे काकुळतीने म्हणाले,

"महाराज यज्ञ समाप्त हुआ तो मेरा राजकीय करिअरही खतम हो जायगा।"

महाराज म्हणाले, "बेटा, उसकी फिकर नही करना। मै हूँ ना। मेरा सुनो। यह यज्ञ की झंझट जल्दी खतम करो। अब दान धरम भी कमजोर होने लगा है। जो देनेवाले थे, उन्होने दे दिया। अब जादा गुंजाईश नही रही। हो सके तो आज ही रात दोनो बैठकर आगे का प्लान बनायंगे। कोई एकांतवाला ठिकाना देखो।"

गायतोंडे म्हणाले, "अपने फार्म हाऊस पर बैठेंगे। आज रात नऊ बजे मै आपके पास गाडी भेजता हूँ।"

महाराज चक्क मराठीत म्हणाले, "ठीक आहे. मी जरूर येईन. विश्वासू नोकरा शिवाय तिथे कोणी असू नये. मला खासगीत चर्चा करायची आहे."

महाराजांचे मराठी ऐकून गायतोंडेंची बोबडीच वळली. ते आश्चर्याने नुसतेच 'महाराज, महाराज, महाराज,' असे बरळत राहिले.

महाराज म्हणाले, "त्यात नवल वाटण्यासारखं काही नाही. मी मूळचा महाराष्ट्रीय आहे. रात्री बोलू सविस्तर. आपण या आता."

रात्री नऊ वाजता गाडी फार्महाऊसच्या गेटमधून आत शिरली आणि पोर्चमध्ये येऊन थांबली. गायतोंडे व महाराज पहिल्या माळ्यावरच्या गच्चीवर आले. पहिल्या माळ्यावर दोन बेडरूम आणि समोर प्रशस्त गच्ची होती. गच्चीवर गाद्या, लोड टाकून बिछायत केली होती. फार्महाऊस पासून खाली खोल गोदावरीचे विस्तीर्ण पात्र तर दुसऱ्या बाजूला उंच डोंगरटेकडी होती. त्या विशिष्ट मांडणीमुळे फार्महाऊस एक तरंगता महाल असल्यासारखे भासत होते. द्वादशीचा चंद्र प्रकाशाचा अमृतवर्षाव करत होता. कापसाच्या गंजी लावल्यासारखे पांढऱ्या ढगांचे पुंजके विरळ विरळ स्थिरावले होते. मंद पिठूर प्रकाशात गोदावरीच्या पात्रातले पाणी दूरपर्यंत चांदीसारखे चमकत होते. दोन्ही तीरावरची हिरवीगर्द झाडी काळ्या बुरख्यात विसावली होती. मध्येच एका झाडावरचे बगळे उठून थोड्या अंतरावरच्या दुसऱ्या झाडावर बसत होते. दूर अंतरावर एक टिटवी वर

खाली उडत आकांत करत होती. डोंगराच्या कुशीत वाहणारी नदी, पलीकडचा विस्तीर्ण सपाट प्रदेश आणि त्या नयनरम्य वातावरणातला तो टुमदार बंगला, महाराज उद्‌गारले, ''वा ऽ वा ऽ गायतोंडे, तुमच्या कवी कल्पनेला किती म्हणून दाद द्यावी?''

गायतोंडे हात जोडून म्हणाले, ''आपली कृपा आहे महाराज.''

महाराज म्हणाले, ''माझी कृपा असायला मी कोणी साधू-संन्यासी थोडाच आहे? काही कारणामुळे मला भूमिगत व्हावे लागले, पण भूमिगत झाल्यामुळे माझ्या पुढच्या दहा पिढ्यांचे कल्याण झाले. गडगंज संपत्ती मिळवता आली. मुलांना परदेशात ठेवून उत्तमात उत्तम शिक्षण देता आले.''

गायतोंडे म्हणाले, ''महाराज, हे गुपित तुम्ही माझ्याजवळ काय म्हणून उघड करत आहात? झाकली मूठ ठेवली असती तर माझ्या मनाचा गोंधळ उडाला नसता.''

महाराज म्हणाले, ''हा अध्याय संपला, म्हणून मूठ उघडत आहे. तुम्ही आता राजकारणाचा धंदा बंद करा. एवढे दिवस तुम्ही जनतेला धर्माच्या नावाखाली फसवलंत, पण पुढे हे चालणार नाही. राजकारणात अपयश पत्करण्यापेक्षा तुम्ही स्वत: होऊनच त्यातून बाहेर पडावे असा माझा सल्ला राहील. धार्मिक व्यक्ती म्हणून तुमची प्रतिमा तयार झाली आहे. राजकारणात रापलेल्या माणसाला प्रसिद्धी, संपत्ती आणि सत्तेपासून दूर राहता येत नाही. राजकरणातून बाहेर पडल्यावर तुमची दमकोंडी होऊ नये म्हणून एक युक्ती सांगतो. गोदावरीच्या किनाऱ्यावर नाव घेण्यासारखे एकही पर्यटनस्थळ नाही. आपण एक आकर्षक पर्यटनस्थळ उभारा. त्यात मोठे शिवालय बांधा. मनोरंजनाला अध्यात्माची जोड दिली की पर्यटनस्थळाची झपाट्याने प्रसिद्धी होते. शिवालयाला लोक देणग्या देतील, शिवालय ट्रस्टच्या मालकीचे राहील आणि ट्रस्ट तुमच्या मालकीची! गोदावरीच्या पात्रात पाणी अडवण्यासाठी बंधारे बांधले जात आहेत. अशा बंधाऱ्याजवळ पर्यटनस्थळ उभारल्यास बोटींग, वॉटर पार्क अशा सुविधा तयार केल्यास आकर्षण वाढेल. प्रकल्प प्रचंड मोठा असला तरी तुम्ही तो करू शकता.''

गायतोंडे म्हणाले, ''महाराज, ह्या यज्ञातून बाहेर कसे पडायचे तो माझ्यापुढे मोठा प्रश्न आहे.''

महाराज म्हणाले, ''ती जिम्मेदारी माझी आहे. एवढ्या संकटातून मी तुम्हाला बाहेर काढतो, पुढचे मात्र तुमचे तुम्ही निस्तरा.''

गायतोंडेंनी महाराजांच्या खानसाम्यालाच स्वयंपाकाला आणले होते. अगदी

मनाजोगता बेत झाला म्हणून महाराज प्रसन्न झाले. चंद्र जसजसा माथ्यावर चढत होता. तशी मेजवानीला रंगत चढत होती. महाराज पट्टीचे खवय्ये होते, पण त्यांनी थोडासुद्धा तोल सुटू दिला नाही. महाराज राहणार कुठले, त्यांचे नाव काय, त्यांना भूमिगत का व्हावे लागले, ही माहिती मिळवण्यासाठी गायतोंडेंनी नानापरीने प्रयत्न केले पण महाराजांनी थोडासुद्धा थांग लागू दिला नाही.

फार्म हाऊसवरच्या बैठकीनंतर सातव्या दिवशी यज्ञाच्या समाप्तीचा कार्यक्रम ठरला. सर्वदूर प्रचार करण्यात आला. समाप्ती सोहळ्याला अलोट गर्दी उसळली. गर्दीचा अंदाज बघून महाप्रसाद वाढवला गेला. त्यातून मोठी द्रव्यप्राप्ती झाली. समारोपात महाराजांनी सांगितले की, आपला यज्ञ शंभर टक्के यशस्वी झाला असून देव देवता प्रसन्न झाले आहेत. आता दुष्काळ लवकरच दूर होईल. ज्यांनी यज्ञात योगदान दिले त्यांना पुण्यप्राप्ती झाली. पुन्हा असे संकट ओढवू नये म्हणून सर्वांनी नीतीधर्माचे पालन करावे. जय परमात्मा, जय भगवान! आणि एवढे बोलून यज्ञाची सांगता झाली.

चार आठ दिवस वृत्तपत्रात उलटसुलट बातम्या येत राहिल्या. 'पाऊस न पडताच यज्ञ थंडावला,' 'पैसेवाले गेले मोक्षाला-गोरगरीब उरले गंगाखेडला,' 'धर्माच्या नावाखाली गायतोंडेची उचलेगिरी' असे खोचक मथळे झळकले पण साप निघून गेल्यावर फरकंडीला बदडण्यासारखे ते लिखाण वाटत होते. आश्रमातल्या बांबू तट्ट्यांसह सर्व विकून गायतोंडे मुक्त झाले होते.

पंधरा ऑगस्ट होऊन गेला तरी पावसाने डोळे उघडले नव्हते. वेळेवर पाऊस झाला असता तर एव्हाना पिकं गुढघ्याएवढी उंच राहिली असती. ह्यावर्षी अजून उन्हाळाच मोडला नव्हता. दिवसभर आकाशात ढग जमायचे. दाट धुके पडल्यासारखे वातावरण कोंदट व्हायचे, वारा सुटायचा, वाऱ्याबरोबर ढग उडून जायचे, रात्री स्वच्छ चांदणे पडायचे, ढगाकडे डोळे लावून बसलेले लोक हा तरी बरसेल, तो तरी बरसेल, अशी आशा बाळगायचे पण सगळे ढग हुलकावणीच द्यायचे. लोकांची हुरहूर पुन्हा वाढायची. खिन्न मनाचे उदास चेहरे अधिकच हताश व्हायचे.

गोकुळाष्टमीच्या दिवशी पोरांनी गावाशेजारी खारीला क्रिकेटचा डाव मांडला. सायंकाळच्या उन्हाचे चटके बसत होते तरी पोरं खेळण्यात गुंग झाली होती. पश्चिमेला एकाएकीच काळेकुट्ट आभाळ उठले. काळ्याभोर आभाळाची प्रखर पांढरीकडा डोळे दिपवत होती. सूर्य ढगाआड गेला तशी पांढरीकडा अधिकच तेजोमय झाली. वारा शांत झाला. पशुपक्षी चिडिचिप झाले. ढग वेगाने

आकाश व्यापू लागले. वादळापूर्वीची शांतता सर्वांच्या लक्षात आली. पोरांचे आई-वडील गावकुसाला येऊन आपल्या पोरांना जोरजोराने ओरडून बोलावू लागले. त्यांच्या ओरडण्याचा एकच गोंगाट झाला. काहीतरी भयानक प्रसंग आहे हे ओळखून मुलांनी खेळ थांबवला आणि घराकडे धूम ठोकली. पंधरा वर्षाचा आनसाईचा राम दोन्ही पायांनी फेगडा होता. तो डुलत चालायचा. त्याला पळता येत नव्हते. मुलं पळाली, राम एकटाच मागे राहिला. तो निकराने धावायचा प्रयत्न करत होता. पण काही केल्या अंतर कटत नव्हते. त्याचे धावणे म्हणजे जागेवरच उड्या मारण्यासारखे होते. आपण वादळात सापडून जायबंदी होणार ह्या भीतीने त्याच्या जिवाचे पाणी पाणी झाले. बरोबरची सर्व मुले गावात शिरून दिसेनाशी झाली. रामाची धडपड पाहायलाही कोणी घराबाहेर नव्हते. विजेचा प्रचंड लोळ तुटला. कानठळ्या बसवणारा गडगडाट झाला. पावसाचे टपोरे थेंब टपकायला लागले. राम पळतच राहिला. त्याला जोराची धाप लागली. कोंडलेल्या श्वासाने ऊर फुटतो की काय असे वाटले. त्याने गावातले पहिले घर गाठून आत अंग झोकून दिले. त्याच क्षणाला तुफान वारा सुटला. विजांचा थयथयाट आणि मेघांच्या गडगडाटाने जमीन हादरू लागली. वारा रोरावू लागला. पाऊस कोसळू लागला. सारेच भयानक, भीतिदायक होते. ढगांनी काळवंडलेला आसमंत विजांच्या चमचमाटाने तेजाळू लागला. वारा अजस्र झाडांना बुंध्यातून पिरगाळू लागला. मोठमोठे जुने वृक्ष मुळासकट उपटून उन्मळून पडू लागले. नव्या झाडांच्या फांद्या कडाकड मोडून दूर फेकल्या जाऊ लागल्या. मातीच्या भिंतीवरची डहाळणं कोलून दिल्यासारखी खाली कोसळू लागली. पाचटाच्या झोपड्या उस्कटून उडू लागल्या. घरावरचे पत्रे हवेत तबकड्या भिरकावल्यासारखे गरगरत दूरदूर जाऊन पडू लागले. काही घरात कर्ती माणसं होती. काही घरात बाया बापड्या पोराबाळांना पोटाशी धरून जीव मुठीत घेऊन बसल्या होत्या. कोणत्या क्षणी पत्रे उडतात आणि पत्रांवरचे दगड डोक्यावर पडतात याचा भरवसा नव्हता. असुरक्षेच्या घरी, शेतकरी राजा वास करी!

वारा अर्धा तासच होता पण त्याने गावाची पार तोडतोड करून टाकली. छतं उडालेल्या घरात पाणीच पाणी झाले. कपडे, धान्य, घरातल्या चीजवस्तू भिजल्या. माणसं बेघर झाली. जनावरं निराश्रित झाली. वारा थांबला तरी पावसाचा जोर कायम होता. पडत्या पावसात लोक पत्रे शोधायला घराबाहेर पडले. कोणी ओळखून स्वत:चे उचलले, कोणी हाताला येईल ते घेतले. वादावादी सुरू झाली. काही कडाक्याची भांडणं जुंपली. कोणी मध्यस्थी करायचा, समजूत

घालायचा प्रश्नच नव्हता. पाऊस कोसळत होता, मने क्रोधाने पेटली होती. क्रोधाग्नी पावसाने विझत नाही! दात ओठ खाऊन भांडणं जुंपत होती, हमरी तुमरीवर, हासडा-हिसडीवर येत होती आणि यथावकाश मिटत पण होती.

वादळात सापडलेल्या रामाने समोर येईल त्या घरात झेप घेतली आणि तो वाचला. राम वादळात सापडला तर त्याचं काय होईल म्हणून मदतीला धावलेली आई मात्र झाडाची फांदी अंगावर पडून मेली. वडील नव्हतेच. भावंडंही नव्हती. फक्त आईचा आधार होता, तोही गळून पडला. वादळाने रामाला पोरके केले.

ज्या पावसाची लोक एवढ्या आतुरतेने वाट पाहत होते, देवांची पूजा करत होते, प्रार्थना करत होते, नवस-सायास करत होते, डोळ्यात प्राण आणून रात्रंदिवस आकाशाकडे बघत होते तो पाऊस आल्यावर काय झाले? हाहाकार! रात्री आठ-नऊपर्यंत घरांवरची झाकाझाकी सुरू होती. ढगफुटीचा पाऊस कोसळतच होता. ज्यांची छतं उडाली, झोपड्या उस्कटल्या, कपडे, दाळदाणा, सरपण, पीठकूट भिजले, त्यांनी ती रात्र कशी काढली असेल? भुकेलेल्या चिमुकल्यांना काय खाऊ घातले असेल?

दुष्काळग्रस्त भागातील बहुतांश गावे वादळाने झोडपली होती. अनेक गावात प्राणहानी झाली होती. कालच्या वादळाच्या आणि पावसाच्या खुणा ताज्या जखमेसारख्या असल्या तरी दैनंदिन व्यवहार लगेच पूर्वपदावर आले. 'काल' काही घडलेच नाही अशा आविर्भावात 'आज' सुरू झाला. जू, जुंपण, वखर, तिफण, म्होरक्या, मुंगसे, जोते, सरते, पासा, फारोळे, खोळा, कोरडे, मठाट्या, तुताट्या, वाद्या, वेसणी, कान्ह्या, कासरे, धांदी, सारे सामान घरातून अंगणात आले. त्याची बारकाईने तपासणी सुरू झाली. मोडतोड झालेल्या सामानाची डागडुजी करण्यात गावकरी गर्क झाले.

मका, सूर्यफूल, चारा पिकांचे बी आणि खते दुष्काळ निवारण सल्लागार समितीच्या नियंत्रणाखाली वाटप केले गेले. पाऊस अधून मधून चालूच होता. पिहू ऽऽ, पिहू ऽऽ असा रानभर आक्रोश करणारा पावशा पक्षी आता, पेरते व्हा .. .. .. पेरते व्हा .. .. ..! असे ओरडू लागला. पेरण्या लवकर होणारच होत्या, तरी पावश्याचा धोशा चालूच होता 'पेरते व्हा, पेरते व्हा, पेरते व्हा!'

* * *

७

शिवराजची आई आणि ग्यानूचं चुलत मावस बहिणीचं नातं होतं. पण प्रत्यक्षात सख्या नात्यापेक्षाही त्यांचे सख्य जास्त होते. ग्यानू गावातला एक प्रतिष्ठित गृहस्थ होता. तीस पस्तीस वर्षे वयाचा ग्यानू निष्कपट, भाबडा, प्रेमळ आणि मनमोकळ्या स्वभावाचा रांगडा गडी होता. ग्यानू शिवराजच्या आईला शांताअक्का म्हणायचा. ग्यानू शिवराजवर सख्ख्या भावासारखे प्रेम करायचा. गावात शांताअक्काला ग्यानूचे भक्कम पाठबळ होते. ग्यानूच्या सल्ल्याशिवाय ती व्यवहारात कोणताच निर्णय घेत नसे. दररोज सकाळी किंवा संध्याकाळी ग्यानू शांताअक्काला भेटून कामांची चौकशी करीत असे.

शिवराज बारावीत असताना ग्यानू एक दिवस सकाळीच घरी आला. शांताअक्का अंगणातल्या चुलीवर भाकरी भाजत होती. शिवराज जागा झाला होता पण कॉलेजला सुट्टी असल्यामुळे उगीच डोळे मिटून पडला होता. ग्यानू शिवराजच्याच बाजेवर त्याच्या बाजूला बसला. आता मात्र लवकर उठायचे नाही असे शिवराजने ठरवले.

ग्यानू म्हणाला, "काय बापा ही झोप, दिवस कासराभर वऱ्ही आला तरी झोप चालूच हय."

शांताअक्का म्हणाली, "आरं, उठऊ नको त्याला. राती लई वाढोळ बसला व्हता अभ्यास करीत," शांताअक्काने भाकरी बंद करून एक कप चहा केला आणि ग्यानूला देऊन पुन्हा भाकरी करत बसली.

ग्यानू म्हणला, "ते अभ्यास-बिभ्यास समदं ठीक हय, मातर आम्हाला सोयरे गुनानं बसू देईनात नं! काल वसमतला माळोट्याचे इठोजी पाटील भेटले व्हते. मनले, काय माघायचंय ते माघा, आमची मुलगी तुमच्या शिवराजला देयाची हय."

"मंग तू काय सांगितलंस!"

"आता मी काय सांगू? मनलो, अक्काला इचारतो."

ग्यानूचे शब्द ऐकून शांताअक्का मनातून हरखून गेली. अंगावर मूठभर मास चढल्यासारखे वाटले. पण थोडा विचार करून म्हणाली,

"ग्यानू, त्याला येवढ्या बिगिनं लग्नाच्या फासात आडकायचं काय रं? आत्ताच त्याचं कोनतं वय झालंय?" शिवराजच्या अंगावरून गातावर मागे हात टेकून ग्यानू म्हणाला,

"अक्का, एक गोष्ट मातर खरी, लाखात एक सोईरपन हय बग! कोनत्याच गोष्टीची कमी नाही. भवतालच्या दहा गावात तशी आसामी नाही. दूरवर आसकारा हय. मुलगीबी चित्रासरकी रूपवान हय मनतात. आपला रामराव पाटील सांगत व्हता. त्याह्यचे ते जवळचे पाव्हनेच हत ना."

अक्का म्हणली, "आसतील! ग्यानू, मला तुहीबी कमालच वाटयली! आपल्या लेकराचा काही इचार केलास काय? जव्हा येळ येईल तव्हा बगू! बस्स झालं! परीक आताच एवढी घाई नको रं बाबा!"

विठोजी पाटलांनी बरेच दिवस वाट पाहिली. अनेकांना मध्यस्थी घातले पण शिवराजला कॉलेजला शिकायचे असल्यामुळे आत्ताच लग्नाची घाई नाही असे वारंवार सांगितल्यावर त्यांनी नाद सोडून दिला.

कृषि महाविद्यालयातली दोन-वर्षे पूर्ण करून शिवराजने तिसऱ्या वर्षात पदार्पण केले. तो महाविद्यालयातला उत्तम नट होता. उत्कृष्ट वादविवादपटू होता. सर्वच सांस्कृतिक कार्यक्रमात तो हिरिरीने भाग घ्यायचा. त्यामुळे त्याचा मित्रपरिवार अफाट होता. एकट्या कृषि महाविद्यालयातच नव्हे तर परभणीच्या सर्व महाविद्यालयातले विद्यार्थी त्याला ओळखायचे. अधूनमधून पाव्हणेरावळे त्याच्या लग्नाची प्रत्यक्ष अप्रत्यक्ष चौकशी करायचे, पण शिक्षण पूर्ण झाल्याशिवाय लग्नाचा विचार करायचा नाही असे त्याने ठरवून टाकले होते.

लग्नाच्या मोहात न पडता शिवराजने शिक्षण कसोटीने पूर्ण केले आणि कृषिशास्त्राची पदवी घेऊन तो गावी परत आला. आता मात्र त्याचे लग्न उरकण्याची शांताअक्काला घाई झाली.

पदवीधर झाल्यावर मुलींची उडी पडेल आणि पाहुण्यांच्या लाईन लागतील असे शांताअक्का आणि इतरांनाही वाटले होते, पण तसे काही झाले नाही. शिवराजने पदवी घेऊन घरी रहायचे जाहीर केल्यावर तर चांगल्या मुली सांगून येणे थांबलेच. लोकांना ड्रायव्हर, कंडक्टर, शिक्षक, चपराशी असे मामुली चाकरमाने चालत होते, मात्र सुविद्य असा साठ एकराचा मालक नको होता. यात लोकांच्या मानसिकतेचा भाग होता तसा नोकरीवाल्यांच्या संरक्षित पगाराचा आणि त्यांच्या जोखीम नसलेल्या आरामदायी जीवनाचाही भाग होता. गावात येऊन सहा महिने झाले तरी अनुरूप स्थळ सांगून येत नव्हते.

नांदेडजवळ गोदावरीकाठी बोरगाव, हे शांताअक्काचे माहेर. बोरगावच्या सुभानराव पाटलाची बायको गंगाबाई शांताअक्काची मैत्रीण. शांताअक्का माहेरी बोरगावाला यायची तेव्हा सख्या भावजयीपेक्षा ती गंगाबाईच्या सहवासात जास्त रमायची. दोघींचे खूप जमायचे. गंगाबाईची मुलगी राधा एम.ए.च्या पहिल्या वर्षात होती. राधा सुस्वरूप, उंच, धिप्पाड बांध्याची, अंगापिंडाने मजबूत, डौलदार धाटणीची होती. हुशारीत तिला तोडच नव्हती. शाळेतले शिक्षक सुभानरावाजवळ तिची स्तुती करायचे तेव्हा सुभानरावरांना आकाश ठेंगणे वाटायचे. पण ते लगेच म्हणायचे,

"काय करता गुरुजी, शेवटी परक्याचंच धन हय! पोरगा असता तर तालेवार झाला असता!" सुभानरावाला एकुलती एकच मुलगी आणि चाळीस एकर बारमाही पाण्याखालची जमीन होती. ते बोलून दाखवायचे, "लगनाला काय खर्च लागंल तेव्हडा करू. मातर घरंदाज, राजेशाही घराना बगूनच बाईला देऊ!"

शिवराजला जमीनजुमला होता, घर बऱ्यापैकी होते, पण घराणा नावाजलेला नव्हता. त्यामुळे शिवराजचे नाव सुभानरावाच्या ध्यानीमनीही नव्हते. गंगाबाईला कधीमधी वाटायचे, पण धन्याचा तर्कटखोर स्वभाव बघून तिची स्पष्ट बोलायची हिमत व्हायची नाही. तिने राधाजवळ गोष्ट काढली. राधा बेहद खूश झाल्याचे दिसले पण ती काही बोलली नाही. राधा उल्हसित झाल्याचे पाहून गंगाबाईचा हुरूप वाढला. सुभानराव खुशीत दिसले की ती राधाच्या लग्नाची गोष्ट काढू लागली, पण अमुक एक स्थळ आहे असे सुचवायची तिची छाती होत नव्हती आणि होणार तरी कशी? सुभानराव विस्तवाचा धगधगता निखारा होता. स्त्री जातीला तो फारच गौण समजायचा. झाडून साऱ्या स्त्रिया मूर्ख असतात असा त्याचा पक्का समज होता. स्त्रीच्या मतीने चालणारा बाईलबुद्ध्या कर्तबगार होऊच शकत नाही, असे तो म्हणायचा. सुभानरावाच्या कलाप्रमाणेच तिला जुळवून घ्यावे लागायचे.

अशीच ती बोरगावाला माहेरी आली असताना गंगाबाईने तिला जेवायला बोलावले. राधाने स्वयंपाकात मदत केली आणि दोघींनाही जेवायला वाढले. शांताअक्काला आत्या आत्या म्हणून तिच्या पुढे पुढे करू लागली. तिची मर्जी संपादन करण्याची राधाची धडपड बघून गंगाबाईला फार बरे वाटले.

शांताअक्का म्हणाल्या, "आता किती शिकायचं माय, पुरी नाही झालं का? जास्त शिकलं की मंग आपल्या लोकात मुलं मिळत नाहीत. मुलगी

शिकलेली आन पोरगं आडानी, आसा इरजोडबी व्हवू नाही.''

राधा म्हणाली, ''अहो आत्याबाई, ज्या गोष्टीशी आपला काहीच संबंध नाही, त्या गोष्टीची उगीच चिंता कशाला करायची? वडील माणसं ज्या दावणीला नेऊन बांधतील तिथं मुकाट्यानं जायचं.''

शांताअक्का म्हणाल्या, ''आजकालच्या शिकलेल्या पोऱ्ही कहाच्या मुकाट्यानं जातात माय? त्याह्यची पसंती झाल्याशिवाय मायबापाला हालू देत नाहीत!''

''पसंती असो की नसो, मुलगा शिकलेला असो की अडाणी, स्त्री जातीला गुलाम म्हणूनच जीवन जगावं लागतं!''

''आगं, गुलामीतच मजा आसती. करायचं आन खायाचं! डोस्क्याला ताप नाही!''

''माणसाला निदान आपल्या भावना जोपासण्याएवढं स्वातंत्र्य असावं.'' राधा.

''तू काय बोलतीस ते आम्हाला काही कळत नाही माय! आम्हाला एकच कळतंय, पदरी पल्डं आन सोनं झालं! नशिबानं जे मिळालं त्यात सूक मानाव!''

दोघींचा संवाद तोडत गंगाबाई म्हणाल्या, ''राधाचं लगन मनलं की पोटात कालवाकालव व्हयाली बगा. आता ती चिमनीवनी उडून गेल्यावर आम्ही कोनाच्या तोंडाकडं बगाव?'' असे म्हणून ती रडायला लागली.

राधा थोडी दरडावणीच्या आवाजातच म्हणाली, ''आई, तुझं आपलं काहीतरीच असतं. आत्या, मी हिला कितीवेळा समजावून सांगितलं की आजकाल मुलगा आणि मुलीत काहीच फरक नसतो. आमच्या गावच्या भाऊराव पाटलाचा मुलगा डेप्युटी कलेक्टर आहे. तो दोन दोन वर्षे गावी येत नाही. आला तरी सकाळी येतो आणि संध्याकाळी घाईघाईत परत जातो. भानुदासरावाचा मुलगा मिलिटरीत आहे. दोन वर्षांपूर्वी तो सुट्टी काढून दिवाळीला आला होता. त्याची सुट्टी रद्द झाली आणि दिवाळीच्या आदले दिवशी त्याला बॉर्डरवर ताबडतोब हजर व्हायचा हुकूम झाला. जी मुलं शिकतात, बाहेर काम करतात त्यांचा कुटुंबाशी किती संबंध असतो? त्यांच्या बाबतीत आईवडिलांना काहीच वाटत नाही, मग मुलींविषयी एवढं अवघड का वाटून घ्यायचं!''

शांताअक्का म्हणाली, ''तू मनतीस ते खरं हय. मातर मुलीच्या जातीचं जरा येगळं आसतंय. ती सासरवासीन असती. तिचं जीवन परस्वाधीन आसतंय. घरचे मानसं चांगले आसले त बरं, नाहीतर इनाकारन जाच आसतंय. मनून मुलीची काळजी आसती.''

"बरं आत्या, तुम्ही दोघी बसा बोलत, मी वर जाऊन अभ्यास करते."

"बाई, तुम्हाला एक इचारीन मनते, परीक हिमतच व्हईना बगा!"

"आन तू मला कव्हापसून भियालीस? आपलं दोघीचं रक्ताचं नातं नसलं तरी पेरमाचं नातं हय. मनूनतर मी हक्कानं तुह्याकडं येते. काय इचारायचं ते मोकळ्या मनानं इचार. बिलकुल आनमान करू नको."

"दुसरं काहीनाही व्हं, हेच, राधा तुमच्या घरी देवाव आसं मला मनातून वाटायलय."

शांताअक्का गदगद हसली. म्हणाली, "गाढवाची न घोड्याची कोठं बरोबरी व्हती काय? आम्ही कोठं, तुम्ही कोठं? जंगलातले चिते तुम्ही! उगंच सिंहाच्या जबड्यात शेळीचं पिल्लू कहाला माय? तुला मोप वाटत आसंल, मातर सुबानदादा या गोष्टीला कव्हाच तयार व्हनार नाही."

बोलणे पुढे चालू ठेवीत गंगाबाई म्हणाली, "जा माय, तुम्ही त मव्ह बोलनं हसन्यावरच नेयाल्या! जबडा सिंहाचा आसल नाहीतर वाघाचा, परीक हय मुलीच्या बापाचाच! बाई, कसंय करून तुम्ही आम्हाला पदरात घेवाव आशी इनंती हय. मी आनखी तुमच्या दादाला इचारलं नाही, परीक तुमची परवानगी आसल तर इचारते."

शांताअक्का म्हणाली, "गंगा, तू येडी हस की काय? आगं, राधाच्या लगनाइषयी सुबानदादाचे मनसुबे काय हतं ते मला समदं ठाव हय. मोठ्या आसकारलेल्या घरान्यात राधाला देयाचा त्याह्यचा इचार हय. आम्ही फाटकेतुटके, गरिबीत जगनारे मानसं हत. तू नुसतं आमचं नाव काल्ढस तरी दादाची तळपायाची आग मस्तकाला जाईल, आन मव्ह तुमच्या घरीबी येनं बंद व्हईल. गंगा, तुला मही शपत हय, तू सुबानदादाला आसं काही इचारून अवालक्षन करू नको! मला कोनाच्या खडकूची आशा नाही. आम्हाला पोरगी न मिळती चीज नाही आन तुम्हाला मनासरका मुलगा न मिळता नाही. आसं काही इचारून उगीच आपल्या पेरमात आन समंदात बाधा आनू नको!" शांताअक्काचे हे बोलणे ऐकून गंगाबाई पार हादरली. आपण काहीतरी फार मोठी चूक केली म्हणून तिला अपराध्यासारखे वाटू लागले.

माहेरी आल्यावर शांताअक्का आणि गंगाबाईचे एकमेकींना भेटणे, जेवणे-खाणे, तासंतास दोघीनीच गप्पा मारणे ह्याचा अर्थ लोकांनी जो लावायचा तोच लावला. त्या दोघी शिवराज आणि राधाच्या लग्नाविषयीच बोलत असणार असा सर्वांनी कयास केला. लोकांची कुजबूज होत राहिली, आणि ती सुभानरावाच्यासुद्धा

कानावर गेली. त्यांना ते मुळीच आवडण्यासारखे नव्हते. नसते वांधे नको म्हणून ते संयम बाळगून गप्प होते.

खरी बेचैन होती ती गंगाबाई! शिवराजविषयीचे विचार काही केल्या तिच्या मनातून हटत नव्हते. शिवराजशी संबंध जुळवण्यास राधाची संमती आहे ह्याची तिला शंभर टक्के खात्री झाली होती. पण ह्याविषयी सुभानराव कट्टर विरोधात आहेत हेही तिला पक्के माहीत होते. सुभानरावाच्या गळ्यात घंटी कशी बांधायची हा एक अनाकलनीय जटिल प्रश्न होता. शेवटी गंगाबाईने एक दिवस हिय्या करून सुभानरावजवळ शिवराजचा विषय काढला.

"एक गोष्ट इचारू का!"

"हं ऽऽ! काय?"

"राग माननार नसाल त इचारते"

"काय हय ते कळू तर देशील की!"

"मला येडीला तुमच्या म्होरं काही कळत नाही. मी मनील तसं केलंच पाह्यजे असंय काही नाही. उगं इचारायचं मनून इचारते!"

"इच्चा माईचा ताप! आगं, काय इचारायचं ते सांगशील की नाही!"

"नाही, मी मनीत व्हते, इंजनगावचा शिवराज आन राधाचा जोडा बरा नाही काय!"

"बरा कसा नाही, रग्गड हय! परीक इंजनगावापसोर जायाची गरज काय हय? मधी गोरगरीबायनं भरलेले बख्खळ गावं हतं की! आन तुला तिच्या लगनाची काळजी वाटायला तिचा बाप मेला की काय!"

"तसं नाही व्ह, तुम्ही त एकदम रागातच येता!"

सुभानरावाने समोरचे ताट उचलून फेकून दिले. त्यांनी गंगाबाईकडे अशा रागाने बघितले की, तिच्या अंगाचा थरकाप झाला. त्याचा आवाज घोगरा झाला आणि ते गरजले, "तुला चिपडीला हे नसते धंदे करायला कोनं सांगितले? चिचोक्याएवढी आक्कल नाही आन निघाली आभाळातल्या चांदन्या मोजायला. ती शांती येऊन तुहे कान भरायली वाटतंय. खबरदार पुन्हा ती वाड्यात आली तर! आपलं एकुलतं एक लेकरू, तिचं कल्यान कसं करायचं ते मला ठावं हय. बायकायला भाईरचं जग ठावं नसतय. त्याह्यनं आपला घर-संसार बगावं! गरज नसताना कोठंय शहानपन पाजळू नाही." सुभानराव उभ्या उभ्याच पाणी प्याले आणि पाठीमागे हात बांधून बैठकीत कितीतरी वेळ फेऱ्या मारत राहिले. बायकांना सतत दाबून ठेवणे, त्यांना कधीच तोंड वर काढू न देण्यात पुरुषार्थ मानणारे ते

मोगलाई वृत्तीचे पुरुष होते. हे वागणे गंगाबाईला कितीही जाचक वाटले तरी ते निमूटपणे सहन करण्याशिवाय दुसरा मार्ग नव्हता. अवसान गळाल्यासारखे नेट लावून ती उठली आणि स्वयंपाक घरातली आवराआवर करून बाजेवर जाऊन कलंडली.

सुभानरावच्या बोलण्याचा गंगाबाईला एवढा उद्वेग वाटला की तिची छाती भरून आली आणि कानठळ्या बसल्या. छताकडे अतिशय विमनस्क होऊन बघत ती अश्रूंना वाट मोकळी करून देत होती. बायकांच्या निरर्थक आणि अपमानित जिण्याची तिला एवढ्या प्रकर्षाने जाणीव कधीच झाली नव्हती. तिला वाटले, "ही कोनती पद्धत? बायकायला काहीच किंमत नाही काय? नवऱ्यानं बायकूचं मननं नुसतं ऐकून सुदीक घेऊ नाही? आमचं मननं नाही पटलं तर नाही, परीक एकदमच आदळआपट आन आपमान करायची काय गरज हय? बायकायनं भल्या पहाटंपसून रात्रीपस्तोर गाढवासरकं राबायचं, लेकरायचा गू-मूत करन्यापसून सगळ्यायची भरोभरती करायची, त्यासटी ढोर मेहनत करायची आन येव्हारात एक सबद बोलायची मुभा नाही, हे कोठला न्याव? पोटच्या लेकराच्या भल्याबुऱ्याचा इचार करायचीयबी मोकळीक नाही? मानसायनं कसंय बोलाव, कसंय वागाव, त्याह्यला सगळं रान मोकळं. परीक बायकायचा जल्म फकस्त मानसायची मर्जी संबाळन्यासटी! थू .. .. .. अशा जिन्यावर!!" राग अश्रूत विरघळून वाहून गेला. तिला कधी झोप लागली ते कळलेही नाही. दुसरे दिवशी कोणाला थोडेही कळू न देता धन्याला मात्र आपल्या नाराजीची जाणीव व्हावी अशा बेताने तिचे व्यवहार सुरू झाले.

शांताअक्काने शिवराजच्या कानावर गोष्ट घातली. त्याने फारसा उत्साह दाखवला नाही. नुसते हुं हु म्हणून आईचे म्हणणे ऐकून घेतले. सुभानरावाच्या डोक्यात राधाच्या भवितव्याविषयी किती अवास्तव कल्पना आहेत हे शिवराजला चांगले माहीत होते. ते आपल्या कल्पनांना मुरड घालतील अशी सुतराम शक्यता नव्हती. राधाला भाऊ नव्हता. शिवराज राधाच्या प्रॉपर्टीसाठी लग्न करतोय असा ठपका लोकांनी सहजपणे ठेवला असता. त्यामुळे ह्या प्रस्तावाला आपल्याकडून प्रोत्साहन देणे शिवराजला अप्रस्तुत वाटले. त्याने आईचे म्हणणे ऐकून घेऊन कसलीही प्रतिक्रिया न देता तो विषय डोक्यातून काढून टाकला आणि नित्याच्या कामात गढून गेला.

* * *

८

कोणत्याही गोष्टीची सुरक्षितता नसलेलं इंजनगावचं जीवन कमालीचं तकलादू होतं. गाव भरून घरं होती पण निवारा नव्हता. पावसात गळायची, उन्हात तळायची, थंडीत गारठायची, वाऱ्यात उडायची. माणसांपेक्षा साप, विंचू, किडे, डास, चिलटे, माशा, उंदीर, घुशी, पाली, झुरळे यांची मिजास जास्त! रस्ते नव्हतेच! सगळ्या सांदी! वीस फूट लांबीत दोन जागी वाकलेल्या तीन चार फूट रुंदीच्या बोळी! खाली टोळ गोटे, सांडपाण्याचा चिखल, कचरा, घाण, आणि दुर्गंधीतून उड्या मारत चालावे लागायचे. चारदोन हात मोकळी जागा दिसली की तिथे उकिरडा! घराच्या एका भागात गाई गुरांचे गोठे, शेण-मूत्र आणि कचऱ्याने सदा बरबटलेले! त्यात सगळा संसार काट्याच्या अणीवर! एकच धोतर, एकच निमस्ती, एकच लुगडे, एकच चोळी, फाटले की तेच शिवायचे, ठिगळं लावायचे, जुने जीर्ण होईपर्यंत तेच वापरायचे! बहिणीला दोन दिवस सणाला आणायचे म्हटले तरी अगोदर सवई-दिढीने कर्ज काढायचे! आजार फारच जिवावर बेतला तरच औषधपाणी मिळायचे! सगळे कसे फाटके, तुटके आणि मोडके! एक ना धड, भाराभर चिंध्या!

सगळ्या जगाचं पोषण करणारा, उन्हातान्हात, थंडीत, पावसात काबाडकष्ट करणारा, रक्ताचं पाणी करून मातीत मोती पिकवणारा श्रमजीवी शेतकरी असा कफल्लक का? कधीतरी ह्या देशात व्यापार आणि चाकरीपेक्षा शेती उत्तम होती; मग आता ती कनिष्ठ का झाली? नैसर्गिक साधनसंपदेचा ऱ्हास झाला, की आपले कसब हरवले? साधनसंपदा आहे तिथेच आहे, कसब कैक पटींनी वाढले, एवढेच नाही तर उत्पादनसुद्धा चार-पाच पटींनी वाढले, उत्पादन पटीनी वाढले आणि शेतकरी गरीब झाले, असा कसा उफराटा हिशोब? शेतकरी जगला तर देश जगेल, असे सर्वच जबाबदार माणसे वारंवार बोलतात, मग शेतकरी मरणोन्मुख झाला असतानाही त्याला कोणी सहारा देत नाही ह्याचा अर्थ काय? शेतकऱ्यांचे शोषण करणाऱ्या व्यवस्था अधिक अमानुष आणि अधिकाधिक राक्षसी बनल्या तरी त्यांना कोणी पायबंद घालीत नाही म्हणजे काय? शेतकऱ्यांना प्रस्थापित

शोषकांच्या मगरमिठीतून कोण सोडवू शकेल? ह्या देशात एकही राजकीय पक्ष, कोणीही नेता, शेतकऱ्यांच्या हिताचे काम करू शकत नाही. आपल्याकडे ज्या ज्या म्हणून कल्याणकारी यंत्रणा आणि व्यवस्था आहेत त्यापैकी शेतकऱ्यांना सहारा देऊ शकणारे कोणीही नाही, तात्पुरती, थातुरमातुर मलमपट्टी करून, तोंडाला पाने पुसणारे अनेक असले तरी समस्येचे समूळ उच्चाटन करायचे कोणाचेही धोरण नाही. मग ग्रामीण भागाला वैभव पहायला मिळणारच नाही का? एक अत्यंत हीन आणि बहिष्कृत समाजघटक म्हणूनच तो कायमचा दुर्दैवाच्या फेऱ्यात खितपत पडणार आहे का? ग्रामीण समाजाची ही भग्नावस्था बघून शिवराज व्यथित व्हायचा. विचार करता करता तो एकाच मुद्द्यावर येऊन थांबायचा, की गावकरी स्वबळावर स्वत:चा विकास करायचे ठरवत नाहीत, तोवर त्यांचा भाग्योदय होणार नाही! 'सेल्फ हेल्प इज द ओन्ली सोल्यूशन!'

परिवर्तनासाठी लागणाऱ्या एकाही गोष्टीची अनुकूलता नसताना क्रांतीचे स्वप्न बघणे म्हणजे शुद्ध वेडेपणा होता. शेतकऱ्यांच्या नावावर जे जे पक्ष, संघटना निघाल्या त्या फारच अल्पजीवी ठरल्या. त्यांनी जी ध्येयधोरणे समोर ठेवली त्यातला थोडा अंशसुद्धा ते साध्य करू शकले नाहीत. असा सर्व नाउमेद करणारा इतिहास समोर असतानाही त्याच प्रश्नांचा पाठपुरावा करणे अंधारात उडी मारण्यासारखी जोखीम होती. मार्ग जेवढा धूसर, अस्पष्ट आणि कठीण वाटेल तेवढीच त्या मार्गाने जाण्याची शिवराजची इच्छा प्रबळ होऊ लागली, धैर्य दाखवण्यासाठी नव्हे, काळाची निकडीची गरज म्हणून! जो विचार काळाच्या कसोटीला कधीच उतरला नाही तोच ग्रामीणसमाज परिवर्तनाचा विचार लोकांमध्ये रुजवण्यासाठी शेवटी शिवराजने 'ग्रामीण क्रांती संघटना' स्थापन केली.

इंजनगाव क्रांती संघटनेचे पदाधिकारी निवडले गेले. अंकुशराव मोठ्या आणि छोट्या दोन्ही वयोगटात चपखल मिसळायचे, शिवाय ते सकारात्मक विचाराचे होते, म्हणून त्यांची अध्यक्षपदी निवड झाली. रामराव पाटलाची सून गोदावरी उपाध्यक्ष, मारुती सचिव, रंगुमाय खजिनदार आणि केशव, दत्ता, उमाजी, योगाजी वगैरे सदस्य झाले. पंधरा दिवसातून एक वेळ कार्यकारिणीची बैठक आणि महिन्यातून एक सर्व सभासदांची सभा घ्यायचे ठरले.

क्रांती संघटना, गावकऱ्यांना एकत्र जमायचे निमित्त झाले. नियमित बैठका होऊ लागल्या. गावातले बिगर सभासद नागरिकसुद्धा चर्चेत मोकळेपणाने भाग घेऊ लागले. चर्चा रंगू लागल्या. कधी नव्हे ती गावाच्या विकासाची स्वप्ने लोकांना पडू लागली. तरुणांना तर विकासाचा 'नाद' लागू लागला. कुठेही चार

माणसे जमली की विकासावर बोलले जाऊ लागले, पण नुसत्याच वांझोट्या चर्चा काय कामाच्या? सोनाराच्या नळीत एकीकडून फुंकलेला वारा दुसरीकडून निघून जातो तशातली गत! वेळेचा खराबा! टीका करणारांना तेवढीच संधी. अशाच एका बैठकीत मेकड्या भगवान म्हणाला,

"बस झालं गडे हो, येरंडाचं गुऱ्हाळ! एवढे मानसं जमायलेत, बोलून बोलून गर्दा करायलेत, परीक त्यातून मतलबाचं काहीच निघं ना. क्रांतीची भ्रांती व्हयाली. तेच तेच इषय चिवडीत बसल्यानं परगती व्हनार नाही."

रावजी म्हणाला, "आशी गरबड करू नका गड्या! दम ठेवा. कोनत्याय गोष्टीला मोडा घालनं सोपं आसतंय, एखांदी गोष्ट नेटानं करून दाखवन्यात कर्तबगारी आसती. आपलं गाव दुसऱ्या गावायपरता येगळं हय ही गोष्ट ध्यानात घ्या. आपुन सिंचन यवजना उभी केली आन ती गुन्यागोईंदानं चालूबी हय. ही यवजना व्हईल, आन झाली तरी चालंल आसं कोनाला तरी वाटलं व्हतं काय? केवढाले आडथळे व्हते? आपुन हिमत धरली मनून आपनाला जय आलं. तसंच जय, हार एक गोष्टीत येत राहील आसं मला तरी वाटायलय बाबा!"

डोळे फाडून आणि गळ्याच्या शिरा ताणून चोपीवरचा पुरभा म्हणाला, "शिवराजला खरा बहाद्दर मनावं लागंल! पठ्ठ्यानं अशा धोरणानं काम केलं की ज्याचं नाव ते. भल्याभल्याच्या टांगंखालून गेला, कोनाला पत्ता नाही लागू देला. संगचे मानसं सांगू लागले की, त्या भाडखाऊ चेअरमनला रंगुमाईनं आसे शालीतून हानले मनं, त्याची नुसती फ्या फ्या उडाली! दुष्काळात शिवराजनं जे काम केलं त्याचं सगळी दुनिया नाव घेयाली. शिवराजचं ऐकून चलन्यात आपलं भलं हय याची मला शंभर टक्के खात्री पटली!"

अंकुशरावांनी शिवराजला विचारलं, "आपल्या मुलायचं शिक्षन चांगलं व्हवावं, शेती सुदरून उतपन वाढाव, गावात एकोपा रहावं, अमुक ढमुक, आसे परस्न आपल्या समोर हतं. आता आपल्याला सुरुवात कोठून करायची आन कशी करायची!"

शिवराज म्हणाला, "आपलं पहिलं लक्ष्य आहे, आर्थिक बळकटी मिळवणं. कमीत कमी खर्चात भरपूर उत्पन्न देणारी, महागडी पिकं आता आपण शोधली पाहिजेत. ज्वारी-बाजरीच्या भुसकटावर सिंचन योजनेचे खर्च भागवता येणार नाहीत. उत्पादन क्षमता आणि बाजारभावाचा अंदाज बांधून प्रत्येक हंगामासाठी वेगळी पीक रचना ठरवावी लागेल. हे काम वाटते तेवढे सोपे नाही. तज्ज्ञांच्या मदतीने ते करावे लागेल. जी पिकं घ्यायची आपण ठरवू, त्या पिकांचे उत्पादनतंत्र

तज्ज्ञांकडूनच घ्यावे लागेल. पेरणीपासून काढणीपर्यंतचा निरनिराळ्या कामांचा कालबद्ध कार्यक्रम निश्चित करावा लागेल. आपण शास्त्राला समजून चाललो तर सध्याच्या उत्पादनक्षमतेत कैक पटींनी वाढ करणे शक्य आहे. येत्या रब्बी हंगामासाठी पिकांची निवड करू. पूर्व तयारीला अजून महिना- सव्वा महिना बाकी आहे. संघटनेच्या सभासदांना निवडलेल्या पिकांचे प्रशिक्षण देण्याची सोय केली जाईल.''

उमाजी त्याच्या नेहमीच्या आडमुठ्या शैलीत म्हणाला, ''परशिक्षण आन फरशिक्षण! आता औतं हानायचे सोडून भरवा आमच्या शाळा! शिकायची आक्कल आसती तर तव्हाच कालेज शिकले नसते काय? याह्यचा मेंदू टाचत, आन डोस्क्यात चिखलाचा राडा आसतंय! चिखलात ग्यान भरून काही उपेग नाही. ते कचऱ्यासरकं सडून जाईल. परौढ शिक्षनाची लई मोठी यवजना सरकारनं राबविली. अबाबाबाबा ऽऽ! काय त्या पाट्या-पुस्तकं, काय त्या दिवे-बत्त्या, काय ते शिकविनारे मास्तरं, काय ते अधिकाऱ्यायचे दौरे, काय ते ग्रामगौरव, आता याद आली की हसू येतय. काय निघालं त्यातून? केळाची सालपटं! हजारो कोटीचा चुराडा! हात तुमच्या मायला! यवजना राबविनारे मातर झाले रंगलाल! लोकायला शहानं करन्यासटी सरकारनं तिजोऱ्या मोकळ्या केल्या. महापूर आल्यासरका पैसा वाहून गेला. नर्मदेचे गोटे जागच्या जागीच राह्यले. सारा गाव साक्षर आन वाचता येईना अक्षर! मी काय मनतो, कोनतीय गोष्ट करन्याआंधी ती खरच उपेगाची हय की नाही ते बगावं. मला सांगा, परशिक्षनाचा माघोनमाघं काही फायदा झालय काय? गावोगाव शेतकरी मेळावे व्हतात, बसून बसून कळा लागोस्तोर भाषनं व्हतात, भाराभर माहितीतली मासाभर तरी कोनाच्या डोस्क्यात शिरती काय? मंग आपल्याच गावात परशिक्षनानं लई पंडीत व्हनार हत काय!''

खवड्या लक्ष्मण उमाजीची री ओढीत म्हणाला, ''शेती करता करता आपल्या गवऱ्या मसनात गेल्या, आता शिकायचं काय राह्यलंय? नांगी कशी हानायची, हे इचुला कोनं शिकवाव लागयत काय? आपले बापजादे शेतकरी, बापजाद्यायचे बापजादे शेतकरी, माघल्या हजारो पिढ्यायपसून आपुन शेती करतो. समजा, देवाला शेती करायची पाळी आली त त्यालायबी आपनाला इचाराव लागंल! मंग आपल्याला शेतीचं ग्यान देनारे कोन हात टिकोजीराव?''

शिवराज म्हणाला, ''आपल्याला शेतीची माहिती आहे, असे समजणे हा तुमचा भ्रम आहे. जुन्या पारंपरिक शेतीत ठरलेली मोजकीच पिके घेतली जायची.

निंदण आणि कोळपणीशिवाय इतर कामं नव्हती. आता सेंद्रीय खते, जैविक खते, रासायनिक खते, रोग नाशके, कीडनाशके, संजीवके अशा अनेक गोष्टींचा वापर करावा लागतो. ह्या सर्व निविष्ठा अतिशय महागड्या असतात. त्या केव्हा, किती आणि कशा वापरायच्या ह्याची अचूक माहिती असेल तर त्यांचा वापर फलदायी ठरतो. पूर्वी शेती धोपटमार्गाने केली जायची, आता अनेक बारकावे आलेत. उत्पादन खर्च कमी करणे, एकरी उत्पादन वाढवणे आणि मूल्यवृद्धी करून वाजवी दरात माल विकणे ह्या त्रिसूत्रीवर भिस्त ठेऊनच आता शेती करावी लागेल, अडाणीपणा चालणार नाही.''

अंकुशराव म्हणाले, ''शेतीत बारकावे येयालेत आन आपला धोपटमार्ग काही सुटंना! शेतीसरके इघ्न कोनत्याच धंद्यात नाहीत. माल हातातोंडाशी आला आला मनताच काहीतरी इपरित घडतय आन डोळ्यादेखत हातातून सुटतंय. मनूनच आनुभवी मानसं मनतात, पदरात पडंल तेच आपलं! लईच इचितर धंदा हय मनलं तर! रोग आन किडे तर पाचवीलाच पुंजलेले हतं! कधी बखाड पडती तर कधी शेतात शेवाळ वाढोस्तोर बरसात व्हती. कधी गारपिटीनं धूळधान व्हती तर कधी बाजारभाव बेगुमान पडतात. कधी आमुक तर कधी ढमुक, त्या शेतकऱ्याला काय कही सुखाची झोप नशिबात नाही!''

शिवराज म्हणाला, ''तुम्ही म्हणता ते खोटे नाही. नाना प्रकारच्या धोक्यांमधून पीक बाहेर काढायचे म्हणजे तारेवरची कसरत असते. म्हणून पीक नियोजन हा अतिशय महत्त्वाचा विषय आहे पण त्याकडे कोणीच लक्ष देत नाही. एक पीक गेले तर दुसरे हाती लागावे असे पीक नियोजन केले पाहिजे. पावसाचा लहरीपणा हा एक मोठा धोका आहे. पाऊस उशिरा पडतो, कधी पीक वाढीच्या काळात ताण देतो तर कधी पिके जागेवरच सडतील एवढा जास्त होतो. पावसाच्या अशा सर्व प्रकारच्या लहरीपणातून सुटायचे असेल तर फळपिके हे त्याला उत्तर आहे. पाऊस कमीजास्त झाला किंवा वेळेवर नाही आला तरी बहुतेक फळपिकात विशेष फरक पडत नाही.

फळझाडे म्हणजे उत्पन्नाची हमी, असे मात्र म्हणता येत नाही. त्यांच्यावर काही कमी संकटं नसतात. अशा रीतीने फळझाडांसकट सर्वच पिकांनी दगा दिला तरी कुटुंब उघडे पडू नये म्हणून एखादा पूरक व्यवसाय असला पाहिजे. जो शेतीतल्या गौण उत्पादनावर चालतो आणि व्यवसायातून निर्माण होणारी गौण उत्पादने परत शेतीत वापरता येतात. जसे कडबा हे गौण उत्पादन आहे, गाईगुरे कडब्यावर जगतात आणि शेणमूत्राचे खत शेतीला देतात म्हणून 'दूध

उत्पादन' हा शेतीला पूरक व्यवसाय समजला जातो. असे पूरक व्यवसाय शेकडो प्रकारचे असतात. आपल्याला आवडणारा कोणताही व्यवसाय निवडावा, असे पद्धतशीर नियोजन केले तर आपली आर्थिक स्थिती थोडीफार सुधारू शकते.''

गुळगुळीत रस्त्यावर एकदम गचका बसल्यासारखे रामराव पाटील बोलले, ''हात्तेच्च्या!! मंजी डोंगर पोखरून उंदीरच निघनार काय? अहो, शहरातल्या शेठ लोकायसरकं धनवान व्हयाची काही हिकमत सांगा की!''

शिवराज म्हणाला, ''आत्ता कसं बोललात! जिज्या, ते स्वप्न बघायला फार वेळ लागणार नाही. आपण चांगल्या विचारानं पुढे गेलो, तर येत्या पाच वर्षात इंजनगावच्या ह्या भूमीतून सोन्याचा धूर निघेल. त्यासाठी आपल्याला सांघिक व्यवसाय उभारावे लागतील. आज आपण जी उत्पादने करतो त्यांची किंमत ग्राहक ठरवतो. सांघिक पद्धतीने मोठ्या प्रमाणावर केलेल्या उत्पादनाची किंमत आपण ठरवू, ती किफायतशीर असेल. आजच त्याच्या खोलात मी जात नाही. कारण तो पुढच्या टप्प्यातला कार्यक्रम आहे.'' येणाऱ्या बैठकीत रब्बी पिकांचा आराखडा द्यायचे ठरवून सभा संपली.

बैठक संपल्यावर शिवराज तिथे एक मिनिटसुद्धा थांबत नसे. लोकांना उलटसुलट चर्चा मोकळेपणाने करता यावी असे त्याला वाटे. बैठकीनंतर टवाळ बसायचे आणि झालेल्या चर्चा किती फालतू होत्या त्यावर मनमुराद तोंडसुख घ्यायचे.

गावातले चारदोन टोळभैरव सोडले तर शिवराजविषयी बहुतेकांच्या मनात आपुलकी होती. बालपणीच वडील गेल्यावर घरात आईशिवाय दुसरे माणूस नव्हते. शिवराजला अंगाखांद्यावर खेळवत, आई एकटीच शेती बघायची आणि घरगाडा ओढायची. गावातल्या बायाबापड्या तिच्याविषयी हळहळायच्या, सहानुभूती दाखवायच्या, धीर द्यायचा प्रयत्न करायच्या. सबंध गावाचा तिला आधार वाटायचा, म्हणून सर्वांच्या पोटात शिरून ती प्रेमाने वागायची. पोरकेपणाच्या भावनेने ती अपराध्यासारखी मलूल होऊन राहायची. शिवराज चार महिन्याचा असताना ती आजारी पडली. तिचे दूधच आटले. बाळ वरचे दूध घेईना आणि काही केल्या आईला पान्हा फुटेना. मग गावात अनेक आया तयार झाल्या. शिवराजच्या रडण्याचा थोडा जरी आवाज आला तरी एखादी लेकुरवाळी बाई लगबगीनं यायची आणि त्याला स्तनपान द्यायची. काही बाया ठरावीक वेळी यायच्या आणि पाजून जायच्या. दिवसाकाठी चारसहा माऊल्यांचे तरी त्याला दूध मिळायचे.

एके दिवशी शिवराज बेरात्री उठला. दोन वाजले असावेत. सारा गाव सकाळच्या गाढ निद्रेत होता. बाळ आक्रस्ताळून आक्रस्ताळून जिवाच्या आकांताने रडत होते. काय झाले तेही कळेना. शांताअक्का घाबरून गेली. खांद्यावर टाकून थोपटले, अंगणात फिरवले तरी रडे थांबेना. रडता रडता श्वास सोडून देतो की काय एवढा तो कासावीस होत होता. हातपाय ताणून, पूर्ण जोर लावून तो रडू लागला. आंजारून गोंजारून, सर्व शरीरावर हात फिरवून, शांताअक्काने त्याला शांत करण्याचा प्रयत्न केला पण व्यर्थ! ती परेशान झाली. कशाचाच काही उपयोग होत नाही असे पाहून तिनेच रडायला सुरुवात केली. जवळ आधाराला माणूस नाही. बाळाची अवस्था बघवत नाही. 'काय करू रे माझ्या राजा' असे असहायपणे बोलून बाळाला हृदयाशी कवटाळू लागली. तेवढ्यात वाड्याच्या दाराची कडी वाजली.

शांताअक्कानं विचारलं, ‘‘कोन हय?’’

बाहेरून आवाज आला, ‘‘मी बुधवाड्यातली मुक्ता हय. माय, दरोजा उघडा.’’

दरवाजा उघडताच मुक्ता आणि तिचा नवरा काशीराम आत आले. मुक्ता घाई घाई बाळाला घेऊन म्हणाली, ‘‘हाड हाड हाड बाळा, काय झालं ग माय सोन्याला? गाई गाई गाई, बाळाला दुदू देई! ये ये ये, कुत्तू ये! आलं काय ग माय कुत्तू!’’ तरी बाळाचे रडणे थांबेना.

मुक्ता म्हणाली, ‘‘माय, याला थान पाजू का हो? मी तुमच्या जातीची नाही, परीक माईच्या दुधाला काय दोस हय?’’

शांताअक्का म्हणाली,

‘‘मी मनले काय दोस हय मनून? पाजल्यावर लेकरू लडायचं थांबलं त बरंच हय की!’’ मुक्तानं पदराखाली झाकून स्तन तोंडात देताच बाळ रडायचं थांबलं. स्तन चुरूचुरू ओढून आधाशासारखं पिऊ लागलं. रडून रडून अंगावर, डोक्यावर डब डब घाम आला होता. मुक्ताने पदराने घाम पुसला आणि फू फू फुंकर मारली. बाळाला एकदम ताजेतवाने वाटले असावे. त्याने पीत पीतच हातपाय हलवून खेळायला सुरुवात केली. शांताअक्काचा जीव भांड्यात पडला. मुक्ता आनंदाने हसून म्हणाली,

‘‘माय, लेकराला भूक लागली व्हती व्ह! लडून लडून जीव हाबूस झालाय बगा!’’ मुक्ता लेकराला कुरवाळू लागली. फुंकर मारू लागली. शांताअक्काच्या डोळ्यातून खळखळ अश्रूधारा वाहू लागल्या. सद्‌गदित होऊन ती म्हणाली,

"तू देवानं धाल्ड्यासरकी आलीस बग, नाहीतर काही खरं नव्हतं. तुहे उपकार कसे फेडू बाई!"

मुक्ता म्हणाली, "माईच्या दुधाचे उपकार फेडायचे नसतात, ऋनात राह्याचं आसतंय! आन आता आसू गाळू नका. इडापिडा टळली!"

काशीराम हसत हसत म्हणाला, "काय बापा हे लडनं, सगळं गाव हादरून टाकलं. मालक लई रागीट व्हतात काय की बापा!"

त्यावर शांताअक्का म्हणाली, "नाही तर काय, बग की, येवढुसा जीव नाही, आन केवढा आगजाळपना! त्याला खेळवा. थोडं मी चहा करते."

मुक्ता म्हणाली, "आता या वखताला चाहा कहाला जी? "

शांताअक्का म्हणाली, "बसा माय, पहाट झालीच की, घेऊ थोडा थोडा! मव्ह त काळीज आजून लटलट करायलंय! तू आलीस मनून लई चांगलं झालं बाई!"

चहा घेत घेत काशीराम म्हणाला, "अक्का, नाही तर एक करता काय? लेकरू थोडं नेनतं व्हवोस्तोर मुक्तीला राहू द्या रातच्याला इकडं!"

शांताअक्का म्हणाली, "आरं, ती काय मोकळी हय काय, तिच्याय गळ्याला लेकरू हय! एवढे दिवस कठविले, तसेच पुढचेय कटतील! आसंच जाता येता लक्ष राहू द्या!"

शिवराजविषयीच्या अतीव आपुलकीची पाळेमुळे त्याच्या पोरकेपणाच्या पार्श्वभूमीत होती. साहजिकच त्याच्या वागण्या-बोलण्यात विनम्रता आणि कृतज्ञतेची झाक असायची. शिवराजच्या हुशारीची आणि कर्तबगारीची कोणी स्तुती करू लागले तर शांताअक्का अभिमानाने म्हणायची,

"उगच नाही, मव्हा शिवबा अर्ध्या गावातल्या बायायचं दूध पिलेला छावा हय, छावा!"

माणूसस्वभाव म्हणून शिवराजला गावात विरोध होता, पण विरोधकांचा त्याने कधी डूख धरला नाही किंवा त्यांचा वचपा काढायची ईर्षा बाळगली नाही. विरोध झाला तरी काही घडलेच नाही अशा आविर्भावात तो पुढे चाले. तो कोणत्याही कामाचे श्रेय कधी स्वत:कडे घेत नसे. महत्त्वाकांक्षेच्या आहारी जाऊन जिद्दीला पडत नसे किंवा आपले म्हणणे कोणावर लादत नसे. गाव माझा, मी गावाचा! एवढे त्याचे व्यवहार निर्मळ होते.

* * *

९

शिवराजचे वर्चस्व योगाजीला खुपू लागले. शिवराज जेवढा चांगला वागेल तेवढे ते योगाजीला तिरस्कारणीय वाटू लागले. गावात आपलेच वर्चस्व असावे अशी त्याची प्रबळ इच्छा होती. बोलताना कोणी विरोध केला, की तो एकदम रागात यायचा आणि समोरच्याचा पाणउतारा होईल असे टाकून बोलायचा. अपमानित माणसं चडफडायची, पण त्याच्या उद्धटपणामुळे गप्प बसायची. शिवराजविषयी त्याच्या मनात चीड निर्माण होऊ लागली, तसा त्याचा फटकळपणाही वाढू लागला. कोणाचेही चांगले झालेले त्याला अजिबात रुचत नसे. वाईटात आनंद मानणारा तो विघ्नसंतोषी माणूस होता. पुढेपुढे तर सुखाच्या जागी विष कालवणे हा त्याचा आवडीचा छंद झाला. कोणाचे नुकसान कसे करायचे, हेच त्याच्या डोक्यात असायचे. भावा-भावात, नवरा-बायकोत, शेजाऱ्या-शेजाऱ्यात, सासू-सुनेत, दोन गटात, दोन जातीत, दोन पाहुण्यात कळ लावून भांडणं उभी करायची आणि भांडणारे परेशान होऊन तटीला पडल्यावर दोघांकडूनही पैसे उकळून आपणच मध्यस्थी करायची, असा त्याने चलाखीचा धंदा सुरू केला. वसमतच्या पोलीस ठाण्याशी संधान साधून तो अफरातफरीच्या कामात पोलिसांचा एजंट बनला. काहीही करून गाव आपल्या मुठीत ठेवणे हा त्याचा उद्देश होता. क्रूर कामे करून आणि दहशत निर्माण करून त्याने गावावर दरारा जमवला.

योगाजी कपटी होता तसाच तल्लख बुद्धीचा होता. माणसातले वैगुण्य त्याच्या चटकन लक्षात यायचे.

"कामाजीबापू जेवनं देतय मंजी फार मोठा तीर मारीत नाही. दिढी दुपटीनं याज घेतंय, त्यातला एक दोन टक्का खर्च करतंय" असे शेरे ऐकून त्या व्यक्तीविषयी लोकांची मने कलुषित व्हायची. कोणाला कसे हाणून पाडायचे, माणसामाणसात वितुष्ट निर्माण करून स्वत:चे मोठेपण दुसऱ्यावर कसे लादायचे, ही चलाखी त्याला चांगली जमायची.

रामराव पाटील सर्वार्थाने गावचे पुढारी होते. स्वभाव मोकळा होता, सहकार्याची भावना होती, सर्वांशी सलोख्याचे संबंध होते, कोणतेही सार्वजनिक काम असो, की बरे वाईट

प्रसंग असो, ते स्वत: होऊन पुढाकार घ्यायचे व पूर्ण जबाबदारीने कार्य पार पाडायचे. घराघरातील भांडणं, कुरबुरी, त्यांच्या नुसत्या शब्दाने मिटायच्या. गैरमार्गाने वागणारांना त्यांची जरब होती. गावात एकूणच त्यांच्याविषयी आदरभाव होता. रामराव पाटलांचा वरचढपणा कमी झाल्याशिवाय गावाची सूत्रे आपल्या हाती येणार नाहीत, हे योगाजीला माहीत होते. त्यांची वैयक्तिक निंदानालस्ती करून प्रतिमा मलिन करायचे योगाजीने बरेच प्रयत्न केले पण त्यात त्याला फारसे यश आले नाही. रामराव पाटलांची एक आदरणीय व्यक्तिरेखा लोकांच्या मनावर ठसलेली होती. ती सहजासहजी मिटणे शक्य नव्हते.

उपसासिंचन योजनेच्या कामात योगाजी संस्थेचा अध्यक्ष होता. श्रीमंत व्हायची ती एक नामी संधी आहे असे नायरने त्याच्या मनात भरवले होते, पण खर्च करायची जी पद्धत सोसायटीने अवलंबिली होती, त्यात कोणालाही एक पैसासुद्धा घ्यायची संधी नव्हती. कामाची मोजमापे झाल्यावर ज्या त्या गुत्तेदारांची बिले तयार व्हायची. गुत्तेदारांच्या चेकवर अध्यक्ष म्हणून योगाची आणि खजिनदार म्हणून रंगुमाईची सही झाली की पैसा सरळ गुत्तेदाराच्या खात्यात जमा व्हायचा. कोणाची अडवणूक करायलाही वाव नव्हता. कारण सर्व व्यवहार सोसायटीच्या ठरावानुसार व्हायचे. सिंचन योजनेच्या पैशावर श्रीमंत व्हायची स्वप्ने धुळीला मिळाल्यामुळे योगाजीचा शिवराजवर भयंकर राग होता. ‘शिवराजला धुळीला मिळवीन तरच नावाचा योगाजी’ असे तो सतत मनात घोकायचा.

रामराव पाटलाचा धाकटा भाऊ धोंडिबा, एकदम रानगट! पेंडक्या बांध्याचा आडदांड! आधीच सावळा, त्यात गबाळा आणि मुलखाचा भोळा! चार माणसात बसणे, बोलणे, मिळणे, मिसळणे, हे त्याला जमायचेच नाही. तो माणसांना पाहून बुजायचा. शेतातले गडी, गाई-गुरे हेच त्याचे खरे सोबती. नवरा तशीच बायको! भोळीभाबडी अन् व्यवहार गधडी! सकाळी उठल्यापासून राबराब राबायची. घरचं उरकून शेतात जायची. धोंडिबा तिन्ही त्रिकाळ शेतात राबायचा. मोठा धनी असला तरी दोन गड्यांचे काम स्वत: एकटा करायचा. शेताचा सगळा भार धोंडिबा सांभाळत असल्यामुळे रामराव पाटील गावाचा कारभार करायला बाराही महिने मोकळे होते.

योगाजीच्या डोक्यात एक कल्पना चमकली आणि त्याला बेहद खुशी झाली. रामराव पाटील आणि त्यांचा भाऊ धोंडिबा, ह्या दोघात बेबनाव निर्माण करायचा आणि रामरावांना बरबाद करायचे असे त्याने ठरवले.

योगाजीने धोंडिबाशी दोस्ती जमवण्याचे प्रयत्न केले. दारावरून रस्त्याने

जाता येताना योगाजी धोंडिबाला घरी बोलावू लागला. योगाजी म्हणायचा, "निघाले काय धोंडिबा शेताला?"

धोंडिबा म्हणायचा, "हां ऽ हां ऽ, निघालो की, बाया हात कापूस निंदायला."

योगाजी आग्रहाने म्हणायचा, "आरं बा, या की, बिडी वढायची नाही काय?"

बिडी, हा धोंडिबाचा कमकुवतपणा होता. त्याला खूप बिड्या ओढाव्या वाटायच्या पण घरी त्याची मर्यादा ठरलेली होती. बिडीच्या लालचीने तो योगाजीच्या बैठकीत जायचा.

धोंडिबाला न्याहाळत योगाजी म्हणायचा, "आता मातर बाडी मस्त बनली राव! आता मला सांगा, तुमच्या सारक्यानं खुराक खाऊन यायाम केला तर झटकीसरशी पैलवान मनून नाव कमवाल की नाही? " धोंडीबा खूश होऊन हसून म्हणायचा, "आता कहाची कुस्ती व्हती राव? उगं आपलं सुजलेलं शरीर हय! घरात दुधा-तुपाला कमी नाही. आमच्या दादाला खुराकाचाय लई नाद हय. घरात आक्से बदाम, खारीक, खोबरं, पेंडखजूर आसती. दोन्ही पोऱ्हयला आन मलायबी दूध-खुराक खान्यासटी शिवा बसतात. पोरं काही केल्या खात नाहीत. मी खातो, परीक दादाला वाटतंय आनखी खावावं. सोताच्या लेकरायवून मला जास्त जीव लावतंय. कळत नव्हतं तव्हा लहानपनी मायबाप गेले, तव्हापसून दादाच्या आन भाबीच्या पदराखाली मही गुजरान झाली. मनूनच मला ते मायबापावून प्यारे वाटतात."

त्यावर योगाजी बोलायचा, "तुमची खान्यापिन्याची भरपूर येवस्ता हय. तुमच्यामाघं कामाचा एवढा धबडगा नसता ना, तर देवाशपत, तुम्ही आताय पहिलवान झाले आसते."

धोंडिबा म्हणायचा, "पैलवानकीचं नाव सोडा! काम करून करून हाडं झिजले आता!"

बेरकेपणान योगाजी म्हणायचा, "हाडं झिजले आसतील तर माहीत नाही, मातर वऱ्हूनतर तुम्ही कसलेल्या पहिलावानासरके दिसता. बरं, हे आसे हाडं किती दिवस उगाळायचेत? राजे हो, तुम्ही कोन हा हेच तुम्हाला कळालं नाही. तुमचे सोयरेधारे काय, आन तुम्ही आपले बसता शेतात ढोर मेहनत करीत. देवानं देलंय तर मस्त रुबाबात रहावं! रामराव पाटलाचे भाऊ मनून कसा थाट पाह्यजे तुमचा! तुम्ही तर त्याहयच्या सालकऱ्यापरता हालके वाटता!"

भोळसरपणाने धोंडिबा म्हणायचा, "हालकं वाटायला काय झालं? मला

काय कपड्याची कमी हय की काय? मस संदकं भरलेले हत. येळ परसंग पाहून घालतोच की! आपून शेतात काम करनारे! शेतात झ्याकपाक जाऊन मंग कामं कोनं कराव!''

खुनशी भावनेनं योगाजी म्हणायचा, ''तुम्ही शहाने मनाव तर शहाने नाहीत आन येडे मनाव तर येडे नाहीत! तुम्ही शेतीवाडी बगायची आन भावानं गावभर पाटीलकी गाजवायची. तुम्हाला सवताला काम करायची काय गरज हय मनतो मी?''

धोंडिबा उठायचा अंदाज दिसला की योगाजी दुसरी बिडी पेटवून त्याला अडकवून ठेवायचा. विषय बदलायचा, धोंडिबाला आवडतील अशा गप्पा मारायचा आणि पुन्हा नकळत रामराव पाटलाच्या विरोधी बोलायचा. हे असे उठणे बसणे रोजचेच झाले. दोन-तीन बिड्यांवरची बैठक नऊ-दहा बिड्यांवर गेली.

रामराव पाटलांच्या शेताजवळच योगाजीचे शेत होते. योगाजी शेतात दिसला की धोंडिबा औत उभे करून योगाजीच्या शेतात यायचा. एखाद्या झाडाखाली दोघे तासन्तास बोलत बसायचे.

धोंडिबा योगाजीच्या पक्का संगतीला लागलाय हे रामराव पाटलांना समजले तेव्हा त्यांना भयंकर धक्का बसला. एखाद्या माणसाला, तुला मोठा आजार झालाय असे डॉक्टरने सांगितल्यावर तो घाबरतो, अगदी तीच आवस्था पाटलाची झाली. सर्व गोष्टींनी समृद्ध असे पाटलाचे स्वस्थ आणि सुखी कुटुंब होते. त्याला योगाजीची दळभद्री नजर लागून विद्ध्वंस होतो की काय अशी भीती निर्माण झाली. रामराव चिंतातूर झाले. त्यांनी योगाजीची साथ सोड म्हणून धोंडिबाला खूप समजावले पण उपयोग झाला नाही.

एक दिवस मोटरसायकलवर बसून मोठा मुलगा हिरामण आणि रामराव पाटील आलेगावाला धोंडिबाच्या सासुरवाडीला गेले. धोंडिबाची सासू, सासरा आणि मेहुण्यांना एकत्र बसवून रामराव पाटलांनी घरातल्या वातावरणाविषयी कल्पना दिली. धोंडिबा वाईट संगतीला लागून बिघडला तर घर फुटू शकते, घराची धूळधाण होऊ शकते असे त्यानी जीव तोडून सांगितले. त्यांचे म्हणणे सर्वांनी शांतपणे ऐकून घेतले. कोणी काही प्रतिक्रिया दिली नाही. रामराव पाटलांना थोडे हलके हलके वाटले.

दुपारची जेवणं झाली. थोडावेळ आराम झाला. सासुरवाडीच्या नातेवाईकांनी दोन धीराचे शब्द सांगावेत, धोंडिबाला आम्ही समजावून सांगतो म्हणावे, अशी

रामराव पाटलांची अपेक्षा होती म्हणून ते घाईने परतण्याऐवजी तिथेच घुटमळत होते. कोणी काही बोलत नाही असे पाहून त्यानी निघाल्याचा बहाणा केला. आलेल्या पाहुण्यांना पोचवायच्या निमित्ताने सासुरवाडीतले नातेवाईक एकत्र जमले. पुन्हा हातात सुपारी घेऊन अडकित्याने कातरीत पाटील म्हणाले,

"तुमच्या लेकीला काय सांगू मंग घरी जाऊन? कोण येतंय हे वांधं मिटवायला?"

घराबाहेर रस्त्याकडे बघत तोंडातले सुपारीचे खांड काडकाड फोडीत धोंडिबाचा मोठा मेव्हणा म्हणाला, "तुमच्या घरचे वांधे तुम्हीच मिटवा, आम्हाला कहाला धरता मंधी सोयऱ्याधायऱ्याला!"

रामराव पाटील म्हणाले, "घरच्या घरी मिटन्यासारकं आसतं तर तुमच्या पस्तोर कहाला आलो आसतो?"

धाकटा मेव्हणा फणकाऱ्यानं म्हणाला, "पोतंभर हुंडा देऊन आमच्या बहिनीला आम्ही चांगल्या श्रीमंत घरान्यात देलं ते काय तुमची बटिक मनून राह्याला देलं काय? ते गरीब, भोळा जीव, तिला मोलकरनीपरता कही येगळी वागनुक देली काय? त्याह्यानं जलमभर गुलाम मनून तुमची सेवा कराव, आसंच तुमचं मननं हाय की नाही? तुम्हाला दाग-दागिने, कपडे-लत्ते, ऐष-आराम. त्याह्यच्या वाट्याला नुसतं काम आन वदवद! इतके दिवस आम्ही काही बोललो नाही. आताय बोलनार नाही. बगा, तुमची इमानदारी तुमच्या जवळ!"

रामराव म्हणाले, "आमच्या जवळ इमानदारी हय मनूनच देवदया हय! धोंडिबाला भाऊ मनून कही वागविलं नाही, पोटच्या लेकरासरका परतपाळ केला. तुमच्या बहिनीलाय कही कोनत्या गोष्टीची कमी पडू दिली नाही की दुजी वागनुक देली नाही. त्याह्यनं खुशीनं जे काम अंगावर घेतलं त्यात तेच रमले. आम्ही कोनत्याच कामाची बळजबरी केली नाही. आता लोकायचं ऐकून घर फुटलं तर सोन्यासरकी जायदाद कोल्हेकुत्रे लुटून खातील आन धोंडिबाला भिकंला लावतील मनून तुम्हाला हुशार करायला आलो. बरं, येतो आम्ही." असे म्हणून पुन्हा मागे वळून न पाहता रामराव आणि हिरामण घरातून बाहेर पडले. आलेगावच्या नातेवाईकांना रामराव पाटलांनी नेहमी मानाने वागवले होते. ते असं काही बोलतील असे त्याना मुळीच वाटले नव्हते. ह्या अनपेक्षित अपमानाने त्यांचे डोके सुन्न झाले, छाती गच्च झाली आणि हातापायांना कापरे भरले. हिरामणच्या मागे ते मोटरसायकलवर कधी बसले आणि आलेगावच्या बाहेर कधी पडले ते त्यांच्या लक्षातही आले नाही.

मोटारसायकल गावात पोचेपर्यंत घरी वेगळाच प्रकार घडला होता. वाड्याच्या भोवताली गटागटात माणसं बसली होती. दरवाजा समोर नऊदहा माणसं उभी होती. ते चित्र पाहून रामरावाच्या काळजात धस्स झाले. काहीतरी भयानक घडले होते हे नक्कीच! काय विपरीत ऐकायला मिळते म्हणून रामराव काळजावर हात ठेवून उभे राहिले.

अंकुशराव पडलेल्या चेहऱ्याने म्हणाले, ''काळजीचं कारन नाही. एकदाची बल्ला टळली. आपल्या रावनाच्या बायकूनं शेतातल्या विहिरीत जीव देयाचा परयत्न केला. परीक जवळ मानसं व्हते. त्याह्यनं तिला वाचविलं.''

रामराव पाटील खूप घाबरलेले होते. घाबऱ्या घाबऱ्याच त्यांनी विचारले, ''परीक आसं का झालं!''

अंकुशराव म्हणाले, ''जाऊ द्या आता. आपलं नशीब चांगलं मनून ती वाचली. तिच्या माहेरचे पाच पंचीस मानसं बैठकीत बसलेत. जरा रागरंग पाहूनच बोला.''

पाटील बैठकीत आले. दाराजवळच्याच भिंतीशी बसले. कोणी कोणाला रामराम केला नाही. पाटील आल्याची दखल न घेतल्यासारखे पाहुणे ताणून बसले होते. घायाळ झालेल्या उंदराकडे थोडावेळ दुर्लक्ष केल्याचे मांजर नाटक करते तसे, बराच वेळ गेला, कोणीच बोलत नव्हते. रावणाच्या मेव्हण्याने खांद्यावरचा रुमाल खाली सतरंजीवर आपटला आणि झटक्यात म्हणाला, ''चला रे, उठा. बाईला चल मनाव.''

तेव्हा रामराव पाटील म्हणाले, ''बाईला कोठं नेता!''

भाऊ तणक्यात म्हणाला, ''कोठं मंजी? टाकळगावाला! तुम्ही इऱ्हीत ढकलून देऊ लागल्यावर आमची बहीन काय आम्हाला जगवायला जड हय काय?''

पाटील म्हणाले, ''इऱ्हीत कोनं ढकलून देलं!''

भाऊ म्हणाला, ''सासूबाईनं, आन कोनं?''

पाटलांनी सासूबाईला माडीहून खाली बोलावलं. त्या बैठकीच्या दाराशी येऊन उभ्या राहिल्या. त्यांच्या हातात एक पांढरा शर्ट होता.

पाटलांनी घुरकावून विचारलं, ''काय भानगड झाली!''

बाईचा सोज्वळ चेहेरा केविलवाणा झाला. त्या म्हणाल्या, ''भानगड काही नाही हो, अलकानं धुनं धुतलं आन हे कुडतं डिळीवर वाळायला टाकलं. त्याच डिळीवर बैलगाडीच्या वंगनाचा नळा आडकिलेला व्हता. हे बगा, वंगन

कुडत्याला लागलं. मी पाह्यल्यावर इचारलं, तर मनली, लागलं आसल, मह्या मायबापायनं कोठं डोळ्यायला दुर्बिनी बसविल्यात? मी मनले, आगं तसं नाही. थोडं ध्यान देऊन काम करावं, बग, नवं कुडतं वंगनानं खराब झाली की नाही? तर मनली, झालं आसल, मी काही मुद्दाम केल नाही. मव्ह कोनतय काम तुमच्या पस्मतच भरंना. मानसानं करावं ते करावं आन वऱ्हुन तुमचे बोलने खावावं. आग लागो माय या घराला. आसं मनल्यावर मह्या तोंडातून गेलं, मी मनले, माय, घराला आग कहाला लावतीस? लई गोडी आली आसल त जाय आगीत एकलीच! झालं. येवढ्यावरच तिनं रड बोंब सुरू केली आन शेताची वाट धरली. ही पुढी, आन सगळा गाव माघं, सरळ इऱ्हीत उतरली. गड्यायनं धरून वऱ्ही काल्ढी." तेवढ्यात रावण मध्ये येऊन, रागारागात म्हणाला,

"बाबा, आता फार झालं. माईच्या वागन्याचा लई तरास व्हयालाय. आम्ही तुमच्या पस्तोर गऱ्हाने आनीत नाही, मातर हे रोजचंच चालू हय. खाल्लेलं आन जिरना. एकतर आम्हाला येगळं ठेवा नी; त बायकूला सोयऱ्याय बराबर जाऊ द्या."

पाटील म्हणाले, "घर फिरलं की घराचे वासे फिरतात. त्यात तुमचा काही दोस नाही. जसं राह्यचंय तसं रहा. आमच्या हातानं तुमचा संसार कहाला मोडाव!" आणि ते लहान तोंड करून बैठकीतून उठून गेले.

रावणाने वेगळी चूल मांडली तशी रामराव पाटलाच्या घराण्याची आब गेली. पाटलीणबाईने मुलाची आणि सुनेची खूप मनधरणी केली पण उपयोग झाला नाही. लहानपणापासून कसा सांभाळ केला, किती कष्ट घेतले, किती लाड केले, असा रडत रडत सारा इतिहास उगाळला, त्रागा केला, त्याचाही परिणाम झाला नाही. अलकाने खोट्यानाट्या चुगल्या सांगून रावणाच्या मनात वेगळे निघायचे पक्के भरवले होते. काही झाले तरी इरादा बदलायचा नाही हा त्यांचा ठाम निर्धार होता.

पाटील नाराजी दिसू देत नसले तरी ते पुरते खचले होते. बोलून किंवा समजावून काही फरक पडत नाही हे त्यांना अनुभवातून माहीत होते. कोणी नजर वाकडी करून बघितले तर घराण्याचे संरक्षण करणारा शेर म्हणून ज्याच्याकडून अपेक्षा बाळगली, तो ससा होऊन बायकोच्या पदराखाली तोंड झाकू लागल्यावर दोष तरी कोणाला द्यायचा? आपण एकदमच एकाकी पडलो आहेत, बेसहारा झालो आहोत, असे त्यांना वाटू लागले.

धोंडिबा शेतातली एक एक जबाबदारी झटकू लागला. शेतीची घडी

बिघडू लागली. गड्यांची शिस्त मोडू लागली. घरचेच बैल उभ्या पिकात चरू लागले. नासाडी होऊ लागली. धोंडिबाने वसमत धरली. मागे त्याच्याच कामावर शेतात राहिलेले दोन तीन गडी त्याला सोबतीला मिळाले. ते आणि त्यांच्या बायका मोळी-भारा करायचे. संध्याकाळी गावी परतण्यापूर्वी दारूच्या गुत्त्यात बसायचे. धोंडिबा त्यांच्यात मिसळला. दररोज दारू पिऊन येऊ लागला. पाटलाच्या वाड्यात मुंज्याचे बस्तान होते. दारू मटणाला कोणी शिवत नव्हते, पण धोंडिबाने माळ-जानवे खुंटीला गुंडाळले. त्याचा खर्च वाढू लागला. पैशासाठी रामरावांनी थोडीजरी टाळाटाळ केली तरी त्याला भयंकर राग येऊ लागला.

रामराव पाटलांनी घडणाऱ्या दुर्घटनांकडे कानाडोळा केला. काळीज घट्ट केले आणि फुकटची पाटीलकी बंद करून शेत धरले. 'करा किंवा मरा' हा एकच पर्याय त्यांच्यापुढे होता. सकाळी झुंजूमुंजू झाले की ते शेतात जाऊन चारी कोपरे चक्कर मारू लागले. स्नान-न्याहारी झाली की गड्यांच्या मागे राहू लागले. चार दिवसांच्या कामाचे अगोदरच नियोजन करू लागले. त्यांची कारभारीपणाची वलये हळूहळू पुसट होऊ लागली. शेतीच्या कामात ते रमू लागले. दिवसभर हिंडून फिरून बेजार व्हायचे आणि रात्री शांत झोपायचे. दिनचर्येतला हा बदल त्याना चांगला वाटू लागला. शरीरातला शिथिलपणा आणि आळस जाऊन तरतरी वाटू लागली. शेती व्यवस्थापनावरची त्यांची पकड घट्ट होऊ लागली. मोठा मुलगा हिरामण आणि सून गोदावरीशी ते एकजुटीने राहू लागले. हिरामण बऱ्यापैकी हुशार असला तरी त्याचा व्यक्तिमत्त्व विकास झालेला नसल्यामुळे तो भडंग राहिला होता. खरे तर ती पाटलांचीच चूक होती. मोठेपणाच्या व्यापात मुलांकडे त्यांचे दुर्लक्ष झाले होते. गोदावरी चांगल्या घराण्यातून आलेली सुकन्या होती. तिचे दहावी-बारावीपर्यंत शिक्षण झालेले होते. ती मर्यादाशील असूनही धीट होती.

धोंडिबाच्या खांद्यावर बंदूक ठेवून रामराव पाटलांचा घात करण्यासाठी योगाजी टपलेलाच होता. गावाच्या कारभारातून रामराव पाटील दूर झाल्यावर लोक आपल्याच मागे येतील आशी त्याची अपेक्षा होती, पण तसे काही घडले नाही. रामराव पाटलांची जागा अंकुशरावांनी घेतली. योगाजीचे स्थान एक दहशतवादी म्हणूनच कायम राहिले. योगाजीने धोंडिबाच्या मनात दोन भुतं उभी केली. एक, लग्न होऊन पंधरा वर्षे झाली, वयाची तीस वर्षे लोटली तरी अजून मूलबाळ नाही म्हणून दुसरे लग्न करावे आणि दुसरे, जायदादीच्या वाटण्या करून वेगळे निघावे. ह्या दोन्ही मुद्द्यांवर पागल व्हायला धोंडिबाला वेळ

लागला नाही. हे दोन्ही मुद्दे विध्वंसक आहेत हे कळायचे तारतम्य धोंडिबात नव्हते. तो आता योगाजीच्या ओंजळीने पाणी पिऊ लागला.

रोजच्या कटकटींना कंटाळून, ज्याचे त्याला वाटून देऊन मोकळे व्हावे, अशी रामराव पाटलांची मानसिकता झाली होती. सुखी कुटुंबाचा विद्ध्वंस व्हायची भीती आता संपली होती. आलीया भोगाशी असावे सादर! एवढे ते निर्भीड झाले होते. वाटणीचा दिवस ठरला. मुलांना आणि भावाला त्यांच्या जवळच्या गोत्यांना बोलावण्यासाठी त्यांनी सांगितले. वाटणीला पंचवीस एक पाहुणे, गावातली दहावीस प्रतिष्ठित माणसं बसली. रामराव पाटलांनी जमीन, घर, गुरं-ढोरं, दाग-दागिने, रोकड, कर्ज वगैरेच्या वाटणीचा आराखडा तयार केला होता. त्यावर बराच खल झाला. काही बदल झाले आणि प्रदीर्घ चर्चेनंतर विभाजन मंजूर झाले. भांड्याकुंड्यांसकट, दाळदाण्यासकट बटवाडा झाला. हिरामणने आई-वडिलासोबत रहायचे जाहीर केले. धोंडिबा आणि रावण विभक्त झाले.

रामराव पाटील आणि धोंडिबा विभक्त झाले हा योगाजीचा मोठा विजय होता. योगाजीची ही खेळी सर्व गावकऱ्यांना माहीत होती. त्यामुळे गावात त्याची जरब वाढली. भावाची अडचण नको म्हणून धोंडिबाने गुरांच्या वाड्यात बिऱ्हाड हलवले. तिथे वेगळ्या तीन खोल्या बांधल्या आणि दोस्तांच्या सहवासात मजेने राहू लागला. योगाजीसकट सर्वच दोस्त कंत्री होते. धोंडिबाला आवळा द्यायचे आणि त्याच्याकडून भोपळा वसूल करायचे. योगाजीने तर धोंडिबासाठी पिशवीचे तोंड मोकळे केले. तो मागेल तेवढे पैसे व्याजाने देऊ लागला. चार आठ दिवसांनी योगाजी हिशोब दाखवायचा आणि कागदावर धोंडिबाची सही घ्यायचा. बोलत बोलत म्हणायचा,

"एवढी मोठी जायदाद हय. बसून ऐश केली तरी चार पिढ्यायला सरनार नाही." उधार मिळाला तर हत्ती विकत घ्यायचीसुद्धा धोंडिबाची तयारी होती. पिंजऱ्यात कोंडलेले जनावर सोडल्यावर जसे मुक्त हुंदडत राहते तसा सर्व बंधनातून मोकळा झालेला धोंडिबा स्वातंत्र्याचा स्वैरपणे आनंद घेत होता. तो भूतकाळ विसरला होता, वर्तमानकाळाची पर्वा नव्हती आणि भविष्यात डोकावण्याची इच्छा नव्हती. त्यामुळे सर्वनाश अटळ होता.

* * *

१०

आजोळी जायला सर्वांनाच आवडते. त्यातल्यात्यात शिवराजला विशेष आवडायचे. शिवराजचे वडील गेल्यावर शांताअक्का जास्त करून माहेरीच राहायची. माधवराव मोरे हा शांताअक्काचा एकुलता एक भाऊ. त्यांची आई सुगंधाबाई, गावातली एक हुशार बाई होती. ती सर्व लोकांशी अतिशय जवळिकीच्या नात्याने वागायची. गावात अठरापगड जातीचे लोक होते. सुगंधाबाईचे सर्वांशी सारखेच प्रेमाचे संबंध होते. भनभिकाराची तर ती कनवाळू होती. कोणीही याचक तिच्या दारातून रिकाम्या हाताने परत जायचा नाही. माधवरावावर तिने तसेच संस्कार केले होते. देखणे रुपडे लाभलेले माधवराव तारुण्यात आले तसे ते गावाचे म्होरके झाले. गावाच्या पाळीमुळीशी जुटलेले माधवरावाचे कुटुंब, त्यांची विधवा बहीण आणि तिचा पोरका मुलगा, बोरगावाच्या गळ्यातले ताईत होते. शांताअक्का गावाची बहीण आणि शिवराज गावाचा भाचा होता.

असाच एकदा शिवराज आजोळी बोरगावाला आला असताना, मामा, मेहुणे इकडे तिकडे कामाला गेले होते. मामी व आजी घरकामात गुंतल्या होत्या. शिवराज बैठकीत एकटाच पेपर चाळीत लोळत पडला होता. सुभानरावाच्या शेजारचा एक मुलगा चहा प्यायला बोलवायला आला. शिवराजने बाहेर जाऊन येतो म्हणून आजीला सांगितले आणि त्या मुलाच्या मागे मागे गेला. सुभानरावाच्या बैठकीत गादी तक्के नीटनेटके लावलेले होते. शिवराज तक्क्याला टेकून बसला. गंगाबाई येऊन बैठकीच्या दुसऱ्या ओट्यावर बसल्या. खेड्यातल्या जुन्या वाड्यात बैठकींची बांधणी जवळ जवळ एकसारखीच असायची. वाड्याच्या मुख्य प्रवेशद्वारातून प्रवेश केल्यावर डाव्या व उजव्या बाजूला दोन हॉल असायचे. दोन्ही हॉलच्या मधोमध चार फुटांचा रस्ता, रस्त्याच्या बाजूने दोन्ही हॉलमध्ये ओटे आणि प्रवेशद्वाराच्या समोर घराकडे जाण्यासाठी कमान. पाहुणे एका ओट्यावर बसले तर घरची माणसं दुसऱ्या ओट्यावर बसायची. गंगाबाईने पाठ करून ठेवल्यासारखे एकामागून एक प्रश्नांचा मारा केला. कव्हा आले? काय कामं चललेत? आई कशी हय? आई का नाही आली?

शिक्षन पुरी झालं काय? आईसोबत शेतीच करायची की नवकरी करायची? शहरात राहून शिकलेल्या मानसाला खेड्यात करमल काय?.. .. ..?.. .. ..? .. ..? वगैरे वगैरे .. .. वगैरे!

शिवराजने काही प्रश्नांची विस्ताराने तर काही प्रश्नांची त्रोटक उत्तरे दिली. स्वयंपाकघरातून आपले बोलणे कोणीतरी कान टवकारून ऐकतेय याची जाणीव ठेवूनच शिवराज बोलत होता.

त्यांनी राधाला थोडे कांदाभजे काढायला सांगितले.

तिकडे अगोदरच तयारी झालेली होती. होकार आल्याबरोबर लगेच गॅस पेटला. पाच मिनिटातच आतून आवाज आला, "आई, फराळाचं तयार आहे ग!" आई म्हणाली, "आगं, मंग आन की!" राधाने अगोदर पाण्याचा तांब्या व फुलपात्र आणले. पुन्हा जाऊन भज्यानं भरलेली थोरली प्लेट व कांद्याच्या फोडींची बशी आणली.

दोघांनीही एकमेकांना आपादमस्तक न्याहाळले. ती क्षणाची दृष्टभेट कधीही न विसरणारी होती. काही तरी बोलायचे म्हणून शिवराजने कांद्याची एक फोड हातात घेऊन विचारले, "हा कांदा केव्हा कापला!".

काही चुकले की काय, असे वाटून कावऱ्याबावऱ्या नजरेने बघत राधा म्हणाली,

"हा काय, आत्ताच कापला आणि इकडे आणला."

शिवराज म्हणाला, "दॅटस् गुड! आय मस्ट काँग्रॅच्युलेट यू, फॉर युवर प्रोफिशियन्सी इन किचन वर्क्स! डोळ्याला पाणी येऊ न देता तू कांदा कापलास म्हणजे तू पाककलानिपुण आहेस! होय की नाही?"

राधा हसून म्हणाली, "अगं बाई, असं म्हणता होय?"

शिवराज म्हणाला, "पण मला सुगरण बाया आवडत नाहीत."

राधाने विचारले, "ते का म्हणून!"

शिवराज म्हणाला, "त्यांचे नवरे ढेरपोटे असतात म्हणून!"

राधा म्हणाली, "पुरुषांनी नाक बुडेपर्यंत खावे आणि पोट वाढले म्हणून स्त्रियांना फासावर द्यावे, हा कुठला न्याय!"

शिवराज म्हणाला, "न्याय ही पुरुषांची मक्तेदारी असते. अन्याय सहन करणे, हा स्त्रियांचा जन्मसिद्ध हक्क असतो. स्त्रियांना तो हक्क परंपरेनेच बहाल केलेला आहे."

राधा म्हणाली, "शिकलेले तरुणसुद्धा असाच विचार करतात!"

शिवराज म्हणाला, "शिकलेले काय आणि न शिकलेले काय. शेवटी सगळे एकाच परंपरेचे पाईक असतात. शिकलेले कदाचित उदारमतवादी असतील पण कृतीने सर्व सारखेच असतात. कारण ते एकाच समाजाचे घटक असतात."

राधाने विचारले, "अेनी वे आऊट?"

शिवराज म्हणाला, "सरेंडर ऑर रिव्होल्ट!"

राधा म्हणाली, "रिव्होल्ट करणाराला अगोदर स्वत:ची आहुती द्यावी लागते."

शिवराज म्हणाला, "आहुती न देता रिव्होल्ट करायचा एक नवा मार्ग आम्ही शोधत आहोत. त्या शोधकार्यात तुझ्यासारख्या उच्चविद्याविभूषित ग्रामीण युवक-युवतीनी योगदान द्यावे अशी अपेक्षा आहे."

राधा म्हणाली, "तुम्ही मनात आणलं तर मोठे सामाजिक बदल घडवू शकता. दुष्काळ निवारणाचं काम करत असताना दूरदर्शनवर तुमच्या ज्या मुलाखती प्रसारित झाल्या त्या आम्ही डोळ्यात प्राण आणून बघायचो. तुमचं बुद्धिचातुर्य, दूरदृष्टी, आणि आत्मविश्वास मुरब्बी नेत्यांना मागे टाकणारे होते. तुमचं भवितव्य उज्ज्वल आहे, असं माझं मन ग्वाही देतंय."

शिवराज म्हणाला, "एवढे स्वादिष्ट भजे आणि वर स्तुती, हा दुहेरी मार सहन कसा करायचा!"

शिवराजचे सहज बोलणेसुद्धा प्रेषितासारखे वाटायचे. भविष्यात दूर कुठेतरी एखाद्या लक्ष्यावर नजर केंद्रित करून तो बोलायचा. मंथनातून निघालेल्या नवनीतासारखे त्याचे बोलणे साररूप असायचे. त्याच्या विचारांच्या गहनतेचा राधाच्या मनावर खोल परिणाम झाला. राधाचासुद्धा चांगल्यापैकी व्यासंग होता. शिवराजला मनातून भावेल एवढी तिच्याही विचारांची उंची होती. दोघांनाही एकमेकांची अनुरूपता पटली, पण ते सर्व निरर्थक होते. राधाची भाग्यरेषा ठरवणारे तिचे वडील सुभानराव आणि फक्त सुभानराव एकटेच होते. त्या अधिकारात थोडीफार भागीदारी करायचीसुद्धा कोणाला संधी नव्हती. शिवराज आणि राधा दोघांनाही परिस्थितीची चांगली कल्पना होती. गंगाबाईनासुद्धा वास्तवाचे भान होते. एखादी गोष्ट मनात पक्की ठसल्यावर ती आवाक्याबाहेर असल्याचे स्पष्ट माहीत असूनही खोट्या आशेने ती साध्य करायचा माणूस पुन्हा पुन्हा प्रयत्न करून पाहतो. तसे गंगाबाईचे केविलवाणे प्रयत्न चालू होते.

शिवराज आणि राधाची लहानपणापासून ओळख होती. ते अनेकवेळा एकमेकांना भेटलेलेही होते पण ही भेट वेगळी राहिली. त्यांची मने मिळाली.

अंतरीच्या भावना एक झाल्या. एकमेकांविषयी ओढ निर्माण झाली. एक जवळिकीचे नाते निर्माण झाले. ते नाजूक रेशीम धाग्यांच्या बंधनात जखडले गेले. एकत्र न येऊ देणारी प्रतिकूल परिस्थितीची अभेद्य भिंत दोघांच्या मध्ये खंबीरपणे उभी असूनही निर्माण होत असलेले आकर्षण टाळता येणारे नव्हते.

बोरगावाहून परत आल्यावर शिवराज काहीसा भावनाविवश आणि हळवा बनला. तो अंतर्मुख होऊन आपल्याच विचारात मग्न होऊन बसू लागला. त्याचा दुर्मुखलेपणा शांताअक्काच्या नजरेतून सुटला नाही. बोरगावात कोण भेटले, कोण काय म्हणाले, असे ती विचारू लागली. तिला जी माहिती हवी होती ती द्यायची शिवराज कटाक्षाने टाळू लागला. शेवटी तिने सरळच विचारले,

"आरं, सुभानदादानं चहा पियाला बोलविलं व्हतं की नाही!"

शिवराज म्हणाला, "बोलावलं होतं ना. पण मामा घरी असतात कुठं? उठले की, नांदेडला पळतात. राधा आणि मामी घरी होत्या. त्यांनीच बोलावलं होते."

शांताअक्का म्हणाल्या, "बरं बरं! कोन्हीय का आसना, मातर बोलवितात बिचारे! काय मनली गंगा?"

शिवराज म्हणाला, "आई, राधा एक उडतं पाखरू आहे. आपण पळत्याच्या मागे लागलो तर तोंडघशी पडू आणि ते हाताने अपमान करून घेतल्यासारखे होईल. सुभानराव चांगले आहेत पण हेकट स्वभावाचे आहेत. स्वभावाला औषध नसते. त्यांच्या काही ठाम कल्पना आहेत. खाईन तर तुपाशी नाही तर उपाशी, असा त्यांचा ताठर बाणा आहे, त्यामुळे लवचीकपणा, तडजोड, सामंजस्य ह्या गोष्टींपासून ते फार दूर आहेत. मोडेन पण वाकणार नाही, असा त्यांचा बाणा आहे, त्यापासून ते तसूभरही विचलित होणार नाहीत हे अगदी पक्के आहे. मग आपण विषाची परीक्षा कशासाठी पहायची?"

शांताअक्का म्हणाली, "नाही र बाप्पा! आपुन काय त्याह्याच्या घरी भीक माघाय जाईनात. आले त या, आन गेले त जा!"

शिवराज म्हणाला, "ते येणार नाहीत, म्हणून तो विषयच नको!"

सुभानरावाच्या बहिणीचा मुलगा आयुर्वेदिक डॉक्टर होऊन एका खासगी दवाखान्यात कामाचा अनुभव घेत होता. बहीण दिली तेव्हा गावातला एक नंबरचा मोठा घराणा एकाचं पिढीनंतर दारिद्र्य रेषेच्या काठावर आला होता. राधा आपली सून म्हणून आली तर तिच्या पायाने साक्षात लक्ष्मीच आपल्या घरात येईल ह्या आशेने डॉक्टरचे आई-वडील हरखून गेले होते. राधा मिळालीच

पाहिजे हा त्यांचा ध्यास विकोपाला पोहोचला होता. राधावर हक्क सांगण्यापर्यंत त्यांची मजल गेली होती. जवळच्या अनेक नातेवाईकांना मध्यस्थी घालून राधासाठी ते शिकस्तीचे प्रयत्न करत होते. सुभानरावांना मात्र तो प्रस्ताव मुळीच पाटण्यासारखा नव्हता. मुलगा कसा आहे ह्यापेक्षा घराणा कसा आहे ह्यावर त्यांची जास्त मदार होती. टोलेजंग वाडा, गडगंज दौलत, नोकर चाकर, गाड्या-घोड्या, मान-मरातब, असा राजेशाही थाट असलेल्या घराण्यातच मुलगी द्यायची हे त्यांच्या मनात पक्के बसलेले असल्यामुळे त्यानी बहिणीच्या आग्रहाला मुळीच दाद दिली नाही.

* * *

११

राधासाठी वतनदार घराणा शोधण्याची मोहीम चालूच होती. कुठे सुगावा लागला की, सुभानराव पाचसहा मित्रांना घेऊन तिथे पोचायचे. कितीही फिरावे लागले तरी चालेल पण एकही दगड पलटायचा सोडायचा नाही, असे त्यांनी ठरवले होते. तळणीच्या खंडेराव सूर्यवंशींचा घराणा पंचवीस कोसात आसकारलेला होता. पाचशे एकर जमीन, अर्ध्या गावाएवढा गढीवरचा वाडा, निझामाच्या काळात शंभर गावातला सारा वसूल करणारे मालगुजार, पिढ्यानपिढ्या दौलतीत आकंठ डुंबलेले खानदानी श्रीमंत! पण खंडेराव उतार वयाकडे झुकले आणि दौलतीला उतरती कळा लागली. सहा मुलांचा विस्तार. पण ते सर्वच एकाहून एक निकम्मे! ढिल्ले, पोकळ, हाडं नसलेले लुळे-बुळे मांसाचे गोळे. चुलीला पाय लावून बायकांचे चेहरे न्याहाळण्यात दिवस कसा निघून जाई ते कळतही नसे. ती खंडेरावाची मुलं होती हीच त्यांची आयुष्यातली मोठी कर्तबगारी! बापाच्या नावावर लग्नं झाली आणि दुसरे काहीच काम नाही म्हणून प्रजोत्पादन करत बसले! खंडेरावाला वाटायचे, मुलांनी मर्दुमकी गाजवावी. शेतीचा बारदाना लहान नव्हता. सर्वांनी मिळून झटावे, धन-धान्यानं वाडा भरावा. पण कसले काय, एकापेक्षा एक शेळपट! त्या भव्य वाड्यात सहा कुटुंबे अस्तित्व न दाखवता नांदत होती. सगळे खाणारे, कमावणारे कोणीच नाही, त्यामुळे गतवैभवाच्या खपल्या गळायला सुरुवात झाली होती.

खंडेरावाचा मोठा मुलगा सर्जेराव. त्यांचा मुलगा रावसाहेब सिव्हील इंजिनिअर होऊन पुण्याला एका बिल्डरकडे नोकरी करत होता. तो मुलगा बघायला जायचे ठरले. सुभानरावांनी आदले दिवशीच गाडीत डिझेल भरले होते. काही तास प्रवास केल्यावर गाडी तळणीला पोचली. पाहुणे गाडीतून उतरेपर्यंत मुलाचे वडील सर्जेराव दरवाजात येऊन स्वागताला उभे राहिले. रामराम झाल्यावर सर्जेरावाच्या मागे पाहुणे चालू लागले.

चहापाणी होईपर्यत गांभीर्याचे वातावरण निवळले. हलकी फुलकी चर्चा सुरू झाली. वाडा म्हणजे कचराकुंडीवर बसून गतकाळातला वैभवी इतिहास वाचत असल्यासारखे पाहुण्यांना

वाटले. तरीही चंदर पाटील, वामनबोवांनी मुलाला काही प्रश्न विचारले. रावसाहेबाने न डगमगता धिटाईने उत्तरे दिली. तो बाणेदार, चुणचुणीत, महत्त्वाकांक्षी आणि अंगापिंडाने धडधाकट होता, पण त्याच्या घराण्याचे मलूल झालेले वैभव सुभानरावांना भावणारे नव्हते.

परतीच्या प्रवासात सर्वांनी आपली आपली मते मांडली. माधवरावाचे सूर्यवंशी घराण्याशी ऋणानुबंध होते म्हणुन ते पसंतीच्या बाजूचे होते. त्यांचे म्हणणे होते, मुलांच्या नाकर्तेपणामुळे पूर्वीचा झगमगाट राहिलेला नाही हे खरे आहे, पण नातू घराबाहेर पडले आहेत. रावसाहेब इंजिनिअर आहे. कर्तबगारी करायची त्याची इच्छा आहे. थोडेसे घरचे पाठबळ मिळाले तर तो परिस्थिती बदलू शकतो. वामनबोवा आणि चंदर पाटलांचे मत वेगळे होते. त्यांचे म्हणणे होते, फिरणाऱ्या भोवऱ्याची एकदा गती कमी झाल्यावर पुन्हा तो जोमाने फिरू शकत नाही, आता एखादा माणूस घराबाहेर पडून मुलुखगिरी करीत नाही तोवर समृद्धीची आशा नाही. तसा माणूस निपजेल ह्याची शाश्वती नाही. म्हणून अशा घराण्याशी संबंध जोडणे म्हणजे चारीपायी लंगड्या हत्तीकडून मोठ्या बळाची अपेक्षा करण्यासारखे आहे. अशी काही द्विधा स्थिती निर्माण झाली की, सुभानरावांना उगीचच एकाकी पडल्यासारखे वाटे. आपल्याला हक्काने सल्ला देणारा जवळचा पाठिराखा नाही ह्याची त्यांना खंत वाटे. ते स्वत: खूप विचार करायचे पण निर्णय चारचौघांवर सोडायचे.

उदगीर जवळचे असेच एक नावाजलेले स्थळ आले. अवताल भोवतालच्या पन्नास गावात त्यांचा दरारा होता. इनामदारी बंद झाल्यावर काही लोकांनी बिराजदार घराण्याविरुद्ध उघड उघड बंड केले. लूटमार करून जमिनी बळकावण्याचा प्रयत्न केला. बिराजदार बंडाच्या विरोधात ठामपणे उभे राहिले. सगळी शक्ती एकवटून संकटाला सामोरे गेले. बंडाचे सूत्रधार असलेल्या जहाल लोकांना निवडून त्यांचा सफाया केला. कुठेही कायद्यात न अडकता त्यांनी विरोधक नेस्तनाबूत केले. भाडोत्री गुंडांसाठी पाण्यासारखा पैसा खर्च केला पण शत्रुपक्षाचा पार नि:पात केला. ती घराण्याची जरब आजही कायम आहे. बिराजदारांची कीर्ती सुभानरावांनी ऐकली आणि शिवापूरला जायचा ध्यास घेतला. निरोप करून, फोन करून, इकडची तिकडची तारीख जुळवून भेटीचा दिवस पक्का केला.

उदगीरला बसस्टँडजवळ बिराजदारांनी एक माणूस ठेवला होता. तो मोबाईलवरून पाहुण्यांशी सतत संपर्कात होता. ते बसस्टँडजवळ आले तसा वाटाड्या गाडीत बसला. गाडी शिवापूरच्या मार्गावर धावू लागली. थोड्या वेळाने

माधवरावांनी विचारले,

"हे कोनता किल्ला हो? इकडं कोनता किल्ला असल्याचं ऐकलं नव्हतं."

वाटाड्या म्हणाला, "किल्ला नाही, बिराजदार पाटलाचा वाडा हय ते. वाड्याभवती भलीभक्कम भिंत हय. चार दिशेला चार बुरूज हतं आन मधी गढीवर वाडा हय."

वामनबोवानी विचारले, "मुलगा काय करतंय?"

वाटाड्या म्हणाला, "याच वर्षी वकील झालाय. राजशेखर बिराजदार मंजेनी मुलाचे वडील उदगीरला वकिली करतात. वडिलाच्या हाताखालीच मुलगा काम करायलाय."

चंदर पाटीलांनी पृच्छा केली, "राजशेखर पाटलांना जमीन किती हय, आन मुलं किती हतं?

वाटाड्याने सांगितले, "या मुलाला धरून आट मुलं आन तीन मुली हता. दोन बायकायचा इस्तार हाय ना! राजशेखर पाटलासगट ते पाच भाऊ आन तीन बहिनी हता. आजून इभक्त झाले नाहीत. दोन वर्सापासून वाटन्याचा वाद चालू हय, ते काय आजून मिटला नाही. ज्याचे त्याचे छोटेमोठे धंदे हत, जमिनीची कोनाला गरजय नाही. पाच भावात सव्वापाचशे एकर जमीन हय. शेतीकड कोनाचं लक्षय नाही. गड्या मानसायच्या मनावर जे येईल त्यात समाधान मानतात. खरं मनाल तर राजशेखर बिराजदारानीच जमीन वाचविली. ते खुद वकील असल्यामोळं कुळं, शिलिंग सगळे हाटवून त्याह्यनं जमिनी टिकवल्या, नाहीतर काही खरं नव्हतं."

मुख्यदारासमोर पन्नास एक माणसं स्वागताला उभी होती. स्वागतानंतर वाड्यात प्रवेश झाला. दोन चढणी चढून वर गेल्यावर मैदानाच्या एका बाजूला दिवाणखाना आणि दुसऱ्या बाजूला ओळीने निवासस्थाने होती. दिवाणखान्याच्या समोरच्या फरशीवर पाण्याच्या बादल्या, पाय धुवायला पाट आणि पाटाशेजारी टॉवेल हातात घेऊन माणसं उभी होती. पाटाजवळ स्टुलावर नक्शीदार डबीत उंची साबण ठेवलेले होते. वाड्याचे बांधकाम किती जुने होते, त्याचा अंदाज येत नसला तरी कुठे थोडीसुद्धा पडझड झालेली नव्हती.

बैठकीत आसनस्थ झाल्यावर एकमेकांच्या ओळखी झाल्या. कोणी जिल्हापरिषद, पंचायत समिती मेंबर होते, कोणी नात्यातले होते, कोणी व्यापारी, अधिकारी, वकील, डॉक्टर, प्राध्यापक, शेतकरी अशा निरनिराळ्या क्षेत्रातील मंडळी होती. एका चुलत्याच्या पाठोपाठ समशेर बहाद्दर आला. त्याने आदबीने

सर्वांना नमस्कार केला आणि त्याच्यासाठी मांडलेल्या आसनावर बसला. राजशेखर बिराजदार म्हणाले,

"हे आमचे ज्येष्ठ चिरंजीव अॅडव्होकेट समशेर बहाद्दर! एक वर्षापासून माझ्या सोबतच उदगीरला प्रॅक्टीस करतात." समशेर उंचापुरा रुंद छातीचा, दुहेरी हाडाचा, बांड होता. शोभेल असाच पेहेराव आणि बोलण्यात लाघव होते. सुभानरावाला शिवापूरची प्रत्येक गोष्ट आवडू लागली. आवडलेल्या बाबींची ते मित्रांच्या कानाशी लागून स्तुती करू लागले. दिवाणखान्यात, वाड्यात वावरताना राधा कशी दिसेल ते चित्र डोळ्यासमोर कल्पू लागले. ह्या स्थळाला नाव ठेवायची थोडी देखील गुंजाईश दिसत नव्हती.

पंगत बसली. मागे पुढे मोकळे मोकळे पाट मांडले होते. रांगोळ्या काढल्या होत्या. उदबत्त्यांचा घमघमाट सुटला होता. चार कोपऱ्यातून चार भाऊ वाढीचे निरीक्षण करीत होते. व्यवस्थित जेवणे झाली. पानविडे तोंडात टाकून माणसं मोकळेपणानं पटांगणात शतपावली करत होते. बोरगावचा गट दूर एका ओट्यावर बसला. माधवराव आणि चंदर पाटील द्विधा स्थितीत होते. वामनबोवा, मुन्नालाल आणि किशनराव होकार भरण्यासाठी उत्सुक झाले होते. हळू आवाजात त्यांची चर्चा सुरू होती.

वामनबोवा म्हणाले, "कितीही डोंगर पोखरीत बसलं तरी आता ह्याच्यापेक्षा वरचढ सोयरे मिळतील आसं वाटत नाही. बरं, पुढचा पुढी इचार करू. मुलगी पसंत पडती काय ते तर पाहू द्या. मला वाटतंय मुलगी दाखवायचा कार्यकरम करावा." द्विधास्थितीत असणारांनी आजच निकराचा विरोध करायचे कारण नव्हते. ते गप्प बसले. मुलगी दाखवायचा विचार पक्का झाला. गाडीचा ड्रायव्हर नामदेव ओट्यावरून उतरून सर्वासमोर उभा राहात म्हणाला,

"मुलगी दाखवायची तारीख ठरवू नका. माघून कळवितो मनून मोघम ठेवा. इकडचे तिकडचे डरायव्हर जमलेत. त्याह्यच्या येऱ्ही गप्पा चलल्या व्हत्या. मी येड्याचं सोंग घेऊन ऐकू लागलो. राजशेखर पाटलाला दुसरे चार भाऊ आन तीन बहिनी हता. एक भाऊ आन तीन बहिनी एका माईच्या हत. ते भाऊ अर्ध्या जायदादीचा हिस्सा माघायलाय. तसा हिस्सा नाही दिला तर तीन बहिनी बरोबरीचे हिस्से माघायल्यात. मंजेनी कशाय वाटन्या केल्यातरी एकून आट वाटन्या व्हनार हे नक्की. उदगीरला वकीलसायेब राहतात ते मोठा बंगला हय, परीक त्यात सगळ्यायलाच हिस्सा पाह्यजे. हे त झालं, ते डरायव्हर मनत व्हते की सगळ्या भावायनं एकमेकायच्या चढावढीनं कर्ज काढलय. एक रुपायाची

जायदाद, तिच्यावर पाच रुपयाचं कर्ज हय मनतात. एकजन त गमतीनं मनू लागला की आपुन जेवढे डायव्हर इथं जमलोत त्यातला परकतेकजन या बिराजदार बंधूयपरता शीरमंत हय. हे नुसताच बडा घर आन पोकळ वासा हय!'' नामदेवाचे बोलणे ऐकून सुभानरावाच्या डोळ्यांपुढे काजवे चमकू लागले. उन्हाळा दिवसात त्याना हुडहुडी भरल्यासारखे वाटू लागले. आज नामदेव बरोबर नसता तर काय अनर्थ घडू शकला असता ते चित्र डोळ्यासमोर दिसू लागले.

चंदर पाटील म्हणाले, ''ह्या थाटमाटाला आम्हीय भुललो, मातर मंग डोस्क्यात एक एक येगळा इचार येऊ लागला. बसल्या बसल्या एका पाव्हन्याकडून मी माहिती काढली. नामदेवाची आन मही माहिती जुळली. सव्वापाचशे एकरातली पन्नास एकर नुसत्या नदीत, मंजी पोटखराब हय. आट वाटन्या झाल्यावर एक एक वाटनी साट एकराची व्हती. राजशेखर पाटलाला तीन मुली हता. दहा दहा एकर जमीन इकल्याशिवाय आशा राजघरान्यातल्या मुलीयचे लगनं होत नाहीत. राहिलेल्या तीस एकरात आट मुलं मंजी परतेक मुलाला तीन ते चार एकर जमीन येती. आज पाचशे एकराचा धनी आन नातू चार एकाराचा भिकारी! पाचशे एकाराचा अंगातला ताठा जात नाही आन चार एकारात ती शान बसत नाही! आता बोला!''

माधवराव म्हणाले, ''आशा दग्या फटक्यापासून सावध राहन्याचं आपल्याला कळालं पाह्यजे.''

पाहुण्यांना शाल श्रीफळ देऊन सत्कार करण्यात आला. खरे तर असा सत्कार करायची रूढी नव्हती, पण श्रीमंतीचे प्रदर्शन करणे हा त्यामागे उद्देश असावा. निघायची वेळ झाली तरी पुढच्या कार्यक्रमाविषयी पाहुणे काहीच बोलत नाहीत असे पाहून यजमान कावरेबावरे झाले. माधवराव राजशेखर बिराजदारांना म्हणाले,

''तुमच्या पाहुनचारावर आम्ही खूश झालो. चार आठ दिवसात विचार करून पुढचे कळवतो.'' त्यानी रामराम करून एकमेकांचा निरोप घेतला. पुढे पावसाळा सुरू झाला आणि सुभानरावांना वरसंशोधनाची मोहीम मध्येच थांबवावी लागली.

इंजनगावातले काम आपल्या गतीने चालू होते. क्रांती संघटनेच्या मे महिन्याच्या बैठकीत तज्ज्ञांनी दिलेल्या पिकांवर चर्चा होऊन त्यांना मान्यता मिळाली होती. पहिले वर्षीच्या खरीपात सोयाबीन, मिरची, कापूस व हळद ह्या चार पिकांची निवड केली होती. उन्हाळी हंगामासाठी भुईमूग एकच पीक घेतले होते.

सुधारित शेतीची सुरुवात होती. माती परीक्षणासाठी मातीचे नमुने कसे घ्यायचे, ते पिशव्यात कसे भरायचे, पिशवीवर आणि पिशवीतल्या चिठ्ठीवर कोणती माहिती कशी लिहायची त्याचे प्रशिक्षण कृषि सेवकाने दिले, आणि सर्व सभासदांच्या मातीचे नमुने गोळा करून प्रयोगशाळेत पाठवले.

निवडलेली सर्व पिके 'रुंद सरी वरंबा' करून त्यावर लावायचे ठरले. अशा पद्धतीत पावसाचे पाणी खोलवर मुरते आणि मूळ संस्थेतले जास्तीचे पाणी निचरा होऊन जाते. मुळांच्या भोवती पुरेसा ओलावा आणि वाफसा राहिल्यामुळे पीक जोमाने वाढते. निरनिराळ्या पिकांसाठी कमीजास्त रुंदीचे वरंबे आणि सऱ्या तयार करण्यासाठी इक्रिसॅटने विकसित केलेले 'ट्रॉपीकल्टर' अवजार हैद्राबादहून आणले. ज्या इंजिनिअरने ते विकसित केले होते तो इंजिनिअर स्वत: दोन दिवस प्रात्यक्षिक दाखवण्यासाठी आला. औजाराची उपयुक्तता बघून गावात दहा अकरा ट्रॉपीकल्टरची खरेदी झाली.

रुंद सरी वरंबे चांगले कोण बांधतो त्याची स्पर्धा सुरू झाली. काळ्या कुळकुळीत नांगरलेल्या शेतात सरी वरंबे तयार झाल्यावर सिंचन सुरू झाले. वाफसा झाल्यावर लगेच पेरण्या झाल्या. मिरची सोडून बाकीच्या पिकांच्या सर्व पेरण्या पंधरा मे ला संपल्या. ज्यांच्या घरी लग्नं जुळलेली होती त्यांचा ह्या अवेळीच्या कामाना विरोध होता. काही शिवराजच्या विरोधात तटखोरपणा करायचा म्हणून, काही लग्न कार्यामुळे तर काही तणांच्या प्रादुर्भावाच्या भीतीमुळे पेरणीत सहभागी झाले नाहीत. सर्वात अडचण झाली ती लग्नवाल्यांची. शेतातले काम सोडून आयते जेवायलासुद्धा यायला कोणी तयार नव्हते. लग्नात गर्दी पाहिजे म्हणणारांचा विरस होऊ लागला. ज्याच्या लग्नात अगदीच कमी माणसांची उपस्थिती राहू लागली त्यांचा तडफडाट होऊ लागला. शेवटी एकत्र बसून गावकऱ्यांनी तोडगा काढला. त्या हंगामात मागे राहिलली सर्वच लग्नं एकाच तारखेला काढली. अशा रीतीने सामूहिक विवाहाची पद्धत परिस्थितीच्या रेट्यामुळे पडली. सात जूनला पावसाळा सुरू होत असला तरी प्रत्यक्षात वीस जूननंतरच पावसाला सुरुवात होते. पाऊस पडायच्या अगोदर पिके तरारून वर आली होती. पिकांपेक्षा अधिक जोमाने वाढणाऱ्या तणांनी शिवार हिरवागार झाला होता. 'तण खाई धन' हे शेतकऱ्यांना चांगले माहीत असते. तणाच्या विरोधात जोरदार मोहीम सुरू झाली. प्रत्येक पिकाला एक दोन कोळपण्या झाल्या. तणांची स्पर्धा संपल्यामुळे पिकांना मोकळे रान मिळाले. त्यात मोसमी वारे वहायला लागले. उष्मा कमी झाला. आभाळ गडगडायला लागले. बिजली लकलकायला लागली.

सरी कोसळायला सुरुवात झाली. मंद मधुर मातीचा गंध दरवळू लागला. मग काय पहायची पीकांची घोडदौड! मनं मोहरू लागली, पिकं उफाड्यानं बहरू लागली. इंजनगावाच्या शिवारात आनंदाला भरती आली.

प्रशिक्षण वर्गांचे आयोजन केले गेले. आयोजनाची जबाबदारी कृषि खात्याने उचलली. कृषि विद्यापीठातल्या विषय तज्ज्ञांना भेटणे, त्यांना कार्यक्रमाची कल्पना देणे, त्यांच्या जाण्यायेण्याची व भोजनाची व्यवस्था करणे, पीक उत्पादन तंत्राच्या नोटस् देणे ही जबाबदारी कृषि खात्याने स्वीकारल्यामुळे गावातल्या कार्यकर्त्यांना दिवाबत्तीची सोय करण्याशिवाय दुसरे कामच राहिले नाही. मारुती आणि केशव रजिस्टर घेऊन गावात फिरले. सर्व शेतकऱ्यांशी चर्चा केली. प्रशिक्षण वर्गात काय शिकवले जाईल त्याची माहिती दिली. प्रशिक्षण घेऊ इच्छिणारांची संख्या चाळीस झाली. त्यात पंधरा स्त्रिया होत्या. रामराव पाटील आणि रंगुमाय वर्गात वही पेन घेऊन वेळेवर हजर होऊ लागले. तेव्हा वर्गाला वेगळेच गांभीर्य आले. शेतकरी मन लावून पीक उत्पादन तंत्राची माहिती घेऊ लागले. तज्ज्ञांना अनेक प्रश्न विचारून भंडावून सोडू लागले. वर्गात रंगत भरू लागली. ठरलेल्या वेळेपेक्षा तास-अर्धातास वर्ग लांबू लागले.

लोकांच्या इच्छेखातर रोग आणि किडीवर अजून दोन व्याख्याने आयोजित केली. किडी आणि रोगांची स्लाईड्सद्वारे माहिती दिल्यामुळे पिकांवर येणारी विघ्ने ओळखण्याइतपत लोकांची तयारी झाली.

दर सोमवारी सकाळी आठ वाजता शिवार फेरी निघायची. अध्यक्ष आणि सचिव काही सभासदांच्या सल्ल्याने भेटीची ठिकाणे ठरवायचे. तीन ते चार तासात ठरलेल्या शेतांना भेटी होतील असा कार्यक्रम आखला जायचा. भेट दिलेल्या प्रत्येक शेतात शेतकऱ्याने केलेले स्पृहणीय काम आणि हलगर्जी अशा दोन्ही बाजूंच्या नोंदी व्हायच्या. पीक उत्पादनतंत्राच्या नोटसूमध्ये निरनिराळी कामे केव्हा सुरू करायची आणि केव्हा संपवायची त्याचे निर्देश दिलेले होते. त्या ॲक्शनप्लॅन बरहुकूम वेळेत कामे संपवायचा दंडक होता. शिवार फेरीत सर्व सभासद महिला उत्साहाने सहभागी व्हायच्या, त्यामुळे शिवारफेरीला वेगळेच गांभीर्य प्राप्त झाले. पाच पन्नास माणसांनी एकत्र जमून चर्चा करत शिवार तुडवायचा हा कोणालाही अत्यंत जुजबी वाटणारा कार्यक्रम, पण त्यातून इंजनगावात जी वातावरण निर्मिती होत होती, ती आश्चर्यकारक होती. ह्या साध्या कार्यक्रमातून माणसांची मने जोडली जाऊ लागली. एकमेकांविषयी प्रेम, जिव्हाळा आणि आपुलकी निर्माण होऊ लागली. आपण जे करतो आहोत ते, सार्थ आहे म्हणून

ते नेटाने आणि प्रामाणिकपणे केले पाहिजे असे सर्वांना वाटू लागले.

पेरण्या होऊन दोन महिने झाले. पाऊस थोडासा जास्त असला तरी सहनशक्तीच्या मर्यादेतच होता. रुंद सरी वरंबा पद्धतीमुळे अजून जास्तीचा पाऊस पचवायची जमिनीत ताकद होती. एक ऑगस्टपासून पावसाने जोर धरला तो पक्काच! दिवसा, रात्री संततधार पाऊस कोसळू लागला. क्रांती संघटनेची आपत्कालीन बैठक भरली. गावात काही कच्ची घरे होती तर काही घरांना शेजारच्या घरापासून धोका होता. अशा धोकादायक घरातल्या माणसांना सुरक्षित स्थळी हलवण्याचे पहिले काम केले गेले. जास्तीच्या पावसामुळे शेतात काय अनर्थ घडू शकतात ह्याचा शिवराजने आढावा घेतला. ज्या शेतात पाणी साचून तूटफूट व्हायची शक्यता आहे ते पाणी शेताबाहेर काढण्याच्या उपायांवर चर्चा झाली. दुसरे दिवशी वातावरणात कोणताही बदल झाला नव्हता. ढग गळत होते की, सांडत होते ते कळत नसले तरी सांडण्यावर ढगांचेही नियंत्रण राहिले नव्हते, हे मात्र नक्की. मिरची लागवड शक्यतो पडत्या पावसात केली जाते. लागवड करणारी माणसे कधीकधी दिवसभर पावसात भिजून थंडीने काकडतात. काही स्त्री-पुरुषांच्या दातखिळ्या बसल्यावर त्याना शेकावे लागते. हा त्रास कमी करण्यासाठी क्रांती संघटनेने हिरव्या रंगाच्या जाड प्लॅस्टिकचे पँट-शर्ट शिवले होते. शर्टाला जोडून वर टोपी होती. पावसापासून शंभर टक्के संरक्षण करणारे ते स्वस्तातले आवरण बहुतेक शेतकऱ्यांनी खरेदी केले होते. सकाळीच रोजच्या कपड्यांवर प्लॅस्टिकचे कपडे घालून आणि कुदळी फावडे खांद्यावर घेऊन माणसं घराबाहेर पडली. धूसर प्रकाशात हिरव्या गणवेषातले सैनिक शेतात पसरत असल्यासारखे एक आगळे वेगळे चित्र पाहून सर्वानाच गंमत वाटू लागली. उपसा सिंचन योजनेच्या लाभक्षेत्रात निचऱ्यासाठी चर काढलेले होते. कुठे चुकून पाणी तुंबले असेल त्याला वाट करून देणे एवढेच काम होते. धरणाच्या लाभक्षेत्रात जमिनीचे सपाटीकरण, बांधबंदिस्ती, निचऱ्यासाठी चर काढले होते पण ते फार दिवस टिकले नाही. त्या क्षेत्रात बऱ्याच ठिकाणी कमरेएवढे पाणी साठले होते. उतार दिसेल तिकडे पाणी काढून द्यायचे असे सर्वांनी तत्वत: मान्य केले होते. एरवी शेतातले पाणी काढण्यावरून भांडणे व्हायची. आज एकही भांडण झाले नाही ही नवलाची गोष्ट होती. ह्या झडीत चळकधार पावसात आतडी पिळेपर्यंत सारा गाव शेतात झुंजत होता. पाण्यात बुडून गुदमरलेली पिके संकटातून मुक्त झाली, त्यामुळे शेतकऱ्यांची मने उल्हासित झाली.

दुसरे दिवशी आभाळ भरलेले असले तरी पाऊस उघडला. थंडगार बोचरे

वारे वाहू लागले. दोन मिनिटं सूर्य दिसायचा आणि लगेच ढगात गुंडाळून बसायचा. म्हातारी जनावरे तसेच माणसांना बसली जागा सोडवत नव्हती. त्या वातावरणातून बाहेर पडल्यावर सोयाबीनवर मावा आणि पाने गुंडाळणाऱ्या आळीचा मोठ्या प्रमाणावर प्रादुभार्व व्हायची शक्यता होती. बी.टी. कापसावर देखील रस शोषणाऱ्या किडी येण्याची भीती होती. येणाऱ्या संकटाची शिवराजने गावकऱ्यांना कल्पना दिली होती. त्यामुळे सर्व फवारणी यंत्रांची डागडुजी करून ती तयार ठेवण्यात आली होती.

गावात होऊ घातलेले बदल योगाजीला मानवणारे नव्हते. न कळत गावावर शिवराजची पकड घट्ट होऊ लागली. अनेक मार्गांनी प्रयत्न करूनही शिवराजच्या कामात खोडा घालणे जमत नव्हते. धोंडिबा आणि रावण दोघांनाही तो पैसा पुरवत होता. त्यांच्या सोबत ऐश करत होता. मात्र स्वत:ला पूर्णपणे सांभाळून. दोघांच्याही जमिनी गिळंकृत करण्यासाठी तो अधीर झाला होता. ते गळ्यापर्यंत कर्जात रुतले की मग फासा टाकायचा असे त्याचे नियोजन होते. शिवराजवर टीका करणारी त्याची चांडाळ चौकडी होती. फवारण्यांची तयारी बघून तो एक महत्त्वाचा कार्यक्रम असल्याचे त्यांच्या लक्षात आले. त्या कामात अडथळा कसा निर्माण करायचा त्या विषयी एक कल्पना त्याच्या डोक्यात आली. 'सोयाबीनच्या शेतात खूप साप झालेत' अशी अफवा त्याने गावात पसरवली. गावात अफवा पसरवणे फार सोपे असते. दहा पाच लोकांच्या एकदा डोक्यात भरवले की, ते दुसऱ्या शंभर लोकांना पागल बनवतात. एकदा लोकांच्या मानेवर भूत सवार झाले की मग त्याचे अधिकाधिक भीतीदायक रूप तयार होत जाते. जो तो आपआपल्या कल्पनेप्रमाणे त्याला अक्राळविक्राळ करतो. सोयाबीन गुडघ्याएवढे वाढले होते. पिकाच्या खाली एक इंचही जमीन उघडी नवहती. अशा दाट वाढलेल्या पिकात गर्मी असते. तिथे साप जात नाहीत पण काना-कोपऱ्याला कुठे असला तर नाही तरी कसे म्हणावे? सोयाबीनच्या शेतात असा अपघात घडल्याचे गावात एकही उदाहरण नव्हते, तरी मनात एकदा भीती उभी राहिल्यावर कोणी पुढे व्हायला धजत नव्हते. एक दिवस विचारात गेला.

दुसरे दिवशी सकाळीच औषधाचा टेंपो गावात आला. शेतकऱ्यांनी गरजेपुरत्या औषधाची खरेदी केली. मिस्ट फवाऱ्यांसाठी व साध्या फवाऱ्यांसाठी औषध, युरीया, सूक्ष्ममूलद्रव्यांचे प्रमाण समजून घेऊन शेतकरी शेतात पोहोचले. सापांची भीती मनातून घालवण्यासाठी वेगवेगळे उपाय करण्यात आले. कोणी पायांना कपडं गुंडाळली, कोणी रेनकोटाच्या पॅंट घातल्या, कोणी नुसत्या जुवाला

बैलजोडी जुंपून पुढे बैल व मागे फवारणी केली. ज्यांचे पॉवर स्प्रेअर होते त्यांना अडचण नव्हती. इंजिनाच्या हवेने पीक बाजूला झाल्याने खालची जमीन स्पष्ट दिसत होती. बारहाल खोळंबलेले काम युद्ध पातळीवर सुरू झाले आणि दोन दिवसात पूर्ण सोयाबीन फवारून संपले. कुठे साप नाही, विंचू नाही, सापसुरळी किंवा गोमसुद्धा दिसली नाही. अफवा पसरवणारांचा बार एकदम फुसका गेला. बारा दिवसांनंतर पुन्हा दुसरी फवारणी झाली. पुन्हा तिसरी फवारणी झाली. सोयाबीनला जी फुले लागली त्यांचे शेंगेत रूपांतर झाले. बुडापासून शेंड्यापर्यंत शेंगांचे गुच्छ लागले. शेंगा पक्व होऊ लागल्या तशी पाने मलूल होऊ लागली. काही दिवसातच उभ्या काड्यांवर दाण्यांनी टच्च भरलेले शेंगोंचे घोस असे चित्र निर्माण झाले. शेत भरून सोयाबीन दिसू लागले. काढणीला सुरुवात झाली. लहान आणि मध्यम शेतकऱ्यांनी बाया लावून काढणी केली. ज्यांचा दहा वीस एकरांपेक्षा जास्त पेरा होता त्यांनी कंबाईन हारवेस्टरचा वापर केला. आता सोयाबीनने गाव भरले. हृदयात न मावणारा आनंद थोडा मोकळा सोडीत गावकरी एकमेकाला हसून सांगू लागले, "घरंदारं पुरंनात, माल ठेवावं तरी कोठं?" ऐकणारा तेवढेच हसून म्हणायचा, "काय नाही तर राव, उतपनाचा कहरच झाला. घरायचे छपरं आधर करून माल घुसवावं लागायलाय. यालाच मनतात देवानं छप्पर फाडून देलय."

क्रांती संघटनेची बैठक भरली. सभासद उत्साहित झाले हाते. रामराव पाटील तर बेहद खूश होते. त्यानी सोयाबीन उत्पान्नात उच्चांक गाठला होता. तीस एकरात सहाशे क्विंटल सोयाबीन झाले होते. गाव शाखेचे अध्यक्ष अंकुशराव माहिती द्यायला उभे राहिले. ते म्हणाले,

"बंधू आन भगिनींनो! आपला गटशेतीचा परयोग आपल्या अपेक्षेपरता जास्त यशस्वी झाला. गेल्या वर्सापसोर आपलं सोयाबीनचं एकरी पाच ते दहा क्विंटल उतपन व्हतं, या वर्षी आपून एकत्र आलो, तज्ज्ञायचा सल्ला घेतला, त्या परमान उतपादन केले. उतपन दीड पट व्हयील असा सर्वायचा अंदाजा व्हता, मातर मन दिक करनारा चमत्कार घडला आन उतपन सरासरी तीन पटीनं वाढलं. सरासरी एकोनीस क्विंटल एकरी उतपन मंजी गहजब झाला. ज्याह्यला आपून गावाचे कारबारी मानतो त्या रामराव पाटलानं तर कमालच केली, उतपनाचा झेंडा सर्वाहून उच नेला (टाळ्या). थकलेल्या बैलजोडीनं शंकरपट जिताव तशी ही घटना वाटती (प्रचंड टाळ्या). तुकारामजी, कामाजीबापू, यसोंतराव, अमूक, ढमूक आसे एकापेक्षा एक बहाद्दर शेतकरी गावात हतं. मातर

रामराव पाटलांनी बाजी मारली. मी क्रांती संघटनेचा अध्यक्ष म्हणून तमाम गावकऱ्यांय तर्फे रामराव पाटलाचं अभिनंदन करतो आन त्याहयला भेट देऊन सन्मान करतो.''

रामराव पाटील उठून म्हणाले, ''सनमान करायचा आसल तर आमच्या सूनबाई गोदावरीचा करा. तिनं बारकाईनं अभ्यास करून बऱ्याचशा गोष्टी करन्यासटी अग्रेव्ह धरला मनून आम्हाला यस मिळालं.''

तेवढ्याच तडकाफडकी उठून गोदावरी म्हणाली, ''मी काही गोष्टी करन्यासाठी आग्रह धरला हे खरं हय. मातर मी आग्रह धरल्यावर आमचे मालक आन कारभारी ऐकले नसते तर मज्या मनन्याला काय किमत राहिली असती? मनून मनते हे यश कोनाय एकाचं नाही, ते तिघायचं मिळून हयं.'' (टाळ्या).

अंकुशराव म्हणाले, ''सिंगनळ पडायच्या आधीच गाडी ठेसनात घुसली. मव्ह बोलनं व्हायच्या आधीच कारबाऱ्यानं सुरुवात केली. तरी काही बिगडलं नाही. तुम्हाला सगळ्यायला ऐकून आनंद व्हयील की हे सन्मान गाव कमिटीनं तिघात वाटून देलाय!'' (प्रचंड टाळ्या आणि क्रांती संघटना जिंदाबादचे नारे.) रामराव पाटील, हिरामण आणि गोदावरीला रंगुमाईने हार घातले. तिघांना एकत्र उभे करून एक पुठ्ठ्याचे मोठे खोके भेट दिले. भेट वस्तू काय आहे ते जाणण्याची लोकांनी इच्छा व्यक्ती केली. हिरामणने खोक्यावरचे वेस्टन काढून आतील पुस्तके काढून दाखवली. त्यात शेतीवरचे अत्यंत महत्त्वाचे सव्वाशे ग्रंथ होते. तिघा सत्कारमूर्तींनी एकमेकांच्या कानात कुजबूज केली. पुढे होऊन गोदावरी अर्धवट शुद्ध भाषेत म्हणाली,

''माझे पती, सासरे आणि बंधू भगिनींनो! तुम्ही पुस्तकायची ही अनमोल भेट देऊन आमचा सत्कार केला त्याबद्दल आम्ही तुमचे आभारी आहोत. खरं सांगायचं तर ह्या कार्यक्रमाचा बोलविता धनी शिवबा आहे आणि हा त्याचा विजय आहे! आम्ही ते हमाल भारवाहू! (टाळ्या) शिवबाच्या कृपादृष्टीखाली आम्ही हे ओझे वहायचे काम एकनिष्ठेनं करीत राहू. हे पुस्तकं कोनाच्या मालकीचे न रहाता 'गावधन' मनून त्याह्यची जपनूक व्हवावं अशी आमच्या कारभाऱ्यांची इच्छा आहे. गावात कृषि वाचनालय काढले तर आम्ही ही पुस्तकं वाचनालयाला देनगी देऊ. धन्यवाद!''

दुसऱ्या आणि तिसऱ्या नंबरला अनुक्रमे शंभर आणि पंच्याहत्तर पुस्तके बक्षीस दिली गेली. त्यांनी पण ती वाचनालयाला दान दिली. 'गावधन कृषि वाचनालय' स्थापन करण्याचा निर्णय झाला आणि इंजनगावात विकासाच्या

वेगळ्या उपक्रमाची सुरुवात झाली.

अंकुशराव म्हणाले, "आम्ही वसमत, हिंगोली, नांदेड, परभनी, अमूक ढमूक गावाच्या ब्रोकरला भेटलो, काही ऑईलमिलच्या मालकायला भेटलो. त्यात लातूर, कुसनूर, परभनी, अमुक ढमूक मील व्हत्या. त्या सगळ्यायनं सांगितले की गेले वर्षी परता या वर्षी सोयाबीनचे भाव कमीत कमी तीन ते चार पट राहतील (टाळ्या). आता सगळ्यायनं सोयाबीन धडाधड सरकारी गोदामात जमा करा. भाव आल्यावर आमुक ढमूक काही तरी करून इकू. गोदामाच्या पावतीवर बँक, मालाच्या किंमतीच्या साट टक्के कर्ज देती. कोनाला फारच निकड वाटली, लग्नं, कार्य आमुक ढमुकसटी पैसा लागला तर कर्ज काढून कामं भागवावं. थोडक्यात, आता आपुन बेपाऱ्याय सरकं वागाव. मंजेनी सस्ताईत माल जपून ठेवायचा आन तुटनाईत भाव वाढले की इकायचा. येवढं भरभरून येऊ लागल्यावर आपलं त गंगत घोडं नाह्यलं बगा!"

तयार झालेल्या वातावरणात योगाजी गुदमरून गेला. कधी एकदा त्यावर पाणी फिरवतो अशी त्याला घाई झाली. तो म्हणाला,

"हे बघा, फार हुरळून जायाचं कारन नाही. हे सीझन फार अनुकूल व्हता मनून सगळ्यायलाच जास्त उतपादन झालंय. तुम्ही भरमसाट खर्च करून जास्त उतपादन काढलं. आम्ही माफक खर्च करून साधारन उतपादन केलं. खर्चाचं बारकाईनं गनीत मांडलं तर गधे घोडे एकाच दावनीला असल्याचं तुमच्या लक्षात येईल. शेवटी शेतकरी मातऱ्याचा धनी असतय, हे थोरा मोठ्यायचे बोलच खरे मानावं लागतील."

सचिव मारुती शांतपणे म्हणाला, "डांगोरा पिटन्यासटी आपुन हे कार्यक्रम केलेला नाही. कोनाला पटो अगर ना पटो, मातर गट शेतीचा हे परयोग शंभर टक्के यशस्वी झाला यात वादच नाही. या यशामोळं आमच्या सभासदायला चारपट बळ मिळालं. आम्ही आता खंबीरपनानं याच मार्गानं जानार! कोनी निंदा कोनी वंदा - आम्हा स्वहिताचा धंदा!" (जोरदार टाळ्या, क्रांती संघटना जिंदाबादचे नारे.)

* * *

१२

हळद, मिरची, कापूस वाढीच्या ऐन उमेदीत होते. प्रत्येक पिकाच्या ठरलेल्या शेड्यूलप्रमाणे त्यांची मशागत चालू होती. लोक सतर्क होते. एकमेकांना सतर्क करत होते. सकाळ प्रकाशनचे शेतीशी संबंधित जगातले एकमेव कृषि दैनिक ॲग्रोवन शेतकऱ्यांचे आवडते वृत्तपत्र होते. देशात आणि जागतिक पातळीवर शेतीक्षेत्रात चाललेल्या घडामोडी कळण्याचे ते उत्तम माध्यम होते. इंजनगावाच्या गावधन कृषि वाचनालयात ॲग्रोवनचे वाचन होऊ लागले. वाचनालयातून पुस्तके नेऊन तरुण मुले नवनवीन कल्पना आत्मसात करू लागली. ज्या गावात वर्षानुवर्षे तेच ते पौराणिक ग्रंथ वाचले जायचे त्या गावात आता शेतीविषयीची चौफेर माहिती वाचली जाऊ लागली, चर्चा होऊ लागली.

वाचनालयात सेंद्रिय खतांवर अनेक छोट्या छोट्या पुस्तिका होत्या. मुलं त्या वाचू लागली. सेंद्रिय खतांची कमतरता हा गावकऱ्यांना अवघड प्रश्न वाटू लागला. सेंद्रिय खतांमुळे जमिनीचे आरोग्य सुधारते, ह्या विषयी कोणाचे दुमत नव्हते, पण वापर अगदीच नगण्य होता. कामाजीबापू गावात सर्वात जास्त शेणखत वापरायचे. त्यांचे एकरी उत्पादनसुद्धा गावात सर्वात जास्त होते. व्यवस्थापनातल्या काही क्षुल्लक त्रुटींमुळे सोयाबीनच्या स्पर्धेत ते मागे पडले, नसता त्यांचा हात धरणारा गावात कोणी नव्हता. ते काही असले तरी सेंद्रिय खतांच्या उपलब्धतेविषयी गावात अस्वस्थता निर्माण होत होती. कंपोस्टखत तयार करण्यासाठी कृषि खात्याने वर्षानुवर्षे मोहिमा राबवल्या. सेंद्रियखत हे सोने आहे, त्याची निर्मिती करणे हा आपल्या दिनचर्येचा एक सहजभाग झाला पाहिजे, असे लोकांच्या कानी कपाळी ओरडून सांगितले गेले पण शास्त्रसंगत खत निर्मिती करणारा एकही शेतकरी उभ्या मराठवाड्यात तयार होऊ शकला नाही. सर्व फायदे माहीत असून लाखोमधला एकही शेतकरी खत निर्मितीचा स्वीकार करत नाही, ही शेती व्यवसायाची खास खुबी म्हणावी लागेल. गावातल्या लहान मोठ्या सर्व मोकळ्या जागेत उकिरडे असतात. घरातला झाडलोटीचा कचरा, गोठ्यातले जनावारांचे मलमूत्र गोळा करून उकिरड्यात टाकले जाते. उकिरडा म्हणजे छोटासा वेडावाकडा

खड्डा. तो गरजेप्रमाणे मापाचा कधीच नसतो. पावसाळ्यात हे खड्डे पाण्याने डबडब भरलेले असतात. त्यात अनेक प्रकारच्या हानिकारक जीवजंतूंची वाढ होते. हिवाळ्यात आणि उन्हाळ्यात ते कोरडे असतात. डुकरे, कोंबड्या, ते सतत उकरत असतात. वाऱ्याने त्यातली घाण सर्वत्र उडते. लोकांच्या नाकातोंडात जाते. आरोग्य बिघडते. खत खड्ड्याबाहेर इतस्ततः पसरते. त्याची कोणाला काळजी ना कदर! ही व्यवस्था मागच्या हजारो वर्षांपासून चालू आहे आणि अजून किती दिवस चालेल ते सांगता येत नाही. गावोगाव सारखेच चित्र असल्यामुळे तो सर्वांच्या सवयीचा भाग झालेला आहे. ह्या खत व्यवस्थापन पद्धतीत किती खत वाया जाते आणि किती लोकांचे आरोग्य बिघडते ते देव जाणे!

शेतात धसकटे, काडी कचरा, पालापाचोळा असतो तो गोळा करून जाळला जातो. कापसाच्या पऱ्हाट्या गृहिणींचे आवडते सरपण असते, तुरीच्या तुऱ्हाट्या छत शाकरायला कामी येतात, निंदणाने निघालेले तण चरात फेकले जाते, ते पाण्याने वाहून जाते. शेतात पडलेले शेण वाळल्यावर गोळा करून रानशिऱ्या गोवऱ्या म्हणून जाळले जाते. ज्या जमिनीतून आपण दरवर्षी माल उत्पादन करतो तिची खर्च झालेली अन्नद्रव्ये परत करीत नाही. पिकाद्वारे घेतलेली अन्नद्रव्ये जमिनीला परत न देता पुढची पिके घेत राहणे ही जमिनीची लूटमार आहे, तिच्याशी बेईमानी आहे, अत्याचार आहे. असे ओरबाडणे चालूच राहिले तर दिवसेंदिवस जमीन अनुत्पादक बनते. नैसर्गिक साधनसंपदेचा ऱ्हास होतो. शेतकरी गरीब होतात. शेतकऱ्यांची गरीबी हरिपी अशी काडी कचऱ्याशी जोडलेली आहे हे अर्थशास्त्रज्ञांना कळते की नाही ते माहित नाही. कळत असेल तर मग एवढी संपत्ती वाया कशी जाते?

लोकांचे कुतूहल आणि जिज्ञासा लक्षात घेऊन 'सेंद्रिय खत निर्मिती' ह्या विषयावर एक व्याख्यान आयोजित केले. सर्व पद्धतीच्या स्लाईड दाखवून तज्ज्ञाने माहिती दिली. नोटस्मध्ये सुद्धा आकृत्यांसह माहिती होती.

नॅडेफ पद्धतीची माहिती ऐकताना मात्र लोक चक्रावून गेले. तज्ज्ञाने सांगितले की एका जनावराच्या शेणापासून वर्षभरात ऐंशी टन खत तयार करता येते. ज्याना ऐंशी टन म्हणजे काय हे कळले त्यांचा त्या विधानावर विश्वास बसणे शक्यच नव्हते. श्रोत्यांमध्ये आपसात बोलणे सुरू झाले. हा माणूस थापा मारतोय अशीच सर्वांची समजूत झाली. जमावाला शांत करीत तज्ज्ञाने बोर्डावर सविस्तर हिशोब मांडला. टाक्याचा आकार, त्यात भरायचा काडीकचरा, माती

आणि शेणाचे प्रमाण, कंपोस्ट तयार व्हायला लागणारा कालावधी, एका टाक्यातून निघाणारे तयार खत वगैरे. आकडेवारी प्रयोगसिद्ध होती. तज्ज्ञाचे म्हणणे सर्वांना मान्य करावेच लागले. तरी पण अंकुशरावाचे समाधान काही झाले नाही. ते म्हणाले,

"एका जनावरापासून मंजी त्याचं शेन, मूत्र, काडीकचरा, माती, आमुक ढमुक मिळून वर्साला अंशी टन खत तयार करता येतय, हे आपुन मान्य करू. टाके बांधन्यासटी सरकार अनुदान देतय. मंग या पद्धतीनं लोक खत का करीत नाहीत? टाकं बांधलेले खूप लोक हतं, मातर ते खत तयार करीत नाहीत, ते का?" तज्ज्ञ म्हणाले,

"अशा अनेक चांगल्या गोष्टी आहेत पण आपण त्या करत नाहीत. देशात मावणार नाही एवढी लोकसंख्या वाढलीय. थोडेसे नियोजन केले तर लोकसंख्या वाढीला आळा घालणे सहज शक्य आहे, पण ते आपण करतो का? आता का करत नाही त्याला जशी अनेक कारणं आहेत, तशीच खत न करण्यालासुद्धा असतील. मला वाटतं, टाके भरण्यापूर्वी जी तयारी लागते ती कामं म्हणजे कचरा, माती गोळा करणे हे शेतकऱ्यांच्या दैनंदिन कामाचा भाग होऊ शकली नाही. मुगा-उडदाच्या शेंगाची टरफले, गव्हाचे काड,, उसाची पाचट, शेतातले गवत, धसकटे ह्या वस्तू खताच्या खड्ड्यापर्यंत पोहोचतच नाहीत. त्या का पोहोचत नाहीत, त्या पोहोचण्यासाठी वेगळी यंत्रणा लागेल का, ह्या बारकाव्यांचा विचार शेतकऱ्यांनी करावा."

प्रगतीशील शेतकरी तुकाराम म्हणाला, "त्याचा आम्ही अनुभव घेतलाय. हे खत तयार करायला लागनारा वाळलेला कचराच मिळत नाही, हीच त्यातली मोठी अडचन हय, बाकी काही नाही."

अंकुशराव म्हणाले, "कचरा मिळत नाही, माती मिळत नाही, शेतीचे दुसरे कामं सोडून टाकं भरनं व्हत नाही, आमुक ढमुक, गोळाबेरीज काय? नॅडेफ पद्धतीनं खत करता येत नाही आन जबरदस्तीनं केलं त ते परवडत नाही. मंजेनी शेतीतली एखांदी गोष्ट कितीय साजरी दिसली तरी हुरळून न जाता पन्नास येळा इचार करावं आन मंगच पाऊल पुढी टाकावं."

शिवराज शेतीच्या कामाचे व्यवस्थित नियोजन करायचा. त्याचा एक एक उच्च तंत्रज्ञानावर आधारित प्रकल्प आकार घेऊ लागला. दूध विक्रीची एक केंद्र सरकारची योजना कार्यान्वित झाली होती. संकलन केंद्रावर शेतकऱ्याने दूध नेले की त्यातले स्निग्धांश तपासून ते मोजले जाई. किती स्निग्धांशाचे किती दूध

त्याच्या किमतीसकट पावती मिळायची. तो पैसा बँकेत शेतकऱ्यांच्या खात्यावर जमा व्हायचा. शिवराजने वीस एकरावर पन्नास म्हशींना पुरेल असे चारा पिकांचे नियोजन केले. सिंचनासाठी इटालियन रेनगन बसवल्या. फक्त वॉल्व्ह फिरवून वेगवेगळे प्लॉट भिजवले जायचे. पाईप किंवा स्प्रिंकलर हलवायची गरज नव्हती. चारा कापून ट्रॅक्टरच्या ट्रॉलीत कुटी करून टाकणारे यंत्र होते. सरकी, सोयाबीन, मका मिसळून खाद्य करण्यासाठी पल्व्हरायझर्स होते. उरलेल्या हिरव्या चाऱ्यापासून मूरघास तयार करायची सुविधा होती. दूध काढायच्या वेळी शिवराज किंवा शांताअक्का स्वत: हजर असत. दररोज पाचशे-सहाशे लिटर दूध जायचे.

हायटेक कल्टीव्हेशनमध्ये प्लॅस्टिकल्चर ही नवी संकल्पना होती. शिवराजने वीस वीस गुंठ्यांचे दोन पॉलीहाऊस, एक एकरावर शेडनेड व एक एकरावर मिरचीच्या बीजोत्पादनासाठी इनसेक्ट नेट उभारले होते. एका पॉलीहाऊसमध्ये जरबेरा, दुसऱ्यात टोमॅटो आणि शेडनेटमध्ये कॅप्सिकमचे उत्पादन घेतले जात होते. पाच एकरावर मायक्रोस्प्रिंकलरखाली आद्रक होते. पाच एकर मोसंबीची बाग होती. सहा एकरात आळीपाळीने वर्षभर एक एकर पालक खुडायला येईल अशा रितीने पेरली जात असे. पाच एकर केळी, पाच एकर हळद आणि पाच एकरवर नर्सरी होती. प्रत्येक युनिटची माणसं वेगळी होती. शेताच्या मध्यभागी विहीर, विहिरीच्या भोवताल कॅटल शेडस, दुसऱ्या रांगेत मजुरांची घरे आणि थोड्या अंतरावर खालच्या मजल्यावर भांडारगृह आणि पॅक हाऊस तर वरच्या मजल्यावर दोन बेड रूम्स, किचन, स्टोअर, मोठी बैठकीची खोली आणि समोर गच्ची होती. बंगल्या सभोवती विस्तीर्ण लॉन होती. शिवराज कॉलेज संपवून गावात आल्याबरोबर त्याने कैक इंजिनिअर्स, आर्किटेक्टस, लँडस्केप डिझायनर्स, अॅग्रीकल्चरल सायंटिस्टस आणि डेव्हलपर्सचा सल्ला घेऊनच सर्व आराखडा तयार केला होता.

शिवराजचे आजोबा, एक धोरणी आणि कष्टाळू शेतकरी होते. ते ऊस, केळी आणि हळदीची पिके घेत. पैसा कमवून जमिनी विकत घेण्यावर त्यांचा भर होता. त्यांनी घेत घेत साठ एकर शेती जोडली आणि त्यात पन्नासफूट व्यासाच्या व साठफूट खोलीच्या पाच विहिरी खोदून बांधून काढल्या. सर्व विहिरींना भरपूर पाणी होते. शिवराजचे वडील अकाली गेले. शांताअक्काची शेतीवर चांगली पकड होती. खर्चाच्या मानाने उत्पन्न बरेच मोठे होते. मूळ जमेत दरवर्षी चांगली भर पडत गेली. चांगली गंगाजळी असलेले बँकेतले ते प्रतिष्ठित खाते होते.

शिवराज कृषि पदवी घेऊन गावी आल्यावर त्याने आपल्या सांपत्तिक

स्थितीचा आढावा घेतला. शांताअक्का म्हणाली, "शिवराज, शेतातून जे आलं ते मी जपून ठेवलंय. ते सगळं आता तुव्ह हय. त्याची कशी इल्हेवाट लावायची, कसा फायदा घेयचा ते तुव्ह तू ठरीव."

शिवराज म्हणाला, "आई, हा सर्व पैसा मी चलनात आणला तर तुझी हरकत नाही ना?"

शांताअक्का म्हणाली, "आजेबात नाही. तुला काय करायचंय ते कर. नुकसान होनार नाही असं जपून वापर येवढंच सांगनं! करता करता काही चुकलं, नुकसान झालं तर भियाचं नाही."

शिवराजने बँक अधिकाऱ्यांशी चर्चा केल्या. त्याचे शेती विकासाचे मनसुबे सांगितले. शिवराज त्याच्या विषयातला एक ज्ञानी, व्यवहारी आणि दूरदृष्टीचा होतकरू युवक असल्याची अधिकाऱ्यांची खात्री पटली. कितीही मोठी मुलुखगिरी करायला आता त्याला मैदान मोकळे होते. नॅशलन हॉर्टीकल्चर बोर्डाची एक सुलभ कर्ज योजना होती. व्याजदर कमी होता आणि वेळेत कर्ज फेडले तर एकूण कर्जावर तीस टक्के अुनदान होते. शिवराजने साठ एकर शेतीचा विकास आराखडा तयार केला आणि एन.एच.बी. अंतर्गत बँकेला सादर केला. बँकेची मंजुरी आली. एकाच वेळी अनेक प्रकल्प आकार घेऊ लागले. कुठे गाजावाजा नाही, चर्चा नाही, शांतपणे काम सुरू झाले आणि बघता बघता पूर्णत्वाला आले. शेतात घडत असलेले स्थित्यंतर गावातल्या अर्ध्या अधिक लोकांना माहीत नव्हते.

दूध काढून संकलन केंद्रावर पाठवल्यावर बायोगॅसवर चालणारे जनरेटर बसवण्यासाठी माणसं आली. तयार झालेल्या विजेवर, पंप, पल्व्हरायझर, कसे चालवायचे, फार्म हाऊस आणि इतर ठिकाणी वीज जोडणी व तोडणी कशी करायची हे शिवराजला स्वत: समजून घ्यायचे होते म्हणून तो गावाकडे न जाता शेतातच थांबला होता. शांताअक्का भाकरी घेऊन शेतात आली. फार्महाऊस जवळ एक आंब्याचे मोठे झाड होते तेथे सतरंजी टाकून माय लेकरू बसले. शिवराजने नेहमीपेक्षा कोर अर्धी जास्तच खाल्ली. उशाला एक सपाट धोंडा आणि त्यावर मऊ चुंबळ ठेवून तो निवांत पडला. अक्का चौभोवताल हुरहुर बघत होती. शेतात नजर जाईल तिकडे माणसं काम करत होती. तिला धन्याची आठवण आली. ह्याच झाडाखाली बसून त्यानी अनेकदा भावी जीवनाची स्वप्ने रंगवली होती. शिवराज पोटात असतानाच त्यांनी त्याचे नाव ठेवले होते. ते म्हणायचे, "शिवराज, या, लौकर या. ह्या जायदादीवर कर्तृत्व गाजवा. मळे

फुलवा. वसुंधरेवर हिरवाईची चादर चढवा. वृक्ष, वेली, लतांनी इथं स्वर्ग उभारा. पशू, पक्षी, माणसांनी गजबजून टाका. एका सुंदर वेलीच्या जाळीत हिंदोळे घेत तुमचे कौतुक बघण्यासाठी छानसा झोका बांधा. तुमच्या विशाल सावलीत मी आणि माझी शांता, बस्स बस्स बस्स, आणखी काही नको!'' ते स्वप्न आज प्रत्यक्षात आवतरत होते, पण धनी डाव अर्ध्यावर मोडून केव्हाच निघून गेले होते. शांताअक्काला भडभडून आले. ती हुंदके देऊन रडू लागली. शिवराज स्वत:च्याच तंद्रीत होता पण आईचा हुंदका ऐकून तो एकदम उठला. त्याने विचारले,

''का ग आई, अचानक का रडतेस?'' शांताअक्काने आणखी एक हुंदका देऊन भार हलका केला आणि पदराने डोळे पुसून म्हणाली,

''शिवा, तुही कामाची भरारी बगून उगंच हुरदय भरून येतंय बग. वाटतंय, हे बगायला धनी आसते त काय बहार झाली असती.''

अशा वेळी अश्रू भरलेल्या नयनांनी आईकडे काकुळतेने पाहण्याशिवाय शिवराजला दुसरे काही सुचत नसे. शांताअक्का म्हणाली, ''हे काम किती दिसात संपल?''

शिवराज म्हणाला, ''आता काय, संपलंच म्हणून समज. फार्महाऊसची रंगरंगोटी आणि फर्निचर तेवढं राहिलय. इंटेरियर डेकोरेटर फोटो आणि नकाशे घेऊन गेलाय. तो एकदोन दिवसातच आराखडे घेऊन येईल. फर्निचर, पडदे, माशा रोधक जाळ्या, गालिचे, बसवायला जास्तीत जास्त एखादा महिना लागेल. पण का विचारतेस तू हे?'' शांताअक्का म्हणाली,

''येडीची एक इच्छा हय. हे सगळं काम झाल्यावर, इथं आपुन एक जेवन देऊ. आपले समदे जवळचे सोयरे, तुहे दोस्त आन पुरा गाव बोलवू. तुह्या पिढीत आपल्या घरी कोनता समारंब झाला नाही. या निमतानं सगळ्यायच्या गाठीभेटी झाल्या त लई आनंद व्हईल बग.''

शिवराज म्हणाला, ''आई असावी तर अशी डोकेबाज! वा वा! काय नामी कल्पना! आई, तुझ्या मनासारखा कार्यक्रम आखतो बघ. बरं आई, तुला ह्या निमित्तानं धार्मिक उत्सव करायचाय की नुसताच आनंदमेळा भरवायचाय?''

शांताअक्का म्हणाली, ''ते यज्ञ, जप, मंत्र, त्यातलं मला काही कळत नाही. इरंगुळ्यासटी कीर्तन आन भावभावकी, सोयऱ्या धायऱ्यायसटी मिष्टान्न! बस! सादाभोळा समारंब!''

शिवराज हर्षोल्हासाने म्हणाला, ''जशी मातोश्रींची इच्छा! आई, फार

चांगली कल्पना सुचवलीस. आपण जोरदार समारंभ करू.''

शिवराज सकाळी शेतात चक्कर मारत असताना सुभाषराव जावळेंचा फोन आला.

''राम राम! मी सुभाष जावळे बोलतोय.''

(एकदम आनंदून) ''राम राम, राम राम सर. ओहो ऽऽ! कुठून बोलताय सर?''

''तू कुठे आहेस?''

''इंजनगावला. शेतात''

''मी तुझ्यापासून तीन किलोमीटरवर वसमतला पोलीस स्टेशनमध्ये आहे.''

(गोंधळून) ''पोलीस स्टेशन? सर्व क्षेमकुशल तर आहे ना सर?''

(खळखळून हसत) ''डोंट वरी, डोंट वरी, माय सन! अरे छोटासा अपराध घडला म्हणून इथं यावं लागलं. काळजीचं कारण नाही. एखाद्या तासात मोकळा होईन.''

''पण सर, मला स्पष्ट सांगा ना, मी काही मदत करू शकतो का? ''

जावळे साहेब म्हणाले, ''अरे, काही नाही झालं, थोडीशी थट्टा केली तुझी. तुला एक आनंदाची बातमी सांगतो. मी हिंगोली जिल्ह्याचा पोलीस अधीक्षक म्हणून पंधरा दिवसापूर्वीच रूजू झालोय. आयपीएस केडरमध्ये निवड झाल्यावर मी ट्रेनिंगला गेलो. तिथून एक वर्ष कोकणात प्रोबेशनवर होतो. आता हिंगोलीला पहिलीच रेग्युलर अपॉईटमेंट झालीय.''

''वा वा वा! अभिनंदन! त्रिवार अभिनंदन! सर, ही आनंदाची बातमी पळत पळत जाऊन आईला सांगतो, पण काम संपल्यावर इंजनगावाला या. जेवण इकडेच करू. अंदाजे किती माणसांचा स्वयंपाक करायचा तेवढं फक्त सांगा.''

''अरे, इथले डेप्युटी कलेक्टर सरदेशपांडे माझे हायस्कूलचे क्लासमेट आणि चांगले मित्र आहेत. ते तर तुझी एवढी स्तुती करत होते की मी चक्रावून गेलो. काय सांगत होते की महाराष्ट्र सरकार दुष्काळ निवारण कार्यात हतबल झाले असताना केवळ तुझ्या सल्ल्यामुळे दुष्काळाशी यशस्वी सामना करू शकले. त्या काळात मुख्यमंत्री तुझ्याशी थेट संपर्कात होते म्हणे. हे ऐकून माझी तर गर्वानं छाती फुटते की काय एवढा आनंद झाला. असं कर, जेवणाचं तूर्तास राहू दे. आज मी थोडा घाईतच आहे. मी जरूर येतो, पण दहावीस मिनिटात

शांताअक्काला भेटून आम्ही परत जाऊ.''

"बघा सर, पण तुम्ही जेवून गेल्याशिवाय माझे समाधान होणार नाही .''

"बरं बुवा, जेवायला येतो. मोठा हट्टी आहेस. आम्ही सर्व मिळून पाचसहा जण येऊ.''

"थँक्यू, थँक्यू व्हेरीमच सर! वुई आर वेटींग फॉर यू.''

शांताअक्का ग्रीन हाऊसमध्ये फुलं तोडणाऱ्या मुलींसोबत होती. शिवराज पळत पळत गेल्यामुळे त्याला दम लागला होता. मुद्दामच जोरजोरात श्वास सोडत शिवराज म्हणाला,

"आई, घाई कर, आपल्यावर पोलीसांची धाड येत आहे.'' एकदम चमकून शांताअक्का म्हणाली, "आता रं बाप्पा! काय मनून धाड आली?''

शिवराज तसाच धापा टाकत म्हणाला, "ह्याच्यातल्या दोन पोरी मदतीला घे आणि लवकर गाव जवळ कर. एस.पी.साहेबांना तुझ्या हातचं कोंबडं खायचंय. आई, तुला माझे सर सुभाष जावळे आठवतात काय?''

"न आठवायला काय झालं? ते बख्खळबाऱ्या आपल्या घरी येऊन गेलेत. त्याहयची बायकु परतीभा आन मुलगा ईयेक, सुदीक आपल्या घरी आले व्हते.''

"जावळे साहेब माझे कृषि महाविद्यालयात सर होते. आमचे एकदम घनिष्ठ संबंध होते. त्यानी आयपीएसची परीक्षा दिली आणि पास होऊन ते हिंगोली जिल्ह्याचे पोलीस प्रमुख म्हणून रूजू झाले आहेत.''

"काय बापा! आशी जीवघेनी थट्टा करू नाही मानसानं! मही त बोबडीच वळली व्हती. आपलं मनातून हित चिंतीनारा मानूस एवढ्या पदावर गेला मनून आनंद व्हयाचा ते तू त मला घाम फोडलास! (पदरानं वारा घेत शांताअक्का म्हणाली) बरं तर, जावळे सायेब येयालेत. कोन कोन येनार, किती वाजोस्तोर सैपाक करायचा, आन काय करायचा?''

"ते सर्व मिळून सहाजण येताहेत. चिकन, पोळी, भात, आणि फ्रुट सॅलड. वसमतला गाडी पाठवून काही सामान लागत असेल तर मागवून घे.''

जावळे एका शेतकऱ्याचा मुलगा. परभणी शहराच्या जवळ म्हणून बी.एस्सी. (कृषि), एम.एस्सी. (कृषि) होऊन कृषि विद्यापीठात प्राध्यापक झाला. खेड्यापाड्यातून आलेल्या मुलांशी संपर्कात रहायचे, त्यांच्या छोट्यामोठ्या अडचणी सोडवायचे, काही अडथळा आल्यास धीर द्यायचे. शिवराज बापाविना पोरका म्हणून त्याच्यावर विशेष मर्जी होती. महाविद्यालयाच्या सांस्कृतिक मंडळाचे ते प्रभारी प्राध्यापक होते. शिवराज सर्वच सांस्कृतिक कार्यक्रमात अग्रणी असायचा म्हणून दोघांची

अधिक जवळीक होती. ते शिवराजबरोबर मुद्दाम इंजनगावला यायचे. शिवराज किती गुणी आहे हे शांताअक्काला तासन्तास सांगत बसायचे. आपल्या मुलाला एवढा जीव लावणारे, त्याचे कौतुक करणारे म्हणून शांताअक्काला ते भावासारखे जवळचे वाटायचे. असा प्रेमाचा पाहुणा घरी यायचा म्हटल्यावर घर आनंदाने फुलून गेले नाही तरच नवल!

ग्यानूची बायको पार्वती शांताअक्काला स्वयंपाकात मदत करायला आली होती. स्वत: ग्यानू, मारुती, केशव वाढण्यासाठी व पाहुण्यांच्या सरबराईसाठी उपस्थित होते.

दुपारी दोन वाजता समोर गार्डची मोटारसायकल आणि मागे लालदिव्याची अँबॅसेडर वाड्यासमोर येऊन उभ्या राहिल्या. पाहुणे उतरून दारात येईपर्यंत शिवराज समोर आला. ग्यानोजी, मारुती मागे ट्रेमध्ये फुलांचे हार घेऊन उभे होते. सत्काराचा बेत बघून एस.पी.साहेब मागे दबकले. त्यानी इतरांना पुढे केले. शिवराजने भले थोरले हार घालून पाहुण्यांचे दर्शन घेतले. एस.पी. साहेबांना हार घालून दर्शन घेतल्यावर उठताना त्यांनी शिवराजला प्रेमाने मिठी मारली. कोणाच्याच तोंडातून शब्द फुटेनात. दोघांचेही डोळे पाण्याने भरून आले आणि हृदये आनंदाने दाटून गेली. त्या सद्‌गदित अवस्थेत ते एकमेकांकडे बघतच राहिले. शांताअक्कानं येऊन दोघांच्याही पाठीवर हात ठेवले. एस.पी. साहेबांनी तिचे अत्यंत विनम्रभावे दर्शन घेतले. आता त्यांचे दोन्ही डोळे भरून वाहत होते. गद्‌गदलेल्या स्वरात ते म्हणाले,

"अक्का, मला पाठचे बहीण भाऊ कोणी नाही. आई-वडील फार पूर्वीच वारले. माझ्या यशाकडे बघून आनंदाश्रू गाळणारी तू माझी एकुलती एक पाठराखीण बहीण आहेस. तुझ्या मायेचा हात मला आयुष्य जगायचं बळ देईल. तुझी माझ्यावर अशीच कृपा राहू दे!" त्यांच्या पाठीवरचा हात न काढता त्याची पकड घट्ट करीत शांताअक्का म्हणाली,

"तुम्हाला येवढं मोठं यस मिळालं त्याचा आम्हाला जसा आनंद झालाय तेवढाच अभिमान वाटायलाय. रितेपना वाटू देऊ नका. मी हय ना तुमच्या पाठीशी!" असे म्हणत तिने त्याना बैठकीत नेऊन बसवले. हा प्रसंग बघून इतर पाहुणे खूपच भारावून गेले. आपआपल्या क्षेत्रात समाजावर हुकूमत गाजवणारे आणि मोठेपणाच्या तोऱ्यात वावरणारे ते लोकनायक ह्या कौटुंबिक जिव्हाळ्यात पुरते विरघळून गेले. त्यांच्या कामाचे स्वरूपच असे असते की दररोज नाना प्रकारचे हुजरे त्यांच्या समोर याचना करीत असतात. जा लेका काय नाव घेशील,

अशा थाटात ते त्यांची बोळवण करून स्वत: खूश होतात, पण माणुसकीच्या स्पर्शाने गहिवरून जायचे प्रसंग त्यांच्या आयुष्यात क्वचितच येतात.

दिवाळी झाल्याबरोबर आनंद मेळ्याच्या तयारीला सुरुवात झाली. शांताअक्का भाऊबीजेला बोरगावला दोन दिवस गेली होती. तिने निमंत्रण पत्रिकांचा गठ्ठा सोबत नेला होता. दिवाळीच्या फराळाच्या निमित्ताने माधवरावांकडे गावतील प्रतिष्ठित मंडळी जमली. फराळानंतर शांताअक्काने कार्यक्रमाचा उद्देश आणि स्वरूप सांगितले. सर्वांना सहकुटुंब यायची आग्रहपूर्वक विनंती केली.

चंदर पाटील म्हणाले, "बाई, तुह्या इनंतीला आम्ही जरूर मान देऊ. तू जेवढ्या मानसायला आन बायायला बोलविशील तेवढे आम्ही समदे येऊ. बरं काय मंडळी, काल राती आम्ही बाईसोबत बोलत बसलो व्हतो. शिवराजनं कितीतरी कोटी रुपये खर्चून शेतात नवीन सुदारना केल्यात मनं. ते बगायची आपल्याला संधी मिळनार हय. आपल्याला दहा रुपायचा खुर्दा मोजता येत नाही, ते कोटीन फिटी कसे आसतात त्याच्याशी काही मतलब नाही, मातर केलेल्या सुदारना त कळतील ना!"

सगळे आनंदाने म्हणाले, "जरूर जाऊ, जरूर जाऊ!"

सुगंधा माय, माधवरावाची पत्नी लक्ष्मी, गंगाबाई, राधा आणि शांताअक्का पत्रिका लिहायला बसल्या. ज्याना आमंत्रित करायचे त्या पुरुष आणि स्त्रियांची नावे पत्रिकेवर लिहायचे ठरले. ही चर्चा चालू असतांनाच एका पत्रिकेवर सुभानराव, गंगाबाई, राधा असे लिहून ती शांताअक्कापुढे धरीत राधाने नावं वाचून दाखवली.

"आत्या असंच लिहायचं ना?"

शांताअक्का लटक्या रागाने म्हणाली, "तुव्हा धीटपना तर मुलखा-येगळा हय माय!"

सुगंधामाईनं कुतूहलानं काय झालं म्हणून विचारलं.

शांताअक्का म्हणाली, "बग की, आपलं आपुनच नाव लेव्हलय!"

सुगंधामाय म्हणाली, "त्यात काय चुकलं? तिला सोडनार हस की काय?"

शांताअक्का म्हणाली, "सोडील कशी, मातर तिची शिरजोरी बग की!"

अशा छोट्या मोठ्या गमती जमती करत तीन चार तासात दोनशे पत्रिका लिहून झाल्या. माधवरावांचे गावातले मित्र, त्यांच्या बहिणी, लेकीबाळी, सर्वांना निमंत्रण गेले.

शिवराजचा पसारा कमी नव्हता. शाळेतले शिक्षक, महाविद्यालयातले

प्राध्यापक, सहाध्यायी मित्र, दुष्काळ निवारण कार्यात संपर्कात आलेले कार्यकर्ते, काही निवडक पुढारी, वकील, डॉक्टर, अधिकारी असा हजारो माणसांचा मेळावा होणार होता.

आनंद मेळ्याचा दिवस जवळ येऊ लागला तशी कामांची धांदल उडू लागली. बाहेरगावचे हजार एक पाहुणे मुक्कामाला राहणार होते. त्यांची भोजन आणि निवासाची वेगळी सोय केली होती. बोरगावचे पाच पंचवीस पाहुणे आणि दहावीस स्त्रिया कार्यक्रमाच्या चार दिवस आधीच येऊन दाखल झाल्या होत्या. काही पाहुणे गावातल्या कुटुंबात विभागून दिले होते. मळ्यात मुख्य गेट पासून आखाड्यापर्यंतचा रस्ता पताका, तोरणं, पथदिवे लावून सुशोभित केला होता. फार्महाऊसवर दिव्यांची रोषणाई केली होती. फार्महाऊसच्या बाजूला मोठा रंगमंच आणि समोर सर्व निमंत्रित माणसं बसू शकतील असा कापडी मंडप उभारला होता. त्यापासून थोड्या अंतरावर भोजन मंडप होते. मळ्याला यात्रेचे रूप आले होते.

पाहुणे आल्याबरोबर चहा फराळ करून डेअरी, बायोगॅस प्लँट, फ्लोरीकल्चर, टोमॅटो, कॅप्सिकम, मिरची बीजोत्पादन बघून सभामंडपात येत होते. शिवारफेरी करून आलेल्या पाहुण्यांना फळांचा थंड रस देऊन मगच मंडपात स्थानापन्न होण्याची विनंती केली जात होती. मंचावर एक टेबल आणि दोन खुर्च्या ठेवलेल्या होत्या. पाहुणे जसे येतील तसे रिकाम्या असतील त्या खुर्च्यांवर बसत होते. कोणासाठी वेगळे आरक्षण नव्हते किंवा वर्गवारी नव्हती. शिवार फेरी करून सभामंडपात आलेल्या पाहुण्यात शिवराजच्या कल्पकतेची एकमुखाने तारीफ होत होती. शेतीत एवढे चमत्कार घडू शकतात हे कोणाच्या ध्यानीमनीसुद्धा नव्हते. टमाट्याचे एक एक झाड वीस फूट उंच आणि त्यावर लगडलेले संत्र्या एवढाले टमाटे, हे शेतकऱ्यांना साधे नव्हे, महदाश्चर्य वाटले. पन्नास म्हशींचे दूध दोनच माणसं मशीनच्या साह्याने अवघ्या दोन तासात काढतात हा लोकांना चमत्कार वाटला. शेणापासून तयार होणाऱ्या गॅसवर सर्व मजुरांच्या शेगड्या चालतात, दिवाबत्ती, मोटारी चालतात आणि सर्वांच्या अंघोळीचे पाणी सूर्यप्रकाशावर तापते हा अचंबा होता. इंजनगावच्या मातीत उमललेली फुले हैद्राबाद, दिल्लीच्या बाजारात सोन्याच्या भावाने विकतात आणि पाच एकराच्या नर्सरीतून वर्षाला कोटी रुपये मिळतात हे गहू-ज्वारी पेरणाऱ्या कोणाही शेतकऱ्याने तोंडात बोटे घालण्यासारखेच नवल होते.

बरोब्बर अकरा वाजता पार्श्वसंगीत सुरू झाले. एक रुबाबदार सुंदरी ऐटीत

मंचावर येऊन निवेदिकेच्या माईक समोर उभी राहिली. ती बोलायला लागली तसा परिसर तिच्या आवाजाने भारून गेला. श्रोत्यांची मने गदगदली. तिच्या बोलण्यातली मिठास, हृदय गलबलून टाकणारी होती. ती श्रोत्यांचे स्वागत करत होती पण श्रोत्यांनीच टाळ्यांचा कडकडाट करून तिला उत्स्फूर्त दाद दिली. राधा, एवढी उत्कृष्ट निवेदिका? कोणाचाच विश्वास बसत नव्हता.

मंचाच्या एका बाजूला वनदेवीचा पाच फूट उंचीचा फोटो सजवून उभा केला होता. कार्यक्रमाचे प्रास्ताविक अगदी मोजक्या शब्दात उरकून उद्घाटक बिहारीलाल आणि प्रवचनकार कैकाडी महाराजांना मंचावर पाचारण केले गेले. शांताअक्काने वनदेवीची पूजा केल्यावर पुढच्या कार्यक्रमाला सुरुवात होणार होती. पार्श्वसंगीताच्या धून एवढ्या जबरदस्त होत्या की त्यात श्रोते अक्षरशः रंगून जात होते. मंचाच्या मागे मध्यभागी मंचाला टेकून चार पायऱ्यांची शिडी ठेवली होती. पहिल्या पायरीवर उभे राहिले की मंचावर फक्त डोके दिसावे, दुसऱ्या पायरीवरून छातीपासून वरचा भाग, असे टप्प्या टप्प्याने चौथ्या पायरीवरून व्यक्तीचे पूर्ण दर्शन होईल अशी व्यवस्था केली होती. छतावरचे काळे पडदे पुढे ओढून मंचावर धूसर अंधार करण्यात आला. मागच्या पडद्याच्या मध्यभागी बुडाशी तीव्र पांढरा अर्धगोल आणि त्यावर नयनरम्य रंगीन वलये असा प्रकाश पडला. जलतरंगावर नादमधुर धून सुरू झाली. पांढऱ्या प्रकाशाच्या मध्यभागी शांताअक्काचा चेहरा चंद्रोदयासारखा दिसला. संथपणे ती दुसरी पायरी चढली तशी हातावर पंचारतीचे ताट, गळ्यात, कानात शोभतील एवढे झळाळणारे दागिने, लोक आ वासून पाहतच राहिले. तिसऱ्या पायरीवर आल्यावर नखशिखांत दागिन्यांनी मढलेली फिक्कट गुलाबी रंगाच्या लुगड्यातील शांताअक्का साक्षात लक्ष्मी अवतरल्यासारखी दिसू लागली. लोकांनी टाळ्या वाजवून सभागृह डोक्यावर घेतले. शांताअक्काच्या मागोमाग रामराव पाटील, अंकुशराव, रंगुमाय आणि शेवटी शिवराज हातात फुलमाळांचे ट्रे घेऊन रंगमंचावर आले.

शांताअक्का वनदेवीच्या फोटोशेजारी उभी राहिली. दुसऱ्या बाजूला रंगुमाय, व बाकीचे मागे उभे राहिले.

राधा म्हणाली, "चित्रातली वनदेवी काल्पनिक आहे. शांताअक्का आणि रंगुमाय खऱ्या वनदेवी आहेत. पती अकाली गेल्यावर चंदनासारखे झिजून मुलांचे संगोपन करणाऱ्या त्या वंदनीय माता आहेत. आमच्या परंपरेत विधवा स्त्रीला अभद्र समजून अपमानित केले जाते. ह्या दोन मातांच्या रूपाने अख्ख्या विश्वातले पावित्र्य तुमच्या समोर उभे आहे. (प्रचंड टाळ्या) शांताअक्का आणि

रंगुमाईने वनदेवीची पूजा करून दीप प्रज्वलित करावेत अशी मी त्यांना विनंती करते.''

पूजा झाली. वनदेवीला दोघींनी हार घातले. समया पाजळल्या. शिवराजने रंगुमाईला हार घालून त्यांचे दर्शन घेतले. तो दुसरा हार घेण्यासाठी मागे वळला, तशी राधा कोल्हापुरी ठसक्यात म्हणाली,

''मिस्टर शिवराज पाटील, प्लीज वेट! नाऊ इटस् माय टर्न!'' आणि पदर खोचत महिषासुर मर्दिनीच्या थाटात ती पुढे आली.

शिवराज म्हणाला, ''हारच घालायचाय की मारामारी करायचीय?''

राधा म्हणाली, ''का?''

शिवराज म्हणाला, ''नाही काचेकोचे खोवताय म्हणून म्हटलं!''

गांभीर्याने भारून गेलेल्या सभागृहात एकदम हास्याचे कारंजे उसळले. रामराव पाटलांनी बिहारीलालना तर अंकुशरावांनी कैकाडी महाराजांना हार घातले. उद्‌घाटक आणि प्रवचनकार सोडून बाकीचे खाली येऊन बसले.

उद्‌घाटनाच्या भाषणात बिहारीलाल म्हणाले, ''शिवराजने पृथ्वीवर स्वर्ग उभा केला आणि दोन वनदेवतांनी प्रकाश उजळून तुम्हाला तो बघायची दृष्टी दिली तेच ह्या कार्यक्रमाचे खरे उद्‌घाटन झाले. (टाळ्या) गांधीनी ग्रामविकासाचे सुंदर स्वप्न बघितले होते पण त्यात नव्या-जुन्याची सरमिसळ होऊन चांगुलपणा लोप पावत गेला आणि अपप्रवृत्तीना बळ मिळाले. शोषक व्यवस्था उभी राहिली. गावे परावलंबी होऊन दारिद्र्याच्या विळख्यात आवळली गेली. दारिद्र्य हटविण्यासाठी अनेक योजना राबवल्या गेल्या, ती सर्व भ्रष्टाचाराची कुरणे बनली. योजना कल्पिणारे आणि ती अमलात आणणारेच महाभ्रष्टाचारी असल्यामुळे देण्याचा देखावा करून लोकांना खूश करायचे आणि त्यांच्या नकळत दिलेले परत घेऊन त्याना मोकळे करायचे, ही सर्वमान्य सन्माननीय रूढी झाली आहे. योजना देणारेच योजना गिळंकृत करतात; याचा अर्थ सत्ताधारी ग्रामविकास करू शकणार नाहीत हे शंभर टक्के सत्य आहे. आम्ही कोणाच्याही मदतीशिवाय बदलू, असे लोक ठरवणार नाहीत आणि त्याप्रमाणे कृती करणार नाहीत तोवर बदल घडणारच नाही. शिवराजने उभ्या केलेल्या ह्या मॉडेलमध्ये निश्चितपणे क्रांतीची बीजे आहेत असा माझा दृढविश्वास आहे.''

कैकाडी महाराज धर्मभोळेपणावर तोफ डागणारे सत्यवादी होते. त्यांच्या वाणीत विद्वत्ता आणि मांडणीत कलात्मकता होती. त्यांच्या विनोदी शैलीतून श्रोत्यांची हसून हसून मुरकुंडी वळायची. महाराजांनी सुरुवात केली, ''मघाशी मी

खाली बसलो असताना शेजारच्या माणसानं विचारलं, महाराज, क्रांती म्हणजे काय? मी चटकन म्हणालो, धक्का! त्याच्या चेहऱ्यावरून त्याला काही कळलं नसावं, पण कळल्याच्या थाटात तो म्हणाला, असं का, बरं बरं! आपण हे काय बोलून गेलो म्हणून मला मात्र चुटपुट लागली. विचार करता करता काही शब्दांची जुळवणी केली. जुन्याला धक्का मारून हद्दपार करायचे आणि त्याच्या जागी नव्याची प्रतिष्ठापना करायची, त्याला म्हणतात क्रांती! स्वर्गाचं ज्या पद्धतीनं वर्णन करतात त्यामुळे स्वर्ग खरेच कसा असतो हे जाणून घ्यायचे कुतूहल माझ्या मनात होते. मी पंढरपुरात राहात असल्यामुळे तिथे अनेक ज्ञानी, तपस्वी, विद्वानांच्या भेटी होतात. मी कितीतरी साधू, संतांना स्वर्गविषयी विचारले, आणि स्वर्ग कोणालाही माहीत नाही अशी माझी खात्री पटली. आज पृथ्वीवरचा स्वर्ग मला बिहारीलालनी दाखवला आणि मी धन्य झालो. हा स्वर्ग सत्य आहे. त्यात समृद्धी आहे आणि समृद्धीमुळे मिळणारी सर्व सुखे आहेत. ह्या स्वर्गाच्या प्राप्तीसाठी शेतकऱ्यांनी कष्ट करावेत, देह झिजवावे, असे मी आता प्रवचनातून सांगत राहीन. (टाळ्या)

"शिवराजने उभ्या केलेल्या ह्या स्वप्नभूमीत क्रांतीची बीजे आहेत असे बिहारीलालजी म्हणाले. बीजे आहेत म्हणजे ही क्रांती भविष्यात कधीतरी घडू शकते असा त्यांचा संकेत आहे. मला तर इथे क्रांतीची जबरदस्त सुरुवात झालेली दिसतेय. आता बघा, हा कार्यक्रम काय आहे? 'आनंद मेळा!' हे नगर भोजन आहे का? बारसं आहे की पुण्यतिथी? मावंदं आहे की रोट? एखाद्या पोथीची समाप्ती आहे की, सप्ताहाची इतिश्री? एखाद्या देवाचा नवस फेडला जात आहे की ग्रहशांतीसाठी अन्नदान आहे? काहीच नाही! हा आहे आनंद मेळा! असा मेळा कधी कोणी पाहिला होता काय? नाही ना? ही क्रांती आहे! (टाळ्या) वनदेवीच्या पूजेनं ह्या कार्यक्रमाची सुरुवात झाली. काय आहे ही वनदेवी? पृथ्वीवर तिचं एखादं मंदिर आहे का? तिची थोरवी गाणारी एखादी पोथी आहे का? ती कोणाच्या नवसाला पावली अशी आख्यायिका आहे का? तेहतीस कोटी देवदेवता सोडून ही वनराई कोण? ही क्रांती आहे! विधवा स्त्री म्हणजे अमंगल, अभद्र, चांडाळीण, दैवहत, ही आमची पारंपरिक समजूत. पण इथे विधवांना पावित्र्यमूर्ती समजून त्यांच्या हस्ते पूजा मांडली जाते, ही क्रांती आहे! ह्या सभागृहात अनेक राजकारणी, अधिकारी, व्यापारी, शेतकरी, स्त्रिया, पुरुष जागा मिळेल तेथे बसले आहेत. कोणासाठीही वेगळे आरक्षण नाही, ही क्रांती आहे! शिवराजने पारंपरिक पिकं सोडून महत्तम किफायत देणारी नगदी

पिकं अत्याधुनिक तंत्राचा वापर करून घेतली आहेत, ही शेतीतली फार मोठी क्रांती आहे! अहो ही क्रांती कोणाला कसे धक्के मारील आणि भुईसपाट करीत ते कसे सांगू? मी जिथे जातो तिथे लोक दर्शनासाठी रेटारेटी करतात. माझ्या पाया पडलेलं मला आवडत नाही, मी कोणी इश्वरात्मा नाही, माझ्या पाया पडून तुम्हाला कवडीचाही फायदा नाही असं रागावून सांगतो. तरी लोक ऐकत नाहीत. झुंबड करतात. आज कोणी माझ्या पाया तर पडले नाहीच, माझं हार घालून स्वागत सुद्धा सर्वात शेवटी करण्यात आलं. ही क्रांती आहे आणि मला ती मनातून भावली आहे! (प्रचंड टाळ्या)

"क्रांतीची ही मशाल अखंड तेवत राहो आणि तिच्या तेजाने ह्या पावनभूमीतल्या लाखो लाखो शेतकऱ्यांचं कल्याण होवो अशी सदिच्छा व्यक्त करून मी थांबतो."

जेवणानंतर पाहुण्यांना विश्रांती व भेटीगाठींसाठी तीन चार तासांचा रिकामा वेळ ठेवला होता. पाहुणे झाडाखाली, सभामंडपात, राहुट्यांमध्ये ज्याच्या त्याच्या सोईप्रमाणे जथ्था जथ्याने बसले होते. एका आंब्याच्या झाडाखाली एस.पी. सुभाष जावळे, उपजिल्हाधिकारी सरदेशपांडे, तहसीलदार जोंधळे, फौजदार आनंद चव्हाण आपल्या कुटुंबीयांसोबत बसले होते. एस.पी. साहेबांसोबत हिंगोलीचे आमदार जनार्धन वलांडे मुद्दाम कार्यक्रमाला आले होते. ते आपल्या मुलीसाठी वर शोधायच्या मोहिमेवर होते. एस.पी. साहेबांनी त्यांना शिवराज विषयी कल्पना दिली होती. शिवराज बोरगावच्या मंडळीला तिथे घेऊन पोचला. मामा माधवराव, राधाचे वडील सुभानराव, चंदर पाटील, वामनबोवा, उमाजी पाटील, मुन्नालाल, किशनराव, येल्लापा आणि नामदेव झाडाखाली आले. तसेच एस.पी. आणि इतर उभे राहिले. रामराम झाला. शिवराजने सर्वांच्या ओळखी करून दिल्या. तेवढ्यात लहान मुलाच्या बोटाला धरून चालावे तसे एका हाताने शांताअक्का आणि दुसऱ्या हाताने रंगुमाईला धरून राधा तिथे आली. राधाची आई गंगाबाई त्यांच्या सोबत मागे होती. त्या अगदी जवळ आल्यावर शिवराज म्हणाला, "जास्त गुणवत्ता दाखवली की लोक असे जखडून ठेवतात."

शांताअक्का म्हणाली, "जखडून नाही रं बापा, तिनंच आम्हाला पकडून आणलंय!"

राधा नाटकी अविर्भावात म्हणाली, "दोन वनदेवता पकडून आणायच्या म्हणजे बारा हत्तीचं बळ अंगात लागतं."

शिवराज दोन्ही हात जोडून म्हणाला, ''धन्य आहात! मैदाने जंग शिवाय दुसरी भाषाच नाही!''

सरदेशपांडे मोठ्याने म्हणाले, ''ही क्रांती आहे!'' आणि झाडाखाली हास्याचा ज्वालामुखी फुटला. त्यानंतर राधाच्या निवेदन शैलीची जी प्रशंसा सुरू झाली ती संपेचना. विशेषत: सरदेशपांडेबाई फारच प्रभावित झाल्या होत्या. खेडवळ वातावरणात वाढलेली एक मुलगी एवढे शुद्ध, एवढे कलात्मक आणि चपखल निवेदन करू शकते याचे त्यांना खूप खूप कौतुक वाटत होते. आपल्या भाषेचे आणि ज्ञानाचे सर्व कौशल्य एकवटून त्या राधाची तारीफ करू लागल्या. राधासुद्धा उच्चभ्रू लोकांच्या स्तुतीचा केंद्रबिंदू होऊ शकते ह्याचा सुभानरावांना केवढा अभिमान वाटला.

एस.पी.साहेब थोडे गंभीर होऊन म्हणाले, ''हिंगोलीचे आमदार जनार्धनराव वलांडे इथे आले आहेत. त्यांची मुलगी एम.एस्सी. बायोटेक्नॉलॉजी करत असून ह्या वर्षी लग्न करायचा विचार आहे. शिवराजचे घर, शेतीवाडी त्यांना खूप पसंत पडली आहे. तुम्ही मुलगी बघायला यावे अशी त्यांची इच्छा आहे.'' राधाने स्वत:च फोनची रिंग वाजवली आणि फोन आल्याचा बहाणा केला. फोन कानाला लावून हुं, हुं, करत ती झाडापासून बरीच दूर गेली. तिथे तिला काही मुली येऊन मिळाल्या. त्यांच्याशी बोलत बोलत ती तशीच सभागृहाकडे निघून गेली. राधाच्या मनात कसे वादळ उठले असेल त्याचा विचार करत शिवराज शून्यात पाहात बसला होता. मुलगी पाहायच्या प्रस्तावाला भानावर नसतानाच त्याने नुसती मान हालवून होकार दिला.

रात्री दोन कीर्तनं होती. 'धर्म सोडल्याविना मुक्ती नाही' आणि 'अंधश्रद्धा गेल्या चुलीत' दोन्ही कीर्तनकारांनी विनोदाची अगदी धमाल केली. लोक हसता हसता गडबडा लोळत होते. राधा कोपऱ्यातल्या एका खुर्चीवर मख्ख बसून होती. पहाटे पहाटे कार्यक्रमाची सांगता झाली आणि सर्व पाहुणे आपआपल्या वाटेने निघून गेले.

* * *

१३

आनंद मेळा संपवून गावी परत जाताना वामनबोवा म्हणाले, "कसं काय चंदर पाटील, कसा वाटला कार्यक्रम?"

चंदर पाटील म्हणाले, "आसं जल्मात कव्हा पाह्यलं नाही आन पाह्याला मिळनार बी नाही!"

सुभानराव म्हणाले, "लईच खास सजावट केली व्हती. ते लाउडस्पिकरय येगळेच व्हते बर का, काय आवाज घुमत व्हता! मह्या कानात त आजून तेच आवाज भरलाय. मी सगळ्यांचे पत्ते लेहून घेतलेत. भाव जास्त हतं मातर सोभाय तशीच हय. ते मनले पंधरा दिवस आदुगर सांगा मंजी आम्ही दुसरीकडची सुपारी घेत नाही."

वामनबोवा काळजीच्या सुरात म्हणाले, "आमदार शिवराजला घेरतंय वाटायलंय. मी एस.पी. सायबाला इचारलं त मनले शिवराजनं पोरगी पाह्याचाच उशीर, लाखात एक हय, पसंत पडलीच मनून समजा."

चंदर पाटील म्हणाले, "आसल बाबा! आमदारय किती साजरा मानूस हय! उच, शेलाटी, लाल गाजरं जसा! पोरगी थोडीतरी बापावर गेलीच आसंल की नाही? त्यावरूनच अंदाज येतय!"

मुन्नालाल त्यावर म्हणाले, "मुलगी पसंत झाली की सोयरीक जमलीच मनून समजा! ते बवा काय लहान नाही! आमदार मनल्यावर पैशाला काय कमी हय? मंग आता तुम्हीच सांगा, देन्याघेन्यावरून सोयरीक राहील काय?"

उमाजी पाटील म्हणाले, "ते समदं बराबर हय, मातर त्याह्यनं मुलगा, घरदार, सोईरपन पसंत केलंय काय?"

वामनबोवा म्हणाले, "काय येडे हा की काय उमाजी पाटील? आहो, असा गुनवान मुलगा आन आशी जायदाद आपनाला कोठं दिसली काय? दोन तीन वर्सापसून आपुन खूप धुंडायलो ना?"

उमाजी पाटील म्हणाले, "आपला सवालच येगळा हय महाराज! मुलगा गुनवान हय की नाही? त्याला पोटापुरतं उकरून खायाला जमीन हय की नाही? हे मुद्दे महत्त्वाचे नाहीत! त्याच्या

घरान्याचा दिदार हय की नाही येवढंच आपुन पाह्यालो. उद्या लगन झाल्यावर दाळ, दाना, सरपन आपनाला पुरवाव लागलं तरी हारकत नाही.''

उमाजीच्या बोलण्यातली खोच सुभानरावाच्या लक्षात आली पण ते मुद्दामच काही बोलले नाहीत. त्या बोलण्याचा आपल्याशी काही संबंध नाही अशी बतावणी करून ते मख्ख बसले. चर्चा तिथेच थांबली. गाडी पळत राहिली. अंतर तोडत गेली. बसल्या जागी डुलक्या लागल्या. रात्रीच्या जागरणाचा जबरदस्त अमल होता. बोरगाव येईपर्यंत कोणी हुं का चूं केले नाही.

राधा अभ्यासात मग्न झाल्याचे दाखवत असली तरी तिचे मन जागेवर नव्हते. शिवराजने हिंगोलीच्या आमदाराची मुलगी पसंत केली तर आपले काय होईल, हा प्रश्न तिला भेडसावत होता. शिवराजने उघड अभिवचन दिले नसले तरी तो आपल्यावर प्रेम करतो ह्याची तिला पक्की खात्री होती. पण काय सांगावे, तो स्वतंत्र आहे. आपल्या वडिलांचा स्वभाव, ग्रामीण वळण, भाऊ नसल्याचा उणेपणा, अशा परिस्थितीत त्याचे मन फिरले तर आपला काहीच इलाज चालणार नाही. तो हिंगोलीला जायच्या अगोदर त्याचे मन वळवणे जरूर होते. पण हे करणार कसे? तिची परिस्थिती फारच केविलवाणी झाली.

सुभानरावांचे खाण्यापिण्यावरचे लक्ष उडाले. त्यांना राधासाठी शिवराज सर्व दृष्टीने अनुरूप वाटू लागला. आनंदमेळ्यानंतर त्यांचे विचार हळूहळू बदलत गेले आणि 'शिवराजला पर्याय नाही' अशा ठाम निर्णयाला आले. पण आपण होऊन पुढाकार कसा घ्यायचा? आणि तसे पाहिले तर त्या आमदाराच्या तुलनेत आपण कुठले कोण? शिवराज मुलगी बघायला हिंगोलीला गेला तर साहजिकच तो आमदाराची मुलगी पसंत करणार, एस.पी., डे. कलेक्टर, तहसीलदार, फौजदार एवढी मातबर मंडळी मध्यस्थ असल्यावर काय, झट मंगनी पट ब्याह! एकदा बैठक झाली आणि होकार भरला तर पुन्हा कोणी मागे वळूनसुद्धा पाहणार नाही. गोष्ट फारच काठावर येऊन ठेपली होती. सुभानरावाला श्वास घ्यायलाही उसंत नव्हती. ते उठले आणि तडक माधवरावाकडे गेले. ह्या प्रकरणात नौका किनाऱ्याला लावणारा माधवराव हा एकच दुवा होता.

ते म्हणाले, ''माधव, राधाच्या बाबतीत आपल्याला ताबडतोब काही निवाडा लावला पाहिजे. आम्ही घरी इचार केलाय. राधाला इंजनगावात देवाव अशी इच्छा हय. मातर हे सगळं जुळवून आननं तुमच्या हातात हय. राधाला तुम्ही परकी मानीत नाही. आज ती तुमच्या पदरात टाकली आसं समजा आन सोताची मुलगी समजून तिचं काय कल्यान करायचं ते ठरवा.''

"दादा, तुम्ही फार चांगला निर्णय घेतला, मातर थोडा उशीर झाला. इंगोलीच्या आमदाराला मुलगी पाह्याची तारीख देऊन बसलेत. आमदार तर मुलावर जीव ववाळून टाकायला तयार हाय. आता शिंक्याचं सुटलं तरच बोक्याच्या वाट्याला येईल!"

"माधव, आता शिंक्याचं आनं बोक्याचं सांगू नका. काय करायचं ते करा. मातर हे डाव हातातला जाऊ देऊ नका. मला वाटतंय राधाचय मन तिथंच बसलय. इंजनगावाहुन आली तव्हापसून ती परेशान हय."

"तिचंच नाही, दोघाचंय मन एकमेकात गुतलंय हे गेल्या वरीस दीड वर्सापसून आम्हाला ठावं हय, मातर 'बडा घराना' तुमच्या डोस्कॅतून निघना आन आम्हाला काही बोलता येईना. शिवराज आपल्यावर चिडलेला हय. ते काय करील ते सांगता येत नाही."

"ही रिस्कं घेयाची येळ नाही, इंगोलीला जायाच्या अधी काय करता येतय ते पहा. "

"आपुनच जाऊ, मी अक्काला आन शिवराजला बोलतो. या मनले तर नेक कामाला देर कहाला? मातर सगळ्या गोष्टी आम्हाला आधी सपष्ट सांगा. काय देयाचं, नाही देयाचं ते ठरवा. तुम्ही मोघम बोलू लागले आन ते अक्काला आन शिवराजला नाही पटलं तर मला काहीच करता येनार नाही."

"राधाला माहेर रहाव मनून एक पुतन्या दत्तक घेवावं. दहा एकर जमीन त्याच्या नावं कराव. पाच एकर इकून लगन कराव आन राहिलेली पंचीस एकर राधाला देवावं आसं मह्या मनात हय. याच्या परता काही येगळं आसंल त सांगा."

"देण्या घेन्याच्या मी मधी पडत नाही. ते तुम्ही आन अक्का जाने! तुम्ही जे सांगायले ते अक्काला मान्य रहावं."

"आता आपली ऐपतच एवढी हय! याच्यात काही कमी जास्त करायचं असलं तर सगळे अधिकार तुमच्या हाती."

"तुम्ही बसा. इथं बराबर रेंज येत नाही मी गच्चीवर जाऊन अक्काला बोलतो."

माधवरावांनी गच्चीवर जाऊन फोन लावला. तो शिवराजनं उचलला.

"हॅलोऽ! मी बोरगावहून माधवराव बोलायलो. झाली की नाही सामानाची आवराआवर? लई टोलेजंग कार्यक्रम झाला. आलेले पाव्हणे दीक झाले. आन काय मायंदळ लोक जमले व्हते अबबाबा!! सगळीकडं तुह्या नावाचा उदोउदो

झाला. अक्काचा शीण आजून गेला की नाही?''

"मामा, तुमच्या अक्काला शीण हा शब्दच माहीत नाही. अंगात पारा भरल्यासारखा तिचा उत्साह फसफसत असतो. कार्यक्रमापासून तर ती सर्वांच्या कोडकौतुकाचा विषय झालीय. लोक येऊन स्तुती करतात, दिवसभर ती त्यातच चूर असते. खडतर संकटांशी एकाकी लढा देणारी आई आनंदाच्या डोही मनसोक्त डुंबत असलेली पाहून मीसुद्धा आनंदून जातो, आईची अशीच सेवा घडो अशी मनोमन प्रार्थना करतो.''

"आता एकदा चांगली सून घरात आली की तिचा आनंद शतगुणित होईल बघ! राधाचे वडील सुबानराव खाली बैठकीत बसलेत. त्याह्यनंच मला फोन करायला लावला. ते मनायलेत कसय करून राधाची आन शिवराजची सोयरीक जुळवा. तुला आन अक्काला सर्व गोष्टी पसंत हता काय ते मला एकदा स्पष्ट सांगा.''

"मामा, मी तुमच्या शब्दाबाहेर नाही. आता प्रश्न राहिला आईचा, ते तुम्ही तिच्याशीच बोलून घ्या. ती माझ्या जवळच उभी आहे. बोला तिच्याशी.''

"हॅलो, अक्का!''

"हालो, बोला.''

"तुह्या पसंतीची सून तुला मिळणार असा रागरंग दिसायलाय. आता तू फक्त हो मनायचा आवकास, बस्स! सगळं जुळलंच मनून समजा. तुमचा होकार ऐकायला सुबानराव किती बेचैन झालेत ते कसं सांगू तुला!''

"परीक सुबानदादा असा एकाएकी जमिनीवर आलाच कसा?''

"त्याचं श्रेय एस. पी. साहेब जावळे आन आमदार वलांडेला देवावं लागला. एवढा आमदार आसून वलांडे शिवराजला पोरगी देयाला तयार हाय, मंग आपुनच कोन कोठले जहागीरदार? हे परस्न त्याह्यच्या डोस्क्यात घुसला आन ते आपल्या बाजूला वळले. आता मातर निर्णय पक्का झालाय. आपुन आडून-दडून संधान जोडायचा परयत्न करू लागलो तेव्हा गडी येगळ्याच भरमात व्हता, आपुन त्याच्या खिसगनतीतय नव्हतो. आन आता कसय जुळवा मनून कासाईस व्हायालाय. खेड्यात मनवाचं हय. 'मानानं खाईना पुरी, आन निजून कुटके चोरी!''

"आता बापा तसं तरी मनू नको. राजी झालाय. मंजी आपल्यात आलाय. आपल्या मानसाचा आपमान व्हईल आसं बोलू नाही. झालं गेलं गंगला मिळालं! आता गुनदोसासगट आपला झाला. काय घडलं ते महत्त्वाचं नाही. शेवट गोड

झाला त्यातच आनंद मानावं.''

"अक्का, देन्याघेन्या इशयी गुळगुळ बोलू नका. आत्ताच काय ते एक घाव दोन तुकडे! सुबानदादाचा सबाव मला चांगला ठावं हय. आज आपुन मोठेपनात मोघम ठेवलं तर उद्या नाकावर माशी बसू देयाचा नाही. नंबर एकचा तटखोर हय. काय आसंल ते वाळलं खन्नक सांगून टाका, आन लग्नाच्या आधी पदरात पाडून घ्या.''

"हे पाप करायला मला सांगू नको. मव्हा सगळा जीव त्या पोरीत गुतलाय. आरदिसं-परदीसं मह्या घरी आलं तर जलमभर राज करील. तिच्या आशीर्वादानं मह्या घरी मोप हय. कोनत्याच गोष्टीची कमी नाही. सुबानदादा राजीखुशीनं जे देईल ते आम्ही आनंदानं सीवकारू. आम्हाला हे द्या आन ते द्या, असं भिकमागेपना अजेबात जमनार नाही. सुबानदादालाय ते आवडनार नाही.''

"बायकायला येव्हार कळत नाही ते हेच! तुम्हाला संमंध कायमचे चांगले ठेवायचे आसतील तर आज रोखठोक बोलावं लागंल. मोघम मोघम कच्चा सौदा राह्यला तर तुम्ही जायदादीसाठी तिष्ठत राहनार आन तुमचा काही संमंध नाही मनून ते कोनी आंडुपांडूला जवळ करनार, त्यातून सगळीच फाटाफूट व्हईल. घर का ना घाट का!''

"हे तू शिवराजला बोल. मला येडीला पुरन चारून काय उपेग?'' आणि तिने शिवराजकडे फोन दिला.

"हॅलो मामा! मी तुमचं म्हणणं ऐकलं, देण्याघेण्याची आम्हाला खरंच काही गरज नाही. नाराजी न करता त्यांच्या कलाकलानं जे मिळेल त्यात समाधान मानायची माझीसुद्धा आईसारखीच तयारी आहे. तरीपण तुम्ही आणि तुमचे मित्र जे काय ठरवाल ते आम्ही मान्य करू.''

"मला काय मनायचंय शिवराज, सासरवाडीचं धन मिळालेले मानसं सुकी झाल्याचं निदान मह्यातरी पाहन्यात नाही. त्याचं कारन एकच, भोळेपणाचा येव्हार! लेकीला काय देयाचं हे नक्की ठरत नाही. 'देऊ की, सगळं तुमचंच हय,' अशा मोघम बोलन्यानं जावई सगळी इस्टेट मनात धरून बसतंय. मुलगी सासरी गेली की भाऊ-पुतने जायदादीचे मालक व्हवून बसतात. मुलीच्या वडिलांला कोनालाच तोडता येत नाही आन मंग जीवघेनी वढावढी सुरू व्हती. तिचा अंत चांगला कव्हाच व्हत नाही. आपलं मुंडकं हातानं चरकात घालन्यासरकं हे अवघड काम हय. मनून देन्याघेन्याच्या गोष्टीत तू आन अक्का गप्प रहा. आम्ही समदं निस्तारतो. आम्ही इंजनगावाला येनार हत. हे सोडून बाकी सगळं बोला.

सुबानदादाच्या मनात काय हय ते तुमच्या कानावर घालून ठेवतो. त्याह्मचा इचार हय, राधाला पुढं जान्यायेन्यासटी हक्काचं माहेर असावं मनून एक पुतन्या दत्तक घेवावं आन त्याच्या नावानं दहा एकर जमीन कराव. आता पाच एकर जमीन इकून लगन कराव आन राहिलेली पंचवीस एकर जमीन राधाला देवाव. आसं झालं तर आपला घाटा नाही. परीक लग्नाच्या आधी जमीन राधाच्या नावावर झाली पाहिजे हे ध्यानात ठेवा.''

खाली उतरून माधवराव म्हणाले, ''अक्काचं मननं काही नाही. मला वाटायलंय, आपली सगळी जमीन रोडवर हाय. आजच पन्नास लाख रुपय एकर भाव हय. दर वर्साला भाव वाढायलेत. लोकायची नजर फिरायच्या आत जमीन राधाच्या नावावर करून टाकावं, नाहीतर खेड्यात काय भानगडी उभ्या राहतील ते सांगता येत नाही.''

सुभानरावला माधवरावाचं म्हणणं ऐकणं भागच होतं. राधाच्या दृष्टीने विचार केला तर त्यात काही वावगही नव्हतं. ते खूश झाले. 'मंग पक्कं झालं काय?' असं सुभानरावानी दोन तीन वेळा विचारलं. ते आनंदून गेले. कधी एकदा राधाला आणि गंगाला सांगतो, असे त्यांना झाले. ते घाई घाईच घराकडे निघाले. रस्त्याने दहा पाच पावलं गेले नसतील तेवढ्यात एक भले मोठे मांजर आडवे गेले. त्यांचे पाय जागीच लडबडले. अमृताच्या माठात मिठाचा खडा पडल्यासारखे वाटले. शुभ अशुभावर त्यांचा पक्का विश्वास होता. इंजनगावात कीर्तनात मांजर आडवे जाण्याने काही बिघडत नाही हे खूप उदाहरणे देऊन कीर्तनकाराने सांगितले होते. ते सर्व आठवले आणि थोडे हायसे वाटले तरी लहानपणापासून मनावर बिंबलेली श्रद्धा त्याना अस्वस्थ करीत राहिली. घरी जाताच सुभानरावांनी राधाला जवळ बोलावले. तिला जवळ घेतले. डोक्यावरून, पाठीवरून हात फिरवला. राधा गोंधळून गेली. सुभानरावांनी लाडाने राधाला कधीच जवळ घेतले नव्हते. तिचे दोन्ही खांदे धरून चेहऱ्याकडे बघताच त्यांना रडू कोसळले. दाटलेल्या कंठानेच ते कसे बसे बोलले,

''माय, इंजनगावचा होकार आला.'' आणि त्यांनी तिला मिठी मारली.

गंगाबाईनं आभाळाकडे बघून दोन्ही हात जोडले. म्हणाल्या, ''देवालाच काळजी व्हती माय! लाख लाख उपकार झाले रे बापा महादेवा!'' सुभानराव बाहेरच्या गोष्टी घरात कधीच सांगत नसत, माधवाने कसे प्रयत्न केले आणि अक्काचा होकार मिळवला हे ते पुन्हा पुन्हा सांगत राहिले. सुभानरावाचं बोलणं ऐकून राधाला एकदम मोकळं मोकळं वाटलं. तिच्या आनंदाला पारावार राहिला

नाही. आपणच जाऊन माधवराव काकांना बोलावे अशा निर्णयाप्रत ती आली होती. पण वडिलांनीच काम केल्यामुळे तो अवघड प्रसंग टळला होता.

गंगाबाई म्हणाल्या, "साखरपुडा आटपून घेवावं, मंग पुढचं पुढी व्हत राहतंय."

सुभानरावाला पुन्हा धडे भरून आले. डोळ्याला रुमाल लावून रडत रडत म्हणाले, "बाई घरातून निघून गेल्यावर आपुन काय भितीला धडका घेयाच्या काय?" हे कसंबसं बोलून त्यांनी हंबरडा फोडला. राधा गोंधळून गेली. तिने लहानपणापासून वडील रडल्याचे कधी पाहिले नव्हते. काय बोलावे ते तिला कळेना.

गंगाबाई म्हणाल्या, "तुम्ही धीर सोडल्यावर आम्ही कोनाकडं बगावं? देवाच्या दयेनं नादर झालं. आपल्या मनात व्हतं ते घडून आलं. आता हौसनं पुढच्या तयारीला लागाव."

बोरगावची गाडी भरून इंजनगावाला गेली. इंजनगावात पाहुण्यांचे यथोचित स्वागत झाले. जेवणं झाल्यावर चंदर पाटलांनी सोयरीक झाल्याचे जाहीर केले. सुभानरावानी आंदण म्हणून पंचवीस एकर जमीन लग्नाअगोदर राधाच्या नावची करायची, शिवराजने लग्नाला लागणारा खर्च सुभानरावाला द्यायचा. अशा अटी पण सांगण्यात आल्या. पाहुण्यांना करदोडा, सुपारी आणि टॉवेल देऊन सत्कार केला. चार दिवसानंतर साखरपुड्याचा मुहूर्त काढायला इंजनगावच्या चारपाच माणसांनी बोरगावाला यावे असे ठरले.

बोरगावात बैठक बसली. बोरगावाचे गजानन जोशी प्रख्यात ब्राह्मण होते. भोवतालच्या दहा गावात ते एक आदरणीय धार्मिक पुरुष म्हणून गणले जायचे. साधी राहणी, प्रेमळ वाणी आणि प्रकांड ज्ञानी म्हणून त्यांची ख्याती होती. मिळेल त्यात समाधानी राहणारा, भलती लालसा नसणारा तो एक सालस माणूस होता. त्याना सगळे लोक देवबाप्पा म्हणायचे. देवबाप्पा सांगतील तसे वागणे, म्हणजे धर्माने वागणे, असे समजले जाई. देवबाप्पांनी शिवराज आणि राधाच्या कुंडल्या मांडल्या. पुन्हा पुन्हा पंचांग चाळले. त्यात पंधरा वीस मिनिटे गेली. बैठकीत माणसं भरलेली असून ती रिकामी असल्याएवढी शांतता होती. बिड्या ओढणारे अधून मधून खोकलत होते तेवढाच काय तो आवाज. बराच वेळ उत्सुकता ताणल्यवर देवबाप्पा गंभीर झाले. स्वत:शीच नाही नाही म्हणून नकारात्मक मान हलवू लागले.

शेवटी जड आवाजात म्हणाले, "गृह-नक्षत्रांना हा जोडा मंजूर नाही.

कुंडली जुळत नाहीत. मी सर्व बाजूंनी विचार केला. शांती करूनसुद्धा जमणार नाही. मोठी दुर्दैवाची गोष्ट आहे, हे लग्न झाले तर पती-पत्नीला संतान होणार नाही. त्यांना तर सुख मिळणारच नाही पण त्यांच्या सर्वच आप्तेष्टांवर शनीचा महाप्रकोप संभवतो.'' पत्रिका परत करून आणि पंचांग गुंडाळून ते निघून गेले.

* * *

१४

इंजनगावाच्या दक्षिणेला तीस हेक्टर गायरान होते. म्हणायला गायरान पण ते निव्वळ खडकाळ माळरान होते. संगमापासून वर पाचशे सहाशे फूट उंच टेकडी होती. टेकडीच्या माथ्यावर चांगला पंधरा वीस हेक्टर सपाट भूभाग होता. कागदोपत्री ती टेकडी वनखात्याच्या ताब्यात असली तरी वनखात्याने तिथे आपले अस्तित्व कधीही दाखवले नव्हते. दहा बारा वर्षांपूर्वी टेकडीवर एका विशाल मठाचे बांधकाम झाले होते. मठाभोवतीच्या मैदानाला आणि टेकडीच्या उतरणीवर विविध प्रकारची झाडे लावून दाट जंगल तयार केले होते. हिरव्यागर्द झाडांनी वेढलेला मठ एक अप्रतिम निसर्गरम्यस्थळ बनले होते. मठात निरंकारी बाबांचे वास्तव्य असायचे.

निरंकारी बाबा शेजारच्या शिवपुरीचा एका गरीब मजुराचा मुलगा. मुलखाचा आळशी आणि कामचोर. कामाचा कंटाळा म्हणून संन्यास घेतला. टेकडीवर झोपडी बांधून राहू लागला. अंगी पुरुषत्व नसल्यामुळे आयताच ब्रह्मचारी झाला. बाबांनी स्वत:चे नाव निरंकारी बाबा ठेवले होते. डोक्यावर जटांचा भारा, दाढी, मिशा, भगवी लुंगी, खडावा असे रूप आल्यावर लोक शिवपुरीच्या नाम्याला महाराज म्हणू लागले. त्याचे दर्शन घेऊन आशीर्वाद मागू लागले. पंचक्रोशीतला तो वंदनीय साधू बनला.

निरंकारी बाबांनी मठस्थापनेचा प्रकल्प हाती घेतला. एक मंडळ तयार केले. दहा टाळकऱ्यांची दिंडी उभी केली. एक कीर्तनकार उभा केला. दिंडी दररोज एका गावात मुक्कामाला जायची, भजन-कीर्तन व्हायचे. कीर्तनात महाराजांच्या थोरवींचे भरपूर वर्णन करायचे. मठ साधासुधा नसून तिथे दक्षिण बद्रिनाथाची प्रतिष्ठापना करायचीय असे सांगितले जायचे. सकाळी गावात वर्गणी गोळा करून दिंडी पुढच्या मुक्कामी जायची. गोळा झालेली वर्गणी सरळ मंडळाकडे सुपूर्द करायची. मंडळाचे अध्यक्ष आणि सभासद भोळे भाविक आणि प्रामाणिक माणसं होती. त्यांनी जमा झालेल्या वर्गणीला पाय फुटू दिले नाहीत. तीन चार महिन्यात प्रचंड रक्कम गोळा झाली. योगायोगाने एका हौशी वास्तुशिल्पज्ञाची भेट झाली. त्यांनी मठाचा आराखडा तयार करायचे मान्य केले.

मठ कसला, त्यांनी एका भव्य राजप्रसादाचा आराखडा तयार केला.

गावोगावच्या लोकांनी श्रमदान केले. दक्षिणेतून आलेल्या कारागिरांनी दगडी कोरीव काम केले. राजस्थानी सुतारांनी लाकडी काम केले. जयपूरच्या गवंड्यानी संगमरवरी फरशी एवढी बेमालून बसवली की वरच्या इमारतीचे प्रतिबिंब खाली दिसावे. नावाला मठ, पण तिथे एक अप्रतिम अशी प्रेक्षणीय वास्तू उभी राहिली.

मठात एक संगमरवरी सुंदर मंदिर बांधले होते. त्यात कोणत्या देवाची मूर्ती बसवायची त्यावर बरीच चर्चा झाली पण निर्णय झाला नाही. वर्ष दोन वर्ष लोटल्यावर महाराजांनी तिथे स्वत:चीच बैठक थाटली. बाहेरून येणारे लोक ठरलेल्या वेळात महाराजांचे मंदिरात दर्शन घेऊ लागले. मूर्ती बसवून सवत निर्माण करण्यापेक्षा स्वत:चेच दर्शनस्थल मंदिरात केल्यामुळे उलट महाराजांचे महत्त्व वाढले.

मठ उभारणीच्या कार्यात ज्यांनी खूप मोठे योगदान दिले ते लोक आपले काम संपले अशा भावनेने मठापासून अलिप्त झाले आणि साहजिकच मठ हे बाबाजींचे वैयक्तिक संस्थान बनले. तिथे फक्त बाबाजींची हुकूमत सुरू झाली. संस्थानाला व्यावसायिक रूप देण्यासाठी त्यांना ज्या ज्या कल्पना सुचल्या त्यांची त्यांनी अमलबजावणी सुरू केली. भानामती, केगामती, करतुक, वेडाचार, भूतबाधा अशा व्याधींवर इलाज करण्याचे एक वेगळे दालन खोलण्यात आले. बघता बघता व्याधीग्रस्तांची भीड वाढू लागली तशी निरंकारी बाबांची कीर्ती दिगंतात पसरू लागली. मठात माणूस जेवढ्या लांब अंतरावरून यायचा तेवढी त्याची बाबाजींवर अधिक निष्ठा असायची. तसे पाहिले तर निरंकारी बाबा एक क्षुद्र व्यक्तिमत्त्व होते. चौकोनी, ओबडधोबड, राकट चेहरा, बसके नाक, मुंगळे डोळे, अस्ताव्यस्त वाढलेल्या जटांचा अवजड भारा, बेडौल सुटलेल्या टिरी अन ढेरी, गांज्याच्या नशेने तारवटलेले डोळे, माजलेल्या बोकडासारखा असह्य घुरट वास, घृणास्पद, अजागळ ध्यान! अडाणी, अज्ञानी, धांदरट आणि एक नंबरचा बावळट! ते काहीही असले तरी तो संन्याशी होता. साधूची पारख करणे भक्तांचे काम नसते. दगडाच्या पुतळ्यात देव आहे की नाही हे तपासून कोणी पूजा करत नाही. देवाचा पुतळा म्हणजे देव तसा साधूचा वेश असलेला, साधू!

एक चांगली वास्तू गावाजवळ उभी राहिली ह्यापेक्षा लोकांना मठाविषयी काही देणे घेणे नव्हते. निरंकारी बाबांनी प्रयत्न करून मठाची निर्मिती केली तसेच संपूर्ण परिसरात दाट जंगल उभे केले. त्याबद्दल लोकांना त्यांच्याविषयी

आदर वाटे. पण मठ ही स्वत:ची जहागीर समजून बाबाजी त्याचा दुरुपयोग करत असल्याचे कोणाच्या डोळ्यात आले नव्हते. व्याधीग्रस्त लोक दुरून दुरून येत असल्यामुळे मठाचे उत्पन्न अमाप वाढले. गावातले रिकामटेकडे टोळभैरव बाबाजींच्या सतत सान्निध्यात राहू लागले. बाबाजी त्यांच्यासाठी सढळ हाताने खर्च करू लागले. एवढी मोठी मिळकत सांभाळायची म्हणजे दहा वीस माणसं हाताशी असणे त्यांना आवश्यक वाटू लागले. संगत वाढली तसे दुर्गुण वाढू लागले. मठ हा अट्टल दारुबाजांचा अड्डा बनू लागला. हरामाचा पैसा, हरामखोर, वेड्यासारखा उधळू लागले. भोवतालच्या गावातले अनेक युवक नशाबाज बनू लागले.

क्रांती संघटनेच्या बैठकीत मठावर चर्चा झाली. मठात चाललेले गैरप्रकार सांगितले गेले. रोगग्रस्त लोक आशेने इलाजासाठी मठात आल्यावर त्यांची कशी पिळवणूक केली जाते त्याचे पाढे वाचले गेले. ट्रस्ट करून मठाचे शुद्धीकरण करायचे ठरले.

मठाचे मीठ खाऊन स्वत:चे उखळ पांढरे करून घेणारी काही मंडळी क्रांती संघटनेत होती. बैठकीनंतर धावतच जाऊन त्यांनी ठरावाची वार्ता बाबाजींना सांगितली. बाबाजीना एकदम मेंदू बधिर झाल्यासारखे वाटले. बेताल स्वैराचार अंगलट आला होता. हळूहळू त्यांचा क्रोध वाढू लागला. मठ ही आपली निर्मिती आहे, तीन वर्षे गावोगाव भीक मागून आपण दाणादाणा गोळा केला तेव्हा इंजनगावातला एकही महापूत सोबतीला नव्हता आणि आता निघाले आयत्या पिठावर रेघोट्या ओढायला. नाही नाही, हे ट्रस्ट मी कदापी होऊ देणार नाही, असा त्यांनी मनाशी ठाम निर्धार केला. पण संघटनेच्या सदस्यांनी बाबाजींना समजावून सांगितले. त्यांचे वागणे किती अशोभनीय होत चालले आहे आणि गाव कसे बिघडत आहे त्याची पण कल्पना दिली. त्यांनी मठातल्या कारवाया थांबवल्या नाही तर त्यांना तेथून जबरीने हाकलून द्यावे लागेल असा निर्वाणीचा इशारा दिल्यावर मात्र महाराजांनी नांगी टाकली.

मठाचे व्यवस्थापन ट्रस्टकडे गेले. निरंकारी बाबांची वैदूगिरी थांबवल्यामुळे त्यांचे उत्पन्न बंद झाले. जमा पैशातून लोकांसाठी खर्च करणे जड वाटू लागल्यामुळे त्यांच्या भोवती जमणारे उडाणटप्पू वाऱ्या वाऱ्या उडून गेले. महाराज जणू अडगळीत पडले. त्यांचा कोंडमारा होऊ लागला. शेवटी वैतागून त्यांनी मठ सोडला. मठापासून काही अंतरावर एका भक्ताच्या शेतात पाल लावून त्यांनी वेगळा आश्रम सुरू केला.

मठाचे कृषि पर्यटन केंद्रात रूपांतर करण्याचा विचार पुढे आला. रूपांतराचा आराखडा तयार झाला. त्याला लागणारी रक्कम बरीच मोठी होती. बँकेचे कर्ज घेऊन काम पूर्ण करण्यात आले. मठ थोडेफार का होईना उत्पन्न देणारे स्त्रोत बनला. पैशाची आवक होऊ लागली. विचारांना पालवी फुटू लागली. मठाभोवतालच्या परिसरात 'आनंद उद्यान' उभारण्याची कल्पना मूळ धरू लागली. कृषि पर्यटन केंद्रातून मिळणाऱ्या उत्पन्नातून उद्यानाचा टप्प्याटप्प्याने विकास करायचा असे ठरले.

गाव आणि गायरानाच्या मध्ये बरीच पडीक जमीन पडून होती. ती मुरमाड जमीन खासगी मालकीची असली तरी शेतीच्या अजिबात कामाची नव्हती. त्यातली पंधरा हेक्टर जमीन ट्रस्टने विकत घेतली. गाव, मठ आणि गायरानाच्या सान्निध्यात वसमत-आसेगाव रस्त्याला लागून असेलल्या ह्या जमिनीवर पुढेमागे काही करता येईल म्हणून सहज घेऊन टाकली.

इंजनगावच्या गटशेतीला आता चांगलीच बळकटी येऊ लागली. ग्रामीण समाजात बदल घडवणारा तो एक आदर्श कार्यक्रम होऊ लागला.

शेतमालाचे होणारे उत्पादन ऐकणारांना नवलाचे वाटू लागले. गावात येणारे पाहुणे शेती विकासाचा संदेश बाहेर नेऊ लागले. अफाट उत्पन्नाची सर्वत्र चर्चा होऊ लागली. परगावचे लोक मुद्दाम भेटीला येऊन शेतकऱ्यांशी चर्चा करू लागले. गटशेतीतली फोफावलेली पिके पाहून आश्चर्य करू लागले. लोकांची जिज्ञासा जागृत होऊ लागली. दुष्काळ निवारणात ज्यांनी शिवराजसोबत काम केले होते असे कार्यकर्ते शिवराजला गटशेतीच्या मार्गदर्शनासाठी गळ घालू लागले.

शिवराज म्हणायचा, "ज्याना किफायतशीर शेती करायचीय अशा लोकांनी गट स्थापन करायचा, तज्ज्ञांच्या मदतीने पिकांची निवड करायची आणि शास्त्रशुद्ध पद्धतीने पीक उत्पादन करायचे. हा कार्यक्रम प्रत्येक गावाने ज्यांचा त्यांनीच राबवायचा आहे. त्यात मी मार्गदर्शन करावे असे काहीच नाही." शिवराज आपल्याकडे फार उत्साहाने येऊन मार्गदर्शन करेल अशी अपेक्षा ठेवून येणारे लोक त्याच्या अशा बोलण्यावर निराश होऊन परत जायचे. काही लोक चिडून मग गावकऱ्यांना जाऊन विचारायचे की इंजनगावात जी गटशेती चालू आहे त्यात शिवराजचे मार्गदर्शन कितपत असते? गावकरी थोडा विचार करून सांगायचे की शिवराज कसलेच मार्गदर्शन करत नाही. सर्व निर्णय हे गट चर्चेतून होतात. सर्व कामे शिवराजमुळे होतात पण त्यातला कर्ता शिवराज नसतो, हे

त्याच्या कार्यपद्धतीचे वैशिष्ट्य होते. जे गांभीर्याने विचार करायचे ते गावात जाऊन गट तयार करायचे. इंजनगावातून जुजबी मार्गदर्शन घ्यायचे आणि कामाला सुरुवात व्हायची.

शिवराजच्या डेअरीचे उत्पन्न बघून अनेकांचे डोळे फिरले. तो करू शकतो तर आपल्याला का करता येऊ नये? असा अनेकांचा स्वाभिमान जागा होऊ लागला. दुधाच्या धंद्यात चारा, माणूसबळ आणि दुधाचे भाव, हे महत्त्वाचे अडसर होते. सिंचन योजनेमुळे वर्षभर चाऱ्याची सोय करणे शक्य होते, धार काढायच्या मशीन आल्यामुळे माणसांचे कष्ट कमी झाले आणि फॅटवरून भाव मिळत असल्यामुळे विक्री व्यवस्थेत पारदर्शकता आली. शेतातला चारा कापणे, जनावरांना टाकणे, गोठे साफ करणे, जनावरे धुणे अशा कामांचे यांत्रिकीकरण झाल्यामुळे नवा दुग्ध व्यवसाय अनेकांच्या आटोक्यात आला होता.

दुग्ध व्यवसायावर मार्गदर्शन करण्यासाठी औरंगाबादहून विभागीय दुग्धविकास अधिकारी बनसोडे साहेब आले होते. गावातले दहा एक लोक व्यवसाय सुरू करायला उत्सुक होते पण बैठकीला स्त्री पुरुषांची खचाखच गर्दी जमली होती. बनसोडे नोकरीच्या निमित्ताने महाराष्ट्राच्या सर्व विभागात राहून आले होते. त्यानी मुंबईला दूध पाठवणाऱ्या जळगाव-धुळ्यातल्या दुग्धशाळा बघितल्या होत्या. गिऱ्हाईकांच्या दारात जाऊन तसेच रस्त्यात पाहिजे तिथे उभे राहून ताजे धारोष्ण दूध पैलवानांना पाजणारी कोल्हापूरी पद्धत अनुभवलेली होती, नगर-सोलापूरच्या दुष्काळी पट्ट्यात मोठमोठे प्रक्रिया केंद्र उभारून मराठवाड्याची दुधाची तहान भागवण्याचे काम त्यांच्या हातून झालेले होते, मुंबईच्या आरे कॉलनीत त्यांनी दुग्ध विकास आधिकारी म्हणून जबाबदारी सांभाळलेली होती, म्हणून दुग्ध व्यवसायातली त्याना सखोल माहिती होती.

स्वागत, परिचय, प्रास्ताविक झाल्यावर बनसोडे साहेब तब्बल दोन तास बोलले. त्यांनी दुग्ध व्यवसायाच्या अंगभूत अडचणींचा विस्ताराने ऊहापोह केला. आधुनिकतेमुळे बऱ्याचशा अडचणी कमी झाल्या असल्या तरी हा सुट्टी नसलेला, शेतकऱ्याला सदा पायखुटी घालून ठेवणारा व्यवसाय असून वक्तशीरपणा आणि श्रमसातत्य हे त्याचे अत्यंत महत्त्वाचे पैलू असल्याचे सांगितले.

दुधाच्या विक्री व्यवस्थेवर त्यानी विशेष भर दिला. विक्री ही कला आहे, ज्याला विक्रीची कला अवगत नाही त्याने कितीही दर्जेदार उत्पादन केले तरी त्याचे मोल होत नाही. पाण्याच्या भावाने दूध विकत नाही, हे कटू सत्य असल्याचे त्यानी विशद केले. शेतकरी जे पिकवतात त्यावर व्यापारी श्रीमंत

होतात. विक्री कशी करायची ते आपल्याला कळत नाही, हा आपला दोष आहे. कारखानदार उत्पादित माल कौशल्याने विकतात. त्यांची कित्येक उत्पादने जीवनावश्यक नसतात तरीही ती भरपूर नफ्याने विकली जातात. आपण अन्नधान्ये, फळे, भाजीपाला, तेल, तूप, धागा अशा जीवनावश्यक वस्तू मोठ्या कष्टाने उत्पादन करतो आणि तोटा खाऊन विकतो, हे आमच्या गरिबीचे कारण आहे. चहा-कॉफी ही सुद्धा शेती उत्पादने आहेत पण ती व्यापारी कंपन्या करतात. शेतीतलीच उत्पादने विशिष्ट पद्धतीने विकून कंपन्या अब्जाधीश बनतात. याचा अर्थ, उत्पादन तंत्र अवगत असणे जेवढे महत्त्वाचे आहे, त्यापेक्षाही जास्त महत्त्वाचे विक्रीचे कौशल्य आहे. बनसोडे साहेबांचे हे विवेचन श्रोत्यांच्या मनाला भिडत होते. पण हे कौशल्य म्हणजे नक्की काय ते न समजल्यामुळे अस्वस्थही करत होते. त्या अस्वस्थतेतूनच चर्चा सुरू झाली.

अंकुशराव म्हणाले, ‘‘बनसोडे साहेब, दुधाच्या धंद्याइषयी तुम्ही जी माहिती सांगितली ती आम्हाला एकदम पटली. आम्ही चारा उत्पादनाचं नियोजन करू, चांगला चारा वरीसभर तयार करू, जनावरायला लागल तसा खुराक घालू, पानी-वैरन येळच्या येळी करू, आमुक ढमुक करून भरपूर दूध उतपादन करू, मंग आता दुधाची कौशल्यानं इक्री करायची मंजी काय करायचं?’’

त्यावर बनसोडे म्हणाले, ‘‘दूधापासून अनेक उत्पादने करता येतात. त्यातही काही उत्पादने तुम्हा सर्वांना माहीत आहेत. कच्चे दूध विकून जेवढा नफा मिळतो त्यापेक्षा खोवा किंवा तूप विकून जास्त नफा मिळत असेल तर जास्त नफा देणारे उत्पादन विकावे. नाशवंत माल विकताना तो फार वेळ रोखून धरता येत नाही म्हणून मिळेल ती किंमत घेऊन त्याची विल्हेवाट लावावी लागते. टिकाऊ उत्पादने योग्य भाव आला तरच काढली तरी चालतात. उत्पादन खर्च, पैशाची गुंतवणूक, अशा बाबींचा विचार करून माल कोणत्या उत्पादनाच्या स्वरूपात विकायचा हे ठरवून अधिकाधिक नफा कमावणे हा व्यावसायिकाचा उद्देश असावा. जास्त नफा मिळण्यासाठी अगदी उच्च तंत्रज्ञानावर आधारीत अत्युच्च दर्जाचे उत्पादनच केले पाहिजे असेही नाही. मोंढ्यात व्यापारी शेतमाल खरेदी करतात आणि तेथूनच भरघोस नफा कमवून उपभोक्त्याला विकतात. माल साफसूफ करणे, तो चांगल्या वेष्टणात भरणे अशा जुजबी प्रक्रिया करून, माल रोखून योग्य वेळी विकला जातो. ही मालविक्रीची व्यापारी पद्धत शेतकऱ्यांनी स्वीकारली पाहिजे.’’

गोदावरी म्हणाली, ‘‘ग्रामीण स्त्रिया आधीच कामाच्या रगाड्यात धुसमटलेल्या

असतात. गावातल्या बहुसंख्य बायका कामानं झिजून काटकुळ्या झालेल्या दिसतात. दुधाचा धंदा सुरू केला तर घरातले काम कैक पटीनी वाढते. माझ्या माहेरी दुधाचा धंदा आहे. भावजयांना एवढे काम असते की इकडची मान तिकडं हालवायला फुरसत नसती. शेजारीन पाजारीन आली तर काम करीत करीतच बोलावं लागतंय. रात्रंदिवस राबनाऱ्या त्या बायांकडे बघून मला तर त्यांची कीव येते. माझं तर असं मत बनलंय की घरात दुधाचा धंदा सुरू करनं मंजी त्या घरच्या बायकांना सक्त मजुरीची शिक्षा देन्यासरकं आहे!''

बनसोडेनी खुलासा केला, ''आपण म्हणता त्याप्रमाणे काम वाढते हे खरे आहे पण त्याचा एवढा बागुलबुवा करायची गरज नाही. देवपण अंगी येण्यासाठी टाकीचे घाव सोसावे लागतात. कोणतीही गोष्ट आपोआप घडत नसते, त्यासाठी कष्ट घ्यावेच लागतात. कमीत कमी कष्ट पडावेत म्हणून व्यवसायाचे यांत्रिककरण केले पाहिजे. यांत्रिकीकरणाच्या सुविधा उपलब्ध आहेत. किती यांत्रिकीकरण करायचे ते आपल्या कुवतीवर अवलंबून आहे.''

मारुतीने शंका काढली, ''चाऱ्यासटी जमीन गुतनार. त्या जमिनीतलं उतपन बुडनार. नगदी पिकं घेनं परवडतंय की चारा पीक?''

बनसोडेनी उत्तर दिले, ''पारंपरिक नगदी पिकांऐवजी दूध उत्पादनासाठी चारा उत्पादन केले तर चारपट नफा वाढतो असा संशोधनाचा निष्कर्ष आहे.''

दूध विक्री, म्हशींचा खुराक, म्हशींचा भाकड काळ, म्हशी वेळेवर गाभा न जाणे, अनुदान योजना, बॅंकेचे कर्ज अशा अनेक बाबतीत श्रोत्यांच्या शंका होत्या. त्यांचे बनसोडे साहेबांनी निरसन केले. आपण म्हशीपालन केले पाहिजे असे अनेकांच्या डोक्यात भिनले. सुरुवातीला गावातल्या थोड्याच लोकांनी व्यवसाय सुरू करायची तयारी दाखवली होती पण एकाचे एक पाहून यादी पस्तीसवर गेली. बॅंकेने कर्ज मंजूर केले. पंजाब, हरियाना, गुजराथच्या प्रसिद्ध बाजारातून जाफराबादी म्हशींची खरेदी झाली. बहुतेकांनी सोईनुसार शेतात तबेले उभारले. दररोज तीनशे म्हशींचे चार हजार लिटर दूध जाऊ लागले. पैसा खुळखुळत येऊ लागला. लोकांची व्यवसायातली आवड वाढू लागली. सर्वात महत्त्वाचं म्हणजे माणसं कामाला लागली. रंगुमाय मात्र दुग्ध व्यवसायापासून वंचित राहिली होती. विकासाच्या प्रत्येक कामात आपला सहभाग असावा असे तिला वाटायचे पण पुरेसे मनुष्यबळ हाताशी नसल्यामुळे तिला म्हशी घेणे जमले नव्हते.

एके दिवशी रंगुमाय आणि शांताअक्का सहज गप्पा मारत बसल्या

होत्या, तेवढ्यात शिवराज बाहेरून आला. रंगुमाईला घरी बघून त्याला आनंद झाला. क्रांती संघटनेच्या कामात रंगुमाय फारच महत्त्वाची व्यक्ती होती. एखाद्या मुद्यावर सदस्यात मतभेद होत तेव्हा तडजोड घडवून आणायचे काम ती सहजासहजी करायची. आर्थिक व्यवहारात पूर्ण पारदर्शकता ठेवल्यामुळे संघटनेची खजिनदार म्हणून तिचा गावात दबदबा होता. छोट्यामोठ्या स्वार्थासाठी सर्वस्व गहाण ठेवणाऱ्या लबाड लोकांवर तिचे नैतिक वजन होते. एखादा निर्णय घेताना मिळमिळीतपणा आला तर ती हिम्मत द्यायची. तिने जोर दिला की सदस्य 'एक नाम केशवा' म्हणून बेधडक निर्णय घ्यायचे आणि कामाला लागायचे. साधीभोळी बाई, पण ती संघटनेचा भक्कम आधार होती. ती सुबत्ता देणाऱ्या दुग्ध व्यवसायात नाही, ह्याची शिवराजच्या मनात रूखरूख होती.

शिवराज म्हणाला, "काय चाललंय सासू-सुनेचं मेतकुट?"

रंगुमाय म्हणाली, "मेतकुट आसं चाललंय की आता किती दिवस हातानं चहा करून पियाचा?"

"बस आता फार दिवस नाही! आमली बारस झाली की लगेच तुमच्या आयत्या चहाची सोय करू!"

अधीरपणाने रंगुमाय म्हणाली, "का बापा? आलिकड मुहूरत नाहीत की काय?"

"आपण संघटनावाले, मुहूर्त पाहून थोडेच चालतो! रंगुमाईचा म्हैसपालन व्यवसाय उभा राहिल्याशिवाय लग्न करणार नाही, असा आम्ही पण केला आहे!"

"जे घडू सकत नाही त्यासटी पन करून काय उपेग?"

"जे घडू शकत नाही ते करून दाखवणं, त्यालाच म्हणतात मर्दानगी!"

"काय जादू करनार हास की काय?"

"दूध काढणं, त्याची व्यवस्था करणं, हे काम झेपत नाही म्हणून तू म्हशी घेतल्या नाहीस, बरोबर?"

"बरोबर"

"मग लोकांनी म्हशी पाळल्या, आपण रेडे पाळू. लोक दुभत्या म्हशी पाळतात, आपण भाकड म्हशी पाळू. लोक मोठ्या म्हशी पाळतात, आपण वघारी पाळू. असं बिनदुधाचं म्हैसपालन केलं तर आपणही दूधवाल्याएवढाच पैसा कमावू शकतो." शिवराजला काय म्हणायचंय ते रंगुमाईच्या लक्षात आलं. ती लगोलग 'लो बजेट ड्राय डेअरी' उभारणीच्या कामाला लागली.

वाघाच्या अंगावर काळे ठिपके दिसतात तशा मठाच्या टेकडीवरून इंजनगावच्या शिवारात म्हशी दिसू लागल्या. ठेचा किंवा पिठले भाकर खाणारे लोक दूध, दही, ताक, लोणी खाऊ लागले. मुलांना पोटभर दूध प्यायला मिळू लागले. दर महिन्याला बँकेचे हप्ते भरून पैसे शिल्लक राहू लागले. इंजनगावच्या डेअरी व्यवसायाची यशोगाथा बघून गावोगावचे लोक चेकाळू लागले. गट तयार करून म्हशी आणू लागले. पूर्णा आणि पेनगंगा कालव्यांच्या लाभक्षेत्रात हे लोण झपाट्याने पसरू लागले. हे सर्व लोकांच्या स्वयंप्रेरणेतून घडत होते.

ज्या गावात डेअरी सुरू झाली तिथे क्रांती संघटनेची शाखा उघडायची. शाखेअंतर्गत गटशेती, म्हैसपालनाचे गट स्थापन व्हायचे. लोकांची मागणी लक्षात घेऊन दर महिन्याला एका गावात डेअरीवाल्यांची बैठक घ्यायचे ठरले. बैठका होऊ लागल्या. पंक्ती झडू लागल्या. ओळखीपाळखी वाढू लागल्या. गट, तट, जाती, धर्म, पक्ष, संघटना, बाजूला ठेवून केवळ आर्थिक विचार मनात बाळगून लोक एकत्र जमू लागले. दुग्ध व्यवसायाचे फायदे आणि समस्यांचा मोकळेपणाने ऊहापोह होऊ लागला. अशा बैठकांमधून निकडीचे प्रश्न समजू लागले. ते प्रश्न सोडवण्याचे मार्ग शोधले जाऊ लागले.

डोंगरकडा हे प्रागतिक विचारांचे मोठे गाव. म्हशी वेळेवर गाभा घालायच्या असतील तर कृत्रिम रेतनाची गरज तिथल्या लोकांनी हेरली आणि चाचण्या घेतलेल्या जातिवंत रेड्यांपासून फ्रोजन सिमेन तयार करायचे युनिट उभारले. एक अतिशय महत्त्वाची सुविधा निर्माण झाली.

रोडग्याचा पंडीतराव एक धाडसी कार्यकर्ता होता. जनावरांच्या जातीची शुद्धता राखणे आणि त्यात सुधारणा करण्याची सोय असणे त्याना फार महत्त्वाचे वाटले. रोकडेश्वराच्या माळाजवळ त्यांनी मोठा ब्रीडिंग फार्म उभारला. ते पुढे आंतरराष्ट्रीय दर्जाचे संशोधन केंद्र बनले.

शिरडशहापूरचे डॉ.लुटे पशुसंवर्धन खात्यातून निवृत्त होऊन गावी निवांत शेती करत होते. डेअरी सुरू करणारांना प्रशिक्षणाची किती आवश्यकता आहे ह्याची त्यांना जाणीव होती. माळरानावरच्या विस्तृत जागेवर त्यांनी अद्ययावत प्रशिक्षण केंद्र उभारले.

शिवराज एखादा विचार मांडायचा तेव्हा ते लोकांना स्वप्नरंजन वाटायचे. लोक ऐकायचे आणि अशक्य कोटीतली बाब म्हणून सोडून द्यायचे. पण तो विचार कुठेतरी कोणाच्या मनात रुतून बसायचा, वाढायचा आणि एक दिवस मूर्तरूपात अवतरायचा. मासिक बैठकीत शिवराज म्हणायचा की, सरकारी योजनेवर

दूध विक्रीसाठी आपण विसंबून राहू नये, आपली स्वतंत्र व्यवस्था असणे आवश्यक आहे. दुधावर प्रक्रिया करून ते आंतरराष्ट्रीय बाजारात स्थान मिळवीत नाही तोवर खऱ्या अर्थानं आपण स्वावलंबी होणार नाही. जनावरांचे खाद्य आपण निर्माण करणार नाही तोवर आपले परावलंबन आणि कारखानदारांकडून होणारे शोषण थांबणार नाही. लोकांना ते ऐकायला बरे वाटायचे पण नक्की काय करायचे ते स्पष्ट न झाल्यामुळे विसरून जायचे. पण काही लोकांच्या मनात तो विचार घर करून रहायचा. अनेक दिवस चिंतन करून मार्ग स्पष्ट न झाल्यास असे लोक संधी बघून शिवराजला विचारायचे.

असाच एक दिवस जनावरांच्या खाद्याचा विषय निघाला. शिवराजने सांगितले,

''ह्या प्रकल्पाला भांडवलाची गरज खूप मोठी आहे. सर्व डेअरीवाल्यांनी प्रायव्हेट लिमिटेड कंपनी काढून भांडवल गुंतवणूक केली तर तो उभारणे शक्य आहे.'' मग एक अभ्यासगट निवडण्यात आला. त्यांनी प्रकल्पाचा अभ्यास करून प्रकल्प अहवाल तयार करावा असे ठरले. अशा रीतीने एकदा कामाला दिशा मिळाली की मग तो प्रकल्प उभा राहून कार्यान्वित होईपर्यंत तो गट काम करत राही. पुढे व्यवस्थापनात त्याच गटाचे सदस्य असत किंवा काही प्रमाणात इतर सदस्य घेतले जात.

वसमतच्या औद्योगिक वसाहतीत ''क्रांती ॲनिमल फिडस'' हा रोजाना एक हजार टन खाद्य निर्माण करणारा भव्य कारखाना उभारला जाऊ लागला. क्रांती संघटनेच्या अशा अजब विस्ताराचे सर्वच लोकांना कौतुक वाटू लागले, पण ते स्थानिक पातळीपर्यंतच मर्यादित होते. बाहेर त्याचा कुठेही गवगवा नव्हता. मराठवाड्यातल्या घडामोडींना प्रसिद्धी मिळण्याची यंत्रणाही नव्हती.

शिवराजचा जनसंपर्क आणि कामाचा पसारा खूपच वाढला. एवढे असूनही शेतातल्या प्रत्येक कामात त्याचे जातीने लक्ष असे. सकाळी सहा ते दहा आणि संध्याकाळी चार ते सात ह्या वेळात तो शेतात असे. येणाऱ्या व्हिजिटर्ससाठी घरी आणि शेतात चहाची भट्टी दिवसभर चालूच असे. घरकामानं शांताअक्का अगदी जेरीला आली होती. शेवटी तिने लग्न लवकर आटोपून घेण्याचा माधवरावांना निरोप पाठवला.

माधवराव आणि सुभानराव दोघेच इंजनगावाला आले. लग्नासाठी जमीन विकण्यापेक्षा सर्व खर्च शिवराजने द्यायचे ठरले होते. सुभानरावांनी लग्नाच्या खर्चाची भली मोठी यादी करून आणली होती. शिवराजने जो अंदाज बांधला

होता त्यापेक्षा सुभानरावाचा आकडा किमान तीन पटीने मोठा होता. तरीही त्यांना थोडेही नाराज करायचे नाही असे ठरवून शिवराजने त्याना चेक दिला आणि आणखी काही लागल्यास संकोच न करता कळवा म्हणून सांगितले.

शांताअक्का म्हणाली, ''सुबानदादा, लोकायनं तोंडात बोट घालाव आसं लगन थाटात करा. खर्चाची आजेबात फिकीर करू नका. तुमची जशी एकुलती एक मुलगी हय तसच मलाय काय बारा लेकरं नाहीत. तुमची काय हौस आसल ती पुरी करून घ्या.''

सुभानराव राधाच्या नावाच्या सातबारा पाणावलेल्या डोळ्यांनी शांताअक्कापुढे धरून म्हणाले, ''अक्का, ही लेकीला चोळी! मह्याजवळ दुसरं काही नाही. राधाला भाऊ-बहीन नाही. तिचे माय बाप, बहीन-भाऊ सगळे तुम्हीच हा. लेकराला पदरात घ्या.''

आणि ते शांताअक्काचे पाय घट्ट धरून रडू लागले. ते दृष्य पाहून शिवराज गहिवरून गेला. त्याने आडबाजूला जाऊन डोळे टिपले.

सुभानरावाच्या दोन्ही खांद्याना धरून शांताअक्काने उठवले आणि म्हणाली, ''दादा, तुम्ही मला वडील हा. तुम्ही पाय धरनं बरोबर नाही, मला आशीर्वाद देयाचा तुमचा अधिकार हय!''

सातबाराचे भेंडोळे परत त्यांच्या खिशात ठेवीत अक्का म्हणाली, ''ही तुमची अनामत तुमच्याच जवळ राहू द्या. तुमच्या आन गंगाच्या जिवात जीव हय तव्हर ही जायदाद तुमची हय. तिचा कसा उपेग घेयाचाय ते घ्या. ती तुम्ही राधाला देलीय आसं मनात सुदीक आनू नका.''

सुभानरावाला हे अपेक्षित नव्हते. शांताअक्का कागदपत्र आनंदाने स्वीकारून ठेऊन देईल असेच त्यांना वाटले होते. त्यानी अत्यंत कृतज्ञतेच्या भावनेने माधवरावांकडे बघितले. माधवरावांनी नुसतेच स्मित केले.

लग्नाची तयारी एक वर्षापासून चालू होती. तारीख तोंडावर आली तरी धांदल धावपळ थांबली नव्हती. सुभानरावांची एकपट तर हाताखाली राबणारांची शंभरपट गडबड गडबड चालू होती. एकाच कामाची चार चार वेळा उजळणी होत होती. एखादे काम विसरले तर त्याची पन्नासवेळा आठवण करून दिली जात होती. सुभानरावाचे घरातून सारखे आत बाहेर, आत बाहेर चालू होते. बाहेर कोणी लहान सहान वस्तू मागितली की ते थेट ओसरीवर येऊन ती वस्तू गंगाबाईला मागायचे. ती वस्तू लवकर सापडली नाही तर थयथयाट करायचे. तरी बरे, गंगाबाईला वस्तू जिथल्यातिथे ठेवायची सवय होती. लग्नाच्या अगोदर

पंधरा दिवसांपासून घर पाहुण्यांनी भरले होते. वर्दळ, गोंगाट वाढल्यामुळे लग्नघराला शोभा आली होती.

आठ दिवस अगोदरपासून लग्न मंडपाची उभारणी चालू होती. कंपनीचे पन्नास मजूर अहोरात्र झटत होते. मंडप कसला, गावाशेजारच्या शेतात भव्य राजमहाल उभा रहात होता. कितीही वर्णन केले तरी शब्द तोकडे पडतील अशी जबरदस्त सजावट होत होती.

सायंकाळी पाच वाजता सुभानराव एकटेच माडीवरच्या गच्चीवर गेले. तिथून लग्न सोहळा बघू लागले. गावाच्या चारी बाजूंनी माणसांचे आणि वाहनांचे लोंढे येत होते. मंडपाभोवतालचा परिसर गर्दीने फुलला होता. काही मोक्याच्या जागी उंच चबुतरे उभारून त्यावर बँड पथकं बसवली होती. त्यांच्या संगीताने आसमंत दुमदुमून गेला होता. संगमेश्वर बेलजाळीतल्या महादेवाचे दर्शन घेऊन नवरदेव हत्तीवर अंबारीत बसून वाद्यांच्या गजरात मिरवणुकीने दूरवरून येत होता. मिरवणूक जागजागी थांबून शेकडो युवक रंगात येऊन नाचत होते. तो देखावा बघून सुभानरावांची छाती भरून आली. पाणावलेले डोळे त्यांनी धोतराच्या सोग्याने पुसले. त्यांची आयुष्याची हौस पूर्ण झाली होती.

लग्न घटिका जवळ आली. मंडप पाहुण्यांनी खचाखच भरला. संधिप्रकाश मावळून काळोख दाटल्यामुळे रोषणाई अधिकच तेजाळली. एकनूर मंडप तर दसनूर रोषणाई वाटत होती. स्टेज तर असे बेमालूम सजवले होते की त्यापुढे इंद्राचा दरबार फिक्का पडावा. लग्न म्हणजे सजणे. गाव सजले होते, मंडप सजला होता, लग्नाला येणारा प्रत्येक माणूस सजला होता. स्त्रिया नुसत्याच सजल्या नव्हत्या, नटल्या होत्या. केशरी फेटे बांधलेले शिवराजचे स्वयंसेवक पाहुण्यांचे स्वागत करून त्याना मंडपात बसवत होते. बँड पथकं गर्जत होती. अत्तरांचा मंद सुगंध दरवळत होता. मध्यभागी अंथरलेल्या रेड कार्पेटवरून नवरदेव-नवरी जोड्याने ऐटीत पावले टाकीत स्टेजकडे निघाले. कार्पेटच्या दोन्ही बाजूंना लहान आकाराची रंगीबेरंगी कारंजी उसळत होती. कारंज्याच्या शेजारी आकर्षक वेषात उभ्या असलेल्या नवयुवती नवरदेव-नवरीवर पुष्पवृष्टी करीत होत्या. बँडच्या मंद मधुर संगीताने वातावरण धुंद झाले होते. तो अप्रतिम प्रसंग सर्वांच्या मनावर कायमचा कोरला जात होता.

लग्नाअगोदर व्याहीभेट असते. कार्यक्रमाच्या संचलनकर्त्याने रिवाजाप्रमाणे दोन्ही व्याह्यांनी भेटीसाठी स्टेजवर येण्याची विनंती केली. लोक भोवताल बघू लागले. एस.पी.सुभाष जावळे स्टेजच्या बाजूलाच उभे होते. धावत जाऊन त्यांनी

माईक हातात घेतला आणि म्हणाले, ''शिवराजच्या वडिलांची सर्व कर्तव्ये आमची भगिनी शांताअक्का पार पाडीत आहे, म्हणून व्याही भेटीचा अधिकार त्यांचाच आहे.''

काही वेळ शांताअक्का भांबावली पण स्टेजवर येईपर्यंत सावरली. स्टेजवर आल्यावर तिने सर्वांना वाकून अभिवादन केले. टाळ्यांचा कडकडाट झाला. जावळेंच्या हातातला माईक स्वत:कडे घेत ती म्हणाली, ''मी शिवराजला जलम देनारी आई हाय, मातर त्याला दूद पाजून जीवनदान देनाऱ्या लई बख्खळ आया हत. मह्या येवढ्याच, त्या भेटीच्या हाकदार हता.''

मंडपातल्या अनेक बाया तटातट उठल्या आणि स्टेजवर गेल्या. पंचवीस बायांची रांग उभी राहिली. पाहुण्यांनी जोरदार टाळ्या वाजवून मंडप डोक्यावर घेतला. शांताअक्काने सर्वजणींवरून नजर फिरवीत विचारले,

''आन हे काय, बुद्धाची मुक्ता कोठंय?'' मुक्ता लगलग चालत स्टेजवर येऊन ओळीत उभी राहिली. रणवाद्ये गर्जावीत तसा सर्व बँड पथकांनी एकदमच गजर केला. शिवराज निवेदकाच्या कानात कुजबुजला. मग निवेदकाने शिवराजच्या बालपणीच्या दुधाचा इतिहास कथन केला. सर्व वऱ्हाडी गहिवरले.

सुभानवरावांनी सर्व मातांना शाली पांघरून त्यांचे चरणस्पर्श केले.

निवेदक म्हणाला, ''लोक एका सासूला घाबरतात. राधाला दीड खंडी सासवा आहेत. राधा, आता ह्या क्षणी तुला काय वाटतं?''

राधा म्हणाली, ''एवढे स्त्रीदाक्षिण्य असलेल्या गावाची सून होत असल्याचा मला आनंद होतो आहे!''

मंडपातून वाह वा ऽऽ! वाह वा ऽऽ! अशी दाद मिळाली. सुंदर संगीताच्या पार्श्वभूमीवर मंगलमय वातावरणात मंगलाष्टके झाली आणि लग्नसोहळा पार पडला.

गावातल्या सर्व बाया राधाला पाठवायला जमल्या. सर्वांचे आशीर्वाद घेऊन, साश्रू नयनांनी माहेरचा निरोप घेऊन राधा सासरी रवाना झाली.

* * *

१५

इंजनगावाच्या कृषि पर्यटन केंद्राची प्रसिद्धी वाढू लागली. दूर दूरच्या शहरातले लोक चार दिवस निवांत विश्रांती घेण्यासाठी येऊन राहू लागले. ऐनवेळी येणारांना जागा मिळणे मुश्कील होऊ लागले.

आनसाईचा फेगडा रामा पोरका आणि अपंग होता. त्याला जगण्यासाठी स्वत:चे बळ नव्हते. उत्पन्नाचे काही साधन नव्हते. लोकांच्या निव्वळ मेहेरबानीवर तो जगत होता. कधी दोन तीन घरून वाढण यायचे तर कधी तीन तीन दिवस उपास घडायचा. उपास घडला तरी तो कोणाला काही मागत नसे. असे ते केविलवाणे जिणे! रामा शाळा शिकलेला होता. मितभाषी, प्रेमळ, आज्ञाधारक आणि कामात चोख होता. हॉटेल व्यवस्थापनाचे कामापुरते प्रशिक्षण देऊन कृषि पर्यटन केंद्राची संपूर्ण जबाबदारी त्याच्यावर सोपवण्यात आली. दोन वेळच्या भाकरीला मोताद असलेला राम पंचतारंकित हॉटेलचा मॅनेजर झाला.

गावतल्या शाळा सोडून टुकार फिरणाऱ्या पंधरावीस पोरांना वेटरचे प्रशिक्षण देऊन त्यांना कृषि पर्यटन केद्रात ठेवले गेले. गावातल्याच दहा पंधरा स्त्री पुरुषांना आचाऱ्यांच्या हाताखाली कामाला ठेवून हळू हळू त्यांना स्वयंपाकी बनवले. मठाचे रूपांतर पर्यटन केंद्रात केल्यामुळे एवढा रोजगार वाढेल आणि उत्पन्नाचे एवढे जबरदस्त साधन निर्माण होईल असे कोणालाही वाटले नव्हते.

सहज बोलत बोलत शिवराज म्हणायचा, ‘‘पर्यटन केंद्राची एक दुभती गाय तयार झाली. असा आणखी एखादा पर्याय सापडला पाहिजे. माझ्या मनात एक कल्पना आहे. आपल्याकडे मोठे गायरान रिकामे पडलेले आहे. पर्यटन केंद्राच्या पायथ्याशी एक टोलेजंग सांस्कृतिक सभागृह आणि त्याला जोडून यूथ हॉस्टेल बांधले तर शहरी लोकांसाठी एक सुविधा निर्माण होईल.’’

दोन तीन वेळा हा विचार ऐकल्यावर काही सदस्य अधिक चौकशी करायला लागले. मग शिवराजने दोन्ही कल्पना विस्ताराने सांगितल्या. लोकांना आवडल्या, पण प्रकल्प खूप मोठे होते. अशा प्रकल्पात नागरिक गुंतवणूक करतील अशीही शक्यता

नव्हती.

एके दिवशी उपजिल्हाधिकारी सरदेशपांडेकडे शिवराज सहज बसला होता. त्याने साहेबांना दोन प्रकल्पांविषयी माहिती सांगितली. त्यांना ही कल्पना खूपच आवडली. त्यानी लगेच मुंबईला मंत्रालयाला फोन लावला. ग्रामीण भागासाठी कला व संस्कृती केद्र आणि यूथ हॉस्टेलची योजना सध्या अस्तित्वात आहे का, पैसा उपलब्ध आहे का आणि अर्ज कसा करायचा ह्या मुद्यांवर त्यांनी माहिती विचारली. खुशी खुशीत खाली फोन ठेवत सरदेशपांडे म्हणाले,

"अभिनंदन, शिवराज पाटील! योजना आहे, पैसा आहे आणि महाराष्ट्रातून अशा प्रकारचा एकही प्रस्ताव दाखल झालेला नाही. सरकारने प्रस्ताव मंजूर केला तर ऐंशी टक्के अनुदान मिळू शकते. जिल्हा प्रशासनामार्फत स्वयंसेवी संस्थेने प्रस्ताव शासनास सादर करावयाचा आहे."

ते ऐकून शिवराजला आनंद झाला पण तो फार काळ टिकला नाही कारण प्रकल्पखर्चाच्या वीस टक्के रक्कम उभी करणेसुद्धा संस्थेच्या आवाक्याबाहेरचे काम होते. खंडीचे ओझे मणावर आले एवढेच!

शिवराज लगेच बँकेत गेला. मॅनेजर साहेबांशी चर्चा झाली. ऐंशी टक्के अनुदानाची एवढी प्रचंड योजना म्हणजे बँकेसाठी ते घबाडच होते. तोंडाला पाणी आणून मॅनेजरनी होकारार्थी आश्वासन दिले. अनुदानाची रक्कम वगळता राहिलेल्या वीस टक्के रकमेसाठीच कर्ज घ्यायचे होते. कर्जाच्या रकमेच्या पंधरा टक्के रक्कम बँकेत भरावी लागणार होती तो आकडासुद्धा संस्थेला जिवाभारीच होता.

संघटनेच्या बैठकांवर बैठका होऊ लागल्या. अमुक गोष्ट झालीच पाहिजे असा शिवराज कधी अट्टाहास करीत नसे पण सांस्कृतिक केंद्र आणि युवक निवासाला चांगल्या संधी असून सरकारी अनुदानाचा लाभ होणार असल्यामुळे ह्या योजना व्हाव्यात असे त्याला वाटू लागले. म्हणून काही लोक विरोधात गेले तर अंकुशरावासारखे काही लोक एवढी मोठी जोखीम घ्यायला भिऊ लागले.

एके दिवशी शिवराजच्या गैरहजेरीत संघटना आणि ट्रस्टची बैठक झाली. योगाजीने शिवराजच्या विरोधात आकाश-पाताळ एक केले.

तो म्हणला, "संघटनेच्या काही कामात आपल्याला येस आलं. मातर आता ज्या दोन कामायची चर्चा चालू हय त्यात शंभरटक्के रपस बसनार मंजी बसनार! मला सांगा, काय उपेग हय त्या कला केंद्राचा? आन खेड्यात तुम्ही कितीय दिमाखदार व्हटल बांधलं तरी कोन येतय तिथं राह्यला? आन समजा,

हे धंदे चलले नाही तर एवढ्यामोठ्या याजाची भरोभरती कशी करनार? मी काय मनायलो, मुंगी व्हवून साकर खावावं पन हती व्हवून लाकडं फोडू नाहीत! आता कला केंद्र आन युथ होस्टेल हे काही शेती विकासाशी जोडलेले नाहीत. गावाच्या विकासात त्याह्यच्यामोळं भर पडनार नाही, मंग कोनं सांगितलेत हे उलटे धंदे?''

केशवला योगाजीचे बोलणे अजिबाद पटले नाही. तो म्हणाला, ''कोनतीय गोष्ट मोडीत काढायची मनलं की आम्ही आव्वल नंबरला असतो. शिवराजचं मननं हय, संघटनेनं थोडा जोर लावला तर करोडो रुपयाचं अनुदान मिळतय. सरकारी खर्चानं गावात चांगल्या दोन यवजना येयाल्यात. मठाचं रूपांतर झालं तव्हा आपनाला ते आगाव कामच वाटलं व्हतं, परीक आज काय परिस्थिती हयं? तसा कला केंद्र आन होस्टेलचा मेळ लागला तर उतपन्नाचं साधन व्हईल आन चार हातायला काम मिळंल.''

एखादी गोष्ट विद्रूप कशी करायची ते योगाजीला चांगले जमायचे. तो म्हणाला, ''काय काम आन त्याचं तुम्हाला भुषान! मानसं खरकटं चिवडायलेत त्याचा तुम्हाला केव्हडा अभिमान!''

केशव म्हणाला, ''टुकार फिरनारे पोरं दोन तीन हजार रुपये महिना कमवून मानानं जागायलेत. त्याचा तुम्ही काय अर्थ लावायचा तसा लावा.'' भरकटलेली निरर्थक चर्चा थांबवण्याच्या उद्देशाने अंकुशराव म्हणाले, ''आपुन एक काम करू, सध्या आपल्या हवेत गप्पा व्हायाल्यात. आधी पोरजेक्ट रिपोर्ट बनवून घेऊ, मंजेनी आपल्याला खर्चाचा अंदाजा येईल. मंग पुढचं पुढी ठरवू.''

योगाजी म्हणाला, ''एवढं सोपं नाही ते आकोसराव, रिपोर्ट करायला परीक लाखात फी मोजावं लागंल.''

अंकुशराव म्हणाले, ''मोजू की! आपली ऐपत हय तेवढी! रिपोर्ट तयार केल्यावर, एकून खर्च किती, अनुदान किती, आपला हिस्सा किती, वर्साचं याज किती, आमुक ढमूक, सगळ्या गोष्टी किलयर व्हतील.''

रिपोर्ट करण्याच्या हद्दीपर्यंत विरोधी पक्षाला फारसे ताणता आले नाही. रंगुमाय, गोदावरीने अंकुशरावांच्या म्हणण्याला दुजोरा दिल्यावर रिपोर्ट करायचा ठराव पास झाला.

जालन्याच्या एका संस्थेची इमारत केरळचे ज्यू वास्तूशिल्पज्ञ गिदिऑन सिनाई यानी डिझाईन केली होती. त्या इमारतीत अनेक अपारंपरिक कल्पना प्रत्यक्षात उतरवल्या होत्या. आपल्या गावात तसेच वैशिष्ट्यपूर्ण काम व्हावे

म्हणून गिदिऑन सिनाईना संपर्क करायचे ठरले, पण तो फारच भारी माणूस निघाला. देशोदेशी त्याचे अनेक प्रकल्प चालू होते. तो काही निवडक प्रकल्पच घ्यायचा आणि मानधनाचं माप नसायचं. एवढ्या महागड्या शिल्पज्ञाच्या नादाला लागू नये म्हणून बरेच सदस्य नाराज झाले. कधी नव्हे तो शिवराज सिनाईसाठी हट्टालाच पेटला. शिवराजचा नैतिक अधिकार मोठा असल्यामुळे नाराज सदस्यांनी डोळ्यावर कातडे ओढले.

गिदिऑन सिनाईशी संपर्क झाला. एका आडबाजूच्या छोट्याशा खेड्यात कला केंद्र आणि यूथ हॉस्टेलसारखे प्रकल्प येऊ घातलेत याचे त्यांना कुतूहल वाटले. खरे म्हणजे कुठलाही प्रकल्प हाती घेण्याआधी ते पहिल्या दोन बैठका मुंबईत घ्यायचे. समोरची पार्टी कशी आहे, ते प्रागतिक आहेत की परंपरावादी, त्यांची आर्थिक परिस्थिती भक्कम आहे की नाही, ते भरपूर मानधन देऊ शकतील की नाही, हा सर्व अभ्यास करून मगच प्रकल्पस्थळी जायचे. इंजनगावच्या बाबतीत मात्र त्यांनी औदार्याची भूमिका घेतली. शिवराजशी फोनवर बोलणे झाल्याबरोबर त्यांनी थेट इंजनगावला यायची तयारी दाखवली.

ठरलेल्या दिवशी सिनाई आले. पर्यटन केंद्र आणि तिथला व्यवहार बघून ते फारच प्रभावित झाले. यूथ हॉस्टेल आणि कला केंद्र संपूर्ण देशाचं नाक ठरतील ह्याची त्याना खात्री झाली. त्यांचे अनेक देशात सतत भ्रमण असे. प्रगत देशात यूथ हॉस्टेल किती बेमालूम चालतात हे त्यांना माहीत होते. कला केंद्रालासुद्धा चांगला धंदा मिळेल ह्या विषयी त्यांची खात्री होती. आता वास्तू-निर्मितीत आपले कसब पणाला लावायचे असा त्यांनी निर्धार केला.

सिनाई सकाळी सात वाजता पर्यटन केंद्राबाहेर पडायचे. गायरानात फिर फिर फिरायचे. नोटबुकात काही नोंदी घ्यायचे. दुपारी आणि रात्री रेखाटनं करण्यात तल्लीन व्हायचे. कधी लॅपटॉपवर तर कधी कागदावर ते काय करायचे हे त्यांचे त्यानांच माहीत. कधी काही विचारायचेच झाले तर ते शिवराज बरोबर बोलायचे. शिवराजच्या मनात एक मोठी धुगधुग होती. सिनाई साहेबांनी अजून मानधन सांगितले नव्हते. एक दिवस शिवराजने हिम्मत करून विचारलेच. सिनाईनी उलट शिवराजलाच विचारले, ''मी काय घ्यावे असे तुम्हाला वाटते?''

''आपण आंतरराष्ट्रीय ख्यातीचे शिल्पज्ञ आहात. खरे म्हणजे आपण लाभलात हेच आमचे परम भाग्य आहे. आपल्या अपेक्षा पूर्ण करण्यासाठी आम्ही जिवाचे रान करू.''

सिनाई म्हणाले, ''मानधन ठरवून मगच साईटवर जायची माझी पद्धत

आहे. पण का कोणास ठाऊक, ह्या प्रकल्पाविषयी मला मनातून आत्मीयता वाटत आहे. मानधन म्हणून काही घ्यायचे नाही असे मी ठरवले आहे. आमचे जाणे-येणे, राहणे, खाणे, आणि प्रकल्प अहवाल करायला जो खर्च येईल तेवढाच तुम्ही करावा. माय बेस्ट विशेस फॉर युवर रिव्होल्युशनरी वर्क!''

''मेनी मेनी थँक्स फॉर युवर कोऑपरेशन सर!''

सिनाईनी पृच्छा केली, ''कला आणि संस्कृती केंद्राचा वापर तुम्ही कसा कल्पिला आहे?''

''मंगल कार्यालय हा सर्वात महत्त्वाचा उद्देश! त्यासाठी मोठे स्टेज, एक लाख लोक बसतील असा मंडप, एकावेळी पंचवीस हजार माणसं जेवू शकतील अशी भोजनगृहे, स्वयंपाकगृहे, भांडारगृहे, दहा हजार माणसं टेबल खुर्च्यांवर जेवू शकतील अशी बाग व लॉन, पाच हजार वाहने सावलीत थांबू शकतील असा वाहनतळ. एक हजार माणसं मुक्काम करू शकतील असा निवास, वगैरे वगैरे. नाटक, तमाशा, कीर्तन, अशा सांस्कृतिक कार्यक्रमांसाठी स्टेजच्या दोन्ही बाजूला ग्रीन रूम्स. या शिवाय हे कला केंद्र सभा, संमेलने, परिषदा, मेळावे, शिबिरे वगैरे अनेक कामांसाठी वापरता येऊ शकेल.''

''अेक्सलंट! व्हेरी नाईस! आय गॉट युवर पॉईंट!'' आठ दहा दिवस गायरानात फिरून, अभ्यास करून सिनाईंनी प्रकल्पाची प्रतिकृती डोक्यात निश्चित केली. ते मुंबईला परत निघाले तेव्हा संघटनेचे सदस्य त्यांना पोचवायला जमले. सिनाईने दोन्ही प्रकल्पांबद्दल गौरवोद्गार काढले आणि ह्या अफलातून कल्पनेबद्दल शिवराजची तोंड भरून प्रसंशा केली. शेवटी ते म्हणाले,

''देशात कुठेही नाही अशा क्रांतीची ज्वाला इथे इंजनगावाच्या भूमीत भडकत आहे. ह्या क्रांतीच्या लाटेत आपला खारीचा वाटा रहावा म्हणून तुमचे दोन्ही प्रकल्प मी विनामूल्य करून देणार आहे. पंधराएक दिवसात प्रकल्प अहवाल तयार होतील. इमारतींचे अंतिम आराखडे बघायला आपण मुंबईला आलात तर काही फेरबदल करता येतील. आय विश यू ऑल द बेस्ट!'' असे म्हणून ते निघून गेले.

सिनाईची गाडी निघून गेल्यावर पाचसहा सदस्यांना बाजूला घेऊन छद्मी हसत योगाजी म्हणाला, ''ऐका, हे उदाराचा कूळ आन बोळक्यात गूळ, परकल्प फुकटात देनार हय मनं! आसं कोन करतय बापुन्या? मंग त आम्ही पोटाला पोटभर खाल्लं आसतं! आपल्याला मन्तील फुकट देयालो आन बांधकामात हानतील चुरून!''

उमाजी म्हणाला, "बांधकामाशी याह्यचा काय संमंध? हे फकस्त नकाशा काढनारे इंजिनिअर हत."

आपल्याला अशा कामात खूप माहिती आहे असे दाखवत योगाजी म्हणाला, "हत तुह्या! तुला याच्यातलं काहीच कळत नाही! नकाशा परमानं काम व्हयालंय की नाही हे कोन तपासनार? आर ह्येच बोक्या की ऽऽऽ! हे जसा दाबील तसं गुत्तेदाराला दबाव लागयतय! मंग गुत्तेदार कहाला दाबुन घेईल? ते मनतंय घे तुव्हा हिस्सा आन व्हय बाजूला! तूय बी चूप, मीयबी चूप!"

उमाजी म्हणाला, "आरं त्याच्या मायला! आसा आसतंय व्हय खेळ?"

योगाजी म्हणाला, "मंग, तुला काय वाटलं? येवढ्या सोप्या आसतात व्हय गोष्टी."

गिदिऑन गेले आणि सगळे आपआपल्या कामाला लागले.

लग्न होऊन राधा इंजनगावात आली. तिने पाहिले. सर्वांना जिंकले. तिच्या नजरेत आपुलकी आणि प्रेम होते. बोलण्यात मार्दव होते. वागण्यात जवळीक होती. तिच्याकडे बघितले की ती आपली जिवाभावाची सखी आहे असे वाटायचे. शिवराज एकनूर तर राधा दसनूर निघाली. तिने गावातल्या सर्व महत्त्वाच्या माणसांच्या ओळखी करून घेतल्या, कोण कारभारी, कोण सासूजी, कोण भाया, कोण दीर ही नाती जाणून घेतली. राधा इंजनगावाची झाली, इंजनगाव राधाचे झाले. ती शिवराजबरोबर शेतात फिरली. शेत समजून घेतले. क्रांती संघटनेविषयी संपूर्ण माहिती घेतली. घर समजून घेतले. घरातले काम समजून घेतले. शांताअक्काच्या गरजा समजून घेतल्या. तिच्या भावना समजून घेतल्या. शिवराजचे व्यक्तिमत्त्व समजून घेतले. आता खऱ्या अर्थाने राधा-शिवराजची एकरूपता झाली.

गावात सुबत्ता चोरपावलांनी येत असली तरी दारिद्र्याचे वास्तव्य कायम होते. काही कामचुकार शिवारात भुरट्या चोऱ्या करायचे आणि आलेली मिळकत मौजमजेत उडवायचे. बौद्ध वाड्यातील अशीच एक चौकडी चोऱ्या करायला लागली. त्यात शिवराजचे मित्र हरी आणि संतोबा सुद्धा होते. रात्री शेतातला माल चोरायचा, तो वसमत किंवा नांदेडला विकायचा असा त्यांचा नित्याचाच धंदा झाला होता.

नदीच्या पलीकडे संभाजीच्या रंगनाथाचा मळा होता. बोअरला पाणी कमी असल्यामुळे त्याने पंधरा एकर केशर आंब्याची बाग वाढवली होती. बारा-चौदा वर्षाची बाग फळांनी लगडलेली होती. शेत गावापासून बरेच दूर होते. तिथल्या

कैऱ्या चोरायचे काम चौकडी करू लागली.

आखाडा बागेच्या एका कोपऱ्याला होता. राखणदार गडी एक दोन चकरा मारायचे, खाकरायचे, खोकरायचे आणि झोपी जायचे. चंद्राचे फिट चांदणे असले तरी झाडाच्या सावलीत उभे राहून आरामशीर फळे तोडता यायची. खालच्या बाजूला भरपूर माल असल्यामुळे झाडावर चढायची गरज पडायची नाही. पंधरा वीस मिनिटात चुंगळे भरायचे.

एका चांदण्या रात्री चोरी चालू असताना कोणीतरी आल्याची चाहूल लागली. चोर घाबरले आणि सैरावैरा पळत सुटले. त्यांनी जी धूम ठोकली ते थेट गाव गाठले. तिघेजण परत आले पण संतोबा गायब होता. थोडावेळ वाट पाहून ते संतोबाच्या शोधात निघाले. आखाडा सामसूम होता. कुत्रेसुद्धा कान धरून उठवावे लागेल एवढे गाढ झोपले होते. चोर बागेत शिरले. एका सावलीत बसले. श्वास रोखून कानोसा घेऊ लागले. माणसाच्या कण्हण्याचा आवाज कानी आला. ते आवाजाचा वेध घेत गेले. संतोबा कोरड्या विहिरीत पडला होता. त्याला काय झाले म्हणून त्यांनी वरून विचारले. तो बोलण्याच्या आवस्थेत नव्हता. दुःखाने विव्हळत होता. 'घाबरू नको, आम्ही आत्ता गावातून येऊन तुला काढतो' असे सांगून तिघे गावात आले. दोऱ्या आणि एक बाज घेऊन परत आले. गरिबांच्या घरी दोऱ्या धड कुठल्या असणार?

रंगनाथाने शेतात भरपूर पाणी व्हावे म्हणून विहीर खोदली होती. आंब्याशिवाय आणखी पाच एकर जमीन कोरडवाहू होती. पाणाड्याने पस्तीस फुटावर पाणी लागेल असे सांगितल्यामुळे त्यांनी खोदकाम केले. पन्नास फूट खोली झाली तरी कोरडा पाषाण संपला नाही, म्हणून काम बंद केले. खाली तळाला ब्लास्टींग केलेले दगड आडवेतिडवे पडलेले होते. विहिरीतून निघालेले दगड-मुरूम, शेतात अडचण नको म्हणून लांब धुऱ्यावर नेऊन टाकले होते. सपाट रानात खोल खड्डा आहे हे नवीन माणसाला कळण्यासारखे नव्हते. घाबरून पळत सुटलेला संतोबा विहिरीत आडभाड पडला. त्याचे डोके फुटले आणि कंबरेच्या हाडाचा चुराडा झाला.

झाडाच्या बुडाला दोरी बांधून हरी विहिरीत उतरला. दुसऱ्या दोघांनी दोऱ्या बांधून बाज खाली सोडली. हरीने संतोबाला उचलून बाजेवर ठेवले. वरच्या दोघांनी बाज ओढायला सुरुवात केली. खालून हरीने टेका दिला. सहा सात फुटापर्यंत बाज अलगद वर आली. हरीचा आधार सुटल्यावर बाज कपारीला अडकू लागली. बाज ओढायला अवघड जाऊ लागली. हरीने विहिरीत उतरायच्या

दोरीचे एक टोक बाजेच्या गाताला बांधले. बाज अडकली की हरी तिला कपारीपासून विहिरीकडे ओढी. त्यामुळे वरच्या दोरीवर जास्तच ताण येऊ लागला. बारीक दोऱ्या हातात रुतल्याने ओढणारांना वेदना होऊ लागल्या. ते घामाघून झाले. पाठीला कळा लागल्या. काही झाले तरी बाज वर ओढणे आवश्यक होते. जेमतेम बारा-पंधरा फूट बाज वर ओढली असेल, तेवढ्यात एक दोरी तुटली आणि संतोबा खाली हरीच्या अंगावर पडला. हरीच्या मानेचे हाड मोडले.

वरचे दोघे गावात आले. तोवर उजाडले होते. लोक जागे झाले होते. आता चोरी लपणारच नव्हती. झाला प्रकार गावात सांगितला. लोक गोळा झाले. हरी आणि संतोबाच्या घरच्या बाया ऊर बडवून बोंबलू लागल्या. एकच हलकल्लोळ माजला. दोनचार धांदी गोळा केल्या. एक बैलगाडी घेतली आणि पाच पन्नास माणसं रंगनाथच्या शेतात पोचली. दोघांनाही अलगद वर काढले आणि बैलगाडीत टाकून वसमतला सरकारी दवाखान्यात नेले. प्राथमिक उपचार झाल्यावर तिथल्या डॉक्टरांनी पेशंटना नांदेडला न्यायचा सल्ला दिला. दोघांचेही मेजर ऑपरेशन्स करावे लागणार होते आणि खर्चही थोडाथोडका येणार नव्हता. रोजचे रोज काम करून हातातोंडाची मिळवणी करणाऱ्यांच्या घरात कुठला असणार पैसा? लहान लेकरं, म्हातारे आई वडील, काट्याच्या आणीवर ज्यांच्या संसार त्यांनी कुठून आणायचे पैसे?

सकाळी शिवराजच्या बैठकीत सहजच दहावीस माणसं गोळा झाली. रात्रीच्या चोरीबद्दल सगळे तावातावाने बोलू लागले. बरं झालं, आपोआपच जिरली, नाहीतर फार माजले होते, असा एकंदर सूर होता. रात्री त्यांच्यातल्याच माणसाला ते कसे बुजले आणि जाळ्यात अडकावेत तसे विहिरीत पडल्याची घटना प्रत्येकजण थोड्याफार फरकाने वर्णन करत होता. जे झाले ते फार बरे झाले, चोरांना आयतीच अद्दल घडली, म्हणून त्यांच्या पोटात आनंद मावत नव्हता. चहाचा कप रिकामा करून टी पॉयवर ठेवत शिवराज म्हणाला,

"आपदग्रस्ताला आधार देणे, हे ग्रामीण क्रांती संघटनेचे ब्रीद आहे!"

आणि सर्वजण अवाक् होऊन त्याच्याकडे बघतच राहिले. शिवराज उठून शेताकडे गेला. दिवसभर गावात उलटसुलट चर्चा होत होती. चोरांवर साऱ्या गावाचा राग होता. लोक हळहळ करत होते, तेवढेच दातओठ खाऊन शिव्या पण देत होते. सापाला दूध पाजू नये, वेळ आल्यावर तो चावायचे सोडत नाही, असेच बहुतेकांचे म्हणणे होते.

त्याच दिवशी संध्याकाळी कार्यकारिणीची आपत्कालीन बैठक भरली. हरी आणि संतोबाला मदत करायची की नाही यावर चर्चा सुरू झाली. बहुतेक सदस्य विरोधात होते आणि सर्वांच्याच भावना तीव्र होत्या. चोरांना मदत करायची म्हटल्यावर योगाजीचा तर तिळपापड झाला. तो म्हणाला,

"काय भले मानसं हो! तुमच्या आकला कोठं गहान ठेवल्या की काय? पंचीस वर्सा आधी हे महार लोक आपल्याशी कसं वागायचे आन आज कसे वागतात? देव सोल्डे, धरम सोल्डा, येसकरक्या सोल्ड्या, कोठं बाट राहिला नाही की वहिवाट राहिला नाही! त्याह्यचेच लोक शिकायलेत, त्याह्यचेच नवकऱ्यायला लागायलेत आन रिकामे राहयलेले चोऱ्या करायलेत. मी काय मनतो ते नीट ध्यानात ठेवा, याह्यचे आपुन लाड केले ना तर एक दिवस हे लोक आपनाला टाचंखाली तुडवितील आन, ठोकरंनं हानतील. आपल्याच शेतातला माल चोरनारायला जबर शिक्षा करायची की त्याह्यला उरावर घेऊन थान पाजायचं ते पहा. डोस्के फिरल्याचे हे लक्षनं हतं. नाठाळाच्या माथी काठीच पाहिजे, त्याह्यला गोंजारत नसतात!"

दत्तराव पैलवान दिसायला राकट असले तरी मनानं फार म्हणजे फारच हळवे होते. ते म्हणाले, "चोरायला मदत करायची नाही आसा रागरंग हय! मी परीक तुमच्याच मताचा हय. दुसऱ्या कारनानं आपघात घल्डा आसता त गोष्ट येगळी व्हती. इथं आपल्याच शेतातला माल चोरनाराला आपूनच मदत करायची, हे इपरीत वाटतंय. दुसरा इचार आसा हय की आपुन चोरायला दया दाखवित नाही, त्याह्यच्या लेकराबाळायची आन मथाऱ्या मायबापायची दया येयाली. लेकरं आन मायबाप चोर नाहीत. परीक ते संकष्टात हंत. इथं परस्न जातीचा नाही, मानुसकीचा हय. समोर मरायला टेकलेला एक जीव तळमळत पल्डाय. ते कोनाच्या मदतीशिवाय उठू सकत नाही. अशा जिवाला मदत करायची की त्याच्याकडं डोळेझाक करून निघून जायचं? त्याला धरायचं की मरू देयाचं? असा साधा परस्न हय."

बैठकीत सगळे एकमेकांच्या तोंडाकडे बघू लागले. बराच वेळ कोणीच काही बोलले नाही. शेवटी रंगुमाय म्हणाली,

"चोराला कठोर शिक्षा कराव, मदत नाही, हे तत्त्व मला मान्य हय. आता आपून चोरायला मदत करायचा परयोग करू आन काय परिनाम मिळतात ते पाहू."

मदत करायचा ठराव असा कण्हत कुंथत पास झाला.

मारुती आणि केशव पैसे घेऊन लगेच वसमतला पोचले, अँब्युलन्स ठरवली आणि जखमींना घेऊन नांदेडला गेले. दुसरे दिवशी ऑपरेशन व्हायच्या आतच संतोबाचा जीव गेला. हरीच्या मानेचे व खांद्याचे ऑपरेशन झाले. त्याला दोन तीन आठवडे दवाखान्यात रहावे लागणार होते.

एके दिवशी शिवराज हरीला भेटायला गेला. डॉक्टरची राऊंडची वेळ झाली होती. नर्सेस सर्व वस्तू ठीकठाक करत होत्या. शिवराजला बघून हरीने एकदम हंबरडाच फोडला. नर्सेस घाबरून त्याच्या भोवती गोळा झाल्या. हरी काही केल्या रडायचे थांबेना. हुंदके एवढे दाटून आले की त्याला बोलताही येईना. शिवराजचा हात आपल्या कपाळावर धरून म्हणाला,

"भाऊ, संत्या गेला हो! मरताना फकस्त तुमचं नाव तोंडात व्हतं, काय सांगायचं व्हतं कोनाला ठावं! शिवा शिवा मनीत पारान गेला. भाऊ, इलाज झाला नसता त मव्हय तेच झालं आसतं. तुमच्यामोळं मला जिवदान मिळालं. चोरायला पोटात घेनारे तुम्ही देवापरीस मोठे हाव! भाऊ, कसे फेडावं तुमचे उपकार?" त्याच्या पाठीवरून हात फिरवीत शिवराज म्हणाला,

"भाऊ म्हणतोस आणि उपकार फेडायची भाषा करतोस! त्या दिवशी मीटिंगमध्ये मी चकार शब्दही बोललो नाही. सर्वांनी मिळून एकमताने निर्णय घेतला."

"तुम्ही बोलायची गरज नसती भाऊ! लोक तुमच्या मनातलं वळखतात!"

"बरं, ते जाऊ दे! आता काळजीचं कारण नाही तू कामाला योग्य होईपर्यंत तुला घरखर्चाचा भत्ता संघटना देणार आहे. चांगला आराम कर आणि लवकर बरा हो."

डॉक्टर राऊंडला आले. तुमच्या पेशंटची प्रगती चांगली आहे, तो लवकरच सुधारेल म्हणाले.

गटशेतीने जोर धरला. अधिक पैसा देणारी तसेच महागड्या बहुवर्षीय पिकांचा समावेश झाला. आधुनिक तंत्रज्ञानाचा वापर आणि बहुपीक पद्धतीमुळे शेतीत माणूसबळ कमी पडू लागले. पुढे शेती विकासाच्या ज्या कल्पना होत्या त्या अमलात आणायच्या म्हटल्यावर माणूसबळाची आणखी कमतरता भासणार होती. शेतीकामाचे शक्य तेवढे यांत्रिकीकरण करणे हा त्यावर एकमेव उपाय होता. गावातले बहुसंख्य शेतकरी लहान किंवा मध्यम होते. स्वतंत्रपणे यंत्रे, औजारे घेणे एकतर खर्चाचे होते आणि त्या यंत्राला वर्षभर पुरेल असे एका एका शेतकऱ्याकडे कामही नव्हते. अशा कारणांमुळे यांत्रिकीकरणाला मर्यादा येत

होत्या. सामूहिक यंत्र खरेदी करून ती सर्वांनी मिळून वापरणे हा एकच पर्याय खुला होता. पण लोक सामोपचाराने वापर करतील काय, अशी शंका होती. छोट्यामोठ्या कारणांसाठी एकमेकाविरुद्ध तेलापाण्यावर येणारे खेडवळ सार्वजनिक वस्तू समजूतदारपणे वापरतील अशी शक्यताच नव्हती. सर्वसाधारण सभा घेतल्या, सहकाराचे महत्त्व सांगितले, आपण सामंजस्य नाही दाखवले तर प्रगतीला खीळ बसेल, असे समजावले, तरी लोकांचा एकमेकांवर विश्वास नाही हेच स्पष्ट झाले. यंत्रे सार्वजनिक पद्धतीने वापरताना लोक तुला मला करणार, त्यातून भांडणं उद्‌भवणार आणि नसत्या कटकटी निर्माण होणार असेच एकंदर चित्र दिसू लागले.

तीनचार जणांची कमिटी करून यंत्रे वापरण्याची नियमावली तयार करण्यात आली. जे नियमाप्रमाणे वागायला तयार असतील त्यांनी एक लाख रुपये भरून सार्वजनिक यंत्र केंद्राचे सभासद व्हावे असे ठरले. पंधरा दिवसात एकही सभासद झाला नाही. नंतर हळू हळू एक एक सभासद व्हायला सुरुवात झाली. एकदा लाट उठली आणि गावातला प्रत्येक खातेदार सभासद झाला. मशिनरीची खरेदी झाली, छोटी कार्यशाळा उभारली आणि 'सार्वजनिक यंत्र केंद्र' सुरू झाले.

सार्वजनिक उपसा सिंचन योजनेचे काम गुण्यागोविंदाने चालू होते, त्याच धर्तीवर यंत्र केंद्राचे काम सुरळीत झाले. लोकांची केवढी मोठी सोय झाली. शेती करणे त्यांना आता हातचा मळ वाटू लागला.

* * *

१६

गरिबी, हरिपी का कोणाच्या हातची असते? जन्मावरून ती ठरते. मजुराच्या झोपडीत जन्माला आला तो गरीब! श्रीमंताच्या हवेलीत जन्माला आला तो श्रीमंत! जन्मानंतर सर्वांना विकासाच्या समान संधी मिळाव्या, हे सामाजिक न्यायाला धरून आहे, पण अशी व्यवस्था जगात कुठेही निर्माण होऊ शकली नाही. लोक जिथे आहेत तिथे राहतात. आपल्याला मिळालेली परिस्थिती हा दैवयोग समजतात. त्यामुळे कोणी कोणाला डिवचत नाही, कोणाचा कोणावर राग नाही.

मांगवाड्यातला माणिका एक गरीब माणूस! चूल आणि एक बाज बसेल अशा खोपीत राहायचा. दोन तीन पातेले, दोन तीन कथिलाच्या थाळ्या, चार दोन वाट्या, किटण चढलेले व पोचे पडलेले दोन तांबे, चारदोन गंजलेल्या पत्र्याचे डबेडुबे, बस्स एवढाच संसार! लक्ष्मी आणि माणिका मोळी-भारा करायचे. सकाळी तांबडं फुटताच दोघे शेतात जायचे, मालक नसलेल्या शेतातले चोरून गवत कापायचे किंवा लाकडे तोडायचे आणि वसमतला नेऊन विकायचे. कधी तावडीत सापडले तर शेतमालक कापलेले गवत हिसकावून घ्यायचे, चापटबुक्की करायचे आणि सोडून द्यायचे. मग त्या दिवशी नवरा-बायको आणि दोन मुलींना उपास घडायचा. मोठी मुलगी सहा वर्षाची, लहानी तीन वर्षाची आणि तिसरे अपत्य पोटात वाढत होते. मोळी-भारा काढणे जमले नाही त्या दिवशी लक्ष्मी कोणाच्या तरी घरी कामाला जायची. पडेल ते काम करायची. शिळंपाकं किंवा पीठकूट आणायची. बऱ्याच वेळा ते पिठाची आंबील करायचे, वाटी वाटी पिऊन तेवढ्यावरच झोपायचे.

माणिका आजारी पडला. लक्ष्मीने कंबर कसली, आठव्या महिन्याचे पोट घेऊन ती गवत कापू लागली. होईल तेवढा मोठा भारा दमछाक होईपर्यंत वसमतला नेऊ लागली. चालता चालता दमून अंधारी आली की एखाद्या लहान झाडाच्या बुडाला धरून उभी रहायची. भारा खाली टाकता येत नसे कारण पुन्हा उचलायला मदतीला कोणी माणूस नसे. माणिकाचा आजार वाढत चालला. लक्ष्मीचा धीर सुटू लागला. गावातल्या खासगी डॉक्टरने गोळ्या

औषधं दिली. त्याचा गुण नाही आला. माणिका अडीपडीला ज्यांच्या घरी शिळ्या भाकरीवर काम करायचा त्या कुथन्या गंगारामकडे लक्ष्मी गेली. सर्व परिस्थिती सांगून तिने त्याच्याकडे मदतीसाठी याचना केली.

कुथन्या म्हणाला, "मानिक्याचं काही बरं वाईट झालं तर मी पैसे कोनाकडून वसूल करू?"

हे ऐकून लक्ष्मीच्या पोटात खड्डा पडला, नरड्याला कोरड पडली आणि हातपाय गळून गेले. बसल्या जागेवरचं उठणं अवघड वाटू लागलं. आजार आहे, होईल बरा, ह्या पलीकडे तिनं विचार केला नव्हता. कुथन्याचं बोलणं ऐकून ती पुरती घाबरली. गावात आणखी चार दोन ठिकाणी तिने शब्द टाकून पाहिला. अंकुशरावांनी काही पैसे देऊन माणिकाचा इलाज करायला सांगितले. माणिकाला वसमतला न्यायला तिला बैलगाडी मिळाली नाही. अशा परिस्थितीत लक्ष्मी हवालदिल झाली. तिचे भाऊ, बहीण भेटायला आले पण कोणीही मदत करायच्या स्थितीत नव्हते. सर्व एकजात कफल्लक!

माणिकाला उचांग पडला नाही. त्याने एक दिवस दम सोडला. लक्ष्मीवर आभाळ कोसळले. लेकरं उघडे पडले. बेआधारी झाले. शेजाऱ्यापाजाऱ्यांनी चारआठ दिवस ढकलले. तेवढ्यात ती बाळंत झाली. तिसरे मूल जन्माला आले, लाचारीचे जिणे जगण्यासाठी! खायची तोंडं वाढली, दुष्काळात तेरावा महिना यावा तशी!

गावातल्या चांगल्या बाया लक्ष्मीला माहीत होत्या. तिने मुलीला त्यांच्याकडे पाठवले. बाया शिळेपाके वाढू लागल्या. जिवंत राहण्यापुरती गुजराण होऊ लागली. कधी अन्न कमी पडले तर मुली रडायच्या, खाण्यासाठी भांडण करायच्या, एकमेकीच्या झिंज्या ओढायच्या. मग लक्ष्मी स्वत: उपाशी राहायची. मुलीनाच खाऊ घालायची. चार चार दिवस उपास घडल्यामुळे तिचे दूध आटायचे. बाळ सुकलेले कातडे ओढून उगीच परेशान व्हायचे. त्याच्या अंगात रडायचेही बळ नसायचे.

लक्ष्मीच्या मुलींना बाया कंटाळल्या. काय ही रोजची कटकट म्हणून अंगणातून हाकलू लागल्या. बाळाला घेऊन जीव द्यावा असे लक्ष्मीला अनेकवेळा वाटले, पण मुली कोणाच्या सहाऱ्यानं जगतील असे वाटून ती बेत बदलायची.

लक्ष्मीची उपासमार राधाच्या कानावर आली. तिचे हृदय कळवळले. शांताअक्का आणि रंगुमाईला घेऊन ती लक्ष्मीच्या खोपीवर गेली. ते भयाण दृश्य बघून तिला रडे फुटले. महिन्या-दीड महिन्यापासून खोपटाला सडासारवण

नव्हते. खरकट्या भांड्यात माशा मावत नव्हत्या. ग्लानी येऊन पडलेले बाळ जणू शेवटचा श्वास घेत होते. लक्ष्मीच्या लुगड्याच्या परकाळ्या झाल्या होत्या. अब्रू झाकण्यापेक्षा लुगड्यामुळे ती उघडी पडत होती. तिने किंवा मुलींनी कित्येक दिवसात अंघोळी केल्या नव्हत्या. केसांचे इरले झाले होते.

खोपीपासून थोड्याच अंतरावर मांगवाडा आणि बुद्धवाड्याचा हापसा होता. राधाने घागर उचलली. हापस्यावरून चार पाच घागरी पाणी आणले. वतल पेटवून पाणी गरम करायला ठेवले. शांताअक्कानं गरम गरम कडक दोन कप चहा करून लक्ष्मीला पाजला. रंगुमाईनं कापसाच्या बोळ्यानं बाळाला दूध पाजलं. राधाने खोपीतला केर भरून काढला. सारवण केले. आंगण झाडून भरपूर सडा टाकला. शांताअक्काने भांडी घासली. रंगुमाईने दोन्ही पोरींना न्हाऊ घातले. बाळाला अंघोळ घातली. लक्ष्मीलासुद्धा पाठ चोळून साबण लावून न्हाऊ घातले. तोवर शांताअक्काने चुलीवर सेवयाचा भात केला. राधाने घरी जाऊन शांताअक्काचे दोन आडजुने लुगडे आणले. स्नानं आटोपल्यावर सर्वांना दूध भात, साखर, तूप पोटभर खाऊ घातले. मांगवाडा आणि बुद्धवाड्यातल्या सर्व बाया कान्या डोळ्याने बघून गेल्या. गावात चुचके मारू मारू बायकांची कुजबूज होऊ लागली. लक्ष्मी तिघींचेही पाय धरू धरू रडली.

ती म्हणाली, "या अभागिनीला पोटाशी धरून कुरवाळनाऱ्या तुम्ही देवाचे आवतार हा. तिन्ही लेकरायला घेऊन हिरीत जीव देयाचा इचार केला व्हता. काही इलाजच नव्हता, परीक तुम्ही मला जिवदान देलं. मह्या अंगाच्या कातड्याचे जोडे शिवून तुमच्या पायात घातले तरी तुमचे उपकार फिटायचे नाहीत. देव तुम्हाला सदासुकी ठेवो माय!"

शांताअक्का म्हणाली, "चार आठ दिवसाची चंदी धाडून देते. येळच्या येळी खाऊन आराम कर. बाळाला नीट जप."

संध्याकाळी ग्यानू, केशव, मारुती, योगाजी, अंकुशराव, दत्तराव पैलवान आणि गोदावरी, लक्ष्मीच्या झोपडीवर आले. शेजारच्या पोतराज गंगाने बसायला अंगणात फाटकी वाकळ आणून अंथरली. शेजारची गडी माणसं दबकत दबकत येऊन कोणी अंगणात दूर बसले, कोणी हात बांधून उभे राहिले. बाया लेकरांना कडेवर घेऊन कुपाटीच्या बाहेरून उभ्या राहिल्या. लक्ष्मी खोपटाच्या दारात येऊन बसली. गोदावरीनं विचारलं, "लक्ष्मी, कशी आहेस ग?"

लक्ष्मीचा ऊर भरून आला ती गळा काढून रडू लागली. लांब हुंदके देत तिने शांताअक्का, रंगुमाय आणि राधा येऊन गेल्याचे आणि त्यांनी खाऊपिऊ

घातल्याचे सांगितले. नंतर म्हणाली,

"आम्हाला वाऱ्यावर सोडून मालक निघून गेले हे लहान पिल्ले घेऊन मी कशी कंठू? घरात कोनाचा आधार नाही, दातावर हानायला दाना नाही. मी आशी खाटल्याला खिळले. काय करू? कसं करू? लेकरं मिडीमिडी तोंडाकडं बगतात. मव्हा ना ईलाज बगून तहानभूक गिळून घेतात. मी बऱ्याचदा उपाशी राहाते. लेकराला दूध येत नाही. लडून दुक हालकं कराव मनलं, त डोळेबी आटलेत."

असे बोलून भकास नजरेनं ती मोडक्या दाराच्या फळीकडे पाहात बसली. गोदावरीचे डोळे ओले झाले. खरे तर सर्वांचीच मने जड झाली.

दत्तराव पैलवान म्हणाले, "अरारारा ऽऽ! काय वाईट येळ मनावं! काय पाप केलंय या गरीब जिवायनं? आसं कोनावरंय कोपनारा देव तरी कसा मनावं? गोदावरी, सांग बाई लक्षुमीला, आपुन का आलो ते."

गोदावरी म्हणाली, "लक्ष्मी, जे झालं ते झालं! आत्ता काळजी करू नको. आजवर तू एकटीनं लढाई केलीस, आता सगळा गाव तुझ्या पाठीशी आहे. निराधारांना संपूर्ण संरक्षण द्यायचे क्रांती संघटनेने ठरवले आहे. तुझ्या मुलींच्या शिक्षणचा खर्च आता गाव करील. तुझी तब्येत सुधारून तू कामाला लागेपर्यंत तुझ्या कुटुंबाचा संपूर्ण खर्च क्रांती संघटना करेल. सध्या काही पैसे आणले आहेत. त्यातून जरुरीचे सामान घे. पुन्हा पैसे मिळत राहतील. आनंदाने रहा. काही कमी अधिक लागलं तर मला सांग. बरं, येतो आम्ही"

सर्व उठून चालायला लागले, गंगा, कचरू, नागू, गणपत त्यांच्याजवळ आले.

कचरू म्हणाला, "मालक, तुमचे गरिबावर लई उपकार झाले. नाहीतं या लेकरायचं काही खरं नव्हतं."

मारुती म्हणाला, "उपकार नाही कचरू, आम्ही अपराधी हत! येळीच ध्यानात आलं आसतं तर मानिकाचा जीव वाचवायचा आपुन परयत्न केला आसता. मातर उशीर झाला. तरी बरं, या बाईचा जीव जायाच्या आत आम्ही इथं पव्हचलो! चला, येवढंच आपल्या हातून घडायचं आसंल." माणसं खोपीपासून दूर जाईपर्यंत हातात नोटांचं पुडकं घेऊन लक्ष्मी दारात उभी होती. साऱ्या गावाचं बळ जणू तिच्यात संचारलं होतं. तिला गावाविषयी, आणि गावाच्या माणसांविषयी सार्थ अभिमान वाटला.

प्रकल्प अहवाल तयार झाला म्हणून सिनाईचा निरोप आला. शिवराजसह

दुसरे पाच सदस्य आराखडा बघायला मुंबईला गेले. गिदीने त्यांचे चांगले आगतस्वागत केले. स्लाईड शो द्वारे त्यानी अनेक आराखडे समोर ठेवले. प्रत्येकातल्या सोई गैरसोई आणि वैशिष्ट्ये सांगितली.

रंगुमाय म्हणाली, "हे सर्व गुन एकात आसनारा पिलान दाखवा."

गिदी म्हणाले, "अेक्झॅक्टली! मी तसा प्लॅन केलेला आहे. हा काळजीपूर्वक बघा."

मठाच्या टेकडीच्या पायथ्यापासून कांही अंतरावर नदीकडच्या उताराला चंद्रकोरीच्या आकाराची पन्नासफूट खोल उभी कपार आणि तिच्या तळाशी बरेच मोठे मैदान होते. मैदानाच्या खाली नदीकडे उतरत जाणारी खोल दरी होती. कपार कापून स्टेडीयम सारख्या बसायला पायऱ्या करायच्या आणि चंद्रकोरीच्या त्रिज्येच्या अंतरावर मैदानात गोलाईच्या केंद्रस्थानी रंगमंच, ग्रीन रूम्स, रेस्ट रूम्स बांधायच्या. एक लाख प्रेक्षक मोकळे बसू शकतील अशा पायऱ्या आणि दोनशे कलाकार एकाच वेळी काम करू शकतील असा भव्य रंगमंच. ग्रीन रूम्स, रेस्ट रूम्स स्टेजच्या खालच्या मजल्यावर. प्रेक्षकांना बसल्या जागेवरून नद्यांच्या दरीचे विहंगम दृश्य अगदी समोर दिसावे म्हणून ग्रीनरूम्स, रेस्ट रूम्स खाली घातल्या होत्या. पायऱ्यांच्या दोन्ही बाजूंनी पाण्याचे धबधबे सोडून त्यात रंगीबेरंगी दिव्यांची रोषणाई कल्पिलेली होती. दोन्ही धबधबे पायऱ्यांवरून तसेच स्टेजवरून दिसतील अशी सोय होती. पायऱ्या खडक कापून करायच्या असल्यामुळे तेवढ्या आर.सी.सी. च्या खर्चाची बचत होणार होती. भोजनगृहे, स्वयंपाकगृहे, भांडारगृहे दरीच्या वरच्या मैदानात होती. टेकडीच्या दुसऱ्या बाजूला यूथ हॉस्टेलची फाइव्हस्टार हॉटेलसारखी आकर्षक आणि प्रचंड म्हणावी अशी इमारत दाखवली होती. हा प्लॅन सर्वांना पसंत पडला.

एवढे मोठे प्रकल्प अंगावर घ्यायचे की नाही या विषयी पुन्हा वाद उसळला. कर्जाचे व्याज कसे फेडायचे हा वादाचा महत्त्वाचा मुद्दा होता. बरीच वादावादी आणि घुसळण झाल्यावर प्रकल्प सरकारला सादर करायचे, मंजूर झाल्यावर पुन्हा पुढचे पुढे पाहू असे म्हणून ते सादर केले गेले. त्या निमित्ताने गायरानाची चर्चा सुरू झाली. पिढ्यानपिढ्यांपासून गाईच्या चाऱ्यासाठी सोडलेल्या जागेवर दुसरे काही करू नये, ते गायरान म्हणूनच ठेवावे असे म्हणणारा गावात एक गट होता. संपूर्ण गायरानात झाडे लावून पर्यावरण शुद्धीला मदत करावी असा वसमतच्या पर्यावरणवाद्यांचा आग्रह होता.

सरदेशपांडे साहेबांचा निरोप आला. शिष्टमंडळ मंत्र्यांना भेटल्याशिवाय

फाईल पुढे सरकत नाही, असे त्यांचे म्हणणे होते. रंगुमाईच्या नेतृत्वाखाली अंकुशराव, दत्तराव, मारुती, केशव, गोदावरी, योगाजी आणि मालू असे सात जणांचे शिष्टमंडळ मुंबईला गेले.

क्रीडा आणि संस्कृती मंत्रालयात फाईल पडून होत्या. त्या एका जागेला चिकटल्या त्या चिकटल्या. त्या खात्याच्या मंत्र्यापासून शिपायापर्यंत कोणालाही त्याबद्दल आस्था वाटत नव्हती, हे काम केले तर आपल्याला काय मिळेल, असा विचार सर्वांच्याच डोक्यात असल्यामुळे त्यात कोणालाही स्वारस्य नव्हते. मंत्रालयातली माणसं कांही लष्कराच्या भाकऱ्या भाजयला बसली नव्हती. कोणती शिकार, कशी गट्ट करायची हा एकच ध्यास होता. जणू उंदरांसाठी दबा धरून बसलेली मांजरं! उभ्या महाराष्ट्रातून एकच प्रस्ताव असला आणि पैशाची तरतूद असली तरी प्रस्ताव धूळ खात पडतो या मागे खात्याची अनास्थाच होती.

शिष्टमंडळ मंत्र्याकडे गेले. मंत्र्याने संबंधित अधिकाऱ्याला बोलावून फाईल कोणत्या स्तरावर आहे ते विचारले. फाईल मुख्यमंत्र्याकडे का पाठवली नाही म्हणून सचिवाला फोनवरून विचारले. मागच्या मंत्रीमंडळात क्रीडा आणि सांस्कृतिक मंत्र्याच्या अट्टाहासामुळे ही योजना कागदावर आली पण सध्याचे मंत्रीमंडळ या कल्पनेला अनुकूल नाही. ग्रामीण भागातून असे प्रस्ताव आले तरी ते मंजूर करायचे नाही, अशा माननीय मुख्यमंत्री साहेबांच्या सूचना आहेत, अशी माहिती सचिवाने दिली. अशा फॅसिलिटी निर्माण केल्या तरी पुढे त्यांचा योग्य वापर होणार नाही अशी मुख्यमंत्री साहेबांना शंका आहे, अशी पुष्टी सचिवाने जोडली. सरकार ह्या योजनेच्या अमलबजावणीसाठी अनुकूल नाही हे मंत्र्यांच्या लक्षात आले. निर्णयासाठी अवघड मुद्यावर मुखमंत्र्यांना अडचणीत पकडायच्या उद्देशाने क्रीडा व संस्कृती मंत्र्याने फाईल वर पाठवायचा निश्चय केला. शिष्टमंडळाबरोबर काहीतरी चर्चा करायची म्हणून त्यांनी विचारले,

"तुमचे गाव शंभर दीडशे कुटुंबांची वस्ती आहे, मग एवढे मोठे कला-संस्कृती केंद्र बांधून काय करणार?"

रंगुमाय म्हणाली, "त्याचा उपेग कसा करायचा ते आम्ही परकल्प अहवालात सईस्तर देलंय."

मंत्र्याला आपली दाताची फणी गळून पडल्यासारखे वाटले. साहेब तुम्ही आमचा प्रोजेक्ट रिपोर्टसुद्धा वाचला नाही, असेच जणू रंगुमाईला म्हणायचे होते.

मंत्र्याने विचारले, "खेड्यातल्या यूथ हॉस्टेलवर शहरातले लोक राहायला येतील असे तुम्हाला कशावरून वाटते?"

रंगुमाय म्हणाली, "आम्ही करषी पर्यटन केद्र चालवितो, तिथं लोक महिना महिना आंधी नंबर लावून ठेवतात. हास्टेलावर देशातले लोक येतीलच, परदेसी परवासी सुदीक येतील. जवळ औंढा नागनाथाचं मंदीर आन गुरू गोविंद शिंगाची समांद हय ना!"

मंत्री म्हणाले, "मी स्वत: मुख्यमंत्री साहेबांशी चर्चा करतो आणि तुम्हाला लवकरच कळवतो."

अंकुशराव म्हणाले, "आता कळवतो आन मिळवतो अशी उधारी नको. आमच्यानं काय पुन्हा पुन्हा मंबईला येनं व्हत नाही. आम्ही गरीब शेतकरी मानसं हाव. पिकं कापनं, खळे करनं, मालटाल भरून ठेवनं, आमुक ढमूक, लई बख्खळ कामं सोडून आलोत. एक घाव दोन तुकडे! काहीतरी सोक्षमोक्ष लावूनच आम्ही जाऊ!"

मंत्र्याने थोडावेळ विचार केला आणि म्हणाले, "ठीक आहे! उद्या ह्या वेळी या."

मारुती म्हणाला, "साहेब, ही एक नवी कल्पना हय. जागा, पैसा, मानसं संर्व्या गोष्टीयची आनुकूलता हय. तुम्ही थोडं मनावर धरलं तर तुमच्या कारकिर्दीत एक आगळंयेगळं काम व्हवून जाईल. तुमच्या खात्याला केरडीट मिळंल. येतो आम्ही उद्या."

दुसरे दिवशी अकरा वाजताच शिष्टमंडळ मंत्रालयात पोचले. मंत्री महोदय दुसऱ्याच कामात गुरफटले. दुपारचे तीन वाजले तरी भेट झाली नाही. दिरंगाई लागतेय म्हणजे काम बहुतेक बारगळले असावे अशी शंका येऊ लागली. एकदाचे मंत्र्याचे बोलावणे आले. दबकत दबकतच सगळे दालनात शिरले. मंत्री महोदय खुशीत दिसले. या या म्हणून त्यानी स्वागत केले. चहा सांगितला. त्या बरोबर शिष्टमंडाळाची आशा पालवली. मनावरचा भार थोडा कमी झाला.

मंत्री म्हणाले, "तुम्हा सर्वांचे अभिनंदन! मुख्यमंत्री साहेबांशी मी चर्चा केली. हे प्रकल्प उभारायची तुमची तीव्र इच्छा सांगितली. ते म्हणाले की, मराठवाड्यातले लोक सार्वजनिक कामासाठी आग्रही नसतात. ही अपवादात्मक घटना घडत आहे म्हणून तिला प्रोत्साहन दिले पाहिजे आणि त्यानी लगेच मंजुरी देऊन टाकली. आपण चार साडेचार वाजता येऊन सँक्शन लेटर्स घेऊन जा."

अंकुशराव म्हणाले, "साहेब, हे काम व्हईल आशी आम्हाला थोडीबी आशा नव्हती. केवळ तुमच्या परयत्नानं हे काम फत्ते झालं, नाही तर सतराशेसाट येरझारा, हांजीहांजी, मिनतवारी, अमुक ढमूक, हजार भानगडी केल्याशिवाय

सरकारी कामं जाग्यावरची हालत नाहीत. साहेब, तुमचे आभार मानाव तेवढे थोडेच हत. आम्ही हे काम झपाट्यांनं पुरं करतो, आन तुम्हाला उद्‌घाटनाचं आमंत्रण आजच देऊन ठेवतो.''

मंत्री म्हणाले, ''निमंत्रणाबद्दल आभारी आहे. गावात हे प्रकल्प कसे दिसतात ते पहायची मला उत्सुकता आहे. मी अवश्य येईन.''

तालुका महसूल विभागाकडे प्रकल्पाचा पैसा वर्ग करण्यात आला. कामाच्या प्रगतीनुसार टप्प्याटप्प्याने पैसा गुत्तेदारांना द्यायचा अशी मार्गदर्शक तत्त्वे ठरवून दिलेली होती. कामाच्या निविदा प्रसिद्ध झाल्या. नावाजलेले गुत्तेदार रिंगणात उतरले. कोल्हापूरच्या पवन राजे नावाच्या बहाद्दराने बाजी मारली. नाव पवन राजे. राजासारखा दिसायचा, राजासारखाच बोलायचा, वागायचा, हुबेहूब राजाच! कामाचे स्वरूप, निर्माणाचे उद्देश, निर्माणाच्या मागे असलेल्या व्यक्ती, निर्माणाचे सामाजिक आणि सांस्कृतिक महत्त्व, हा सगळा माहोल बघून राजेंनी अंदाजपत्रकापेक्षा वीस टक्के कमी रकमेत काम करायचे कबूल केले. इतर गुत्तेदारांना तो वेडा पीरच वाटला. पैसे मिळवण्यासाठी राजे गुत्तेदारी करत नव्हते, आपल्या हाताखाली शेकडो माणसं राबावीत, आपले लोकांनी कौतुक करावे, आपल्या कामाला समाजात प्रतिष्ठा मिळावी, असे त्यांचे जगावेगळे उद्देश होते. गिदिऑन सिनाईची कल्पकता आणि पवन राजेंची काटेकोर निर्मिती हा अपूर्व योगायोग जुळून आला.

कला व संस्कृती केंद्राचे काम सुरू झाले. निरनिराळ्या कामाची छोटी-मोठी यंत्रे आली. यंत्रं चालवणारे कारागीर आले. कामगारांची छोटी वसाहत उभी राहिली. कला केंद्राच्या परिसरात कामाची धुमश्चक्री सुरू झाली. कँपवर स्वत: पवन राजे जातीने हजर होते. गिदिऑन सिनाईचा एक इंजिनिअर देखरेखीसाठी आलेला होता. इंजनगावात काय घडत आहे हे इंजनगावच्या नागरिकांनाही कळत नव्हते. कुठून शक्ती येत होती, कुठून प्रेरणा झिरपत होती, काय चमत्कार घडत होता, हे स्वप्नातही खरे वाटणार नाही असे दिव्य प्रत्यक्षात अवतरत होते. गावातले जे लोक विकास प्रक्रियेशी निगडित होते, त्यांनासुद्धा चाललेल्या कामाचा विस्मय वाटत होता.

पवन राजे फारसे कोणात मिसळत नसत. ते एकदोन वेळा शिवराजच्या घरी आले. शिवराजने त्यांची पार्श्वभूमी अगोदरच शांताअक्काला सांगितली होती. शांताअक्काने त्यांचा जो आदरसत्कार केला आणि मायेच्या ममतेने खाऊपिऊ घातले त्यामुळे ते खूपच भारावून गेले. शिवराजचे कुटुंब आपल्या निकटच्या आप्तेष्टांपैकी असल्याची त्यांची भावना झाली. त्यांनी शिवराजची

शेती बघितली. डेअरी बघितली. ग्रामीण क्रांती संघटनेची मध्यवर्ती कल्पना समजून घेतली. संघटना बांधणीचे नियोजन आणि करावयाची कल्याणकारी कामे समजून घेतली. शिवराज क्रांती घडवणारे असामान्य व्यक्तिमत्त्व आहे अशी आदरभावना त्यांच्यात निर्माण झाली. शिवराजच्या सतत सहवासात राहावे असे त्याना मनापासून वाटे पण शिवराज स्वत:च्याच कामात व्यस्त असायचा.

पवन राजेंच्या कामाचा हबाडा हे एक नवल होते. सकाळी चहा नाश्ता आटोपून सात वाजता कामावर हजर व्हायचे. कामाच्या देखरेखीसाठी अनेक मुकादम होते तरी राजेंचे प्रत्येक गोष्टीवर बारीक लक्ष असे. एखाद्याचे थोडे दुर्लक्ष दिसले की तिथे राजे भिडलेच म्हणून समजायचे. काही लोक विचारायचे की राजे, तुम्हाला एवढे परेशान व्हायची गरजच काय? राजे म्हणायचे, त्यात परेशानी कसली? नवनिर्मिती हा जीवनातला सर्वात मोठा आनंद आहे. आपण जोपर्यंत प्रत्येक गोष्ट स्वत: बघणार नाही तोपर्यंत ही माझी निर्मिती आहे, अशी भावनाच निर्माण होत नाही. दुपारी एक वाजेपर्यंत ते सारखे इकडून तिकडे फिरत राह्यचे. एक मिनिट कुठे टेकायचे नाही. दुपारी जेवणानंतर फक्त अर्धा तास वामकुक्षी घ्यायचे की लगेच कामावर तय्यार.

पवन राजे आणि शिवराजची जवळीक वाढली तसे गावात शंकेचे मोहोळ गुणगुणायला लागले. गुत्तेदार व शिवराजचे मेतकूट जमले असून संस्थेच्या पैशाचा अपहार चालू आहे, अशा वावड्या उठू लागल्या. नुसतीच कुजबूज होती तोवर ते शिवराजच्या ध्यानीमनीही नव्हते, पण उघड बोलले जाऊ लागल्यावर मारुती, केशव, ग्यानू, रंगुमाय आणि शांताअक्काकडून ते शिवराजच्या कानावर आले. कर नाही तिथे डर कसली? म्हणून शिवराजला प्रथम त्याचे फारसे गांभीर्य वाटले नाही, पण चर्चा परगावांपर्यत पोचल्यावर मात्र हे किटाळ कसे निस्तरायचे म्हणून तो चिंतातूर झाला. सामाजिक कार्यात एकदा गैरसमज निर्माण झाला की मग कोणी कोणाच्या तोंडाला हात लावू शकत नाही. संशय वाढत जातो तसा संशयित एकाकी पडत जातो. गावावर ॲट्रॉसिटीची केस झाल्यापासून बरेच लोक शिवराजवर नाराज झाले होते. नव्वद लोक जेलमध्ये गेले तेव्हा शिवराजने त्यांच्याकडे ढुंकूनही पाहिले नाही असा त्याच्यावर राग होता. केस मिटवल्याचे सर्व श्रेय योगाजी स्वत:कडे घेत होता आणि ते लोकांना पटतही होते.

योगाजी, आडमुठ उमाजी आणि मेकड्या भगवान हे त्रिकूट निरंकारी बाबाच्या झोपडीवर जमू लागले. शिवराज किती भ्रष्ट, बेईमान आणि स्वार्थी आहे त्याची चर्चा करू लागले. निरंकारी बाबा मठातून विस्थापित झाल्यावर

राजवैभवातून फुफाट्यात येऊन पडले होते. त्यांची भळभळणारी जखम सतत चाटल्यामुळे चिघळत होती. केवळ शिवराजमुळे आपली वाताहत झाली हा घाव कधीच भरून येणारा नव्हता. शिवराजला मिटवण्यासाठी बाबाजी आहे नाही ती सर्व शक्ती पणाला लावायला एका पायावर तयार होते. आपसात बोलता बोलता ते आता चार चौघात बोलू लागले. दारू पिऊन चावडीवर गाव गोळा करू लागले. आरडाओरडा करून शिवराजचा भ्रष्टाचार चव्हाट्यावर मांडू लागले. लोकांना काय, चाढीला गोडी असते ते योगाजीचा उभा धिंगाणा बघू लागले. त्याने केलेले आरोप कान टवकारून ऐकू लागले. योगाजी क्रांती संघटनेच्या कार्यकारणीत होता. त्याला पक्की माहिती मिळाल्याशिवाय तो एवढे उघड बोलणार नाही अशी लोकांची समजूत होती. आजकाल पैसे काय कोणीही खातो. संधी मिळायचाच अवकाश. शिवराज त्याला अपवाद असेल हे कशावरून?

एकाच बाजूची सातत्याने चर्चा होत राहिल्यामुळे शिवराजच्या विरोधात वातावरण तयार होऊ लागले. दोन माणसं भेटली की त्याच्या लबाडीचीच तिखटमीठ लावून उजळणी होऊ लागली. खऱ्या, खोट्या अनेक जिभजोड गोष्टी प्रसृत होऊ लागल्या. शिवराजविषयी मत्सर वाढू लागला. त्याला ह्या धगधगीचे चटके बसू लागले. तो खूप बेचैन झाला पण समर्थन द्यायची संधी त्याच्या जवळ नव्हती. लोक विरोधी विचाराने झपाटले होते. कोणी काही ऐकायच्या मन:स्थितीत नव्हते. शिवराज चोर आहे अशीच सर्वांची धारणा झाली होती. लोकांची टीका ऐकून शांत बसण्याएवढा तो कोडगा नव्हता. त्याची तगमग होत होती, पण स्वस्थ बसवण्यावाचून गत्यंतर नव्हते.

शिवराजच्या बाजूने कोणतीच प्रतिक्रिया येत नाही असे पाहून चांडाळ-चौकडीने अधिकच उचल खाल्ली. त्यांनी विवेक सोडला. आवेग वाढत गेला आणि शेवटी कार्यकारिणीच्या बैठकीत त्याचा विस्फोट झाला. विरोधकांनी शिवराजवर आरोपांच्या फैरी झाडल्या. कार्यकारिणीत विरोधक तसे फार नव्हते पण शंकेचे निरसन झाल्याशिवाय समर्थक काही बोलू शकत नव्हते. त्यामुळे भरपूर समर्थक असून शिवराज एकाकी पडला. सदस्य तावातावाने बोलत होते. त्यांचा जळफळाट वाढत होता. त्यांचे समाधान होईल असे उत्तर शिवराजजवळ नव्हते.

सर्वांचे आरोप ऐकल्यावर शिवराज म्हणाला, "गुत्तेदाराला नियमबाह्य मदत करून त्यांच्याकडून लाच घेण्यासाठी माझ्याकडे कसलेही विशेषाधिकार नाहीत. तुमच्या कार्यकारिणीचा मी साधा निमंत्रक सदस्य आहे. गुत्तेदाराला

अनुकूलता दाखवण्यासाठी खजिनदार किंवा अन्य कोणाला मी कधी सांगितले आहे काय. मी गुत्तेदाराला कसलीही अनुकूलता दाखवत नसेल तर तो मला लाच काय म्हणून देईल? माझ्या विरोधात काही पुरावा असेल तर जरूर सादर करावा.''

योगाजी म्हणाला, ''हीच तर आडचन हय! या धंद्यात पुरावा नसतय. तेरी भी चूप मेरी भी चूप! मांजर डोळे लावून दूध पितंय, आन म्या कव्हा पिलं मनून उलटं आपनाला इचारतय. शिवराज शिवाय या कामाचं पान हालत नाही हे त्या धूर्त गुत्तेदाराच्या लक्षात आल्यावर ते दुसऱ्यायला कहाला पुसतील केव्हढ्याचे मनून? भरस्टाचार व्हयालाय हे शंभर टक्के खरं हय. कोनी कितीय नाही मनलं तरी तळहातानं सूर्य झाकत नाही. इथं व्हयालाय तसाच पशुखाद्याच्या कारखान्यात व्हयालाय. टाकळगावचा इश्वजीत कटारे कालच बोंबलू लागला.''

शिवराज म्हणाला, ''तुमचा आरोप आहे, मी बांधकामात पैसे खाल्ले. मी पैसे खाल्ल्याचा तुमच्याजवळ पुरावा नाही आणि मी पैसे खाल्ले नाही, हे सिद्ध करायचा माझ्याजवळ कोणता मार्ग नाही. मग हा तिढा सुटणार कसा? मला दोषी-निर्दोषी ठरवण्याचा एखादा मार्ग कोणाला सुचत असल्यास सांगा, मी कोणतीही परीक्षा द्यायला तयार आहे.''

बुद्धीला सुचतील तसे कोणी काही, तर कोणी काही मार्ग सांगितले. एक जण म्हणाला गावलोकांसमोर मारुतीचा शेंदूर काढावा. दुसरा म्हणाला मारुतीच्या पारावर जाऊन भ्रष्टाचार केला नाही म्हणून इमान करावे.

शिवराज म्हणाला, ''शेंदूर काढणं, इमान करणं, ह्या गोष्टींनी तुमचं समाधान होत असेल तर माझी ना नाही. पण माझा स्वत:चा असल्या गोष्टींवर विश्वास नाही. सर्वांचा विश्वास बसेल असा मार्ग सुचवा.''

कुठलाही निर्णय न होताच बैठक संपण्याचा मार्गावर होती. शेवटी शिवराजने एक तोडगा काढला. तो म्हणाला,

''एक चांगली कल्पना आहे. खरे म्हणजे ती एवढी उशिरा कशी सुचली हेच समजत नाही. मी निमंत्रित सदस्यत्वाचा राजीनामा देतो. ना रहेगा बास ना बजेगी बासरी!''

शिवराजचा हा आघात धक्कादायक होता. सर्व सदस्य गंभीर झाले. शिवराज बाहेर पडला तर होणारा परिणाम स्पष्ट होता.

रंगुमाय म्हणाली, ''हे त माईनं तान्ह्या बाळाला दूद न पाजता दूर लोटन्यासरकं झालं! दूद पाजायाचं नाही त मंग जल्म कहाला देला? लेकराचं

चुकलं त माईनं गय करायची आसती.''

अंकुशराव म्हणाले, ''एवढ्या टोकाला जायाची गरज नाही. तू पैसे खात नाहीस, हे इथल्या नव्वद टक्के सबासदायला ठावं हय. एक ठराव मांडून तुह्यावरचा आरोप आम्ही फेटाळू सकतो. आम्ही गप का बसलो? गप याच्यासटी बसलो की शंका आलीच हय, तव्हा ती दूर झाली पाह्यजे. शंका घेनारायला बाजूला सारून आपुन पुढं जाऊ सकतो. परीक आपल्याला ते करायचं नाही. सत्त्वपरीक्षा झाली तर सर्वायचे मनं निर्मळ होतात. उजळ माथ्यानं जगन्यात जी मजा हय ती किंतूचं वझं डोस्क्यावर वाहन्यात नाही. लोक आरोप करतात, आळ घेतात, निंदा करतात, आमुक ढमूक, हे सर्व चालूच आसतंय. लेकरू हातावर हागलं मनून काय आपून हात कापून टाकीत नाही.''

कुठलाही निर्णय न होताच कार्यकारिणीची बैठक संपली. विरोधक निरंकारी बाबाच्या झोपडीवर गेले. बैठकीत शिवराजवर कसा हल्ला केला ते बाबाजींना सांगितले. बाबाजींना खुशी मावेनाशी झाली. त्यानी सखारामाला गावरान कोंबडा आणि विदेशी बाटल्या आणायला सांगितल्या. सखाराम बाबाजींचे खाणे पिणे, तसेच आल्यागेल्यांची उठबैस करायचा. मठातल्यासारखा बाबाजींचा डामडौल नव्हता, पण खर्च भागवण्यापुरती मिळकत होती. चारदोन टुकारांना घेऊन नशापाणी करण्यात बाबाजींचा वेळ छान जायचा. शिवराजच्या आणि संघटनेच्या विरोधात बोलायचे, कपटकारस्थाने रचायची, लोकांना विरोधात बहकवायचे यात त्याना आनंद वाटायचा.

उमाजी म्हणाला, ''महाराज, सगळं झालं. मातर लुचपतीचा पुरावा सापडत नाही. आत्ता शिवराजला आम्ही पक्कं खिंडीत आडकीलय, मातर पुरावा देता आला नाही तर आपलंच तोंड काळं व्हयाची येळ हय.''

महाराजांनी विचारले, ''पुराव्यावर काही चर्चा झालीच आसंल ना?''

उमाजी म्हणाला, ''झाली ना! एक जनानं सुचविलं की पैसे खाल्ले नाही मनून मारोतीचा शेंदूर काढा. दुसऱ्यानं सुचविलं पारावर जाऊन इमान करा. परीक शिवराज मनला की ते देव मानीत नाही. शेंदूर काढल्यानं आन इमान केल्यानं देव मव्ह काहीच वाकडं करू सकणार नाही.''

बाबाजी छद्मी हासत म्हणाले, ''हं ऽऽ! देव मानीत नाही! मानूस हय की हैवान? देव कानाडोळा करतय तव्हर ठीक हय. देवाची नजर फिरली तर भल्या भल्यायची वासलात लगती मनावं! एवढी कहाची मस्ती चल्ढीय रे त्याला? थांबा! खरं खोटं ठरवायची मह्याजवळ एक युक्ती हय. उगाच नाही

बसलो वनात तप घालीत.

"एक झाडपाला हय. या पाल्याचा रस घेनारा खरं बोलत आसंल तर त्याला काही व्हत नाही, आन जर का खोटं बोलून रस घेतला तर त्याचे आताडे तुटोस्तोर उलट्या व्हतात. ते जर इमानदार आवलादीचा आसल तर या परीक्षेला तयार व्हयील!"

योगाजी, मेकड्या भगवान आणि आडमुठ उमाजी गावात गल्लोगल्ली फिरले. निरंकारी बाबाच्या तोटक्याविषयी त्यानी लोकांना माहिती दिली. लोकांचं मजा पहायला काय जातं? बुझुर्ग सोडले तर पोट्टेसोट्टे हो हो म्हणाले. कार्यकारिणीत ठराव मांडला गेला. पेल्यातले वादळ थांबणार नाही, होऊन जाऊ द्या एकदा सोक्षमोक्ष असे म्हणून सर्वांनी अनुमती दिली. योगाजी आणि कंपूचा आग्रह होता, ही परीक्षा पारापुढे सर्व गावलोकांच्या समोर व्हावी पण बाकीच्या सदस्यांनी त्याना संमती दिली नाही. रंगुमाय विरोध दर्शवत म्हणाली,

"झाला एवढा अपमान फार झाला, ही निवाड्याची जंगली पद्धत मनावी लागंल. हे काय आपल्याला सोबलं नाही. शिवराजनं गावाला पुढी आनलं. शेतकऱ्यायचं जीवन बदलून टाकलं. गावकऱ्यायला राग सोडून पिरेम करायला शिकविलं त्या सत्पुरुषाला आपुन अग्नी परीक्षा देयाला लावायलो हे आपला हालकटपना हाय आसं मला वाटालंय. आता ही बातनी गावोगाव जाईल. लोक बरी-वाईट टीका करतील. जे व्हयालय ते काही चांगलं नाही." शिवराजने काही प्रतिक्रिया दाखवली नाही. बैठकीनंतर तो सरळ उठून घरी निघून गेला.

ठरलेल्या दिवशी पर्यटन केंद्राच्या भोजनगृहात ग्रामीण क्रांती संघटना व ट्रस्टचे सदस्य उपस्थित झाले. ग्यानू, मारुती, केशव, दत्तराव पैलवान, रंगुमाय आणि अंकुशरावासोबत शिवराज पण येऊन बसला. लुंडका गोसावी डुलत डुलत येऊन सर्वांच्या समोर ठेवलेल्या खुर्चीवर बसला. ह्याच्याकडे त्याच्याकडे बघून तो कृत्रिम हसून बळेच नमस्कार करू लागला. सखारामाने कसल्याशा झाडपाल्याने भरलेली पिशवी आणि पाटा-वरवंटा बाबाजी समोरच्या टेबलावर आणून ठेवले.

रंगुमाय म्हणाली, "महाराज तुम्ही हे इखाचा तोटका करायले, मातर शिवराजच्या जिवाला धोका व्हनार नाही ना?"

बाबाजी म्हणाला, "रस घेणारा जर भ्रष्टाचारी आसल तर धोकाबी व्हवू सकल. पन चोरी उघडी पल्ड्यावर जास्त तकलीब व्हवू लागल्यावर मी दुसऱ्या पाल्याचा रस देईल, मंग तरास कमी व्हयील."

अंकुशराव म्हणाले, ''बरं महाराज, सगळे सभासद आलेत. तुमचंच सामाईन पाला, पाटा, वरवंटा, आमुक ढमूक, सगळं आलेलं दिसायलय, मंग करा सुरवात.'' निरंकरी बाबा उभे राहिले. सभागृहावरून त्यानी नजर फिरवली. डोळे मिटून हात जोडले आणि कानठळ्या बसतील एवढ्या मोठ्याने दत, दत दत दत म्हणून चिरकले. सर्वांच्या अंगावर रोंगटे उभे राहिले. पिशवीतला पाला मुठीत काढून म्हणाले,

''ही एक अद्‌भुत वनस्पती हय. आमच्या सद्‌गुरूनं सेवेवर खुश होऊन दिलेली ही बक्षीशी हय. तिचा एक खास गुन हय. समजा एका चोरानं चोरी केल्याचा संशय हय. चोरी केली नाही, मनून त्यानं या पाल्याचा रस पिल्यावर त्यानं चोरी केली नसंल तर रस आम्रुतासरका गोड लागलं, आन चोरी करून ते खोटं बोलत आसल तर रस घेतल्याबरोबर मरनाच्या उलट्या व्हतील, जीव कासाईस व्हईल. शिवराजनं भ्रष्टाचार केला आसंल तर त्याला जुलाब व्हतील आन ते निर्दोस आसल तर काहीच व्हनार नाही. मी आता पाला कुटतो. रस काढतो. रस पिल्याबरोबर दोन मिंटात दुधाचं दूध, पान्याचं पानी व्हयील.''

बाबाजी पुन्हा दत दत दत दत म्हणुन घोड्यासारखे खिंकाळले. पाटा वरवंटा टेबलावर ठेवला पाट्यावर पाला ठेवून रगड रगड रगडला. बारीक झालेला पाला पातळ कापडावर ठेवला. दोन तीन मुठी पाला रगडल्यावर तो त्यांनी ग्लासात पिळला. हिरव्याकच रसाने ग्लास भरला. ग्यानूने दुसरा एक रिकामा ग्लास आणून ठेवला आणि त्यात तसाच रस टाकायला खुणेने सांगितले. बाबाजीनी आणखी पाला वाटला आणि दोन्ही ग्लास रसाने भरले. बाबाजी गरजले,

''सुधारनेचा डंका वाजवीत सोताच्या तुंबड्या भरनारे शिवराज पाटील, या पुढं, आन दिसु द्या गावाला तुमची इमानदारी!'' असे म्हणून बाबाजी टेबलापासून थोड्या अंतरावर जाऊन उभे राहिले. शिवराज संथ पावलं टाकीत टेबलाजवळ गेला. तो बाबाजीला म्हणाला,

''निरंकारी बाबा, हे रसाचे दोन ग्लास कशासाठी केलेत?''

बाबा गडबडले. दोन ग्लासांचे प्रयोजन नव्हते.

''एकच गिलास करायचा व्हता. ग्यानूनं दुसरा गिलास आनून ठेवला आन बोलत बोलत मी त्यात रस करून वतला. काही हरकत नाही, तुम्ही एक गिलास घेतला तरी चलंल.''

''आणि दुसरा ग्लास वाया घालवयाचा म्हणता? एवढा अनमोल अद्‌भुत

रस! तुमच्या गुरूनं तुम्हाला दिलेली ही भेट, वाया कशी घालावायची?''

"मंग काय दोन्ही घेतो म्हंता, घेऊन टाका!''

"एकावर काम भागत असेल तर दोन घेणं हा अपव्यय ठरेल. आपण गरीब देशात राहणारी माणसं आहोत. चांगल्या गोष्टींचा अपव्यय करणं आपल्याला परवडत नाही.''

"बरं मंग? काय मननं हय तुमचं? आंधी रस घ्या. उगेच फाटे फोडू नका!''

"बाबाजी, मी पळपुटा नाही. हा अमृततुल्य रस तर घेणारच आहे. त्यासाठीच तर ही मैफिल भरली आहे, पण रस घेण्यापूर्वी मला एका प्रशनाचं उत्तर द्या. ह्या झाडपाल्यानं खऱ्या खोट्याची शहानिशा होत असेत तर जगात लाखो न्यायालये, करोडे न्यायाधीश आणि अब्जावधी वकील कशाला लागले असते?''

"हे बघा, मला आसे फालतू प्रश्न इचारू नका. एक तर गुन्हा कबूल करा, नाही तर रस घ्या.'' रसाचा प्याला उचलून आता गट्ट करणार की काय अशा आविर्भावात शिवराज म्हणाला,

"रस तर घ्यायचाच आहे बाबाजी! पण मी एकट्यानं नाही, आपण दोघांनी! तुम्ही सांगितलं, खरं बोलणाराला रसाने तृप्ती मिळते, पण खोटं बोलणारासाठी हे जालीम विष आहे. तुम्ही कला केंद्र किंवा पशुखाद्य कारखाना उभारणीत भ्रष्टाचार केलेला नाही, कारण ह्या कामांशी तुमचा संबंधच नाही. म्हणून तुम्ही रस घेतला तर तुम्हाला काही बाधा होणार नाही. बरोबर? मग म्हणा, मी ट्रस्टच्या बांधकामात भ्रष्टाचार केलेला नाही, आणि घ्या रस.''

बाबाजी एकदम गडबडले. शिवराजचा हा पवित्रा त्यांना थोडाही अपेक्षित नव्हता. ते भांबावून अवताल भोवताल बघू लागले. त्यांची ही चलबिचल उपस्थितांच्या लक्षात आली. आपले पाय आपल्याच गळ्यात अडकलेले पाहून ते घाबरून गेले. दुखवलेला साप पळण्यासाठी मार्ग नसला की, संरक्षणाचा शेवटचा उपाय म्हणून फणा उगारतो, तसे बाबाजी गुरकावून म्हणाले,

"सत्त्व परीक्षा तुमची आहे की मही?''

शिवराज म्हणाला, "महाराज, सत्त्व परीक्षा माझीच आहे, पण त्या अगोदर विषाची परीक्षा करणार की नाही? तुम्ही म्हणता, खरं बोलणारासाठी हा रस अमृतासमान आहे. तुम्हाला अगोदर हे सिद्ध करावं लागेल.''

आज्ञा दिल्यासारखे शिवराज म्हणाला, "ग्यानू जिज्या, ओता ह्याच्या

नरड्यात रस.'' ग्यानू आणि त्याचे चारपाच सोबती उठले. त्यानी महाराजाला पकडले, पक्के जखडले आणि तो सुटायची धडपड करू लागला म्हणून जमिनीवर लोळवले. ग्यानूने रसाचा ग्लास बाबाजीच्या तोंडाजवळ नेला, तसा तो सर्व शक्ती एकवटून ढोरासारखा ओरडायला लागला. चौघांच्या मिठीतून सुटण्यासाठी तडफडू लागला. ग्लास तोंडाजवळ नेला की तोंड घट्ट घट्ट मिटवून घेऊ लागला. दूध काढू न देणाऱ्या म्हशीच्या भक्कीत दात ओठ खाऊन कोपराचे ढुसे मारतात तसे ग्यानूने महाराजाच्या भक्कीत जोराचे कुमके हाणले. बाबाजी कळवळला. दीनवाण्या नजरेने बघू लागला. शिवराजने बाबाजीच्या हाताला झटका देऊन उठवले आणि विचारले,

''काय झालं महाराज? असं गयावया का करताय? प्या ना अमृत!''

दोन्ही हात तोंडावर दाबून धरीत सर्व अंग हालवून तो नको म्हणू लागला. ग्यानूने त्याच्या पाठीत असे बदके मारले की त्याचा श्वास कोंडून तो फरशीवर पडला.

शिवराज म्हणाला, ''बघा हा ढोंगी बाबा!'' पिशवीतला पाला हातात घेऊन दाखवत शिवराज म्हणाला,

''ह्या झाडपाल्याचा रस कोणाच्याही पोटात गेला तरी उलट्या होणारच. खरं बोलणाराला काही होत नाही, हे बाबाजीचे म्हणणं धादांत खोटे आहे. हा महाराज नसून आपल्या शिवारात उगवलेली विषवल्ली आहे. गावातल्या लोकांना व्यसनांच्या नादी लावून ह्याने अनेकांच्या संसारांची धूळधाण केली आहे. ह्याला आपण मठातून हाकलले म्हणून हा गावाचा सूड घेण्यासाठी टपला आहे. बाबाजीकडे आडले नडले दुःखी लोक येतात. हा त्यांना मूर्ख बनवून त्यांची आर्थिक पिळवणूक करतो आणि मिळालेला पैसा ऐय्याशीत उधळतो. लुच्चाला गावापासून दूर दूर हद्दपार केले पाहिजे, किंवा गावाजवळ राहायचे असेल तर हे गोसाव्याचे सोंग उतरून राहिले पाहिजे.''

महाराज खाली मान घालून कृषि पर्यटन केंद्राबाहेर जात असताना पांडूने त्यांना आडवले. तो तर्रर प्यालेला होता. पिण्याची दीक्षा त्याने निरंकारी बाबाकडूनच घेतली होती. तो बाबाजींच्या पुढे लोटांगण घेत म्हणाला, ''बाबाजी, तुमचा अपमान झाला. माफ करा, मी तुमच्या सोबत हय. चला आपल्या आश्रमात. कोण तुमच्या केसाला धक्का लावतय ते बघतो. मी सगळा तमाशा बघितला आणि ऐकला, चला त्यातलं काही मनाला लावून घेऊ नका.'' बाबाजी, पांडू आणि सखाराम एकामागे एक गेले.

पांडू बी.ए., एम.ए. होऊन गावात आला तेव्हा गावातल्या हुशार मुलात त्याची गणना व्हायची. मराठी साहित्याचा अभ्यास असल्यामुळे बोलणारा होता. कितीही माणसं असोत, मैफिल रंगवायचा. सिंचनाखालची एक नंबरची पस्तीस एकर जमीन होती. आई-वडील, दोन बहिणी होत्या. वडिलांनी कधीच कोणते काम केले नाही. दुसरी-तिसरी पर्यंत शिक्षण झालेले, पण तुकाराम, एकनाथाच्या गाथा तोंडपाठ होत्या. तुकडोजीची पदं, पोवाडे, गौळणी असेही भरपूर पाठांतर होते. रामायण, महाभारत, हरीविजय, शिवलीलामृत, भागवत, इत्यादी ग्रंथ वाचणे आणि त्यांचा अर्थ सांगण्याबद्दल ते पंचक्रोशीत प्रख्यात होते. भजन हा त्यांचा आवडीचा छंद. शेतातल्या पाखरं हाकायच्या माळ्यावर, मारुतीच्या पारावर खंजिरी वाजवत ते तासन्‌तास गाणी म्हणत बसायचे. त्यांना कोणी अडथळा करीत नसे. नादी माणूस, बसलाय गात म्हणून त्यांच्याकडे कोणी लक्ष देत नसे.

पांडू उंच पुरा धिप्पाड गडी दिसू लागला. जमीन जायदाद होती, शिक्षण होतं, घरात घवघवीत सुबत्ता नसली तरी वारकारी धाटणीची साधीभोळी वागणूक आणि चंदीपुरता दाळदाणा असायचा, म्हणून बऱ्याच मुलींच्या बापांची पांडूवर नजर होती. त्याच्या लग्नाची कोणी गोष्ट काढली की आई वडील गलबलायचे. पांडूमुळे आपला मान वाढला म्हणून त्यांची मनं भरून यायची. एका घरंदाज मुलीशी पांडूचा विवाह झाला. बहिणींची लग्ने झाली. त्या आपआपल्या घरी निघून गेल्या.

योगाजीने पांडूला गाठले. योगाजीचे मामा हिंगोलीला छोटे पुढारी होते. मामाच्या मदतीने नोकरी लावून देण्याचे त्याने आमिष दाखवले. पांडूला नोकरीची गरज होती. तो सहजच योगाजीच्या गळाला लागला. दर चार-दोन दिवसांनी योगाजी पांडूला हिंगोलीला न्यायचा. प्रवासखर्च, खाणे-पिणे सर्व पांडूला करायला लावायचा. त्याची मिळकत तुटपुंजीच होती. वडील जमीन बटाई हिस्स्याने लावून टाकायचे. बटाईचा माल हिस्स्याला येईल तेवढ्यावर वर्षभराच्या खर्चाची तोंडमिळवणी करायचे. पांडूचा खर्च वाढला तशी घरात तंगी होऊ लागली. पैशासाठी बापलेकाची तू-मी होऊ लागली.

योगाजी अधून मधून निरंकारी बाबाच्या झोपडीवर जायचा. कधीमधी पांडूला बरोबर न्यायचा. पांडू तिथे खायला प्यायला शिकला. गुळाचा खडा पडला तिथे मुंग्याना बोलवावे लागत नाही, तसे पांडूभोवती पिणारे जमू लागले. त्याला विनाशाच्या खाईकडे ओढू लागले. पांडू आता पूर्णतया दारूच्या आहारी

गेला. घरात बऱ्याचदा चूल पेटेनाशी झाली. दोन वेळेच्या जेवणाचीच मारामार तिथे कपड्यालत्याची भ्रांत कोणाला! पांडू दारू पिऊन आला की घरात तुंबळ हाणामारी व्हायची. तो आई-वडिलांना मारायचा, बायकोला जनावरांसारखं बदडायचा आणि दोन अर्धपोटी मुलांना बकोटीला धरून बेशक अंगणात फेकायचा. एक चांगले कुटुंब उद्‌ध्वस्त झाले. जिथे सदा सर्वकाळ हरीनामाचा जप व्हायचा तिथे गाढवाचा गोंधळ सुरू झाला. फारच कडकी आली की तो निरंकारी बाबाच्या झोपडीवर जाऊन त्यांचे पाय दाबायचा. मग बाबाजी त्याला खाऊ पिऊ घालायचे, म्हणून बाबाजींचा प्यार!

एका रात्री आठ-साडेआठच्या सुमाराला शिवराजच्या घराजवळ आरडाओरडा सुरू झाला. शिवराज शेतात मुक्कामी होता. काय झाले म्हणून शांताअक्का आणि राधा वाड्याबाहेर आल्या. पांडू बायकोला बेमुर्वतपणे मारत होता. त्याची मुलगी आईच्या अंगावर पडून तिचा मार वाचवायचा प्रयत्न करत होती. नेणता मुलगा काहीतरी विपरीत घडतेय असे पाहून जोरजोरात रडत होता. पांडूच्या अंगात जणू भूत संचारले होते. त्याचा रुद्रावतार बघून जमलेले लोक पुढे यायला धजत नव्हते. मुलीच्या झिंज्या धरून बाजूला ढकलीत बायकोला लागेल तिथे कसून लाथाबुक्क्या घालत होता. ती काकुळतीलने सभोवताल बघत होती. तो भयानक देखावा बघून राधाच्या काळजाचे पाणी पाणी झाले. ती कळवळून म्हणाली, "आत्या, त्या बाईला सोडवा हो!"

शांताअक्का धावतच गर्दीत घुसली. "त्याला धरा की रे," म्हणून खेकसली. तेव्हा कुठे चार सहाजण पुढे झाले, आणि त्यांनी पांडूला आवरले. बायकोचा काय गुन्हा घडला म्हणून विचारले.

पांडू म्हणाला, "ह्या कैदासणीनं मही जिंदगी बरबाद केली. मी पितो मंजेनी फार चूक करीत नाही. काय हय मह्या जीवनात? दुनयेचे प्रयतन करून नोकरी लागली नाही. मायबाप तसे घरघुसे. सासरवाडी एवढी श्रीमंत, मातर कनगोळीवर मुतायला कोन्ही तयार नाही. गावात मान नाही, समाजात स्थान नाही, घरात आन नाही, आसं भकास जीवन जगणारा 'ग्यानी' दारू पिणार नाही तर काय करील? शिकून शाहाणा झालो नसतो तर चटणी भाकर खाऊन शेतात काम केलं असतं. एवढ्या मोठ्या पदव्या घेऊन शेतात जाता येत नाही आन उपाशी राहता येत नाही. ह्या दमकोंडीतून बाहेर पडण्याचा एकच मार्ग आहे, दारू! ही शेतात काम करून पैसे आणती, आन मायबापाजवळ देती. मी मनतो बाबा, अन्नाच्या भुकंपरता दारूची भूक लई भयानक आसती. अन्नाच्या भुकंनं

माणूस गळून जाईल, मातर तडफडत नाही. मंग जी भूक जाचक ती अगोदर मिटवावं की नाही? हिचं आपलं सदा उलटंच. गेल्या दोन दिवसापसून घरात चूल पेटली नाही. मंती, घरात काहीच नाही, आन मला चोरून लेकरायला खावू घालती. मंग मी काय हिचा दुस्मान हय काय? मी मनलं, घरात उपासमार व्हायली तर शिवराजला सांग. त्यानं मांगाच्या लक्ष्मीला मदत केली. गावात माणूस उपाशी झोपू द्यायचा नाही असा क्रांती संघटनेचा ठराव हय. परीक ही भडवी ऐकत नाही. मंती, दारूड्याला कोन्ही मदत करीत नाही. तुम्हीच सांगा, किती आघुचर हय हे वागणं? हिनं मव्ह जिनं मुष्कील केलय! हरामजादी! मला सोडा, सालीला खतमच करतो!''

शांताअक्कानं पांडूची बायको आणि मुलांना घरात घेतलं. तिचं सांत्वन केलं. तिला जवळ घेऊन, मायेनं पाठीवरून हात फिरवून विचारपूस केली. खाऊ-पिऊ घातले आणि तिथेच झोपायला लावले. भुकेलेली लेकरं जेवल्यावर पटापट झोपली. शांताअक्का, जयश्री आणि राधा रात्र टळेपर्यंत बोलत बसल्या.

जयश्री म्हणाली, ''सासूबाई, मला या तरासाचा लई कदोर आलाय, पोटाला भाकर नसली तर मानूस सहन करील पर हे इनकारन मार खानं सहन व्हत नाही. दोन भावायच्या पाठीवर मी येकलीच हय. लगन व्हवोस्तोर माय बापाच्या पखाखाली लाडात वाढले. दुक काय आसतय ते कव्हाच कळालं नाही. बापानं जमीन जायदाद, शिक्षण आन वारकरी वागनूक बगून मला इथं देलं. याह्यला नवकरी लागली नाही मनून घराची बाराबाट झाली. आम्ही आता कसं कठायलो ते आमचं आम्हालाच ठावं. लगन झाल्यावर नंदनवनातलं झाड वाळूत आनून लावल्यासरकी मही गत झाली. आता कोनाकड पहाव, कोनाला सांगाव आन कसं सहन कराव. सासुजी, समोर दिवा जळायलाय, खरं सांगते, तसा तुमचा लेक लई चांगला हय. दारू पिलेली नसल्यावर माय बापाकडं डोळा उचलून बगत नाही की चकार शब्द बोलत नाही. लेकरायचा त एवढा लाड करतात, की पुसू नका! मातर दारू पोटात गेली की हैदोसदुल्लाच! मंग लेकरं कळनात, मायबाप कळनात की बायकू कळंना!''

शांताअक्काने विचारले, ''माहेरचं कोनी येतंय जातंय की नाही?''

जयश्री म्हणाली, ''हं ऽऽऽ, भाऊ येतात, बाबा येतात, सनावाराला नेतात. तेवढेच चार आट दिस कोनीकड जातात ते कळत नाही. सुक माहेरावून गठोडं बांधून आनता आलं आसतं ना त मह्या माईनं भरभरून देलं आसतं. माय लई लडती. आवघड करती. बाबा तिच्यावर रागवातात. मनतात आली चार

दिवस त रहू दे की आनंदानं. लडनं त तिच्या घरी हायच की! आन तुह्या लडन्यानं तिचं दुक कमी व्हनार हय काय? देताना धनव चांगलं पाहून देलं. हुंडा देला, करनी धरनी केली परीक तिचं नशीब फुटकं निघालं. आता आलीया भोगासी...। आशी माईची समजूत घालता घालता आपले डोळे धोतरानं पुसतात.''

शांताअक्का म्हणाली, ''हो माय, आपलं आपल्यालाच भोगावं लागतंय! बाईच्या जातीला माहेर किती दिवस पुरतंय?'' राधा उकिडवी बसून गुढघ्यावर मान ठेवून स्त्री जन्माची कहाणी ऐकत होती. जयश्री अश्रू ढाळत खिन्न आवाजात बोलली, ''सासूजी, देव मव्हा वनवास निस्तारील की आसच पचनी पाडून शेवट करील हो?''

शांताअक्का म्हणाली, ''तू मनशील अशी का बोलायली, मातर नुसतं देव देव करीत बसल्यानं कार्य व्हत नाही. शेवटी आपुन काही हिकमत काढीत नाही तव्हर देव मदतीला येत नाही. मी मघवापसून इचार करायले, पांडूच्या दोन खोड्या हता. एक त्याचं पिनं आन दुसरं काम न करनं! या दोन गोष्टीयचा इलाज झाला त तुव्हा पांग फिटंल. दारू सुटत नाही आसं काही नाही. कैक लोकायची दारू सुटलीय. तिकडं जळगावाला एक दवाखाना हय मनं. दारू पिनाराला तिथं एक महिना ठेवतात. त्याच्या पुढी गोळ्या औषिदं देतात. औषिद चालू असतांना एकतर दारू घेयाचं हित व्हत नाही आन एखांद्यानं जबरीनं मनाइरूद्ध घेतलीच तर त्याची उलट्यायनं एवढी बेजारी व्हती की पुन्हा ते दारूचं नाव काढत नाही.''

जयश्री म्हणाली, ''माय, मंग तर देवच पावला की व्ह! उद्याच बाबाला सांगून धाडते. ते आल्यवर तुमचीबी भेट घालून देते. या इलाजाला बाबा एकदम तयार व्हतील. आन याह्यच्या कामाचं कायकानू मनत व्हत्या.''

त्याविषयी सांगावे की नाही असा शांताअक्काला विचार पडला, कारण बाब थोडी खर्चाची होती. जयश्रीनं आग्रह धरल्यावर शांताअक्का म्हणाल्या, ''तुह्या बाबावर तरी किती भार घालायचा मनून मी इचार करू लागले.''

''बाबा मह्यासटी काहीय करायलया तयार हतं. त्याह्यचा काही इलाजच चलना मनून गप बसलेत.''

''मला आसं वाटतंय बर का, समजा पांडूनं काही दिवसजरी दारू सोल्डी त त्याचं मन रमावं मनून काही तरी काम त्याच्या समोर आसाव. ते जळगावहून येईस्तवर दोन हालके भारी डंगरं घेवाव. तुह्या माहेराकल्डाच एखांदा इस्वासाचा गडी ठेवाव आन एखांदं वरीस जमीन वाहून देवाव. पांडू शेतात नाही गेला त

तू गड्याच्या मागं पुढं राहून शेती कर. मी नाही काय केली? थोडं शेतातलं उतपन आलं की पांडूचं वळन सुदरल बग. कोनं सांगाव माय, नशीबात काही चांगलं आसलं त दिवस पाल्टल आन गाडी जोतकाला लागंल.''

पांडूला एक महिना जवळगावच्या सुधार केंद्रात नेऊन टाकलं. बैलजोडी घेतली. सुरुवातीची मशागत ट्रॅक्टरने केली. दहा एकर मोठी ज्वारी, पाच एकर हरभरा आणि वीस एकर गहू पेरला. जळगावच्या सुधार केंद्राच्या सूचनेवरून पांडूचा मुक्काम आणखी दोन महिन्यांनी वाढवला. तीन महिन्यांनी पांडू परत आला तेव्हा त्याच्या भोवतालचे जग बदलेले होते. घरातली अवकळा जाऊन कळा आली होती. आई-वडील, बायको मुलांच्या अंगावर धड कपडे दिसत होते. घरात चंदीचे पोते भरलेले होते. जयश्रीने पांडूला उटणे लावून आंघोळ घातली. गोडधोड करून जेऊ घातले आणि म्हणाली, ''शेताला येता काय? तुम्ही गावाला गेल्यावर आम्ही येड्या मुक्यायनं शेती सुरू केलीय.''

पांडू फारसे बोलत नव्हता. तो मुकाट्यानेच जयश्रीच्या मागे मागे शेतात गेला. धुऱ्यावर गेल्यावर शेताकडे बघून सहजच त्याच्या ओठातून शब्द फुटले ''वा ह वा ऽऽ! वाहवा ऽऽ!! अती सुंदर! इथ तर वनश्री बहरलीय! जया, तू केलंस हे?''

''मी कहाची करते? बाबानं गडी लावून देलाय. पन बगा, शेत कसं भरून दिसायलंय. साक्षात लक्षिमी आवतरलीय जनू! दहा एकर मालदांडी हय, पाच एकर काबुली चना हय. शिवराज मनला हारबराच पेरायचाय त मंग काबुली पेर, उतपन चांगलं व्हतय आन भावबी साध्या हरबऱ्याच्या दुप्पट मिळतय. बी त्याह्यनंच आनून देलं कोठूनशनी. पैसेय देले नाहीत आजून. पलीकड वीस एकर गहू हय. कांद्याच्या पाती सरका हिरवाकच! जवारीचा उफाडा बगून कारबारी तर लईच खुस झालेत. ते बगा, पाखरं राखायला माळा घातलाय. आजून जवारी पोटऱ्यात आली नाही तरी दिवसाच्या तिरपी बरोबर शेतात येतात आन इना-चिपळ्यावर भजन करीत बसतात. मनतात, 'पांडुरंगाच्या समोर बसल्याचा आनंद वाटायलाय' आन ते बगा, सातआट रोजदारनी घेऊन सासुबाई गहू निंदायल्यात. त्याह्यला तर कोठून बळ आलंय की, उठलं की रोजंदारनीयला चला गं माय, चला गं माय मनून शेतात आनतात. आपल्या गावात आता गडी मानसं कामाला मिळनं मुष्कील झालय. कॅनॉलचं पानी सुटल्यावर त लईच ओढातान व्हती. मंग आम्हीच दोघी कंबर कसतो आन रोटेशन बंद व्हयाच्या आंधी रात्रंदिवस पानी घेऊन भिजवून काढतो.'' जयश्री सांगत होती. पांडू

आपल्याच विचारात बुडून गेला होता. तिचे शब्द कानावर पडत होते पण मेंदूच्या अलीकडेच जिरत होते. त्याला ध्यानस्थ बघून जयश्री म्हणाली,

"आता व्हा की पुढी, परक्यासरकं काय बगायले?" धुऱ्याहून दोन पावलं मागे सरकून पांडूनं शेताला वाकून नमस्कार केला. जयश्रीकडं अत्यंत आदराच्या भावनेनं बघत म्हणाला,

"जया, तुझं वैभव नीट सांभाळ. माझे अभद्र पाय तुझ्या पावन भूमीत लागले तर ही तरारलेली पिकं कोमेजून जातील. मी तीन महिने नव्हतो तर तू एवढा चमत्कार केलास. मी कायमचं काळं पांढरं केलं तर तुमच्या जीवनाचं सोनं होईल."

जयश्री एकदम काकुळतीला येऊन म्हणाली, "आसं नका व्ह मनू, देवच नसल्यावर देवळाची काय सोभा हय? दोन लेकरं हत, मायबाप हत, एवढा भरलेला सवसार सोडून कोठं जाता? आम्ही परदिसे झाल्यावर काय करावं या वैभवाला? तुम्हीच नसल्यावर आम्हाला कोनाचा आधार हय?"

"जयश्री, मी तुम्हाला फार यातना दिल्या. तुम्हाला नंदनवनातून उचलून नरकपुरीत नेऊन ठेवलं, मी सुधारेन, ही तुझी भोळी आशा आहे. जळगावात मी दारूविना तीन महिने राहिलो. बंदिस्त होतो म्हणून नाईलाजानं राहिलो. तेथून सुटल्यापासून कधी कधी दारू घेईन असं झालंय. मी पुन्हा घेणार आणि तू कष्टानं उभं केलेलं हे वैभव उस्कटून टाकणार! मी अपेशी आहे, दारूचा गुलाम आहे, तुमच्या आयुष्यात विष कालवायची माझी इच्छा नाही." जयश्रीने त्याचे पाय घट्ट धरले. त्याच्या विनवण्या करत ती रडू लागली. पांडूने तिच्या पकडीतून सुटायचा अटोकट प्रयत्न केला. पण सोडण्यासाठी तिने पकड घातलेली नव्हती. जवळ एक दगड पडलेला होता. पांडूने तो उचलला आणि ठाँ, ठाँ, ठाँ, डोक्यात हाणून घेतला. कपाळाच्या वर मोठी खोक पडली. रक्ताची धार लागली. कपडे रक्ताने भिजले. जयश्रीने आरडाओरडा केला. बाया, गडी धावत आले. पांडू बेशुद्ध पडला होता. गड्याने गाडी जुंपली. जयश्री आणि गडी पांडूला घेऊन वसमतला दवाखान्यात गेले. माय गाडीच्यामागे उर बडवत रडत गेली. वडील मळ्यावर आपल्याच तंद्रीत गात होते.

॥ आले देवाजीच्या मना । तेथे कोणाचे चालेना ॥

* * *

१७

इंजनगावात घरोघर म्हशी झाल्या. दुधाच्या धंद्यात लोकांचे चांगले बस्तान बसले. पैशाची आवक सुरू झाल्यामुळे व्यवसायात वरचेवर आधुनिकता येऊ लागली. नफ्याचे प्रमाण वाढू लागले. इंजनगावचे उदाहरण समोर ठेऊन इतर गावात दुग्धव्यवसाय झपाट्याने पसरू लागला. दर महिन्याला एका गावात बैठक बसायची. नव्याने व्यवसायात येणारांचे अनेक प्रश्न असायचे. त्यावर सविस्तर चर्चा व्हायची. शेतकरीच शेतकऱ्यांचे समाधान करायचे. असे करता करता तीनशे गावात डेअरी व्यवसाय सुरू झाला.

अशाच एका मासिक बैठकीत पळसगावचा बाळकृष्ण मग्गीरवार शिवराजच्या कार्याची वारेमाप स्तुती करायला लागला. पळसगावात पंधरा दिवसांच्या आत चारशे म्हशी येऊ घातल्या होत्या. शिवराजने आमच्या डेअरीचे उद्घाटन करायला यावे, असे मग्गीरवारने भाषणातच जाहीर निमंत्रण दिले. मासिक बैठकीत शिवराज चर्चा लक्षपूर्वक ऐके. काही मुद्दे डायरीत टिपून घेई. शंका असल्यास इतर शेतकऱ्यांसारखी उपस्थित करी. तो मार्गदर्शकाची भूमिका कधीच घेत नसे. मग्गीरवारच्या जाहीर निमंत्रणाबद्दल मात्र तो मुद्दाम बोलला,

“आपण प्रेमानं आमंत्रण दिलत त्याबद्दल मी आपला आभारी आहे. उद्घाटन करायला मी कोणी पुढारी नाही. दुग्धव्यवसाय सुरू करा, असे मी तुम्हाला सांगितले नाही. माझ्या प्रयत्नांमुळे हा प्रकल्प उभा रहात नाही. हा तुमचा आणि केवळ तुमचा विचार आहे. तुम्हाला आवडला, तुम्ही तो मनावर घेतला. त्यातून तुमचे काय बरे-वाईट व्हायचे ते होईल. माझा काही संबंध नाही. थोड्या वेळापूर्वी माहिती दिली गेली की आत्तापर्यंत तीनशे गावात दुग्धव्यवसाय सुरू झालेला असून त्यात दररोज चारदोन गावांची भर पडत आहे. ह्या तीनशे गावांपैकी एकाही गावात जाऊन मी दुग्धव्यवसाय करण्याचा सल्ला दिला नाही. मी ह्या विषयातला तज्ज्ञ नाही. त्यामुळे सल्ला द्यायचा मला अधिकारही नाही. हा व्यवसाय कसा करायचा, वाढवायचा की आवरता घ्यायचा, हे ठरवणे ही प्रत्येक शेतकऱ्याची जबाबदारी आहे.

माझे वैयक्तिक मत विचाराल तर उद्घाटन वगैरे आपल्यासाठी आनावश्यक गोष्टी आहेत. आपल्या स्वत:च्या भल्यासाठी केलेलं हे काम आहे, त्याचा इतर लोकांमध्ये डांगोरा पिटण्याची काय गरज? व्यवसाय जास्तीत जास्त किफायतशीर करण्यासाठी प्रत्येकाने प्रयत्नशील रहावे. त्यासाठी विचारांची देवाण घेवाण सतत चालू ठेवावी. केवळ दिखाऊपणा प्रगतीला मारक असतो.''

क्रांती संघटनेचे काम वाढत होते मात्र तिला वैधानिक रूप मिळाले नव्हते. संघटनेच्या रूपात बांधणी झालेली नव्हती. ती झाल्याशिवाय कामाला शिस्त येणार नव्हती. कार्यकर्त्यांना वळण लागण्यासाठी मार्गदर्शक तत्त्वे निश्चित करणे आवश्यक होते. शिवराजने संघटनेचे बायलॉज लिहिले. राधाने भाषा सुधारली. संघटनेच्या पन्नास विचारवंत कार्यकर्त्यांना वाचून सूचना करायला प्रती पाठवल्या. कार्यकर्त्यांच्या बैठकीत चर्चा होऊन बायलॉजना अंतिम रूप देण्यात आले. पुस्तिका छापून ती गावोगाव पाठवली.

संघटनेच्या निवडणुका घेण्यात आल्या. प्रत्येक गावात कार्यालय स्थापन झाले. कार्यालयात फोन, ईमेल, फॅक्स, यांच्या सोबत कर्मचारी नेमले गेले. एक सुसूत्र व्यवस्था तयार झाली. सर्व सभासद एकत्र जोडले गेले. ग्राम समिती एका गावाची, सज्जा समिती पंचवीस गावांची, तालुका, जिल्हा समिती आणि केंद्रीय कार्यकारिणी अशी संघटनेची रचना होती. केंद्रीय कार्यकारिणीत प्रत्येक सज्जाचा एक प्रतिनिधी असल्यामुळे ती सर्व समित्यांहून मोठी होती. शिवराज आणि राधाने मुळात ग्राम समितीची निवडणूक लढवली नव्हती त्यामुळे ते कोणत्याही समितीचे सभासद नव्हते. सर्वांच्या आग्रहावरून त्या दोघांना केंद्रीय कार्यकारिणीचे निमंत्रित सदस्य म्हणून घेण्यात आले होते.

ग्रामीण क्रांती संघटनेची मोजकीच उद्दिष्टे ठरवण्यात आली होती. आर्थिक उन्नती, सामाजिक समता, विज्ञाननिष्ठा आणि बंधुभाव ह्या चौखांबांवर नवसमाजाची उभारणी करायची होती. जुन्याला तिलांजली देऊन नव्याची प्रतिष्ठापना करणे हे सोपे काम नव्हते. पण ते सहजगत्या घडावे असे शिवराजचे म्हणणे होते. लोकांनी लोकांसाठी ही चळवळ उभारावी, तिचा कोणी प्रेषित नसावा, प्रचारकांची फौज नसावी किंवा ग्रंथाचे अवडंबर नसावे. हा बदल लोकांवर लादायचा असता तर ते काम महाकठीण ठरले असते. स्वत:च्या हितासाठी एखादा बदल लोक आपण होऊन स्वीकारतात तेव्हा ती सहज प्रक्रिया होते.

इंजनगावाचे उदाहरण बघून तीनशे गावात दूध व्यवसाय पसरला, ते अगदी सहज घडले. दूध ही प्रत्येक व्यक्तीची दैनंदिन गरज आहे. उत्पादन

कितीही वाढवले तरी मागणीपेक्षा पुरवठा कमीच राहिला. त्यामुळे भेसळीची प्रवृत्ती वाढली. भेसळीचे अनेक प्रकार प्रचलित झाले. आरोग्याला घातक असलेल्या रसायनांपासून नकली दूध तयार करण्याचे छुपे कारखाने मोठ्या शहरात गल्लोगल्ली वाढले. अशा परिस्थितीत दुधाचे उत्पादन वाढवणे गरजेचेच होते. तरीपण मासिक बैठकीत दूध व्यवसायातल्या संभाव्य अडचणींवर चर्चेला तोंड फुटू लागले.

मुख्य समस्या होती चाऱ्याची. चारा उत्पादन पावसावर अवलंबून असते. चांगला पाऊस झाला तर नद्या, नाले, विहिरी तुडुंब भरतात, धरणाचे पाणी वर्षभर पुरते. पावसाने दगा दिला की रक्तवाहिन्या आटल्यासारखी परिस्थिती निर्माण होते. चारा उत्पादन कमी झाले तर लाखो म्हशींच्या पोषणाची काय सोय करायची, हा एक अवघड प्रश्न होता. त्यावर बरीच चर्चा झाली. तज्ज्ञांचा सल्ला घेतला गेला. प्रत्येक शेतकऱ्याने सायलोपीट बांधून त्यात किमान नऊ महिने पुरेल एवढा आगाऊचा चारा साठवून ठेवावा असे ठरवले गेले.

दूध सरकारी योजनेत योग्य भावाने खरेदी केले जात आहे तोवर ठीक आहे. उद्या योजना बंद झाली तर एवढ्या दुधाची विल्हेवाट कशी लावायची? दूधगंगेचे रूपांतर दूधतळ्यात झाले तर सगळा राडा होईल. ह्यातून मार्ग काढण्यासाठी दुधाचे टिकाऊ पदार्थ तयार करण्याची कल्पना पुढे आली. त्यावर अभ्यास सुरू झाला.

केंद्रीय कार्यकारिणीत एक नवाच प्रश्न चर्चेला आला. कोरडवाहू शेती असलेल्या गावात दूध व्यवसायाला वाव नव्हता. अशा गावातले कार्यकर्ते वारंवार येऊन भेटू लागले. विकास आम्हाला पण हवा आहे, आम्ही काय करावे, असे विचारू लागले. ह्या प्रश्नाचे तत्पर उत्तर देणे शक्य नव्हते. महाराष्ट्रात पंच्याऐंशी टक्के शेती पावसाच्या पाण्यावर अवलंबून होती. एवढ्या मोठ्या क्षेत्राचे प्रश्न अचाट आणि क्लिष्ट होते. लोकांची मिळकत वाढेल असा विकास सरकारच्याही दृष्टिक्षेपात नव्हता. पावसाच्या पाण्यावर खरीपाचे एक पीक घेऊन वर्षातले सात आठ महिने निव्वळ रिकामी राहणारी ही जनता खऱ्या अर्थाने विकासाची भुकेली होती. शिवराजने स्वत: ह्या प्रश्नाचा अभ्यास करायचे ठरवले. सोबतीला शेतीशास्त्राची पार्श्वभूमी असलेल्या पंधरा सदस्यांचे एक मंडळ तयार केले.

कोरडवाहू शेती मंडळाची भ्रमंती सुरू झाली. अगोदर त्यानी कृषि विद्यापीठांना भेटी दिल्या. प्रत्येक विद्यापीठात कोरडवाहू संशोधन केंद्रे होती. कोरडवाहू

शेतीच्या मूलभूत प्रश्नांची सोडवणूक करण्याची क्षमता असलेले एकही संशोधन केंद्र दिसले नाही. अपुरा कर्मचारी वर्ग, अगदीच तुटपुंजा पैसा, ओसाड प्रयोगशाळा आणि कामाबद्दल कमालीची अनास्था अशा केविलवाण्या अवस्थेत संशोधन केंद्रे होती. गेल्या पन्नास वर्षात त्यांनी जे संशोधन केले त्यातले एक टक्काही निष्कर्ष शेतकऱ्यांनी स्वीकारले नाहीत. परदेशात तयार झालेली सूत्रे आणि त्यातली गृहीते आपल्या परिस्थितीत पडताळून न पाहता ती जशीच्या तशी लागू केली जातात. मूलभूत संशोधनाला कोणीही थारा दिलेला दिसला नाही.

कृषि खात्यात काम करणारे कर्मचारी विद्यापीठातून प्रशिक्षित होऊन आलेले असतात. ज्यांना कोरडवाहू शेतीचे तंत्रज्ञान शिकवलेलेच नाही अशी भलीमोठी फौज कोरडवाहू शेती विकासासाठी तैनात असल्याचे मंडळाच्या लक्षात आले. पूर्वी दोरी-गंडा करणारे गावातले हाकिम आजारी माणसाची नाडी पहायचे आणि मग पाणी भारून द्यायचे. त्यांना ना नाडी कळत होती ना आजार! अगदी तोच दर्जा, कृषि तंत्रज्ञांचा मंडळाला दिसून आला. संशोधन केंद्रे आणि कृषि खात्याची कामे यांचा कुठेही समन्वय आढळला नाही. राज्यस्तरावरच्या एका जबाबदार अधिकाऱ्याने स्पष्टपणे सांगितले,

"आम्ही शेती विकासाची आणि त्यातल्या त्यात भूविकासाची कामे करताना शेतांचे सर्वेक्षण न करताच कार्यालयात बसून कंटूर नकाशे तयार करतो आणि त्याच नकाशांवर बांध, चर, सपाटीकरणाचे विवेचन दाखवतो. नकाशात दाखवलेले बांध वेगळेच असतात आणि प्रत्यक्षात शेतात टाकलेले बांध वेगळेच असतात." याचा अर्थ भूविकासाची कामं अशास्त्रीय पद्धतीने होतात. ज्या कामांवर दरवर्षी हजारो कोटी रुपये खर्च होतात त्या पैशाची विल्हेवाट अशा पद्धतीने लागते म्हणून ह्या कामांचा परिणाम शून्य दिसतो.

कृषि अर्थशास्त्रज्ञांशी चर्चा करतांना काही उपयुक्त मुद्दे मिळाले. एक तर ज्याना पाणी कमीत कमी लागते असे उद्योग उभारावेत आणि दुसरे म्हणजे पडणारा पाऊस साठवावा. अल्प पाणी लागणाऱ्या उद्योगांची मोठी यादी त्यांनी दिली.

पावसाचे पाणी साठवता न येणे, हा आपला मोठा कमकुवतपणा आहे. आपल्या भूप्रदेशावर पाऊस कमी पडत नाही, पण पडलेल्या पावसाला सर्व वाटा मोकळ्या असल्यामुळे तो वाहून जातो आणि आपल्याला पाण्याच्या जीवघेण्या दुर्भिक्षाला तोंड द्यावे लागते. आपली पाण्याविषयीची बेफीकिरी संपूर्ण जगात वैशिष्ट्यपूर्ण आहे. तीनशे, चारशे मिलीमिटर पाऊस पडणाऱ्या अवर्षणप्रवण

क्षेत्रात जसे पाण्याचे दुर्भिक्ष आहे तेवढेच दुर्भिक्ष, सातशे-आठशे मिलिमीटर पाऊसमानाच्या हमखास पावसाच्या प्रदेशात आहे. त्यापेक्षा वरचढ, तीन हजार मिलिमीटर पर्जन्यमान असणाऱ्या कोकणात पाणी दुर्मिळ वस्तू आहे. ह्या सगळ्यावर ताण, आसामात चेरापुंजीला जगात सर्वात जास्त, बारा हजार मिलिमीटर पाऊस पडतो. जगाच्या पाठीवरच्या ह्या 'वेट डेझर्ट' मध्ये उन्हाळ्यात पाणी लिटरने विकत घेऊन प्यावे लागते. पाणीवापर तंत्रातली आपली अशी दिवाळखोरी जगाच्या चेष्टेचा विषय आहे.

आता अभ्यास मंडळाचे लक्ष कृषि अभियंते आणि भूजल वैज्ञानिकांवर स्थिरावले. ह्या दोन्ही विद्या शाखांकडे माहितीचे भरपूर भांडार होते पण कामाची माहिती संकलित कशी करायची हा प्रश्न होता. एका प्राध्यापकाने परिसंवाद आयोजित करायची कल्पना मांडली. ती सर्वांना आवडली. परभणीला मराठवाडा कृषि विद्यापीठात परिसंवाद घ्यायचे ठरले. देशभरातल्या अभ्यासकांची यादी तयार करून त्यांना विषय देण्यात आले. दिलेल्या विषयावर आणि मुद्यांवर सिंहावलोकनात्मक लेख लिहिण्याची विनंती करण्यात आली. लेखकांशी सतत संपर्क ठेऊन त्यांना वारंवार आठवण देण्यात आली. ज्यांनी फारसा उत्साह दाखवला नाही असे लेखक बदलून दुसऱ्या व्यक्तींकडून लिखाण करून घेतले गेले. शंभर लेखांचा दीड हजार पानांचा स्मृतिग्रंथ तयार झाला. 'पावसाचे पाणी संकलन' ह्या विषयावरची मूलभूत माहिती एकत्र झाली. तीन दिवस चाललेल्या परिसंवादात सर्व संकल्पना स्पष्ट झाल्या. आमच्या जवळ संपूर्ण तंत्रज्ञान आहे पण ते वापरले जात नाही, हे परिसंवादातून समजले. "गावचे पाणी गावच्या शिवारात" हा परिसंवादाचा निष्कर्ष होता.

दहा गावांचा एक गट निवडण्यात आला. संपूर्ण शिवाराचा ग्रिड सर्व्हे करून कंटूर नकाशा तयार केला. भूपृष्ठाच्या प्रकारानुसार माथा ते पायथा मृद व जल संधारणाचे उपचार ठरवून त्यांचे डिझाईन करण्यात आले. एकूण प्रकल्पाचे अंदाजपत्रक तयार करून ते तज्ज्ञांकडून तपासून घेऊन विशेष प्रकल्प म्हणून खात्याला सादर करण्यात आला. खात्याच्या यंत्रणेमार्फत तो राबवायचे ठरले होते. तांत्रिक मदत क्रांती संघटनेने करायची होती.

प्रकल्प खात्याने मंजूर केला. संघटनेचे दोन कृषि अभियंते कामाला भिडले. पावसाळा सुरू व्हायच्या आत काम पूर्ण करायचे होते. म्हणून मशिनरी आणि माणसं वाढवण्यात आली. निरनिराळ्या उपचारांचे काम एकाच वेळी सुरू करण्यात आले. वरच्या अधिक उताराच्या पडीक जमिनीत पाणी अडवून जिरवण्याचे

उपचार केले गेले. सपाट जमिनीवर बांध बंदिस्ती आणि अतिरिक्त पाणी सुरक्षितपणे शेताबाहेर काढण्यासाठी चर खोदले गेले. प्रत्येक शेताच्या खालच्या बाजूला शेततळे तयार केले गेले. तळ्यातून पाणी खाली झिरपू नये म्हणून प्लॅस्टीक शीट वापरली होती. तशाच प्लॅस्टिकच्या एकावर एक दोन शीटची दाट सावली करून पाण्याचा बाष्पीभवनातून होणारा अपव्यय थांबवला होता. छताच्या दोन शीटमध्ये हवा खेळती राहण्यासाठी एक फूट अंतर होते ही शेततळी म्हणजे भूमिगत जलकुंभ होते. शेततळे भरून उरलेले पाणी सामूहिक चराद्वारे पाझर तलावात घेतले होते. मोठा पाऊस पडतो तेव्हा अपधावाचे प्रमाण जास्त असते. पाझरतलाव भरून कितीतरी पाणी शिल्लक राहते. हे शिल्लक पाणी नदीच्या पात्रात जागजागी बांध घालून साठवायची व्यवस्था केली होती. पावसाचे पाणी अडवणे, जिरवणे आणि साठवण्याच्या उपचारांची अशी लांबलचक शृंखला तयार केल्यामुळे शिवारातले फक्त भूगर्भजल बाहेर जाण्याची शक्यता राहते.

पंधरा ऑगस्टला दहा गावांच्या नागरिकांची शिवार फेरी काढायचे ठरले. सकाळी झेंडावंदनानंतर माथ्यापासून पायथ्यापर्यंत चालत जायचे, रस्त्यातले काही उपचार बघून त्यांच्या कार्याची माहिती द्यायची असा साधा कार्यक्रम ठरला होता.

चौदा ऑगस्टच्या रात्री रात्रभर धो-धो पाऊस कोसळत होता. सकाळी पाऊस थांबला नव्हता. झेंडावंदन पावसातच झाले. लोकांच्या उत्साहाला उधाण आले होते. चळकधार पावसात अक्षरश: हजारोच्या संख्येत लोक जमले होते. अभियंत्यांनी फेरीचा मार्ग ठरवला होता. पीक न तुडवता बांधाने चालण्याच्या सूचना दिल्या गेल्या. समोर खुणेसाठी मोठे भगवे निशाण धरले होते. निशाणाच्या मागे फेरी निघाली. सगळे माथ्यावर पोचले. माळावर माणसंच माणसं दिसू लागली. एका ट्रकवर ताडपत्र्या झाकून ध्वनिक्षेपकाची सोय केली होती. पावसाचा जोर कमी झाला असला तरी रिपरिप चालूच होती. छत्र्या थोड्या लोकांजवळ होत्या. बाकीचे सचैल भिजत होते. फेरीत अर्धी संख्या स्त्रियांची होती. भिजलेल्या डोंगरावर भिजलेली माणसं भिजून चिंब झालेला सभोवतालचा विस्तीर्ण प्रदेश पाहात होती. आकाश ढगांनी पूर्ण झाकले होते. सूर्य आकाशात होता पण तो नक्की कुठे आहे हे कळत नव्हते. मेंढ्यांच्या कळपातली आडदांड पिल्ले कळप सोडून बाजूला हुंदडतात तसे काही ढग तुटून इतरांच्या पुढे मुसंडी मारत होते. आकाशात जमलेले सर्व ढग कोसळले तर पृथ्वी पाण्यात बुडून जाईल, पण पाऊस बेताचाच पडतो, बाकीचे ढग निघून जातात. कोण असावा नियंता? चुकूनही कधी सर्व ढग कोसळत नाहीत, ही प्रलयंकारी शक्ती कोणाच्या मर्जीने

वागत असेल? पाणलोट क्षेत्राचा बराच मोठा प्रदेश उंचावरून दिसत होता. रेघा ओढल्यासारखे बांध, चंदेरी रंगाचे पाझर तलाव आणि बंगल्याच्या छतासारखे शेततळे मैदानी भूभागावर विखुरलेले दिसत होते. पाऊस पडत होता. जमिनीत खोल खोल मुरत होता. तळ्यात, नाल्यात साठत होता. जलमय परिसराचे विहंगम दृष्य मने लुभावीत होते.

फेरी माथ्यावरून फिरत फिरत खाली नदीपर्यंत आली. नदीचे पात्र भुरकट तांबूस पाण्याने काठोकाठ भरलेले होते. कोरड्या प्रदेशात जलदेवता अवतरली होती.

पाणलोटातले सर्वात खालचे गाव एकदरा. चार तास चिखलात अनवाणी चालून मंडळी थकली होती. एकदऱ्याच्या महादेव मंदिरासमोर मोठा सभामंडप होता. मंडप गर्दीला पुरणारा नव्हता. खमंग खिचडी शिजली होती. लोकांनी चक्क द्रोणात खिचडी घेऊन उभ्या उभ्याच खाल्ली. संपूर्ण पाणलोट बघायची बहुतेकांची पहिलीच वेळ होती. दहा गावांचे परिक्षेत्र पाण्याने डबडब भरलेले पाहून लोकांना नवल वाटले आणि विकासाचा चमत्कार घडेल अशा आशा पल्लवीत झाल्या. गरम गरम खमंग खिचडी खाऊन लोक आपापल्या गावी परतले. एवढ्या मोठ्या गर्दीपुढे शिवराजने एक जोरदार भाषण करायला पाहिजे होते अशी अनेकांची इच्छा होती, पण तसे झाले नाही.

भावनात्मक भाषण करून शिवराजला नेता म्हणून मिरवायची अभिलाषा नव्हती. साध्या शिवार फेरीतून दहा गावे मनाने एकत्र जोडली गेली, हे अधिक महत्त्वाचे होते.

दरवर्षी शंभर गावात पाणलोट क्षेत्र विकासाचे काम पूर्ण करायचे असा धाडसी संकल्प संघटनेने केला. जे लोक खात्यामार्फत होणाऱ्या कामांकडे तटस्थतेने बघायचे आणि झालेली कामे मोडून टाकायचे तेच लोक आता स्वयंस्फूर्तीने पाणलोटक्षेत्र विकास करू लागले. ह्या कामात ते आता त्रयस्थ नव्हते, नव निर्मितीचे स्वतः शिल्पकार होते.

पाणलोटक्षेत्र विकासामुळे जी जलसंपदा उपलब्ध झाली तिचा उद्योग-व्यवसाय उभारण्यासाठी कसा वापर करायचा त्यावर चर्चा सुरू झाली. ही चर्चा अधिक शास्त्रोक्त पद्धतीने व्हावी म्हणून तज्ज्ञांचे एक सल्लागार मंडळ निवडण्यात आले. एखाद्या प्रकल्पाच्या सर्व पैलूंचा अभ्यास करून तो प्रकल्प कितपत यशस्वी होऊ शकेल, ते सांगणे, हे सल्लागार मंडळाचे काम होते. सुरुवातीला मंडळाचे सदस्य ऐच्छिक काम करणारे होते पण पुढे व्याप वाढत गेला तसा

कायमस्वरूपी तज्ज्ञांच्या नेमणुका करण्यात आल्या व ती एक अद्ययावत स्वतंत्र संस्था बनली.

पहिल्या दहा गावात कुक्कुटपालन आणि वराहपालन करायचे ठरले. कोंबड्या व डुकरांना लागणारे खाद्य स्थानिक उत्पादनातून तयार करता येते व कमी जास्तीला खाद्यघटक गावाबाहेरून आणणे अवघड नसते. शेततळ्यात साठवलेल्या पाण्याच्या क्षमतेवरून कोंबड्या-डुकरांचे युनिट किती मोठे असावे हे ठरवले जाई. दहा गावांच्या शिवारात बघता बघता प्रत्येक तळ्याशेजारी शेड उभे राहिले. एक वर्षापूर्वी ओसाड असलेल्या प्रदेशाला नव्या शहरासारखे रूप आले. पाणलोटक्षेत्र विकास कार्यक्रमाची ही प्रचंड ताकद ह्या अगोदर कोणालाही जोखता आली नव्हती. हा आदर्श फुलाच्या सुगंधासारखा लगतच्या प्रदेशात दरवळू लागला. सुगंधाकडे फुलपाखरं आकर्षित होतात तसे विकासाकडे लोक खेचले जाऊ लागले. स्वत:च्या प्रगतीसाठी गावेच्या गावे प्रयत्नशील झाली ह्यात अचंबा वाटावा असे काहीच नव्हते.

शिवराज नेतेगिरी करत नसला तरी ग्रामीण क्रांती संघटना ही त्याचीच कल्पना आहे आणि संघटनेमुळेच सारे बदल घडत आहेत हे इंजनगावच्याच नव्हे तर संघटनेच्या सर्व गावातल्या लोकांचे ठाम मत होते. संघटना वाढू लागली तसा शिवराजचा सुप्त प्रभाव वाढू लागला. त्याच्याविषयी कोणी चांगले बोलले की योगाजीच्या पोटात कळ उठायची. तो मत्सराने जळायचा. त्याला आपलेसे करायचे शिवराजने नानापरीने प्रयत्न केले तरी कुत्र्याची शेपूट सरळ झाली नाही ती नाहीच! शिवराजच्या मागे पक्के भिरूड लावल्याशिवाय त्याच्या लोकप्रियतेच्या वारूला लगाम बसणार नाही हे त्याने ताडले होते.

शिवराजच्या मळ्याचा एक धुरेभाऊ हद्दीवरून कधीमधी तक्रार करायचा. शिवराजने स्वत: फी भरून खात्यामार्फत चार पंचाच्या साक्षीने मोजणी केली आणि सिमेंट कॉक्रीटमध्ये हद्दीवर पक्के चिरे रोवले. मोजणीनंतर आठ पंधरा दिवसांनी शेजाऱ्याने चिरे उखडून फेकून दिले. शिवराजने आपल्या दोन कासरे रानावर अतिक्रमण केले आहे ही त्याची पक्की समजूत होती. वास्तविक त्या धुऱ्यावर तीन पिढ्या अगोदर लावलेली आंबा आणि चिंचेची जुनाट झाडे होती पण ती सर्व झाडे आपल्याच हद्दीत आहेत हा हेका तो काही केल्या सोडायला तयार नव्हता. शिवराजने भूमापन अधिकाऱ्यांना पैसे देऊन त्याला पाहिजे तिथून हद्दी निश्चित करून घेतल्या अशी त्याची कल्पना होती. शिवराजचे आपल्या जमिनीवर अतिक्रमण आहे ह्या भूमिकेवर तो ठाम असल्यामुळे तडजोडीला

वावच नव्हता.

शिवराजच्या शेजाऱ्याला योगाजी भिडला. आगीत तेल ओतण्यात तो पटाईत होता. माणूस एखाद्या विचाराने तगमगू लागला आणि त्यात त्याला समर्थन मिळाले तर तगमगीला जोर चढतो. शेजारी नुसताच भडकला नाही तो आता शिवराजद्वेषाने पिसाळला. तो दररोज काहीना काही कुरापत काढू लागला. भांडू लागला. धमक्या देऊ लागला. नको ते शेताकडे जाणे, आणि नको ती डोकेदुखी असे शिवराजला वाटू लागले. तो जेवढी टाळाटाळ करेल तेवढा शेजाऱ्याला जोर चढू लागला. 'माझी बापजाद्यांची जमीन चोराच्या हवाली करायला मी हातात बांगड्या भरलेल्या नाहीत' अशा तेलापाण्यावरच्या गोष्टी बोलू लागला. शिवराजची मन:शांती त्याने पार बिघडवून टाकली.

आपली जमीन हडप करू पाहणाऱ्या शेजाऱ्याचा शिवराज काहीच बंदोबस्त करत नाही, हे शांताअक्काला मुळीच पटले नाही. सगळ्या दुनियेच्या ओळखी असून एक मामुली फाटका शेतकरी आपल्या विरुद्ध शिरजोरी करतो ह्याची तिला मनस्वी चीड येत होती. आपण बाई असून कोणाची जायदादीला बोट लावायची कधी हिमत झाली नाही. तुमच्या बोटचेप्या धोरणामुळे लोक तुम्हाला कंगाल समजत आहेत, असे शांताअक्काचे मत बनले होते. तसे ती ग्यानू, मारुती, केशव जवळ त्वेषाने बोलूही लागली.

शांताअक्का ज्या पद्धतीने विचार करू लागली तो सारासार चुकीच होता. परिस्थिती नाजूक होती. शेजारी पुरता तटीला पडला होता. शेंडी तुटो की पारंबी तुटो, असा निकराचा भावनिक प्रश्न बनला होता. थोड्याशा कुरबुरीचे पर्यवसान मोठ्या झगड्यात आणि मारामारीतसुद्धा होणे अवघड नव्हते. तसा प्रसंग येणे चांगले नव्हते. नंगेको खुदा डरे, म्हणतात तसे शिवराजलाच जपून रहावे लागणार होते. त्याना त्यांची जागा दाखवणे तसे मुळीच अवघड नव्हते पण सूड भावना बाळगणे मुळातच शिवराजच्या स्वभावात नव्हते.

शेजाऱ्याने फार उचल खाल्ली. गावातले पाच पंचवीस लोक गोळा केले. दोघांच्या नात्यातल्या काही नातेवाईकांना बोलावले. शेताच्या धुऱ्यावर वातावरण तंग झाले. ग्यानू आणि शिवराजचे दहावीस मित्र 'आज काय ते होऊनच जाऊ द्या' अश निकराला आले होते. ग्यानू पैलवान नव्हता, पण दिसायला पैलावनापेक्षाही आडदांड होता. राग आल्यावर पाचदहा जणांना लोळवायची ताकद बाळगून होता. लुंगेसुंगे माणसं त्याला बघूनच घाबरायचे. रागात आल्यावर ग्यानूचे डोळे लाल व्हायचे आणि हातापायाच्या शिरा फुगायच्या. तो कानशिलावर दोन्ही हात

ठेवून थोड्या अंतरावर दबा धरलेल्या वाघासारखा बसला होता. शिवराजच्या बाजूची तयारी बघूनच विरुद्ध पक्ष अर्धा गर्भगळीत झाला होता. शेजाऱ्याच्या चेहऱ्यावर खिन्नतेची सावली झाकोळली होती. ते जेवढ्या जोशात आले तो जोश जाऊन भीतीने कापरे भरते की काय अशी अवस्था निर्माण झाली होती. एवढा जमवून आणलेला बार फुसका जातो की काय अशी योगाजीला काळजी वाटू लागली. शेवटी कोसळत्या भिंतीला चुना देऊन सावरायचा प्रयत्न करावा तद्वत तो म्हणाल, "ज्याचं दुकतंय, त्याचंच खुपतंय! तुमचं आमचं काय, परदुक शीतळ! हे गरीब किती दिसापसून ठो ऽ ठो ऽऽ बोंबलायलेत, कोनी ऐकायलायबी रिकामं नाही. याह्यची जमीन शिवराजकडं गेलीय मनूनच हे एका पिढी पसून वल्डायलेत ना!"

भिमराव हवालदार म्हणाला, "ते वल्डनार आन तुम्ही ऐकीनार! जाडाला जोड जमली. काय खरं हय याह्यचं वल्डनं?"

उमाजी रागानं फूत्कारला, "ये ऽऽ! पचकटल्यावनी कहाला तोंड घालतुस रे? तुला काय ठावं त्यातलं? ठावं आसतं आन कळत असतं तर सरपंच झाला आसतास, हावलदार व्हवून लोकायचे जोडे उचलले नसतेस!"

ह्या अपमानाने भीमराव फारच खजील झाला. त्याच्या डाव्या गालावरील शीर वरच्या ओठाचा कोपरा वर ओढत राहिली. लाडानं गोंडा घोळणाऱ्या कुत्र्याच्या पेकाटात लाथ घालावी, तशी भीमरावाची गत झाली. गरिबीमुळे आपण हवालदारकी करतो, म्हणून उम्याने अपमान केला त्यामुळे त्याचे मन मरून पाणी झाले. भीमरावाची ही कळवळ पाहून सगळ्यांनाच हळहळ वाटली. लज्जित होऊन मान तिरपी करीत तो खाली बसला.

बंदुकीतून गोळी सुटावी तसा ग्यानू धुऱ्याकडं धावला. धुऱ्यावर उभा राहून थयथयाट करत म्हणाला, 'कोन हय कुटकीचा ठावं आसनार? खऱ्या आवलादीचा आसशील तर ये इथं आन सांग हाद कोनती हय ती. (धुऱ्यावर पाय आपटीत) हे धुरा, शंभर वर्सापसून इथं हय. तुमच्या डोळ्यात माती पल्डीय. हे शंभर वर्साचे जुने झाडं तुम्हाला दिसनात. सरकारी मोजनी करून तयार केलेला नकाशा तुम्हाला कळंना, आन निघालेत न्याव करायला. कानानं भाकरी खाता काय?"

तंटा कमिटीचे अध्यक्ष यशवंतराव म्हणाले, "आता मव्हं ऐकंता काय? गोष्टीनं गोष्ट वाढवू नका. उगाच राईचा पर्वत व्हयालाय. आपलच मननं खरं मानल्यानं भांडन मिटत नसतय. खऱ्या खोट्याचा पद्धतशीर निवाडा झाला तरच

गैरसमज दूर व्हवू सकतात. भानगडी न करता हे तंटा मिटवायचा आसंल त एकच मार्ग हय. शिवराजनं रानाची मोजनी करून हादी ठरवून घेतल्यात. त्या सगळ्या जुन्या हादी हता. आता विरूद्ध पक्षाला काही शंका आसंल तर तुम्हीय मोजणी करा. तुमच्याय हादी बरोबर निघाल्या त वाद आपोआपच मिटल. आलीकडं पलीकडं सरकल्या त समजूत घेऊन दोघायलाच मान्य करावं लागल.''

शेजाऱ्यांनी तोंड उघडलं नाही. सगळी उठाठेव योगाजीलाच असल्यासारखा तो म्हणाला, ''मोजनी करायचा सल्ला देयाला काही लागत नाही. मोजनीचा खर्च कोनं करायचा?''

एक तिऱ्हाईत नातेवाईक फाड फाड बोलला, ''कोनं करायचा मंजी? आहो काय बोलायले तुम्ही? तुम्हाला भांडन मिटवायचं नाही, चेतवायचंय, जमीन तुम्हाला पाह्यजे आन पैसा काय सोयऱ्या धायऱ्यायला भरायला लावता की काय? काय ही बोलन्याची आन वागन्याची तऱ्हा?''

सर्व पाहुण्यांना उद्देशून तो नातेवाईक पुन्हा म्हणाला, ''हे येरंडाचं गुऱ्हाळ या योगाजीनं उभं केलयं. हे शेजारी, भोळे मानसं हतं, त्याह्यला थोडं लावून देलं की ते चेकाळतात. शिवराजचा काही दोस नाही आन शेजाऱ्यायचंय काही बिगडलेलं नाही. सगळी कळ आगाव पांड्यायची हय. आपला फुकट येळ खाल्ला. आसे लबाड धंदे आम्हाला पसंत नाहीत.''

असे म्हणून ते रुमाल झाडून उठले. त्यांच्या मागोमाग बाहेर गावाहून आलेले सर्वच पाहुणे उठून चालायला लागले. काळवंडलेल्या चेहेऱ्यावरचा घाम टिपत योगाजी उगाचच अवताल भोवताल बघत बसला.

शिवराज मित्रांसोबत मळ्यातल्या बंगल्याकडे निघाला तेवढ्यात पवन राजेची कार गुर्रर, गुर्रर करीत शेतात पोचली. पाच-सहा टग्यांसह राजे उरतले. सर्व माणसं शांत बघून त्यांची काळजी कमी झाली.

ते शिवराजला म्हणाले, ''अशी जोखीम काय म्हणून घेतोस? मला सांगायचं नाहीस का? मला बातमी कळल्यावर मी तर घाबरून गेलो. ही खेडूत माणसं कोणत्या थराला जातील ते सांगता येत नाही. आपण आपलं जपून असलेलं बरं.''

ग्यानू म्हणाला, ''आहो, ही दाटुखुटुची लढाई! त्यात राजे न परधान कहाला बोलवायचे? आम्ही हात की?''

शिवराज गहिवरून ग्यानुला म्हणाला, ''जिज्या, राजे पाठच्या भावासारखे धावून आले, किती भाग्यवान आहोत आपण?''

राजेने शिवराजला कडकडून मिठी मारली ते म्हणाले, "तू भाऊ नाही, माझ्या काळजाचा तुकडा आहेस. तुला कोणी बोट लावलं असतं तर त्याला फाडून खाल्ला असता."

विकासोन्मुख महाराष्ट्र आपल्या आगळ्या तेजाने देशात तळपत होता. विकासाच्या ज्वालामुखीचे केंद्रस्थान होते इंजनगाव आणि इंजनगावाचे चैतन्यकेंद्र होता शिवराजच...! ह्या स्फूर्तिस्थानी आलेला माणूस भारावून जायचाच, त्यापेक्षाही तो विकासासाठी वेडावायचा! अनेक वेळा पाहिलेला तोच तो मळा प्रत्येक वेळी वेगळ्या रूपात दिसायचा, त्यातून नवी प्रेरणा मिळायची. असाच एके दिवशी शेतात सगळीकडे फेरफटका मारून हाशहुश करत मंडळी फार्म हाऊसवर येऊन गप्पा मारत बसली. बोलता बोलता शिवराजने एक नवीन कल्पना मांडली. तो म्हणाला, "पर्यटन केंद्राच्या सभोवती एक सुंदर आनंद उद्यान उभारावे अशी कल्पना आहे."

अंकुशराव म्हणाले, "आता उद्यान तयार करून त्याच्यात फिरायला कोनाला येळ हय? तुम्ही त आमच्या माघं मैशी, सुधारीत शेती, अमुक ढमूक, हजार भानगडी लावल्यात. आम्ही हातावर पानी पल्डं की वसमतला पळायचो आन आता दोन दोन महिने वसमतचं तोंड बघाया मिळंना. बाग बागीचा, हिंडनं, फिरनं, हे रिकामपनाचे चोचले हतं."

उद्यानाचे समर्थन एवढे सहज सोपे नव्हते. ज्या बाबी ग्रामीण जनतेच्या कधी ध्यानीमनी येत नाहीत त्या प्रत्यक्षात करायच्या म्हटल्यावर लोक येडावतात आणि डोकी खाजवत बसतात. मग त्यांना समजावणे कठीण असते.

शिवराज म्हणाला, "लोक रिकामपणी हौसेने मौज मजा करतात. हौसेला मोल नसते, मग आपण हौस विकायचाच बाजार मांडला तर त्या धंद्यात फायदाच फायदा होईल की नाही? आपण कृषि पर्यटन केंद्र सुरू केलं, तिथे कोण लोक येतात? हौशी! आपले यूथ हॉस्टेल तयार होत आले आहे. तिथे कोण लोक येणार? हौशी! आपण एक सुंदर बाग उभी केली तर तिथे कोण लोक येणार? हौशी! मग हा हौसेचा बाजार झाला की नाही? लोकांची हौस पुरवली की पैसा मिळतो."

अंकुशरावांनी कुतूहलाने विचारले, "लई खर्चाचं काम आसल ना? कधी मंदी पेपर वाचवायची मला सवं हय. दहा ईस वर्साआंधीची गोष्ट आसल. पैठनला न्यानेसर उद्यान करायची सरकारमंदी चर्चा व्हती. खर्चाचं काम मनून विरोधी पक्ष त्या परस्तावाला कडाडून इरोध करीत व्हते. मनून मनलं लई खर्चाचं

काम आसल. सरकारला आवघड वाटनारं काम आपनाला कसं जमायचं मन्तो मी!''

शिवराज म्हणाला, ''कसं जमवायचं ते बघा पण इंजनगावचं आनंद उद्यान, ही देशातील एक नंबरची बाग ठरली पाहिजे.''

ग्यानू म्हणाला, ''राजे, शिवराजला एकदा सपन पल्डं की ती गोष्ट झालीच मनून समजा. पानलोटक्षेत्र विकासाचा विचार पुढी आला तव्हा आम्हाला वाटलं, आसल आपलं काहीतरी थातुर मातुर. सरकार एवढे झटके खाऊन राहयलंय, तरी ताळाला मेळ लागंना, मंग आपुनच काय तीर मारनार हत? परीक आपुन जे काम केलं त्यातुन कोरडवाहू गावायचा कायापालट झाला. पिन्याच्या पान्याचा तर परस्न सुटलाच, सधन शेती उभी राह्यली आन कोंबड्या न डुकरायचं त काही इचारूच नका. आता लोकायला सांगायची गरज पडना. एका एका गावात कोंबड्या आन डुकरं लाखोच्या संख्येत झाले. आशा शेकडो वनवासी गावात लक्षीमी आवतरली.''

राजे म्हणाले, ''तुम्ही म्हणता ते शंभर टक्के खरं आहे. सुट्टीच्या दिवशी मी अनेक गावात फिरून आलोय. जिथे अजून संघटना पोचली नाही, जिथे भूविकासाची कामं सुरू आहेत अशा गावात गेलोय आणि जिथे भूविकास होऊन लोक उद्योगाला लागलेत अशाही कित्येक गावात जाऊन होणारे बदल मी बारकाईने बघितलेत. जे घडत आहे त्याचं शब्दात वर्णन करता येत नाही. जगातल्या अनेक देशात विकास झाला. कोणी दुसऱ्यांवर आक्रमण करून संपत्ती ओरबाडली, काही देशांत नैसर्गिक साधनसंपदा विपुल होती, तिचा योग्य विनियोग करून ते श्रीमंत झाले. काही देशांनी विज्ञान आणि तंत्रज्ञानाच्या जोरावर विकास साधला तर काहीनी व्यापारातून माया जमवली. इथे मात्र शून्यातून नवनिर्मिती होत आहे. संघर्ष नाही, लढाई नाही, जुलूम जबरदस्ती नाही, लुटालूट नाही की वर्ग कलह नाही. हीच प्रक्रिया देशव्यापी झाली तर अहिंसेतून घडलेल्या मूक क्रांतीचे जगापुढे हे एक आदर्श उदाहरण ठरेल.''

अंकुशराव थोडे वैतागूनच म्हणाले, ''विकास, क्रांती, अहिंसा, अमुक ढमूक, तुम्ही काहीबाही बख्खळ मनायले मातर ते आमच्या डोस्क्यावरून चललंय. तुमच्या बोलन्यातून आम्ही एकच सार काढतो की, खेडे सुदरायलेत आन शांततेच्या मार्गानं सुदारायलेत.''

राजे म्हणाले, ''तुम्हाला मथितार्थ कळला, पुरे झाले.''

शिवराजला उद्देशून राजेंनी गंभीर प्रश्न केला, ''औद्योगिक क्रांत्या यशस्वी

होतात हा सार्वत्रिक अनुभव आहे. केवळ शेतीतून क्रांती झाल्याचे कुठे उदाहरण नाही. शेती हा मुळातच दुबळा व्यवसाय आहे. तो जगात सगळीकडे अनुदानाच्या कुबड्यांवर कसाबसा तग धरत असतो. मग ह्या व्यवसायाच्या जिवावर आपल्या देशात क्रांती होईल असे तुला कशावरून वाटते?''

शिवराज कांही क्षण अंतर्मुख झाला. अशा प्रकारचा प्रश्न पहिल्यांदाच त्याला कोणी विचारला होता. तो म्हणाला,

''अवघ्या काही दशकात अन्नसुरक्षेचा यक्षप्रश्न निर्माण होणार आहे. अन्न उत्पादन, हा विकासाचा केंद्रबिंदू ठरणार आहे. शेती व्यावसायिकांवर सोयी, सुविधा आणि सवलतींची खैरात करावी लागणार आहे. त्यांच्या पाठीशी भांडवलाचे प्रचंड पाठबळ उभे करणे भाग पडणार आहे. नवे कृषितंत्र, नवे कसब, नवे हुन्नर शोधावे लागणार आहेत. थोडक्यात सांगायचे तर, अधिक उत्पादन करण्यासाठी शेतकऱ्यांची खुशामत करावी लागणार आहे. देशाचे जीवन-मरण शेतकऱ्यांच्या कर्तबगारीवर येऊन ठेपेल तेव्हा शेतकरी हा समाजातला सर्वश्रेष्ठ घटक गणला जाईल. ही वेळ आता समीप आहे. म्हणून शेती विकासातून संपूर्ण क्रांती मला शक्य वाटते.'' सर्व लक्ष एकवटून राजे शिवराजचे बोलणे ऐकत होते. त्याच्या एका एका शब्दाला हिमालयाची उंची आणि महासागराची खोली होती. त्याच्या कल्पकतेची भरारी थेट क्षितिजाला भेदून अनंताला कवटाळणारी होती. शिवराज ग्रामीण क्रांतीचा प्रेषित असल्याची राजेंना पुन्हा एकदा अनुभूती होऊन ते मनोमन नतमस्तक झाले. चक्क शिष्याची भूमिका स्वीकारून राजेंनी प्रश्न केला,

''अल्पसंतोषी होऊन शेतीत गुरफटण्यापेक्षा प्रचंड उद्योग उभारून अफाट समृद्धी मिळवायचा विचार का करत नाही?''

शिवराज म्हणाला, ''खाजगी उद्योगात नफेखोरी आणि सहकारी उद्योगात भ्रष्टाचारी प्रवृत्ती बळावतात. त्यातून सामाजिक विषमता वाढते. म्हणून शक्यतो मोठे उद्‌योग आपण टाळणार आहोत. पण ग्रामीण विकासासाठी आवश्यक असणारे उद्योग आपण जरूर करणार आहोत. ऑईल मिल आणि ॲनिमल फीडचे आपले उत्पादन लवकरच सुरू होईल.

''दूध, कोंबड्या आणि वराहपालनात आपण जो विकासदर गाठलाय त्याला जगात तोड नाही. पण हा दर कायम ठेवायचा असेल तर टिकाऊ पदार्थ तयार करून जागतिक बाजारपेठेत आपले वर्चस्व प्रस्थापित करणे आवश्यक आहे. अंडी, दूध, सोयाबीन आणि गव्हापासून बेबी फूड तयार करायचा एक फार मोठा प्रकल्प विचारधीन आहे. दुधाचे कोणते पदार्थ अधिक किफायतशीर

किमतीत विकता येतील त्याचा अभ्यास सुरू आहे. कोंबड्या आणि डुकरांच्या डबाबंद मांसाला कुठे मागणी आहे त्याचे सर्वेक्षण चालू आहे. कापलेल्या पशू-पक्षांच्या टाकाऊ अवयवांपासून उपयुक्त वस्तू बनवण्याच्या व्यवसायांवर विचारविनिमय चालू आहे. त्या-त्या विषयातले तज्ज्ञ अभ्यास करत आहेत. आर्थिक उन्नती मिळवून देणारे प्रकल्प योग्य वेळी उभारले जातील. म्हशीच्या मांसाला अरबी देशात प्रचंड मागणी आहे. व्यालेल्या वासरात पन्नास टक्के रेडे गृहीत धरले तर हजारो टन दर्जेदार मांस निर्यात होऊ शकते. वयस्कर म्हशींच्या मासांवर प्रक्रिया करून ते वेगवेगळ्या ग्रेडमध्ये डबाबंद केले जाते. त्याशिवाय बोनमिल, हॉर्नमिल, ब्लडमिल, डुकराच्या आतड्यापासून ऑपरेशन झालेला भाग शिवायचा धागा, कोंबडीच्या पिसांपासून शटलकॉक अशा कितीतरी वस्तू बनवण्याचे छोटे-मोठे उद्योग उभारायचे आहेत. हे सर्व कारखाने त्यात काम करणाऱ्या मजुरांच्या मालकीचे असतील आणि सर्व मजूर सभोवतालच्या ग्रामीण भागातले असतील. अगदी अपवाद सोडला तर बहुतेक मजूर, कर्मचारी आणि कुशल कामगार ज्या त्या ग्रामीण भागातलेच असावेत असा संघटनेचा दंडक आहे.''

शिवराजच्या दृष्टीपथात विकासाचा मार्ग किती स्पष्ट आहे, ह्याची राजेंना कल्पना आली. अंकुशराव आणि ग्यानू तर रामकथा ऐकत असल्यासारखे तल्लीन होऊन ऐकतच राहिले. आपल्याला त्यातले फार कळत नाही असा त्यांचा समज असला तरी शिवराजच्या स्वप्नातले ग्रामसुराज्य त्यांना ठळकपणे दिसू लागले.

राजे काहीसे अवस्थ होऊन म्हणाले, ''ही विकासगंगा माझ्या गावापर्यंत पोचायला बराच आवधी लागेल. ती लवकर पोचण्यासाठी काय केले पाहिजे.''

शिवराज म्हणाला, ''फार सोपे आहे. दहा गावातले निवडक पाच पन्नास शेतकरी घेऊन या. चार दिवस फिरवून त्यांना आपलं काम दाखवा. बस्स! सिईंग इज बिलिव्हिंग! तुमचे लोक विकासाच्या बाबातीत अधिक जागरूक आहेत. त्यांना दिशा मिळायचाच अवकाश, ते वारू सारखे उधळतील.''

शिवराजचं म्हणणं खरं होतं. पश्चिम महाराष्ट्रात तुलनेने गुणग्राहकता अधिक आहे. चांगल्या गोष्टी स्वीकारण्यात माणसं कंजूषी करत नाहीत. क्रांतिज्योत नुसती पाजळायचा अवकाश सारे नभांगण प्रकाशमय व्हायला वेळ लागणार नाही. ग्रामीण-विकासाचं चित्र डोळ्यासमोर उभं राहिलं आणि राजे त्यात दंग झाले. स्वयंपाकघरातून बाहेर येत राधा म्हणाली,

“मामा, तुम्हाला शिवबाधा झाल्याची लक्षणं दिसत आहेत. शिवबाधा झाली की त्या माणसाला विकासाशिवाय दुसरं काहीच दिसत नाही.”

तिचं म्हणणं राजेंना मनोमन पटलं आणि ते स्वत:शीच हसले.

राधाची फिरकी घेण्याच्या उद्देशाने राजे म्हणाले, “आम्हाला शिवबाधा झाली हा आमचा बहुमान समजतो. शिवालयात तुझी प्राणप्रतिष्ठा झाल्यावर काय हालहवाल आहेत? तू एम. ए. होऊन ह्या लहानशा खेड्यात आलीस. आपली खेडी म्हणजे डबकी. कूपातल्या मंडुकाचे तरी विश्व विशाल असते, मग डबके मंडुकाची धाव कुठवर असणार? तू आपल्या कर्तृत्वाची दिशा कशी ठरवली आहेस?

राधा म्हणाली, “घर प्रपंच सांभाळून शेती व्यवस्थापन करणे हे माझे प्रमुख काम असेल. संघटनेचा विचार सर्वदूर पोचवण्यासाठी मुखपत्र म्हणून जय क्रांती मासिक सुरू करायचा विचार जवळ जवळ पक्का झाला आहे. त्या मासिकाच्या संपादनाची जबाबदारी मी सांभाळणार आहे. ग्रामीण महिला हा समाजातला अती दुर्बल घटक आहे. महिलांचे सबलीकरण हे माझ्या सामाजिक कार्याचे प्रमुख उद्दिष्ट राहणार आहे. ग्रामीण समाजाच्या सर्व दु:खांचे कारण आहे अज्ञान! दर्जेदार शिक्षण मिळत नाही तोवर समाज परिवर्तन घडणार नाही. शिक्षणाच्या सुविधा निर्माण करण्यावर मी विशेष लक्ष केंद्रित करणार आहे.”

शांताअक्का म्हणाली, “ते समदं खरं हाय, मातर मघवा तुम्ही जे बोलू लागले, मैशी, डुकरं, कोंबड्या कापायचे कारखाने काढायचे, ते मास भाईरल्या देशात पाठवून पैसा मिळवायचा, ते काय मला भावलं नाही पगा. पैसा मिळतंय मनून कोनतेय खराब धंदे करायचे हे काही मनाला पटत नाही. खेड्यातले लोक भाविक आसतात. मी आडानी बाई हय. तुमच्या पुढी मला काय कळतय? मातर आशा खाटकाच्या धंद्याला सगळे नावबोटं ठेवतील.”

शांताअक्काच्या बोलण्यात तथ्य होते. तिचे भाकीत ऐकून शिवराज तर सर्दच झाला. ज्या व्यवसायाविषयी तो मोठे मनोरथ रचत होता ते समाजाने धुडकावले तर प्रगतीच्या मार्गात फार मोठा आडथळा निर्माण होणार होता. तो खूपच अस्वस्थ झाला. कोणाच्याच बोलण्यावर त्याचे लक्ष राहिले नाही. खाली येऊन कृत्रिम हसत त्याने राजेंना निरोप दिला खरा पण तो आपल्याच विचारात आत्मकेंद्रित झाला होता.

* * *

१८

पांडूची जखम भरता भरेना. उणेपुरे तीन महिने तो दवाखान्यात पडून होता. जयश्री राब राब शेतात राबायची आणि घारीसारखी पांडूजवळ येऊन बसायची. त्याला आग्रह करून खाऊ घालायची आणि मग स्वत: दोन घास खायची. जेवत जेवत ती पांडूला शेतातला वृत्तांत सांगायची. दोनशे पंधरा पोते गहू, नव्वद पोते ज्वारी आणि तीस पोते काबुली हरभरा झाला होता. तो साध्या हरभऱ्यापेक्षा दुप्पट किंमत देऊन चने मुरमुऱ्याच्या एका दुकानदाराने खळ्यावरूनच विकत नेला. गहू- ज्वारी घरात ठेवायला जागा नव्हती म्हणून वसमतला गोदामात ठेवून दिली.

हिरव्या नोटांच्या बंडलांनी भरलेली पिशवी घेऊन जयश्री शांताअक्काकडे आली. म्हणाली,

"सासूजी, हे ठेवा मोजून. तुमच्या मुलाची दवाखन्यातून सुटका व्हनार हय. ते आल्यावर एक दिवस माहेरला जाऊन येतो. त्याह्यच्च्या रिनात कहाला राह्याचंय? जव्हाचं तव्हा फेडून टाकलं की आपलय आंग मोकळं."

नोटांच्या ढिगाकडे कौतुकानं बघत शांताअक्काने राधाला हाक मारली. पैसे बघून राधा हबकलीच. ती म्हणाली,

"जाऊबाई, अभिनंदन! ह्याला म्हणतात मर्दानगी! केल्याने होत आहे रे! आधी केलेचि पाहिजे ॥ आज आमची एक महिला सबल झाली."

शांताअक्काने तिला मायेने गोंजारले. पांडूच्या तब्येतीची चौकशी केली.

जयश्री म्हणाली, "जखम बरी व्हयाली, मातर बोलनंच कमी झालय. आपुन शेताइषयी काहीबाही सांगू लागलो की मुक्या मईंदासरके गप्प बसतात. आढ्याला एकटक लावून आपल्याच इचारात गडून जातात."

शांताअक्का म्हणाली, "घरी येऊन रूळोस्तोर जरा काळजीच हय. तू घराकडचं, शेताचं फार कवतीक सांगू नको. त्याला घराची, लेकरायची वढ लागंल आसं जरा संबाळूनच वाग."

एक दिवस बैलगाडीत बसवून जयश्री पांडूला घेऊन घरी आली. घरी आल्यावर मुलगा आणि मुलगी त्याला जे बिलगले ते

सोडायलाच तयार होईनात. आईचा आनंद तर हदयात मावत नव्हता. वडीलसुद्धा आपुलकीने चार शब्द बोलले. कुटुंबाच्या जिव्हाळ्यात पांडू विरघळून गेला.

दुसरे दिवशी सकाळीच जयश्री आणि पांडू शिवराजच्या घरी गेले. शांताअक्काला बघताच पांडूला धडे भरून आले. मोठ्याने हंबरडा फोडून त्याने अक्काचे पाय धरले आणि म्हणाला, ''माय, तुझ्यामुळं माझा पुनर्जन्म झाला. तुझ्या पायाची शपथ मी आयुष्यात कधी दारूला हात लावणार नाही.''

शांताअक्का म्हणाली, ''तेवढी पत पाळल्यावर त देव पावला की रं बापा! तुह्या बायकुनं आन माईनं रातीचा दिवस करून शेतात ढोर मेहनत केली मनून तुम्हाला चांगली येळ आली. आता पुढी जपून रहा.''

गडी बैलगाडी घेऊन वाड्यासमोर आला. जयश्री म्हणाली, ''माय बाबाला भेटून येतो.''

राधाने पैशांची पिशवी आणून दिली. मुलं गावाला जायचे म्हणून चेकाळली होती. त्यांच्या आयुष्यात असा आनंदाचा हा पहिलाच प्रसंग होता.

जयश्रीने कोणाच्यातरी मोबाईलवरून किन्होळ्याला येत असल्याची वार्ता भाऊला दिली होती. सगळेजण अतिशय उत्कंठेने गाडीची वाट पहात बसले होते.

घरी पोचल्यावर पांडू सासू-सासऱ्याच्या पाया पडला. झाले गेले विसरून जायची विनंती केली आणि पुन्हा तुमच्या मुलीला थोडाही त्रास होणार नाही याची ग्वाही दिली.

पांडू म्हणाला, ''आमचा उधळलेला संसार तुम्ही पुन्हा उभा केला. आपले फार उपकार झाले आमच्यावर. तुम्ही जमीन विकायला मला विरोध केला नसता तर मी नशेपायी सर्व जमीन फुंकून टाकली असती आणि पुन्हा माणसात यायची दारं माझ्यासाठी कायमची बंद झाली असती. गेल्या सहासात महिन्यांपासून तुम्ही आमच्यासाठी खूप खर्च केलाय. ही काही रक्कम आम्ही आणलीय. आणखी किती शिल्लक राहतात तो आकडा सांगा. आम्ही आपला पै-पैसा परत करू.''

पांडूने पैशाची पिशवी उचलून सासऱ्यापुढे ठेवली. सासरे डोळ्याला उपरणे लावून धाय धाय रडायला लागले. गेल्या दहा वर्षातला शोक त्यांच्या नजरेसमोर उभा राहिला. सर्व दुःख घशाखाली लोटून ते म्हणाले,

''शेवट गोड झाला त्यात सगळं आलं. पैसे परत घेन्यासटी आम्ही लावले नाहीत. शांताअक्काच्या शब्दावर भरोसा ठेवून आम्ही खर्च केला. ऐपत

व्हती मनून केला. जयश्रीच्या कष्टाला चांगलं फळ मिळालं, तेच आम्हाला भरून पावलं. यापुढी सुकानं रहा एवढीच इच्छा!''

ग्रामीण क्रांती संघटनेच्या मासिक सभेला आता दोनशे सभासद येऊ लागले. प्रत्यक्ष काम पाचशे सहाशे गावात सुरू असले तरी संघटनेचा विचार चार हजार गावात पसरला होता. गटशेतीच्या माध्यमातून लोक एकत्र बांधले जात होते. निवडक पिकांचा अभ्यास लोक स्वत: करू लागले. संशोधकांवर शेतकऱ्यांचा दबाव वाढल्यामुळे संशोधन केंद्राचे काम सुधारू लागले. समाधानकारक माहिती देणाऱ्या संशोधकाचे महत्त्व वाढू लागले. कृषि संशोधनातली मरगळ दूर होऊ लागली. अनावश्यक बाबींना काटशह देऊन प्रत्यक्ष उपयोगाच्या गोष्टींवर लक्ष केंद्रित केले जाऊ लागले. झपाट्याने शेतीसुधारणा होऊ लागली.

राधा प्रथमच आज मासिक सभेपुढे बोलणार होती. सभाधीटपणा, आत्मविश्वास, विचारांची सुसूत्रता, शब्दफेकीची नाट्यमय शैली आणि अगदी हवा तसाच आवाज हे वक्तृत्वाचे गुण तिने शाळा कॉलेजात असतानाच अवगत केले होते.

राधा म्हणाली, ''ग्रामीण समाजाच्या मागासलेपणाचे सर्वात महत्त्वाचे कारण आहे, अशिक्षितपणा. ज्या समाजाला चांगले शिक्षण मिळाले तो समाज सुधारला. शिक्षण हा विकासाचा पाया आहे, हे सर्व समाजधुरीणांनी मान्य केले म्हणून स्वातंत्र्य मिळाल्यावर नवराष्ट्र निर्मितीत शिक्षणाला अग्रक्रम देण्यात आला. गावा-गावात, तांडे-वाड्यात शाळा सुरू झाल्या. खेडूत मुलांना शिकवायचे असेल तर 'समांतर शाळा' सुरू करणे अनिवार्य वाटते.'' संघटनेच्या सभासदांना शिक्षणाचे महत्त्व समजून सांगायची फार गरज नव्हती. शिक्षण सर्वांना हवेच होते, म्हणून समांतर शाळेची कल्पना समजून घेण्याची उत्कंठा वाढली.

राधा म्हणाली, ''शहरात खासगी शिकवण्यांचे वर्ग चालतात त्या धर्तीवर समांतर शाळा चालतील. शक्यतो गावातलेच सुशिक्षित बेकार अध्यापनाचे काम करतील. मुलांकडून जमा होणाऱ्या फी मधून शिक्षकांचे पगार, दिवा-बत्ती, खडू आणि इतर खर्च भागवले जातील. केंद्रीय शिक्षण समिती व्यवस्थापनाचे नियम तयार करील.''

टाकळगावचे विश्वजीत कटारे म्हणाले, ''राधाताईची शिक्षणाविषयीची तळमळ मी समजू शकतो. शिक्षणात सुधारणा झाली पाहिजे ह्या विषयी कोणाचे दुमत असायचे करण नाही. पण समांतर शिक्षणखाते उभे करायचे, हा विचार मला व्यवहार्य वाटत नाही.''

राधा म्हणाली, "समांतर शाळा एका आठवड्याच्या आत सुरू होणार आहेत. ह्या सभागृहाने मंजुरी दिली तर उद्या, परवा शिक्षकांच्या नेमणुका होतील आणि तेरवाला वर्ग सुरू होतील. क्रमिक अभ्यासक्रम शिकवणे, तो मुलांकडून पाठ करून घेणे आणि परीक्षांचा सराव करून घेणे असे ह्या शाळांचे स्वरूप राहील. शाळेतले काही शिक्षक ह्या कामात मदत करायला तयार असतील तर त्यांना योग्य मानधन देऊन त्यांची मदत जरूर घेता येईल."

उपस्थितांमधून केंद्रीय शिक्षण समितीची निवड करण्यात आली. इंजनगावचा मालू केंद्रीय शिक्षण समितीचा अध्यक्ष म्हणून निवडला गेला. एकूण पंधरा सदस्यांची समिती स्थापन झाली.

'महिला सबलीकरण' हा राधाचा दुसरा प्रस्ताव होता.

ती म्हणाली, "महिलांचे सबलीकरण, हा स्त्री-पुरुषांमधला झगडा नाही. समजूतदारपणानं सामोपचारी जीवन जगणं, हा सबलीकरणाचा उद्देश आहे. भारतीय समाज-व्यवस्थेत स्त्रियांना खूप कर्तव्ये आणि किमान हक्क आहेत. ग्रामीण स्त्रियांना तर गुलामांपेक्षाही केविलवाणे जीवन जगावे लागते ही वस्तुस्थिती आहे. स्त्रियांना आम्ही पूर्ण परावलंबी बनवले आहे. त्यांना मन नाही, मान नाही, इच्छा नाहीत, महत्त्वाकांक्षा नाहीत; राग, लोभ, सर्व बाजूला ठेऊन निर्विकारपणे पुरुषांच्या मर्जीप्रमाणे वागणे म्हणजे स्त्रीधर्म असा अन्यायी पायंडा दृढमूल झालेला आहे. स्त्रियांना आपला स्वाभिमान जोपासता येईल एवढे तरी स्वातंत्र्य मिळावे अशी अपेक्षा बाळगणे गैर नाही. आज जो प्रस्ताव मी आपल्या समोर मांडत आहे ती ह्या प्रश्नाच्या सोडवणुकीची फक्त सुरुवात आहे. प्रस्ताव असा आहे की, कुटुंबाच्या मिळकतीचा अर्धा हिस्सा स्त्रियांना देण्यात यावा. आवश्यक घरखर्च दोघांनी समाईक करावेत."

हा प्रस्ताव चर्चा न होताच पास करण्यात आला. खरे तर सभागृहाने तो गांभीर्याने घेतलाच नाही. स्त्रिया आज्ञाधारक असल्याची पुरुषांना एकशे एक टक्के खात्री होती. पैसे आपल्या खात्यावर राहिले काय किंवा बायकांच्या खात्यावर राहिले काय, एकच– असा पुरुषांनी विचार केला.

ग्रामीण क्रांती संघटनेचा विचार तळागाळापर्यंत पोचवण्यासाठी मुखपत्राची आवश्यकता होती. सुरुवात मासिकापासून करायचे ठरले. मुख्य संपादिका म्हणून राधाची निवड झाल्यामुळे मुद्रणालय इंजनगावात व्हावे असा ठराव झाला. क्रांतिवार्ता, कृषिवार्ता, स्त्री मुक्ती, ग्रामीण उद्योग, राजकरणाच्या डबक्यातून, शिक्षण वार्ता, कला व क्रीडा, अशा सात प्रमुख विभागात मासिकाची विभागणी

करून प्रत्येक विभागाचा वेगळा सहसंपादक नेमला गेला. उत्तम कागद, मजबूत बांधणी, ठळक अक्षर, सुस्पष्ट विवेचन, भरपूर चित्रे, रेखाटने व आकृत्या, माफक किमत असे मराठीतले सर्वात दर्जेदार मासिक प्रकाशित करायचे ठरले.

पांडू बायको-मुलांना घेऊन पंढरपूरला म्हणून गेला तो पंधरा दिवस तिकडेच गायब झाला. एक दोन दिवसांनी शांताअक्का आणि राधाला फोन यायचा. पण त्याचे आई-वडील काळजी करू लागले. ते तिकडची शेती बघत फिरत आहेत, येतील चारदोन दिवस अलीकडं पलीकडं राधा म्हणाली.

"शेती काय आपल्याकडं नाही काय? सोन्यासरके देवधर्म करायचे सोडून रानावनानं हिंडायचं काय आसंल मंते मी?"

राधाला उत्तर देणं कठीण वाटायचं.

सांगली, सातारा, कोल्हापूर, महाबळेश्वर, कोकण, गोव्याची सफर करून पांडू गावात आला तेव्हा मित्रांनी त्याला गराडा घातला. एक तिरस्करणीय व्यक्तिमत्त्व माणसात आलं.

जयश्री फुरसतीने शांताअक्काला भेटायला आली. तिला खरे तर शिवराजच्या कानावर सगळा वृत्तांत घालायचा होता. तशी वेळ साधूनच ती आली होती. शिवराजला काय सांगू आणि किती सांगू म्हणून ती अधीर झाली होती.

"या या वहिनी! कशी काय झाली यात्रा?"

"कहाची यात्रा भाऊ! यात्रेचं नुसतं निमित्त. कोठं कोठं फिरविलं पगा! कोल्हापूरचा उस, सांगलीचे गुऱ्हाळं, साताराचा भाजीपाला, महाबळेसरची स्ट्रॉबेरी, कोकणातला हापूस, गोव्यातला काजू, सगळं सगळं पाह्यलं. पंढरीला पाहिलेच दिशी पव्हचलो. तिथं गेलो तर दर्शनाला ही ऽऽ लांबच लांब बारी! मंग काय, भाईरल्या दरोज्यातून मुखदर्शन घेतलं आन गेलो दराक्ष आन बोरीच्या बागा बगायला. दिवसभर फिरून पुन्हा पंढरपुरात मुक्काम. सकाळनी बिगिनंच उठून निघालो सांगलीला." जयश्रीचा आवाज ऐकून राधा बैठकीच्या आतल्या दाराशी येऊन उभी राहिली होती.

जयश्री म्हणाली, "बसमंदी बसल्यावर देवाला हात जोडून मनले, वाचलो जगलो त पुन्हा येऊ दर्शनाला. आज मातर माप कर बापा!

"सांगली, कोल्हापुरात उसाचे मळे आन गुऱ्हाळं बगितले. पैसा मिळतंय मातर गुऱ्हाळाचं काम जिकीरीचंच हय. तेवढे मानसं संबाळायचे मंजी हांजी हांजी आलीच. आमच्या सरक्या एकलपायाच्या मानसाचं त ते कामच नाही. त्यापरता मला आद्रकाची शेती बरी वाटायली. गादी वाफ्यावर पलास्टिक मल्चिंग करून

आद्रक लावायची आन मायक्रोस्प्रिंकलरनं पानी देयाचं. मंग बगा कशी आद्रक येती ते. आहो तिकडं भोईमुगाला पलास्टिक मल्चिंग करायलेत. मंग आपुन आद्रकाला का करू नाही? फारच उतपन वाल्ढं त आद्रकापसून सुंठबी करता येती. आम्ही तेयबी पाह्यलं. घरच्या घरी सुंठीचा कारखाना व्हतय.

त्या शिरवळच्या गनपत पाटलानं बगा आद्रकात शेवग्याच्या वळी घातल्यात. ते मनले, आद्रक लागवडीचा समदा खर्च शेवग्यातून निघतय. आद्रकाचं पीक निव्वळ फायद्यात. आम्ही इचारलं, शेवग्याच्या सावलीनं आद्रकाचं पीक दबत नाही काय, त ते मनले, आजेबात नाही. यरंडाखाली हळद वाढती तशी शेवग्याखाली आद्रक वाढती. आपलं आथरन पाहुनच पाय पसरू. एकदा जमल्यवर मंग वाढ करू. तुम्हाला काय वाटतंय भाऊ?''

जयश्रीची तुफान मेल कुठे थांबते की अख्खा कोकण आणि गोवा फिरून येते ह्याचा विचार करत श्वास रोखून शिवराज तिचे बोलणे ऐकत होता.

''तुमचा हा भारावून गेलेला अवतार बघून आत्ता ह्या क्षणाला एकच वाटतंय वहिनी, तुमचे दोन्ही पाय धरून दर्शन घ्यावं! राधा, ऐकलंस का? तू शिकलेली आहेस. तुझ्या कर्तृत्वाला चारी दिशा मोकळ्या आहेत. पण ह्या गावातली अशिक्षित अबला जागृत झाली त्याचा मला आनंद वाटतोय.''

राधा म्हणाली, ''आमच्या परंपरेत स्त्रियांना मान असता तर देशाचे चित्र वेगळे राहिले असते.''

मिरची, हळद, आद्रक, पपई, भाज्या अशा विविध महागड्या पिकांची लागवड वाढली तशी त्यांच्यावरील प्रक्रियेची गरज भासू लागली. संघटनेने प्रक्रिया युनिट उभे करावे आणि गावातल्या बेरोजगारांनी ते हिस्सा तत्त्वावर चालवावे अशी कल्पना होती.

मिरची-हळदीची पूड बाजारात विपुल असली तरी तिची थोडीदेखील विश्वासार्हता नव्हती. व्यापाऱ्यांनी मिलावटीचे तंत्र एवढे बेमालूम विकसित केले होते की त्याला तोड नाही.

शुद्ध स्वरूपात शेतमाल ग्राहकांपर्यंत पोचवण्याचे उद्दिष्ट समोर ठेवून 'क्रांती फूडस' कारखान्याची उभारणी करायचे ठरले.

मांगाच्या लक्ष्मीने पंधरा स्त्री-पुरुष कर्मचाऱ्यांचा गट तयार केला. त्यांना निरनिराळ्या प्रक्रिया शिकवण्यात आल्या. शेड उभे राहिले. मशीन आल्या आणि कामाला सुरुवात झाली. पांढऱ्या क्रांती साड्या, पुरुषांना पांढरे कपडे आणि वर पांढरे ॲप्रॉन घालून सर्वजण काम करू लागले.

हळद आणि लाल मिरचीची पावडर, ही उत्पादने सुरुवातीला प्रमुख होती. आद्रकापासून सुंठ करायची प्रक्रिया जमल्यावर सुंठ उत्पादनाला अधिक महत्त्व आले. कारखाना पूर्ण क्षमतेने वर्षभर चालावा म्हणून, पपई, केळी, पेरू पासून जॅम, जेली, टुटीफ्रुटी, टोमॅटो सॉस; गवार, कार्ले, वांगे, मेथी, मिरची, आंबा, लिंबू, आवळ्याची लोणची, अशा अनेक बाबींचा समावेश करण्यात आला.

शुद्धतेची शंभर टक्के खात्री असलेली व गावरान चव कणाकणात भरलेली क्रांती फूडसची सर्वच उत्पादने गिऱ्हाईकांच्या पसंतीला उतरली. कारखान्याची व्याप्ती वाढत गेली. अन्नावाचून तडफडून मरू घातलेली लक्ष्मी एका विशाल कारखान्याची डायरेक्टर झाली.

वसमत-नांदेड (व्हाया आसेगाव) रोडवर जय क्रांती मासिकाचे कार्यालय आणि मुद्रणालय उभे राहिले. माळवट्याजवळच्या औद्योगिक वसाहतीत क्रांती ऑईल मिल आणि क्रांती ॲनिमल फिडसचे कारखाने उभे राहिले. क्रांती मंगल कार्यालय आणि क्रांती यूथ हॉस्टेल बांधून पूर्ण झाले. परभणी-औंढा रोडवर आंतरराष्ट्रीय दर्जाचे बेबी फूड आणि मिल्क प्रॉडक्टसचे भव्य कारखाने प्रस्तावित झाले. गंगाखेड तालुक्यात इसादच्या माळरानावर पोल्ट्री, पोर्क, बीफ पॅकिंग, लेदर वर्क्स, ॲनिमल बायप्रॉडक्टसचे कारखाने आणि कर्मचारी वसाहती उभारायचे ठरले. त्यासाठी दोनशे हेक्टर माळभोय हस्तगत करण्यात आली.

मंगल कार्यालय आणि यूथ हॉस्टेल सरकारी मदतीने बांधले होते म्हणून त्याचे उद्‌घाटन राजकीय पुढाऱ्यांच्या हस्ते होणे उचित होते. जे पुढारी उद्‌घाटनाला येतील त्याना संघटनेच्या कार्याची ओळख व्हावी म्हणून प्रस्तावित प्रकल्पांच्या कोनशिला बसवायचे ठरवले. एवढा मोठा कार्यक्रम होतोच आहे तर त्या निमित्ताने ग्रामीण क्रांती संघटनेचा मेळावा आयोजित करण्याची कल्पना पुढे आली.

मेळाव्याच्या तयारीसाठी केंद्रीय कार्यकारिणीची बैठक बसली. निरनिराळ्या समित्या स्थापन करून कामाचे विभाजन करणे हा बैठकीचा उद्देश होता. कामांची यादी खूप मोठी होती. त्याप्रमाणे समित्या नेमण्यात आल्या. मेळाव्याला सर्व सभासदांनी गणवेशात यायचे असे ठरले. कोणत्याही वाहनात क्षमतेपेक्षा एकही प्रवासी जास्त बसवू नये, या शिवाय वाहनांवर फलक कोणते, कसे लावायचे, शिस्तीचे पालन कसे करायचे, अशा बारीकसारीक सूचना त्या त्या संबधित समित्यांनी द्याव्यात असे ठरले.

सर्वात अवघड काम होते भोजन समितीचे. सहभागी होणाऱ्या सभासदांच्या याद्या वाढत वाढत आकडा पाच लाखांच्या वर पोचला. पाच लाख लोकांना जेऊ घालणे मोठे आव्हान होते. स्त्रियांनी ती जबाबदारी स्वीकारली होती.

स्वागत समितीचे काही सदस्य मुंबईला गेले. मुख्यमंत्री आणि इतर मंत्र्यांना कार्यक्रमाचे निमंत्रण द्यायचे होते. मुख्यमंत्र्यांच्या सोईप्रमाणे तारीख, वेळ ठरवण्यात आली. त्यानंतर ते इतर मंत्र्यांना भेटले, येणे होणार नाही, असे म्हणणारा एकही मंत्री निघाला नाही.

इंजनगावात काहीतरी अद्भुत घडतेय अशी महाराष्ट्रभर चर्चा होती. गाव बघायची सर्वांनाच उत्कंठा होती. कार्यक्रमाला येणाऱ्या मंत्र्यांची यादी बावीसवर गेली.

नांदेड, परभणी, कृषि पर्यटन केंद्र आणि वसमतला थांबलेल्या मंत्र्यांना दुपारी बारा वाजता गंगाखेडला जमून इसादकडे जायचे होते. इसादला लहानमोठे अनेक प्रकल्प प्रस्तावित होते. प्रकल्पाची थोडक्यात माहिती द्यायची आणि एका मंत्र्याच्या हस्ते कोनशिला बसवायची असा साधा कार्यक्रम होता. दोन तासात इसादचे काम आटोपून मंत्र्यांचा ताफा औंढा रोडवर बाराशीवकडे निघाला.

बारा गावांच्या शिवा एकत्र मिळतात त्या ठिकाणाला 'बाराशिव' नाव पडले. तिथे एक मारुती मंदिर आहे. थोड्या अंतरावरून पूर्णा नदी वाहते. रस्ते, पाणी आणि मजुरांची उपलब्धता लक्षात घेऊन 'क्रांती मिल्क प्रॉडक्टस्' आणि 'क्रांती इंटरकॉंटिनेंटल बेबी फूडस्' हे दोन अवाढव्य प्रकल्प प्रस्तावित होते. दोन्ही प्रकल्पांचे बांधकाम सुरू झाले होते. ग्रामीण क्रांती संघटनेमुळे दुग्धव्यवसायाने जो जोर पकडला होता त्याला स्थैर्य देण्याचे काम हे दोन प्रकल्प करणार होते. ह्या दोन प्रकल्पांच्या कोनशिला बसवून काफिला पाणलोट क्षेत्रात गेला.

संघटनेने आत्तापर्यंत सहाशे गावांच्या शिवारात पाणलोटक्षेत्र विकासाचे काम पूर्ण केले होते. त्यातल्या फक्त एका गावाला भेट होती. भूविकासाची कामं, पाणी साठे आणि त्यावर उभे राहिलेले पोल्ट्री आणि पिगरीचे प्रकल्प पाहून मंत्रीगण स्तिमित झाले. कळ दाबून चित्र बदलावे तेवढ्या द्रुतगतीने ओसाड प्रदेश सुजलाम सुफलाम झालेला पाहून लोकशाहीचे आधारस्तंभ मनात खजील झाले. ह्याच कामावर दरवर्षी हजारो कोटी रुपये खर्च करून आणि लाखो कर्मचाऱ्यांची फौज पोसून काडीचाही विकास होत नाही, त्या पार्श्वभूमीवर संघटनेने केलेले काम तोंडात बोटे घालायला लावणारे होते. समोरचा विकास बघून मंत्री अर्थपूर्ण नजरेने एकमेकांकडे बघत होते. आपल्या कामात प्रामाणिकपणा

असता तर अख्ख्या महाराष्ट्राचे कल्याण झाले असते असे जणू ते एकमेकांना विचारत होते. सरकारी यंत्रणांकडून विकास होत आहे की विकासाचे नुसतेच सोंग दाखवले जात आहे, असा प्रश्न प्रत्येकाच्या मनात उभा राहिला असणार. कोणी कोणाला बोलत नव्हते, सर्वांनाच आपल्या अपराधाची जाणीव होती.

वसमतला चहापाणी करून लवाजमा इंजनगावाच्या रस्त्याला लागला तेव्हा सायंकाळचे सहा वाजले होते. रस्त्यात खच्चून गाड्या भरल्या होत्या. गाडीला गाडी भिडून कासवाच्या गतीने प्रवास चालू होता. धूळ उडू नये म्हणून रस्ता भिजवला होता. स्वागताच्या प्रचंड कमानी उभारल्या होत्या. अगोदर औद्योगिक वसाहतीत जाऊन क्रांती ऑईल मिल आणि क्रांती ॲनिमल फीडस् कारखान्यांचे उद्‌घाटन करण्यात आले. तिथून गाड्या 'जय क्रांती' मुद्रणालयावर पोचल्या. शिवराजने स्वत: पाहुण्यांचे स्वागत केले आणि छापखान्यातील वेगवेगळी दालने दाखवली.

मुख्यमंत्री स्तंभित होऊन म्हणाले, "मासिकाच्या छापखान्याचा एवढा मोठा व्याप?"

शिवराज म्हणाला, "साहेब, हा व्याप कमी पडतो की काय अशी शंका येतेय. प्रकाशनापूर्वीच तीन लाख वर्गणीदारांची नोंदणी झालीय. मासिकाशिवाय क्रांती संघटनेची अनेक प्रकाशने असतात. त्यांची छपाई इथेच होणार आहे." संघटनेच्या अध्यक्षा गोदावरीबाईंनी राधाची ओळख करून दिली. राधाने पुढे होऊन मासिकाच्या स्वरूपाची कल्पना दिली. तिच्या दोन तीन मिनिटांच्या बोलण्यावरून ते सुद्धा शिवराजच्याच तोडीचे अजब व्यक्तिमत्त्व असल्याची मुख्यमंत्र्यांची खात्री पटली.

लक्ष्मीचा फारच आग्रह होता म्हणून 'क्रांती फूड प्रॉडक्टस'लाही मंत्री गेले. क्रांती फूडस मध्ये लक्ष्मीने सर्वांचे स्वागत केले. तिने कारखान्यात चालणाऱ्या कामांची माहिती दिली. भविष्यात काय काय करायचे ते सांगितले.

एका मंत्र्याने विचारले, "तुम्हाला पगार किती मिळतो?"

लक्ष्मी उत्तरली, "पगार मिळायला आम्ही नौकर थोडेच हाव? आम्हाला हिस्सा मिळतंय. मंजे त्याचं कसं हय बगा, आम्ही जेवढे प्रॉडक्ट करतो त्या परत्येक प्रॉडक्टचा सेपरेट अकाउंट हय. आम्ही कच्चा माल शेतकऱ्याकडून घेतो. तो इथं आननं, प्रोसेस करनं, पॅकिंग करून इकनं, हे सगळा खर्च करतो. इक्री करून जे उतपन येईल त्यातून खर्च वजा करतो. राहिलेल्या रकमत पंचाहत्तर टक्के शेतकऱ्याला, दहा टक्के संघटनेच्या इकास फंडाला, एक टक्का

संघटनंला आन राहयलेले चौदा टक्के आम्हा कामगारायला.''

प्रश्न आला, ''सर्व कामगारांना सारखाच हिस्सा मिळतो की वेगवेगळा?''

लक्ष्मी म्हणाली, ''कामगारायचे तीन गट हतं, प्रोसेस जाननारे आन मशिनी चालविनारायचा वरचा गट, अकाऊंट आन रेकॉर्ड ठेवनारायचा मधला गट आन निव्वळ मजुरी करनारायचा तिसरा गट. गटापरमानं आमचा हिस्सा ठरलेला हय.''

मंत्र्यांचा प्रश्न, ''तुमचं अगोदरचं उत्पन्न किती होतं आणि आता किती आहे?''

लक्ष्मी म्हणाली, ''सायेब, आंधी कहात काही नव्हतं, मह्यासरक्या काही बेआधारी बाया इथं हता. मोळी-भारा करायला जमला नाही तर भीक माघून पोटाची आग इझवाव लागं. आता माघल्या दिवसाचं ध्यान आलं तरी सरप पायाला गुंडाळल्यावनी अंग शहारतंय. आवषिद पानी मिळालं नाही मनून धनी मेला. मी सडी बाळातीन आन दुसरे दोन लेकरं मह्या आंगावर टाकून गेला. मला काम करता येईना, आन रोजरोज कोनी भीक वाढीना. तिन्ही लेकरं बगलत मारून एखांद्या डव्हात जीव देन्याशिवाय दुसरा मारोग नव्हता. मही अपेस्टा या राधाला कळाली. ती सासूला घेऊन मह्या झोपडीवर आली. आता तर काय आम्ही कारखानदार झालो. कहाचीच कमी नाही. घरखर्च करून बँकेत पैसे मावनात. सायेब, राधा, शिवराज हे मानसं नाहीत, देव आवतार हतं, देव आवतार!'' लक्ष्मीने डोळ्यांना पदर लावला. ऐकणारांची मने हेलावली.

आता ताफा यूथ हॉस्टेलकडे वळाला. सर्व मैदानं वाहनांनी खचाखच भरली होती ते बघून मुख्यमंत्र्यांनी विचारले, ''किती लोक जमायचा अंदाज आहे?''

शिवराज म्हणाला, ''अंदाज नाही, आकडा ठरलेला आहे. पाच लाख सभासदांनी रजिस्ट्रेशन केले आहे. साठ-सत्तर हजार इतर सेवेकरी आहेत.''

मुख्यमंत्री म्हणाले, ''काही गाजावाजा न करता तुम्ही एवढी भरारी कशी काय मारलीत?''

शिवराज म्हणाला, ''आम्ही इंजनगावात विकासाचं एक मॉडेल उभं कलं ते लोकांनी स्वयंस्फूर्तीनं स्वीकारलं.''

अधिक खोलात जायचा प्रयत्न करत मुख्यमंत्री म्हणाले, ''आपण अनेक आदर्श मॉडेल लोकांपुढे मांडले. त्यांचा खूप गाजावाजा केला. ते लोकांनी अंगीकारावे म्हणून स्वतंत्र योजना काढून त्यांचा पुरस्कार केला तरी ती लोकचळवळ

झाली नाही.'' गाड्या हॉस्टेलच्या प्रांगणात आल्या. मुख्यमंत्री आणि शिवराज गाडीतून उतरले पण गाडीजवळच बोलत उभे राहिले.

शिवराज म्हणाला, ''त्या प्रत्येक मॉडेलचा एक ठरावीक कर्ता पुरुष होता. तो कर्ता पुरुष वंदनीय होता होता मॉडेल अडगळीत पडले. व्यक्ती मोठ्या झाल्या, मॉडेल जागेवरच राहिले.''

शिवराजचे म्हणणे, युक्तिवाद मुख्यमंत्र्यांना मनातून आवडले.

खळखळून हसत ते म्हणाले, ''पुढे त्या व्यक्ती येवढ्या मोठ्या झाल्या की लोकांनी त्यांना कामच करू दिले नाही. अगदी बरोबर!'' मुख्यमंत्र्यांचे लक्ष यूथ हॉस्टेलच्या इमारतीकडे गेले आणि एका जागेला खिळून आश्चर्याने ते बघतच राहिले. मावळतीच्या सूर्याच्या तांबूस पिवळ्या किरणांमुळे सोन्याचा मुलामा दिल्यासारखी इमारत झळाळत होती. पंचतारांकित सुविधा असलेले ते विशाल हॉस्टेल भारतात परदेशी पर्यटकांचे खास आकर्षण बनेल ह्यात काहीच प्रत्यवाय नव्हता. ग्रामीण भागात, एवढे नयनरम्य भवन, एक सुंदर स्वप्न होते. मुख्यमंत्री सहज बोलून गेले, ''वाहवा ऽऽ! वाहवा ऽऽऽ! अप्रतिम! अतिसुंदर!''

संथ पावलं टाकत ते पुढे आले. प्रवेशद्वारात पवन राजे स्वागताला उभे होते. राजेंना बघून मुख्यमंत्री एकदम अवाक झाले. ध्यानी मनी नसताना राजे असे अचानक प्रगट व्हावे हा मुख्यमंत्र्यांना गोड धक्का होता. त्यांनी धावत जाऊन राजेंना कवटाळले. राजेंच्या घराण्याशी त्यांचे जुने संबंध होते.

''राजे, तुम्ही ह्या आडवळणाच्या गावी कसे?''

मुख्यमंत्र्यांचे चरणस्पर्श करता करता राजे म्हणाले, ''आडवळणाच्या नाही, आपण एका उदयोन्मुख वर्ल्ड सेंटरमध्ये आहोत.''

''खरं आहे तुमचं म्हणणं! इथे पावलोपावली दिव्यत्वाची प्रचिती येत आहे! पण तुम्ही इथे कसे?'' समोरच्या इमारतीवरून हात ओवाळल्यासारखा करत शिवराज म्हणाला, ''साहेब, हे राजेंचं निर्माण आहे!''

मुख्यमंत्री म्हणाले, ''बरोबर आहे! म्हणूनच एवढं दिमाखदार झालंय!''

एका अर्धगोल भिंतीवर रेशमी पडदा झाकलेला होता. पडद्याखालच्या संगमरवरी दगडावर सर्व उपस्थित मंत्र्यांची नावे कोरली होती. खाली एका बाजूला संघटना अध्यक्ष, उपाध्यक्षाची तर दुसऱ्या बाजूला गिदिऑन सिनाई आणि पवन राजेंची नावे होती.

मुख्यमंत्र्यांनी शिवराज व राजेंना जवळ घेतले. त्यांच्या बाजूला संघटना पदाधिकारी आणि नंतर सर्व मंत्रीगण उभे राहिले. बटन दाबल्यावर पडदा

सरकला आणि हॉस्टेलचे उद्घाटन संपन्न झाले. राजेंनी हॉस्टेलच्या इमारतीची वैशिष्ट्ये आणि सोई सुविधांची माहिती दिली.

शे-दोनशे गाड्यांचा तांडा मंगल कार्यालयाकडे निघाला. सर्व पब्लिक स्थानापन्न झालेली असल्यामुळे परिसरात शुकशुकाट होता. स्टेजच्या मागच्या बाजूने गाड्या आल्या. स्टेजच्याच एका भिंतीवर उद्घाटनाचा दगड होता. हॉस्टेल प्रमाणेच मंगल कार्यालयाचे उद्घाटन झाले. खालच्या रेस्टरूममध्ये चहाची सोय केली होती. रेस्ट रूम नदीच्या बाजूला होत्या. धूसर संधिप्रकाशात रिव्हर व्हॅलीचा सुंदर देखावा दिसत होता. चहा बिस्किटं अधिक गोड होती की बाहेरचा निसर्ग अधिक लुभावना होता, त्याचा निवाडा करता येत नव्हता.

मंत्रीगण स्टेजवर येऊन विराजमान झाले. सर्वच अतिभव्य, अतिसुंदर होतं. बऱ्याच वेळापासून ताटकळत बसलेली माणसं कधी एकदा पडदा उघडतो म्हणून अधीर झाली होती. स्टेज आणि प्रेक्षागृहात बरेच अंतर असल्यामुळे प्रेक्षकांची कुजबूज जराही ऐकू येत नव्हती.

बरोब्बर ठरलेल्या वेळी हळूहळू वाद्यवृंद सुरू झाला. मंजुळ ध्वनी वाढत गेला. पडदा सरकला. स्टेज आणि प्रेक्षागृहातले दिवे पाजळले. समोर एकजात सारख्या गणवेशात बसलेले पाच लाख स्त्री-पुरुष बघून सर्व मंत्री हैराण झाले. सर्वांच्या तोंडून 'अबबबऽऽऽ!' असे उद्गार बाहेर पडले. ध्वनिक्षेपकावर जय क्रांतीचा नारा दिला. जमावाने उठून आणि हात उंचावून गगनभेदी आवाजात प्रतिसाद दिला.

प्रेक्षागृहाची क्षमता एक लाख माणसांची होती. वरचे छत बसवायचे मुद्दामच थांबवले होते. प्रेक्षागृहाच्यावर लाकडी फळ्या टाकून पायऱ्या वाढवल्यामुळे जास्तीच्या लोकांची बसायची सोय होऊ शकली होती. केशरी फेटा, पांढरा झब्बा आणि चुडीदार पायजमा, तर स्त्रियांना तिरंगी काठाची पांढरी साडी, पांढरा ब्लाऊज अशा गणवेशातला तो जनसागर बघून कोणाचेही हृदय आश्चर्याने उचंबळून येईल असाच तो देखावा होता. वाद्यांचा आवाज वाढत गेला, प्रकाश तेजाळत गेला, मन भारून टाकणारे स्वागतगीत सुरू झाले. गीत संपल्याबरोबर टाळ्यांचा कडकडाट चालू असताना स्टेजच्या छतातून फुलपाकळ्यांची जोरदार वृष्टी झाली. पुष्पवृष्टी नेमकी कुठून आणि कशी झाली ते शोधण्यासाठी बऱ्याच नजरा छताचा धुंडाळा घेत राहिल्या पण गुपित कोणाला कळले नाही.

स्वागत समारंभ तिथेच थांबला नाही. प्रत्येक मंत्र्याचे नाव घेऊन हार घालणे वेळखाऊ असले तरी तो सोपस्कार करणे भागच होते. इंजनगावचे एक

जेष्ठ नागरिक आणि प्रगतीशील शेतकरी रामराव पाटलांच्या हस्ते सर्व मंत्र्यांना हार घालून स्वागत करण्यात आले.

नाव घेताच धीरोदात्तपणे पावलं टाकत शिवराज स्टेजवर आला. तो म्हणाला, ''बंधू भगिनीनो! आजच्या ह्या शुभ संध्यासमयी इंजनगावात आपणा सर्वांचं स्वागत करताना मला खूप आनंद होतो आहे. ह्या लहानशा गावातल्या कार्यक्रमाला एवढे दिग्गज मंत्री येतात आणि संपूर्ण दिवसभर फिरून आपलं काम कौतुकानं बघतात, ही आपल्या चांगल्या कामाची पावती आहे असे मी समजतो. ग्रामीण स्त्रिया घराबाहेर कधी दिसल्या नव्हत्या. आजच्या कार्यक्रमाला पुरुषांएवढीच म्हणजे अडीच लाख महिलांची उपस्थिती आहे, ही ग्रामीण समाजाच्या परिवर्तनाची नांदी आहे! ग्रामीण समाजाच्या क्रांतीच्या इतिहासाचं पहिलं पान आज इंजनगावात लिहिलं जात आहे! (प्रंचड टाळ्या, जय क्रांतीचे गगनभेदी नारे) गरीब, कंगाल, दीनवाणा, लाचार, फाटका, अशी ग्रामीण माणसाची ओळख होती. आज इथे पाच लाख स्त्री-पुरुष जमले आहेत, एकाच्याही अंगावर फाटकं वस्त्र नाही! आज आमचा स्वाभिमान ओसंडून वहात आहे!

''स्वातंत्र्यानंतर देशात अनेक प्रयोग झाले. ग्राम विकासाच्या अनेक योजना आखल्या. चळवळी उभ्या केल्या मात्र विकास झाला नाही. गावं वरचेवर दुर्दैवाच्या फेऱ्यात अडकून सर्व बाजूंनी लुटली गेली. गावातलं जीवनमान पार रसातळाला भिडलं. कोणी कितीही प्रयत्न केले तरी त्याला आमचं नशीब बदलता येत नाही हे स्पष्ट झालं. मग आम्ही सगळ्या लटक्या कुबड्या झुगारून देऊन स्वत:च्या पायावर उभं राहायचा निर्धार केला. गट शेतीसारखे साधे प्रयोग सुरू केले, आमचं उत्पादन दुपटीनं वाढलं. आता आम्ही ग्रीन हाऊस, प्लॅस्टीकल्चरच्या हायटेक शेतीकडे वळत आहोत. त्यात उत्पादन चार पटीनं वाढणार आहे. ग्राम कृषियंत्र केंद्र सुरू केले त्यातून शेतीचे नव्वद टक्के यांत्रिकीकरण साधले. म्हशी पाळल्या, जणू कामधेनू प्रसन्न झाली. कोरडवाहू क्षेत्रात कोंबड्या, डुकरे पाळली, त्या गरीब प्रदेशाची चांदी झाली. शिक्षणाशिवाय समाजाची सर्वांगीण प्रगती होत नाही, सरकारने चालवलेल्या शाळात शिक्षण मिळत नाही, म्हणून आम्ही समांतर शाळा सुरू केल्या.

''आम्ही प्रति कारखानदारी उभी करणार नाही, पण शक्य तेवढ्या शेतमालावर प्रक्रिया केल्याशिवाय आम्हाला उत्पादन परवडणार नाही आणि कायमस्वरूपी बाजारपेठ मिळणार नाही. काही उत्पादनांवर प्रक्रिया करणे गरजेचे का आहे त्याचं उदाहरण मी आपल्या समोर ठेवतो.

"आम्ही दुग्धव्यवसाय सुरू केला. दूध खरेदीची शासकीय योजना असल्यामुळे लोकांना लगेच फायदा दिसू लागला. एका गावाचा फायदा दुसऱ्या गावानं बघून हा व्यवसाय भराभर पसरत गेला. अजूनही त्याची व्याप्ती सारख्याच गतीनं वाढत आहे. तो तसाच वाढू द्यायचा की एका हद्दीवर पोचल्यावर थोपवायचा? आम्ही अनेक देशात तज्ज्ञ पाठवले. आमच्या असं लक्षात आलं की जगातल्या बहुतांश देशात दुधाची चंगळ आहे, पण म्हशीचे दूध फक्त भारतात आहे. जगात जेवढ्या म्हशी आहेत त्यातल्या साठ टक्के म्हशी एकट्या भारतात आहेत. चौदा टक्के चीनमध्ये, चौदा टक्के पाकिस्तानात, नऊ टक्के युरोप, आफ्रिका आणि अमेरिकेत आहेत. चीनमध्ये दुधापेक्षा शेतीच्या कामाला म्हशी वापरतात. याचा अर्थ म्हशीच्या दुधासाठी आपल्याला जगात एकही देश स्पर्धक नाही. ज्या क्षेत्रात स्पर्धा नाही तिथे आपला जम बसवायचा हे जागतिक व्यापाराचे महत्त्वाचे सूत्र आहे.

"गाईचे दूध विपुल असले तरी म्हशीच्या दुधाला भरपूर मागणी आहे. कारण म्हशीच्या दुधात स्निग्धांश जास्त असतो आणि स्निग्धांशाचे कण मोठे असतात, त्यामुळे ह्या दुधापासून तयार होणारे पदार्थ रवाळ बनतात. गाईचे तूप चिकट असते पण म्हशीचे तूप रवाळ दाणेदार असते. म्हशीच्या दुधाचे कायिक आणि रासायनिक गुणधर्म दुधाचे पदार्थ बनवण्यासाठी आदर्शवत असतात. म्हशीच्या दुधापासून तयार होणारे पदार्थ अप्रतिम असतात म्हणून त्यांना जास्त मागणी असते. म्हशीचे दूध तापवून घट्ट करण्यासाठी गाईच्या दुधापेक्षा कमी ऊर्जा लागते. म्हशीच्या दुधात केसीन, व्हेप्रोटीन, लिपीड आणि खनिजांचे प्रमाण जास्त असल्यामुळे पनीर, योगहर्ट, कुकिंग बटर, क्रीम, ड्राईड आईस्क्रीम मिक्स, चीझ, कंडेन्स्ड मिल्क, मिल्क पावडर, दही, श्रीखंड, तूप, छन्ना, खवा तयार करण्यासाठी म्हशीचे दूध सर्वोत्तम असल्याचे सिद्ध झाले आहे. आता अल्ट्राफिल्ट्रेशन, रिव्हर्स ऑसमॉसिस, युएचटी, अशा आधुनिक तंत्राच्या वापरामुळे दूध प्रक्रिया सोप्या झाल्या असून आंतरराष्ट्रीय दर्जाची उत्पादने करणे शक्य झाले आहे. बालकांचे पोषक आहार बनवण्यासाठी दुधात युरियाचे प्रमाण कमी तर लॅक्टोफेरीनचे प्रमाण जास्त असावे लागते. हे दोन्ही गुणधर्म म्हशीच्या दुधात आहेत. आपण जो बेबी फूडसचा कारखाना सुरू करत आहोत तो जगातला सर्वात मोठा कारखाना असून अर्ध्या जगातल्या बालकांची सकस आहाराची गरज तो भागवणार आहे.

"आणखी एक उदाहरण सांगतो, चीझ नावाचे उत्पादनसुद्धा आपण फार

मोठ्या प्रमाणावर करून त्याचे जगभर वितरण करणार आहोत. 'पिझ्झा' हे नाव आता सर्वांच्या परिचयाचे आहे. हा मूळ इटालियन पदार्थ आहे. स्वादामुळे तो जगभर लोकप्रिय झाला. 'मोझारेला' प्रकारच्या चीझ पासून तो तयार करतात. उत्तम दर्जाचे मोझारेला चीझ फक्त म्हशीच्या दुधापासून बनते. इटालीत मोझारेला चीझ तयार करण्याची प्रक्रिया प्रमाणित केलेली आहे. ह्या पद्धतीने तयार केलेले म्हशीच्या दुधाचे चीझ विशिष्ट वेष्टनात घालून त्यावर अन्नखात्याचा शिक्का मारून विकले जाते. खास समारंभात विशेष मेजवानी म्हणून मोझारेला चीझ पासून बनवलेला पिझ्झा पाहुण्यांना खाऊ घालणे हे इटालीत मोठ्या प्रतिष्ठेचे समजले जाते.

"मोझारेला पद्धतीचे चीझ मोठ्या प्रमाणावर तयार करून ते श्रीमंत देशांमध्ये विकायचे असा विचार आहे. बालक आहार आणि मोझारेला चीझ ह्या दोन उत्पादनात आपण जगात एकाधिकार निर्माण करू शकतो, अशी परिस्थिती आहे.

"आपल्या देशात उत्तम जातीच्या म्हशी आहेत. तीस-चाळीस लिटर दूध देणारी जनावरं क्वचित सापडतात पण त्यांच्यात सुधारणा कारण्याच्या दृष्टीने म्हणावे तसे संशोधन झाले नाही. म्हैस हे देशाचे बलस्थान आहे हे आम्हाला अजूनही समजलेले नाही. कंगाल होत चाललेली खेडी आर्थिक दृष्ट्या सबल कशी होतील ह्यावर कोणताही राजकीय पक्ष मूलभूत विचार करत नाही. ग्राम-विकासावर नुसते बोलायचे असते, करायचे काहीच नसते आणि काही नाही केले तरी येडी-मुकी ग्रामीण जनता मुकाटपणे सहन करते हे राजकारण्यांना पक्के माहीत असते. गावाच्या विकासासाठी रस्ते झाले, शाळा, दवाखाने झाले, वीज आली, सहकारी संस्था उभ्या राहिल्या पण हे सर्व असून अडचण नसून खोळंबा, अशी परिस्थिती आहे. ह्या राखेतून सावरायचे कसे? हा विचार महत्त्वाचा आहे.

"ग्राम विकास हा चर्चेसाठी चांगला विषय आहे. गावच्या सरपंचापासून पंतप्रधानापर्यंत ह्या विषयावर सगळे पोटतिडिकेने बोलतात. गावं जगली तर देश जगेल असे म्हणतात, पण कृतीत मात्र गावांची मोडतोड करायची असते. देशात ज्या ज्या म्हणून विकास यंत्रणा आहेत त्यांनी ग्राम विकासाच्या प्रश्नावर हात टेकले आहेत. आता एकच इलाज आहे, स्वत:चा विकास स्वत: करायचा. जगण्यासाठी आपण श्वास घेतो तसेच आता स्वाभिमानाने जगण्यासाठी आपला विकास आपणच केला पाहिजे. सेल्फ हेल्प इज द ओनली सोल्युशन! ग्रामीण

क्रांती संघटनेनं हा द्विशब्दी मूलमंत्र दिला आणि त्यानं जादू केली. आता जवळ-जवळ एक हजार गावात क्रांती संघटनेचा विचार पोचला आहे. तो लोकांनी परस्पर लोकांकडे नेला हे विशेष आहे. त्यासाठी वेगळे कार्यकर्ते नाहीत, किंवा प्रचार यंत्रणा नाही. लोकांना विकासाचा असाच ध्यास लागला तर संपूर्ण देश एक सुसंपन्न आणि बलाढ्य राष्ट्र म्हणून जगात स्वाभिमानाने उभे राहील.'' शिवराजने तीन वेळा 'भारत माता की' असा नारा दिला. समूहाने 'जय' असा गगनभेदी प्रतिसाद दिला.

शिवराजने सभा गाजवण्यासाठी उच्छृंखल आणि भावनिक भाषण केले नाही. गंभीरपणे त्याला क्रांती संघटनेचा विचार जनसागराच्या मन:पटलावर ठसवायचा होता. ग्रामीण क्रांती संघटनेच्या माध्यमातूनच आपला विकास होऊ शकतो हे लोकांना पटवायचे होते. मुख्यमंत्री तसे भाषणबहाद्दर म्हणून प्रख्यात होते पण शिवराजच्या भाषणाचा प्रभाव एवढा जबरदस्त होता की, तो ओसरल्याशिवाय काही बोलणे म्हणजे बहिऱ्यापुढे कुजबुजण्यासारखेच होते.

मुख्यमंत्री बोलायला उठले. माईकसमोर उभे राहून त्यांनी प्रेक्षागारातून नजर फिरवली. अत्यंत भावपूर्ण आवाजात ते म्हणाले,

''शिवराजाच्या शिलेदारांनो! महाराष्ट्राचा मुख्यमंत्री म्हणून मी तुम्हाला मानाचा मुजरा करतो.''

जनसमूहातून 'जय क्रांति' चे गगनभेदी नारे उठले. मुख्यमंत्री पुढे म्हणाले,

''आम्ही सर्व मंत्र्यांनी आज दिवसभर, तुम्ही उभे केलेल्या आणि उभे करत असलेल्या प्रकल्पांची उद्‌घाटनं केली, तसेच कोनशिला बसवल्या. पाणलोटक्षेत्र विकासाची कामं बघितली आणि त्यातून घडलेला बदल दिसला. तुमच्या ह्या उत्तुंग कार्याचं माहात्म्य वर्णन करायला माझ्या जवळ शब्द नाहीत. मी जे बघितलं त्याच्या काही अंशसुद्धा मनात कल्पिलं नव्हतं. दिव्यत्व म्हणजे काय, हे मला आज कळलं. आणि स्वाभाविकपणे ओठावर बोल उमटले,

॥ दिव्यत्वाची जेथ प्रतीती । तेथे कर माझे जुळती ॥

''मी तुमच्यापुढे काया, वाचा, मने, नतमस्तक झालो आहे, लीन झालो आहे.

''शिवराजचं बुद्धिचातुर्य माझ्या चांगलं परिचयाचं आहे आणि ते मी कधीही विसरू शकणार नाही. ह्या भागात दुष्काळ पडला तेव्हा माझ्याकडे महसूल खातं होतं. दुष्काळग्रस्त जनतेला वाचवण्यासाठी सरकारनं तिजोऱ्या सताड उघड्या करून मदत पाठवली पण मदत दुष्काळग्रस्तांपर्यंत न पोचता

मध्येच गहाळ होऊ लागली. सरकार मेटाकुटीला आले असताना शिवराजने मार्ग काढला आणि हजारो लोकांचे प्राण वाचले (टाळ्या).

"शिवराज ह्या नावाला महाराष्ट्रात एक रूतबा आहे. इंजनगावाच्या शिवराजात आम्ही तेच सामर्थ्य अनुभवत आहोत. त्यांनी महाराष्ट्रातल्या एक हजार गावात जी नवचैतन्याची मशाल पेटवली आहे तिच्या तेजात संपूर्ण देश उजळून निघो अशा शुभेच्छा मी व्यक्त करतो. (प्रचंड टाळ्या)

"भ्रष्टाचार वेताळ बनून समाजाच्या मानगुटी पक्का चिकटला आहे. त्याला कोणी थोडासुद्धा धक्का लावू शकणार नाही अशी ती सुप्त महाशक्ती बनली आहे. शिवराज म्हणला, ग्रामीण क्रांती संघटनेचा कोणी प्रचारक नाही तरी ती हजार गावात फैलावली आहे. भ्रष्टाचाराचे तर काही विचारूच नका. तो उपजतबुद्धी असल्यासारखा कानोकानी प्रचार न करतासुद्धा विश्वव्यापी झाला. ह्या महाशक्तीच्या विरोधात लढण्याचे सामर्थ्य फक्त ग्रामीण क्रांती संघटनेसारख्या सेवाभावी संस्थेतच असू शकते (टाळ्या).

"महाराष्ट्रातले बहुतेक महत्त्वाचे मंत्रीगण आज इथे उपस्थित आहेत. सरकारच्या वतीने मी आपल्याला जाहीरपणे सांगतो की, भ्रष्टाचार निर्मूलनाच्या मुद्यावर आम्ही बघ्याची भूमिका घेणार नाही. आम्ही सर्व ताकदीने भक्कमपणे तुमच्या पाठीशी उभे राहू आणि सर्वतोपरी मदत करू. जिथे कायदा अपुरा पडेल तिथे कायद्यात बदल करू, पण ज्याने सर्व विकास गिळंकृत केला त्या भस्मासुराचा नि:पात करू (टाळ्या).

"ग्रामीण क्रांती संघटना हा समाज विकासाचा अभिनव विचार आहे. त्याचा प्रभाव आम्ही बघितला. तो वाढेल ह्यात मुळीच संदेह नाही. तो अधिक वेगाने वाढावा, निकोपपणे वाढावा एवढ्याच सदिच्छा!"

मुख्यमंत्र्यांनी जय क्रांतीचा नारा लावला. जमावाने उत्स्फूर्त प्रतिसाद दिला.

भाषणानंतर 'महाराष्ट्र दर्शन' हा सांस्कृतिक कार्यक्रम होता. म्हैसूरच्या दरबारी 'रॉय' किताबाने सन्मानित झालेले जनाब शौकत रॉय परभणीला खासगी नृत्य कला केंद्र चालवायाचे. त्यांनी कला केंद्रातल्या साठ मुला-मुलींचा महाराष्ट्र संस्कृती दर्शक अप्रतिम कार्यक्रम बसवला होता. सर्व मंत्री स्टेजसमोर सोफ्यावर विराजमान झाले.

शेवटी कानात, मनात, ध्यानात, भैरवीचे सूर आणि दिलात रुतलेली दृष्ये डोळ्यापुढे घोळवत जड पावलांनी प्रेक्षागार शांतपणे रिकामे झाले.

* * *

१९

गावात घरोघरी म्हशी, कोंबड्या, डुकरांचा व्यवसाय सुरू झाला होता. लोकांची आर्थिक स्थिती झपाट्याने बदलत होती. योगाजी संघटनेच्या ग्राम शाखेचा सदस्य असला तरी त्याची भूमिका नेहमीसाठीच नकारात्मक होती. संघटनेचा प्रत्येक कार्यक्रम हाणून कसा पाडायचा ह्यातच तो आपली शक्ती पणाला लावी. क्रांती संघटनेने पुरस्कार केलेला एकही व्यवसाय त्याने सुरू केला नाही. चांगल्या ठिकाणी विघ्न निर्माण करणे ही त्याची प्रवृत्ती वाढत गेली. त्याच्या कळलाव्या उद्योगातून गावात भाऊबंदकी वाढू लागली. तो स्वत:च भांडणे उभे करायचा आणि मध्यस्थीसाठी दोन्ही पक्षांकडून पैसे उकळायचा. लोकांना त्याची चालबाजी कळत होती पण त्याच्या तावडीतून सुटायची वाट वळत नव्हती.

योगाजीची वक्रदृष्टी आता ग्यानूच्या घराकडे वळली. खरे तर ग्यानूसारख्या जहामर्द माणसाच्या वाटेला त्याने जायला नको होते पण एखाद्या गोष्टीचा कैफ चढला की तो माणूस विवेकशून्य बनतो.

ग्यानूला एक सावत्र बहीण होती. ग्यानूचे आणि तिचे एकदम सख्य होते. ग्यानूने जिवापाड खर्च करुन तिला चांगल्या घराण्यात दिले होते. बहीण भावाच्या प्रेमात जराही अंतर नव्हते. योगाजीने बहिणीच्या नवऱ्याशी संधान साधले.

“कोठला कोण सावतर भाऊ, पेरमाचं नाटक करतंय! तू फकस्त सबद टाक, ग्यानूची आर्धी जायदाद, वाटून मिळती.” योगाजीनं त्याला भरवलं. इस्टेटीची लालूच वाईटच. मेव्हणा लोभात पडला. बहिणीच्या कानावर ही गोष्ट गेली तेव्हा ती खूप नाराज झाली. माहेराची ताटातूट करू नका म्हणून तिने नवऱ्याची खूप मनधरणी केली. पण....

बहिणीने फोन करून ग्यानूला बोलावून घेतले. योगाजी येऊन तिच्या नवऱ्याचे कसे कान फुंकत आहे हे तिने सविस्तर सांगितले. कधी कल्पनाही केली नव्हती असे विचित्र संकट गुदरलेले पाहून ग्यानूची पाचावर धारण बसली. एकीकडे बहिणीविषयीचे प्रेम आणि दुसरीकडे काळजाचा अर्धा हिस्सा, मोठा कठीण पेच. एवढा धीरोदात्त ग्यानू पण ह्या अनाहूत

संकटाने हवालदिल झाला. ग्यानूची घालमेल बघून योगाजीच्या पोटात आनंदाच्या उकळ्या फुटायला लागल्या. पिंजऱ्यात कोंडलेल्या वाघाला लांबून खडे मारणाऱ्या भ्याड वृत्तीचा योगाजी नतद्रष्ट आणि हलकट होता.

ग्यानूने शांताअक्काच्या कानावर ही गोष्ट घातली. ते ऐकून तिचा जळफळाट झाला. भयंकर कातावून ती म्हणाली, "मेल्या मुडद्याचा नीट बंदोबस्त करा रं एकदा, लई लोकायला छळायलाय खवीस! असा फासा टाका की त्यात जलमभर गुतून पडावं!"

ग्यानू म्हणाला, "माघं लागायचं मनल्यावर भडवीच्याचा जीवच किती गेलाय? चटनीला पुरनार नाही, मातर कामं धंदे सोडून हे उगाच ताप हय की नाही? काहीतरी जालीम इलाज करनं भागच हय."

बुलढाणा जिल्ह्यातले पंधरावीस पाहुणे आले म्हणून ग्यानू-अक्काचा संवाद तिथेच थांबला. शिवराज शेतात होता. त्याने पाहुण्यांना तिकडेच बोलावले.

वराहपालनाचा मोठा मेळावा आयोजित करायचा प्रस्ताव घेऊन पाहुणे चर्चा करायला आले होते. विदर्भात वराह पालनाने खूपच जोर धरला होता. काही मूलभूत स्वरूपाचे चिंतन व्हावे, काही मार्ग स्पष्ट व्हावेत आणि एका निमित्ताने समव्यावसायिकांच्या गाठीभेटी होऊन परिचय वाढावा असा मेळाव्याचा उद्देश होता. शिवराजने अध्यक्षस्थान भूषवून मार्गदर्शन करावे असा पाहुण्यांनी आग्रह धरला.

शिवराज म्हणाला, "वराहपालनातले मला काही म्हणता काही कळत नाही. ज्या गोष्टीतलं काही कळत नाही त्या गोष्टीविषयी सल्ला देणे म्हणजे लोकांची फसवणूक करणे नाही का?"

एक बुजुर्ग पाव्हणा म्हणाला, "शिवराज पाटील, 'मला समजत नाही म्हणणं' हा तुमचा विनय आहे. तुम्ही ग्रामीण क्रांती संघटनेचे विचारस्रोत आहात. संघटनेच्या प्रत्येक कार्यामागे तुमची प्रेरणा असते. तुमचे दर्शन सर्वांना घडावे, लोकांना तुमच्याप्रती कृतज्ञता व्यक्त करायची संधी मिळावी हा तुम्हाला बोलावण्यामागचा उद्देश आहे."

शिवराज वैतागल्यासारखा म्हणाला, "क्रांती संघटनेची कल्पना माझी आहे पण विकासाच्या कल्पना लोकांच्या आहेत. सामूहिक विचारातून निर्माण झालेली ही लोकचळवळ आहे. तिचे श्रेय कोणाही एका माणसाने घेणे चूक आहे. मी मेळाव्याला अवश्य येईन पण क्रांती संघटनेचा एक साधा सभासद म्हणून. माझ्या नावाचा कुठे उल्लेख झालेलासुद्धा मला आवडणार नाही."

पाहुणे म्हणाले, ''ठीक आहे. जशी तुमची मर्जी, पण मेळाव्याला जरूर जरूर या.''

शिवराज वेगळ्याच स्वप्नभूमीत होता. धुक्यात दडलेला एखादा सुंदर देखावा निरखावा तशा नजरेने खिडकीबाहेर बघत तो म्हणाला,

''राधा, क्रांती विद्यानगरची तुझी कल्पना फारच अफलातून ठरणार आहे. जागा पण काय मिळालीय. काळ्या कातळाचा उंच डोंगर, पायथ्याशी विस्तीर्ण मैदान, त्याच्यापुढे गोदवरीचे खोल पात्र, पात्राच्या पलीकडे क्षितिजापर्यंत हिरवागार शिवार. अशा निसर्गरम्य वातावरणात रत्नेश्वरीच्या डोंगर उतरणीची एक हजार हेक्टर रफाड जागा. नांदेड शहरापासून अवघ्या पंधरा मिनिटांच्या रस्त्यावर ग्रामीण क्रांती संघटनेचे कार्यक्रम राबवण्यासाठी लागणारे सर्व प्रकारचे शास्त्रज्ञ, तंत्रज्ञ आणि कुशल कामगार तयार करण्यासाठी नानाविध महाविद्यालये आणि तंत्र प्रशिक्षण संस्था काढायचे संघटनेने ठरवले आहे. गिदिऑन सिनाई नगर आणि वास्तू रचनेच्या कामाला लागले असून बांधकाम सुरू करण्यासाठी पवन राजेंचे नियोजन आणि जुळवाजुळव सुरू आहे. कुठल्याही भारतीय विद्यापीठापेक्षा भव्य आणि सर्व सोई सुविधांनी युक्त असे ते विद्यानगर अवतरत आहे. संघटना सध्या बॅंकेकडून कर्ज घेत आहे पण एक एक संस्था सुरू होईल तसे कर्जमुक्त व्हायला वेळ लागणार नाही.''

शिवराजचे बोलणे ऐकून राधालासुद्धा क्रांती विद्यानगराची तंद्री लागली. ते दोघे क्रांती विद्यानगरचे चित्र रंगवत असतानाच खाली बंगल्यासामेर चार गाड्या येऊन थांबल्या.

तीन चार गावचे लोक शिवराजला भेटण्यासाठी आले होते.

आर्थिक सुबत्तेमुळे सर्वांच्या खिशात पैसा खुळखुळत होता. जुने कपडे, जुनी घरे, जुनी गावे, नकोशी झाली होती. जुन्या वसाहती तोडून किंवा सोडून नव्या वसाहती उभारणे चालू झाले होते. संघटनेच्या ज्या गावात जाल तिथे नवीन वसाहतीबद्दलच चर्चेला उधाण आले होते.

उत्पन्न वाढल्यावर लोक खोपटाकडे बघू लागले. जनावरांचे शेणपाणी, डास, माशा, चिलटे, उंदीर, घुशी, यांची सोबत किळसवाणी वाटू लागली. मध्ये पार्टीशन नसलेल्या एकाच घरात सर्व लहान मोठ्यांनी एकत्र झोपणे अडचणीचे वाटू लागले. त्यातून नव्या वसाहतींचा विचार प्रकर्षाने पुढे आला. हजारो वर्षांपासून दलदलीत जीवन कंठणाऱ्या ग्रामीण जनतेला पहिल्यांदा जीवनमानात बदल करावा वाटला, मग ह्या कामात लोकांच्या उत्साहाला बेफाम भरती

आली, तर त्यात नवल कसले?

आलेल्या पाहुण्यांच्या चेहऱ्यांवर वेगळाच आनंद विलसत होता. काय सांगू आणि किती सांगू म्हणून प्रत्येकजण अधीर झाला होता. त्यांनी आपापल्या गावांचे लेआऊट प्लॅन शिवराज समोर पसरले. एक एक जण गावाचा लेआऊट समजावून सांगू लागला. सर्वच गावांच्या मध्यभागी बाग, बागेच्या भोवती सामूहिक यंत्र केंद्र, माणसांचा आणि जनावरांचा दवाखाना, शाळा, क्रीडांगण, पोहण्याचा तलाव, सांस्कृतिक सभागृह, बँक, संघटना कार्यालय, हॉटेल, दुकाने, वाचनालय, गोदामे, वगैरे वगैरे सार्वजनिक सोईसुविधा होत्या. त्यांच्या मागे निवासस्थाने, त्या नंतर गुरांचे गोठे, चारा वैरणीचे डेपो, खतांचे डेपो, आणि गावा भोवतालून एक रस्ता अशी रचना ठरलेली होती. सर्व रस्त्यांच्या दुतर्फा झाडे, भरपूर पाणी पुरवठा असलेल्या त्या स्वच्छ, सुंदर, आरोग्यदायी अत्याधुनिक वसाहती होत्या. दुग्धव्यवसाय, वराहपालन किंवा कुक्कुटपालन न करणारे लोकच गावात रहात होते. व्यावसायी लोकांच्या वस्त्या शेतात होत्या. शेतात राहणारे तर संस्थानिकांच्या दिमाखात रहात होते.

चहापाणी होईपर्यंत पाहुण्यांनी गावात चाललेल्या कामांचा गोषवारा सांगितला. क्रांती संघटना राबवत असलेल्या कार्यक्रमांमुळे लोकांच्या जीवनात किती बदल घडतो आहे ते सांगताना त्यांची हृदये भरून येत होती. त्यांच्या हकिकती ऐकून शिवराज त्याना प्रोत्साहन देत होता.

पाहुणे गेल्यावर राधा म्हणाली, "क्रांती संघटनेचा विचार जवळ जवळ अर्ध्या महाराष्ट्रात पोचलाय. पणतीनं पणती पेटावी तसा व्याप परस्पर वाढत चाललाय. लोक मोठेमोठे समारंभ, मेळावे आयोजित करतात, तुम्हाला प्रेमाने बोलावतात, बऱ्याच ठिकाणी तुम्ही जायचे टाळता. तुम्ही होईल तेवढा जनसपंर्क ठेवावा असे मला वाटते."

"रोज निदान दोन-तीनशे लोक भेटून जातात. आणखी जनसंपर्क किती वाढवायचा?"

"हे लोक स्वत: होऊन येतात. क्षेमकुशल विचारायला तुम्ही त्यांच्याकडे जात नाही. तुम्ही जनतेच्या सुखदु:खात सहभागी आहात असे लोकांना वाटले पाहिजे."

"मला तसा बेगडीपणा नको आहे."

"संघटनेच्या कार्यपद्धतीत कुठे दोष निर्माण होत असतील तर त्यावर नजर असायला नको का?"

"माझी नजर कुठंवर पुरेल? ते काम लोकांनीच केले पाहिजे."

"विकास कसा होतोय हे आपण नजरेनं बघावं असं नाही तुम्हाला वाटत?"

"हां ऽऽ! ते ठीक आहे. मग काय म्हणणं आहे तुझं?"

"मला वाटतं काही निवडक लोकांना घेऊन आपण अधून मधून दौरे काढावेत."

"त्या निवडकात तुमचं नाव असेल ना?"

"नसलं तरी काही फार बिघडत नाही!"

"तुमचं नसेल पण आमचं बिघडतंय ना! तुम्ही हळूहळू आम्हाला पूर्ण परावलंबी बनवून टाकलय; तुमच्याशिवाय एकटं राहणं आता शक्य नाही!"

प्रवासाची तयारी झाली. संघटना अध्यक्ष, दुर्गाताई अंबोरे, गोदावरी, राधा, विश्वजीत, मालू, ग्यानू, लक्ष्मी, पवन राजे, केंद्रिय कार्यकारिणीचे इतर सदस्य, असा पंधरा जणांचा लवाजमा शिवराज सोबत निघाला. दौऱ्याचा कार्यक्रम नियोजित भेटीच्या गावांना फोन, फॅक्सद्वारे कळवण्यात आला होता.

क्रांती संघटनेचे नेते आणि विशेष म्हणजे शिवराज प्रथमच आपल्या गावाला येणार असे कळल्यावर लोकांच्या आनंदाला पारावार राहिला नाही. दिवाळसण आल्यासारखे लोक हर्षोल्हासाने गलबलून गेले. सृष्टीकर्ता प्रत्यक्ष देव गावात येणार असल्याची बातमी लागल्यावर जशी घालमेल उडेल अगदी तश्शी लोकांची अवस्था झाली.

भेटी ठरलेल्या गावात बैठका सुरू झाल्या. कमानी कुठे उभारायच्या, घोषणा फलक कोणते लावायचे, गाव कसा सजवायचा, पाहुणे गावात प्रवेश करताना स्वागत कसे करायचे, मिरवणूक कशी काढायची, बँड पथकं, लेझीम पथकं, भजनी मंडळं किती ठेवायची, शिवराजचा सपत्निक विशेष सत्कार कसा करायचा, भेटवस्तू काय द्यायच्या, अन्नदान किती करायचं, वगैरे बाबींचं नियोजन सुरू झालं. समारंभ म्हटला की कार्यकर्त्यांचा उत्साह शिगेला पोहोचतो.

भेट सुरू व्हायच्या अगोदर गावांना एक फॅक्स गेला. त्यात म्हटले होते,

'संघटना सदस्यांची ही अनौपचारिक भेट आहे. ग्रामीण भागातल्या नव्या-जुन्या समस्या समजून घेणे हा भेटीचा उद्देश आहे. सर्व गावकऱ्यांनी ठरलेल्या वेळी सांस्कृतिक सभागृहात जमावे. ग्राम समितीचे अध्यक्ष, सचिव आणि आणखी एक अशी गावातल्या तीनच व्यक्तींची तीन ते पाच मिनिटांची भाषणे होतील. त्यानंतर पाहुणे बोलतील. चहापानानंतर एक दोन निवडक

प्रकल्पांना भेटी देऊन पाहुणे लागलीच पुढच्या गावी प्रस्थान करतील. नाष्टा, जेवण, मुक्कामाची ठिकाणे ठरलेली आहेत व तशा सूचना संबंधित गावांना पाठवल्या आहेत. कमी वेळेत जास्त गावांना भेटी द्यायच्या असल्यामुळे हार, तुरे, स्वागत, सत्कार, मिरवणूक अशा गोष्टी करू नयेत.'

अशा आशयाचा फॅक्स मिळताच मोठ्या जल्लोशाचे चित्र रंगवणाऱ्या कार्यकर्त्यांच्या उत्साहावर पाणी फिरले. काही मंडळी बरीच खट्टू झाली.

दौरा सुरू झाला. गावात प्रवेश करण्याआधी मालोजी आणि राधाचा गट शाळा आणि वाचनालयाकडे जायचा. रमेश दहिफळे केंद्रीय वराहपालन समितीचे अध्यक्ष होते ते वराहपालन प्रकल्पांना भेट द्यायचे. गजानन शेवाळे केंद्रीय कुक्कुटपालन समितीचे अध्यक्ष होते, ते कुक्कुटपालन प्रकल्पांना भेट द्यायचे. आधुनिक शेतीचे अध्यक्ष विश्वजीत कटारे शेती आणि शेतमाल प्रक्रिया उद्योगांना भेट द्यायचे. संघटना अध्यक्ष दुर्गाताई अंबोरे, सभापती डॉ. वऱ्हाडे, शिवराज, मोठे सामूहिक प्रकल्प, नियोजित प्रकल्पांना भेटी देऊन सर्वसामान्य समस्यांविषयी चर्चा करायचे. अर्ध्या तासात भेटी आटोपून चहापाण्यासाठी सर्व एकत्र जमायचे. चहा घेताना पाच मिनिटात अहवाल सादर झाले की सांस्कृतिक सभागृहात सभा सुरू व्हायची. गावातल्या वक्त्यानंतर दोन किंवा तीन भाषणे व्हायची. त्यात शिवराजचे एक असायचे. स्वप्न पडल्यासारखा एका तासात कार्यक्रम संपवून पाहुणे पुढच्या गावाकडे मार्गस्थ व्हायचे.

एक तासाची भेट पण तिची गावावर गहिरी छाप पडायची. लोकांच्या ढोंगी वागण्यामुळे समाजाची किती हानी होते त्याची प्रचिती यायची. धर्मद्रष्टे आणि राजकारण्यांनी समाज किती संकुचित केला त्याची जाणीव व्हायची. विज्ञानाने पारखले ते सत्य, देव, धर्म, शास्त्रे ही केवळ बुजगावणी, हे मनावर ठसायचे. आपण काल्पनिक सृष्टीच्या मृगजळामागे न धावता वास्तवता समजून स्वत:च्या हिमतीवर आर्थिक विकास केला नाही तर आपल्या विकलांगतेवर रडणारे ह्या जगात कोणीही नाही, असा ठाम विश्वास जागृत व्हायचा. लोकांना स्वकल्याणाविषयी सावध करीत जागृती दिंडी मजल दरमजल पुढे चालली होती.

दौऱ्याचा दहा-अकरावा दिवस असताना दर्यापूरच्या पर्यटन केंद्रावर मुक्काम पडला होता. जेवणानंतर केंद्रासमोरच्या लॉनवर खुर्च्या टाकून मंडळी निवांत बोलत बसली होती. दर्यापूर हे जंगलाने वेढलेले आडवळणाचे गाव. आदिवासी विकासाच्या नावाखाली सरकारच्या अनेक योजना आल्या आणि जिरून गेल्या. आदिवासी आदिवासीच राहिले. पुन्हा योजना आणण्यासाठी.

क्रांती संघटना त्या जंगलात कुठून घुसली ते माहीत नाही पण दर्यापूरात संघटना आली आणि चमत्कार झाला. दऱ्यात पाणी अडवले आणि डोंगर उतरणीवर हिरव्यागार मोसंबीच्या बागा बहरल्या. जंगलातले सरपण विकून सदा अपराध्याचं जीवन जगणारे आदिवासी स्वाभिमानी शेर बनले. किडे मुंग्यासुद्धा दिसणार नाहीत एवढ्या प्रचंड संख्येत कोंबड्या आणि डुकरांचा सुळसुळाट झाला. गावाभोवतालचा संपूर्ण शिवार डुकरांचे चीत्कार आणि कोंबड्यांच्या कलकलाटाने गजबजून गेला. गावात साक्षात लक्ष्मी अवतरली. गावसमितीचे सदस्य पाहुण्यांसोबत ऐटीत गप्पा मारत बसले होते. लोचटपणा, लुब्रेपणा, मिंधेपणा, बुजरेपणा, ह्या पिढीजात सवयींची त्यानी जणू कात टाकली होती. गावसमितीचा प्रधान म्हणाला,

"तुम्ही एवढी थोर मानसं गावाला येनार मनून समजल्यावर लोक नुसते येडावून गेले. तुम्ही येनार मनल्यावर गावकरी मनले, काय पैसे लावायचे ते लावा मातर स्वागत रेट झालं फायजे. यात तुमचा निरोप आला की स्वागत बिगत कुच्छ नाही. काय सांगाव भाऊ, लोकायचा लई हिरमोड झाला. नाहीतर लई आंगात आल्यावनी थुई थुई करू लागले बगा."

दुर्गाताई खेड्यात राहणाऱ्या असल्या तरी पदवीधर होत्या आणि चौफेर माहिती ठेवणाऱ्या होत्या. संघटनेचे अंतरंग त्याना सुस्पष्टपणे माहीत होते. तात्त्विक चर्चा टाळत त्या म्हणाल्या,

"आता कुठे ग्रामीण समाज परंपरेच्या बंधनातून सुटून स्वातंत्र्याच्या मुक्त गगनात भरारी घेतो आहे. अजून त्याला खूप काही करायचंय. रिकामपणाची कामं करायला फुरसत कुठे आहे? तुम्ही म्हणता तसं प्रत्येक गावात मिरवणुका, स्वागत घेत आपण रमत गमत चाललो असतो तर एका एका गावाला अख्खा दिवस पुरला नसता. थोड्यात गोडी असते ती वेगळीच."

पंधरा दिवसाचा दौरा आटोपला. शिवार बदलले, गावे बदलली, माणसं बदलली, विचार बदलले. संपन्नता आली. हा बदल अर्थतज्ज्ञांच्या अभ्यासाचा विषय झाला.

शांताअक्काला प्रवासातल्या किती गोष्टी सांगू अन किती नाही असं राधाला झालं होतं. कामावरून आलं की तिची सारखी बडबड चालू असायची. कोणकोणत्या गावांना भेटी दिल्या, ग्रामीण समाज किती झपाट्याने बदलत आहे, क्रांती संघटना लोकांची जीव की प्राण कशी झाली आहे, शिवराज विषयी

लोकांना किती आदरभाव वाटतो, अशा एक ना हजार गोष्टी ती सांगू लागली.

राधा पुरे साडेपाच फूट उंच होती. मासळीसारखा रेखीव बांधा, तांबूस गव्हाळी रंग, लांबसडक किंचित कुरळे केस, काळे कुळकुळीत डोळे, हासरा-मोहक चेहरा, शरीर सौष्ठव आणि एकूण सौदर्यांच्या दृष्टीने ती हजारात एक लावण्यवती होती. ती साडी एवढी छान नेसायची की कुठल्याही रंगछटेची साडी तिच्या अंगावर खुलायची. हाडापेरानं मजबूत ठसठशीत बांध्याची राधा एक लोभस ललना होती. कमरेला पदर खोचून राधा अंगणात तांदूळ निवडू लागली की तिच्या गालावर कुरूळी बट हलायची. शांताअक्का तिला डोळे भरून पहायच्या आणि मनात हरखून जायच्या. राधा शिवराजविषयी जे जे बोलायची त्या प्रत्येक शब्दात त्याच्याविषयी अपार श्रद्धा आणि प्रेमभावना ओतप्रोत भरलेली असायची.

आत्या तांदूळ किती घेऊ, आत्या दाळ किती घेऊ, आत्या पाणी किती टाकू, आत्या पीठ किती घेऊ, आत्या पोळ्या किती करू, आत्या चटणी किती टाकू असे काहीबाही विचारायचा राधाचा सपाटा चालू असायचा. शांताअक्काला ते मनातून आवडायचे. पण कधी कधी त्या म्हणायच्या,

"तुला येवढ्या बारीकसारीक गोष्टी सांगण्यापरता मीच ते काम केलेलं परवडतंय काय की,"

राधा हसून म्हणायची, "तसं नाही हो आत्या, तुम्ही फक्त बसून सांगा, मी सगळं करते, दोघींच्या विचारानं झालेलं बरं, काही बिघडलं राह्यलं तर दोघींना वाटून शिव्या खाता येतात."

"कोन देनार माय शिया? ते त भोळासांब हय काहीबी वाढा, पुढी येईल ते आनंदानं खातय."

"भोळा तोवर भोळा! आत्या सांबाचा तिसरा डोळा तुम्हाला माहीत नाही वाटतं."

"तुला कायकी माय ठावं आसलत! लहानपनापसून मला त कव्हा दिसला नाही."

तांदूळ निसण्यात गर्क असल्यासारखे दाखवत राधा म्हणाली,

"आत्या, तुम्हाला विचारीन विचारीन म्हणते, पण हिंमतच होत नाही बघा!"

"हजार गोष्टी इचारून मला बेजार करतीस आन एक गोष्ट इचारायला येव्हडा आनमान कामुन बाई?"

“हजार गोष्टी साध्यासुध्या असतात. ही जरा खास आहे म्हणून...”

“आता बाई! आशी कशी खास हय की ती मह्यापसून लपवायलीस?”

“आत्या, तुम्हाला आजी होणं आवडेल काय?” असे बोलून राधा इटक्यात घरात पळाली.

शांताअक्काला सारे ब्रह्मांड भोवती फिरल्यासारखे वाटले. मनोभावे दोन्ही हात जोडून ती म्हणाली, “संगमेसरा, महादेवा, हरि इठ्ठला-पांडुरंगा, लई येळवर पावलास बाबा! लेकरू बगाय जीव तरसू लागला. मव्हं त गंगत घोडं नाह्यलं रे देवा! जल्माचा पांग फिटला. माय हारने, कोठं गेलीस गं? इकडं ये मह्या जवळ. (राधा लाजत अंगणात आली. शांताअक्कानं जवळ ओढून तिचे मटामट मुके घेतले. डोक्यावरून पाठीवरून हात फिरवला. छातीशी धरून कवटाळले) माय मही गौळन गं! काय ववाळू माय तुह्यावरून?”

शांताअक्काच्या प्रेमाचा आवेग बघून राधा गलबलून गेली. तिच्या डोळ्यांतून अश्रू ओघळले. राधाला आणखी जवळ ओढून शांताअक्का म्हणाली, “का गं माय, कामुन लडतीस?”

शांताअक्काच्या बगलेत डोके खुपसून राधा सद्‌गदित होऊन म्हणाली, “आत्या, तुम्ही माझ्यावर किती माया करता हो! इथं आल्यापासून मी आईला साफ विसरलेय.”

राधाला कुरवाळीत शांताअक्का म्हणाली, “आगं, माया करायला मला दुसरं हय तरी कोन? एकला शिवराज आन तू! त्याच्या लहानपनीच त्याचे वडील गेले. आम्ही बेआधारी झालो. लडून लडून महे डोळे थिजले. लडू नको मनायलाय जवळ कोनी नव्हतं. काळीज घट करून दुक इसरावं लागलं. शिवराज कर्ता झाला. गुनी निघाला. लक्ष्मीच्या रूपानं तू घरात आलीस आन हे रितं घर भरून काल्ढंस. आता दारी आंगनी बाळ रांगू लागलं की मह्या सुकाला तोड नाही बग!”

शिवराजची गाडी वाड्यासमोर येऊन थांबली. तिच्यासोबत दुसऱ्या तीन गाड्या होत्या. सफेद वस्त्रधारी पाहुण्यांच्या गळ्यात भगव्या उपरण्या होत्या. गाड्यांच्या मागच्या काचेवर भगव्या अक्षरात ‘गाव सेना’ असे लिहिलेले होते.

पाहुणे बैठकीत बसले. शिवराजने पाणी दिले, तोवर ग्यानू, मारुती, केशव आले. एक थोराड गृहस्थ म्हणाले,

“आम्ही गावसेनेचे कार्यकर्ते आहोत. माझ्या सोबत ही निरनिराळ्या

गावाची मंडळी आहे. गावसेना आता महाराष्ट्राच्या हद्दी ओलांडून परप्रांतात वाढत आहे. ग्रामीण माणसाला न्याय मिळाला पाहिजे, हे आमचं साधं तत्त्वज्ञान आहे. तुमच्या क्रांती संघटनेचेही जवळ जवळ तेच म्हणणे आहे. गाव सेनेचे संस्थापक ग्रामीण हदय सम्राट, श्रीमान छत्रीपती, भाऊसाहेब महाराजांनी मुद्दाम आपल्या भेटीसाठी पाठवले आहे.''

श्रीमान छत्रीपती हे शब्द ऐकताच मारुती फिस्स्स करून हसला.

तो कार्यकर्ता म्हणाला, ''होय, छत्रीपतीच बरोबर आहे. आपल्या भाऊसाहेब महाराजांना इंग्लंडच्या एका माणसानं चांदीची छत्री नजराणा म्हणून दिली आहे. तिच्या काड्या आणि दांडा चांदीचा असून वर लाल मखमली कापड आहे. ती छत्री त्यांनी घरच्या सिंहासनात बसवली आहे. महाराज छत्रीखाली सिंहासनारूढ झाले की गावसेनेचे खरे संस्थापक शोभतात. तो दिमाख बघूनच भेटायला येणारे लीन होतात.''

मारुती म्हणाला, ''आपल्याच घरी आपण दिमाखात सिंहासनात बसायचे हा उद्धटपणा वाटत नाही का?''

कार्यकर्ता म्हणाला, ''त्याशिवाय जनतेला रुबाब कसा दिसणार? बरं, ते जाऊ द्या.

''आमचे भाऊसाहेब महाराज तुमच्या काही गावात प्रत्यक्ष जाऊन आले. त्याना तुमचं काम फार म्हणजे फारच आवडलं. म्हणून त्यांचा प्रस्ताव आहे की आपल्या समविचारी दोन संघटना एकत्र मिळाल्या तर महाराष्ट्राच्या विधानभवनावर गाव सेनेचा झेंडा फडकू शकतो.''

दुसरा कार्यकर्ता तोंडाला पाणी आणून म्हणाला, ''तुम्ही आता विचार करण्यात वेळच घालवू नका. भाऊसाहेब मुख्यमंत्री झाले की शिवराज पाटील उपमुख्यमंत्री ठरलेलेच समजा. सगळं मंत्रीमंडळ आपलं म्हटल्यावर विकासाला काही आडकाठीच राहणार नाही.''

एखादा कुत्सित प्रश्न विचारायचा असल्यावर केशव स्मित वदनाने बोलायचा. तसे त्याने विचारले, ''तुमच्या गाव सेनेनं आतापस्तोर एकाय गावात इकासाचं काम केलेलं नाही. मंग मंत्री व्हवून कोनता इकास करनार हत तुमचे छत्रीपती?''

एक चांगला शिकला सवरलेला कार्यकर्ता म्हणाला, ''तुम्ही ज्याला विकास म्हणता तो माणसाच्या राक्षसी वृत्तीचा चोचले पुरवणारा, माणसाला हावरट बनवणारा, दृष्य विकास आहे. आमची, म्हणजे श्रीमान छत्रीपती महाराजांची,

विकासाची संकल्पना मुळातच भिन्न आहे. त्यांचं म्हणणं आहे, माणसाला लोभापासून परावृत्त करणे म्हणजे विकास. आध्यामित्क उन्नती म्हणजेच विकास, आणि हाच भारतीय संस्कृतीचा पाया आहे. आपली संस्कृती आपल्याला आधाशासारखी संपत्ती गोळा करायला सांगत नाही. ती अल्पसंतोषाला महत्त्व देते.

"लोकांना आहे तिथे समाधानाने रहायला शिकवले की सर्वत्र सुख-शांतीचे आनंदी वातावरण तयार होईल."

कोपऱ्यात बसलेला एक कार्यकर्ता न राहवून म्हणाला, "शिवराज पाटील, आम्हीच तेवढे बोलत आहोत. तुम्ही कोणतीच प्रतिक्रिया देत नाही."

शिवराज काही बोलायच्या आतच ग्यानूने तळी उचलली. जणू काही संघटनेचा सर्वेसर्वा असल्यासारखा तो म्हणाला,

"त्याचं काय हय पाव्हने हो, तुमचं मननं हय आपल्या दोन संघटनायची युती व्हवाव, परीक युती करायची की नाही हे ठरवायचा अधिकार शिवराजला नाही. गावापसून जिल्ह्यापस्तोर आन शेवटी केंद्रीय कार्यकारिनीपस्तोर समित्या हता. परत्येक समितीत ठराव पास व्हता व्हता आखरीला केंद्रीय कार्यकारिनीत पास व्हईल तव्हा सगळ्यायच्या मतानं युती करायची की नाही ते कळंल. तुमच्या गावसेने सरकं छत्रीपती भाऊसायबानं सांगायचं आन बाकीच्यायनं हो हो मनायचं असा इथं एक छत्री कारबार नाही. बारभाई हय बारभाई! इथं कोनाचा कोनाला मेळ नाही. संघटनंच्या नादाला लागून उगाच येळ गमवू नका."

एवढे बोलून ग्यानूने डोक्याला बांधलेला रुमाल सोडून हवेत झटकला आणि जागेवरचा उठत सर्वांगाने दीर्घ आळस दिला. त्याची कृती, पुरे झाले, चला उठा आता, असे सुचवणारी होती. पाहुणे खरेच उठले आणि शिवराजला नमस्कार करून वाटेला लागले.

हातपाय धुवून शिवराज अंगणातल्या टेबलावर जेवायला बसला. शांताअक्का आणि राधाची स्वयंपाकघरातून सामान आणण्याची लगबग चालू होती. त्या दोघीत 'तू बैस, मी आणते' असा एकमेकीला आग्रह चालू होता. आज सासू-सून एकमेकीवर जास्तच लाडाला आल्यात हे शिवराजच्या नजरेतून सुटले नव्हते. मी आणते, मी आणते, म्हणे म्हणे तोवर दोन मिनिटात सर्व सामान टेबलावर आले. पदार्थ तरी काय होते असे, ज्वारीच्या भाकरी, टमाटे घालून केलेली आमटी आणि भात. तिघांनी आपली आपली ताटं वाढून घेतली आणि जेवायला सुरुवात झाली.

शांताअक्का म्हणाली, "काय बाप्पा, ही गर्दी मनावं की काय? सकाळनीपसून रातीपस्तोर हे आले, ते आले, जेऊपरीक देईनात–"

राधा चालीवर म्हणाली, "जया अंगी मोठेपण तया कशाचे जेवण ॥" राधा आणि तिच्या अभंगावर तिघेही खळखळून हसले.

शांताक्का म्हणाली, "सकाळनीपसून रोज दोनशे कोप चहा व्हयालाय बग! सारकं आधन चालूच्या चालूच! एखांद्या व्हटलासरकं! येनार जानार पायलीचे पंधरा, आन घरात कामाला बाया दोनच. नुसत्या कोप-बशा इसळून इसळूनच नाकात दम येयालाय!"

उत्तर शोधण्याच्या प्रयत्नात शिवराज बोलला.

"खेड्यात घरकामाला माणसं मिळत नाहीत. तरी कोणी गरजवंत असले तर लक्ष ठेवा ना. मिळत असतील तर दोनतीन बाया-मुलं लावायला हरकत नाही."

राधा म्हणाली, "वारे उदाराचे कूळ! आम्हाला फक्त एका सांगकाम्या पोराची गरज आहे. दोन तीन माणसं लावून आमचं वजन वाढवायचं की काय? ते काही नाही! स्वयंपाक मी करणार. झाड लोट धुणं, भांडी असतातच किती तीन माणसांची! घरचं करून मी शेती पाहीन. सांज-सकाळ दूध काढायचं आणि चारा वैरणीचं तर तुम्ही स्वतःच बघता."

काळजीच्या सुरात शांताक्का म्हणाली, "उगंच जिवाभारी कामं अंगावर वढून घेऊ नको. आसू दे की एकाला दोन माणसं! तू तरी किती दिवस करनार हस? आखरीला मह्यावरच सगळा भार टाकून मोकळी व्हशील ना? आन दोन जिवाच्या मानसानं..."

शांताअक्काचे बोलणे पूर्ण व्हायच्या आतच राधा गडबडीने म्हणाली, "आत्या ऽऽ आत्या ऽ, आँच्छी ऽऽऽ! काय बाई ही शिंक तरी! अचानक कुठून कडमडते बघा! बरं बरं आत्या, लावा दोन नाहीतर तीन माणसं लावा. आपल्याला काय, बसून राहू मजेत!" राधाची बडबड चालू असतानाच ग्लासात चमचा घालून वाजवत नाट्यगीताच्या चालीवर शिवराजने ताल धरला.

"शिंकेत बुडाले शब्द सखे परि अर्थ मला तो कळला ग ॥

ओ हो ऽऽ! तर अस्सं आहे बच्चमजी!"

तो तिच्यावर झडप घालायच्या पावित्र्यात जागेवरून उठला पण ती झटकन शांताअक्काच्या पोटात शिरली.

"आ हा हा हा ऽऽऽ! माय बिलेव्हेड लेडी! माय स्वीट हार्ट! आय लव्ह

यू! आय लव्ह यू फ्रॉम द बॉटम ऑफ माय हार्ट! आय ॲम व्हेरी मच प्लीज्ड! आयॲम डिलायटेड बाय द गुड न्युज!''

"ओ.के., ओ.के., नाउ कंट्रोल युवरसेल्फ!'' शिवराजला एवढे खूश झालेले राधाने कधी पाहिले नव्हते.

जेवण सुरू झाले पण जेवणावर कोणाचेच लक्ष नव्हते. ते आपआपल्या भावविश्वात दंग झाले. स्वप्नातून जागा झाल्यासारखा शिवराज म्हणाला,

"आई, पत्रिका जुळत नाही म्हणून त्या भटजीनं किती घाबरून टाकलं होतं सर्वांना! त्याचा एक शब्द तरी खरा होता का? त्याच्यावर विश्वास ठेवून आपण किंतू करत बसलो असतो तर राधाचं आणि माझं लग्न झालंच नसतं.''

शांताअक्का म्हणाली, "आपुन कोनाचं वाईट केलं नाही. वाईट चिंतिलं सुदीक नाही, मंग गरह कितीय खराब आसले तरी ते काहीच करु सकत नाहीत. मला आशा गोष्टीयचं कव्हाच भेव वाटत नाही.''

शिवराज म्हणाला, "आई, तुझं पुण्य भारी म्हणूनच आमचा उद्धार झाला बघ!''

शांताअक्का लटका राग आणून म्हणाली, "झाडावर चढवायचा चानस घेयाले मना की! तुम्ही पाप-पुन्य, देव धरम किती मानता ते ठावं हय मला!''

"आई, तू पण ग्रेट आहेस!'' - शिवराज

"मग? आई कोणाची आहे?'' - राधा.

* * *

२०

योगाजीच्या खोडसाळपणामुळे ग्यानू जेरीला आला होता. तो आपल्या मनाची तगमग शांताअक्काजवळ व्यक्त करायचा. ती त्याचे सांत्वन करायची. त्याच्या पोटातली भगभग अधिकच वाढायची. मेहुण्याने अर्धी जमीन घेतली तर आपण किती रसातळाला जाऊ अशा भीतीने त्याच्या पोटात खड्डा पडायचा. ह्या ताणतणावामुळे आपल्याला वेड तर लागणार नाही, अशा भ्रमात पडायचा. त्याची झोप कडू झाली. निद्रानाशाचा रोग झाल्यासारखा रात्र रात्र तो बिछान्यावर तळमळत पडू लागला. त्याची अशी घालमेल बघून शांताअक्कासुद्धा अस्वस्थ झाली. एके दिवशी ती ग्यानूला म्हणाली,

"ग्यानू, मला त काही उपाय सुदरना बग. आपुन एस.पी. सायबाला भेटू. तेच काही तरी मार्ग दाखवितील. शिवराजला कळू न देता आपुन त्याहयला भेटू." ग्यानूला ती कल्पना एकदम आवडली. एस.पी. जावळे साहेब अकोल्याला होते. शेगावाला गजानन बाबाच्या दर्शनाला जाऊन तसेच जावळे साहेबांना भेटून येतो असे सांगून शांताअक्का आणि ग्यानू निघाले. शेगावचे दर्शन लवकर आटोपून ते मुक्कामाला सरळ अकोल्याला पोहोचले.

दोघांनी रात्री निवांतपणे एस.पी.साहेबांना योगाजीविषयी माहिती सांगितली. त्याच्या कळलाव्या धंद्यामुळे गावाची किती हानी होत आहे आणि भोळ्याभाबड्या लोकांची तो किती पिळवणूक करतो आहे हे एस.पीं. नी ऐकून घेतले आणि त्याचा बंदोबस्त करायचे आश्वासन दिले.

खुनी आसोलेकर खून करून फरार झाला होता. योगाजीने त्याला फुस लावल्यामुळे त्याने भावाचा व पुतण्याचा खून केला होता. नुकतेच पोलिसांनी पकडले होते. भाऊ आणि पुतण्याला नाहक मारले म्हणून तो अतिशय दुःखी झाला होता. मयतांच्या आठवणीने तो अक्षरशः ऊर बडवून रडत होता. योगाजीने घराचा खाना खराब केला म्हणून त्याला तळतळाटून श्राप देत होता. साहजिकच खुनाचा प्रवर्तक म्हणून योगाजीचे नाव पोलीस फाईलमध्ये नोंदवले गेले होते. पण आता योगाजीच खुनाचा मुख्य सूत्रधार असून त्याच्यामुळे खून झाला असे दाखवण्याच्या खटपटीला

पोलीस लागले.

खुनी आणि मयताच्या पत्नीने हवे तसे जबाब दिल्यावर गावात जाऊन योगाजीची होईल तेवढी बेअब्रू करायचे पोलिसांनी ठरवले.

खुनी माणसाला बेड्या घालून गावात नेल्यावर चावडीपासून अंतर ठेवून बघ्यांची गर्दी जमली. काही प्रमुख माणसांना चावडीवर बोलावले गेले.

एकदोन शिपाई योगाजीच्या साधारण परिचयाचे होते. योगाजी त्यांच्याशी भलतीच लगट करू लागला. आपण पोलिसांच्या किती लळ्यात आहोत अशी बतावणी करू लागला.

एका एकानं चौकशी सुरू झाली. एका टोळक्यात बसून योगाजी भलत्याच टऱ्या ठोकू लागला. मांडीवर मांडी ठोकून वाकड्या मानेने ऐटीत बिडी पेटवीत म्हणाला,

''दोन हात जाग्यासटी आता दहा एकर जमीन जाती आन जलमभर जेलमंदी खडी फोडावं लागती.''

आपण दहा एकराचे मालक झाल्याचे चित्र योगाजीच्या डोळ्यापुढे नाचत होते. त्या खुशीने तो मनातून आनंदून गेला होता.

योगाजीच्या नावाची पुकार झाल्यावर त्याच्या पोटात सळकन झाले. चावडीकडे जाता जाता त्याचे पाय लटलटू लागले. आपल्याला बोलवायचे काय कारण असावे अशा विचाराने तो गोंधळून गेला.

फौजदाराच्या समोर गेल्यावर योगाजीने कुर्निसात केल्यासारखा झुकून नमस्कार केला. पोलिसांची सहानुभूती मिळवण्यासाठी तो जरा जास्तच झुकला. एकदम खेकसल्यासारखा फौजदार गरजला,

''काय रे मुंगळ्या डोळ्याच्या, नाव काय तुझं?''

''योगाजी सोनाजी पाटील, सरकार!''

''तू एक लबाड लांडगा आहेस. भांडणं लावून लोकांना लुबाडणे हा तुझा धंदा आहे. तू कित्येक गरिबांचे संसार मोडलेस. कित्येकांच्या जमिनी हडप केल्यास. ह्या खुनालासुद्धा तूच कारणीभूत आहेस. खून करायला लावण्यात तुझा काय मतलब होता? बोल.'' ध्यानीमनी नसताना अंगावर अचानक वीज कोसळावी तसा योगाजी भयभीत झाला. तोंडातून शब्द फुटेना. तो कसेबसे बोलला,

''सायेब, हे मह्यावर इनाकारन आळ घेनं हय!''

फौजदार चवताळून उठला आणि दातओठ खाऊन त्याने योगाजीवर

चित्त्यासारखा हल्ला केला. सगळा गाव तोंडात बोटे घालून पाहू लागला. येवढ्या जरबदार योगाजीचा पोलिसांनी क्षणार्धात पाचोळा केला. फौजदार थोडा बाजूला झाला की दोन शिपायांनी त्याला ताब्यात घेतले आणि बेमुर्वतखोरपणे मारत सुटले.

फौजदार गुरकावला, "साला, जास्त ढोंग करू लागला तर घाला मस्तकात धोंडा. गावाची कीड जाईल."

फौजदाराचा करारी आवाज ऐकून योगाजी हळूहळू उठून दोन्ही गुढघ्यात मान घालून रडत बसला.

रामराव पाटलाच्या वाड्यासमोर गावातले दहावीस माणसं बिड्या ओढत, तंबाखू खात पण चावडीकडे कान लावून कुजबुजत बसले होते. तिथून चावडी बरीच दूर होती. सहज बोलणे ऐकू जाणार नाही अशा अंतरावर होती, तरी माणसं अगदी खालच्या दबक्या आवाजात बोलत होती. चावडीवर घडत असलेल्या थरार नाट्याचा तो परिणाम होता.

अंकुशराव म्हणाले, "काय एक एक येळ आसती बगा! रावाचा रंक व्हयाला येळ लागत नाही!"

रामराव पाटील म्हणाले, "तसं नाही आकोसराव, देवाच्या घरी लई देर आसतंय. पापाचा घडा एकदम भरत नाही. आन घडा भरल्यावर मंग देवबी थांबत नाही."

चावडीकडून एक मुलगा धावतच आला. धापा टाकीत म्हणाला, "योगा जिज्याला बेड्या घालून वसमतला नेयालेत."

बिडीचा गुल चुटकीने झटकून नामाजीनी विचारले, "आरे, परीक झालं काय?"

पोरगा खालच्या आवाजात म्हणाला, "आन तुम्हाला ठावं नाही काय? हे खून योगा जिज्यानंच करायला लावला आसं पोलीस मनायलेत."

ढेकन्या दुकानदार म्हणाला, "उगं आपलं काहीतरी, वड्याचं तेल वांग्यावर! कोनाच्या सांगीवांगीनं कोनी खून करतंय काय?"

कुथन्या गंगाराम म्हणाला, "काहीतरी ठोस पुरावा असल्याशिवाय पोलीस अशी इस्टेप घेनार नाहीत. तुम्हाला आम्हाला का मनिनात? त्यालाच निवडून कसं धरलं?"

थोड्याच वेळात खुनी आणि योगाजीला घेऊन पोलिसांच्या गाड्या गेल्या.

ग्यानूने लगोलग येऊन शांताअक्काच्या कानावर वार्ता घातली. दोघेही

खूश झाले.

ग्यानू म्हणाला, ''एस.पी.सायबानं आपलं मोठं काम केलं अक्का! आता बगत राहाय, काय काय चमत्कार करतो ते!''

शांताअक्का म्हणाली, ''जाऊ दे ना बाप्पा! झालं येवढं पुरी झालं! त्याला पकडायचं कारस्थान तुव्ह व्हतं आसं कळाल्यावर पुन्हा कहाला मरायला तुह्या वाटंला येईल?''

ग्यानू म्हणाला, ''तसं नाही अक्का! सर्पाचा जीव जावोस्तोर त्याला ठेसावं लागतय! आर्धवट सोल्डं त वैर धरून बदला घेतंय!''

शांताअक्का सबुरीचा सल्ला देत म्हणाली, ''बग बाप्पा! मातर जरा जपूनच!''

ग्यानू आता धोंडिबाच्या घरी चकरा मारू लागला. दारूपायी धोंडिबा शरीराने, मनाने आणि परिस्थितीनेही कंगाल झाला होता. योगाजीने त्याला पार पाताळात नेऊन घातले होते.

धोंडिबाची दुसरी बायको जानकी नंबर एकची उद्धट आणि आगजाळ भवानी होती. दारू पिऊन धोंडिबा ताल सोडायला लागला की ती त्याला चपलीनं नरम करायची. योगाजीसारख्या फुकट्या पिदकड्यांना घरात घेऊन बसायचे, त्यांना मटण, चिकन खाऊ घालायचे, अशी धोंडिबाला सवय लागली होती. ती सवय तिने कायमची मोडून टाकली. घरात पाऊल ठेवायची कोणाची हिंमत नव्हती.

ग्यानूने मात्र जानकीचा पक्का विश्वास संपादन केला होता. तो घरी गेला की ती अगोदर चहाचे आधन ठेवायची आणि मग, ''बाबाजी, कसं काय येनं केलं,'' असं विचायची.

एके दिवशी धोंडिबा चांगला शुद्धीवर असलेला पाहून ग्यानू त्याच्या घरी गेला. धोंडिबा, जानकी आणि ग्यानू खूप वेळ खल करीत बसले.

धोंडिबा म्हणाला, ''भावातून वेगळा झाल्यावर मह्याजवळ खर्चायला काही नव्हतं. मला योगाजी पैसे देत राह्यला. ते पैसे देयाचा, कागदावर मह्या सया घेयाचा आन इथं मपल्याच घरी खायाचा पियाचा.''

''आंजादयानं तुम्ही आता पस्तोर किती पैसे उचलले असतील ते सांगता येईल काय?'' ग्यानूने विचारले.

''मही बुद्धी भ्रष्ट झाली. भावाची जरब संपली की मी मोकाट कठाळ्यासरका बेभान झालो. मला चांगल्या वाईटाची चाड राह्यली नाही. नफा-नुकसानीची

पर्वा राह्यली नाही. मला कोन कसे लुटायलेत ते कळालं नाही.'' कपाळावर हाणून घेत धोंडिबा बोलला.

समजावणीच्या सुरात धीर देत ग्यानू म्हणाला, ''आता झालं गेलं इसरून जा. सोन्यासरकी जिंदगी, हातानं रायटाळ करून घेतली राव! भाबी, मी काय सांगतो ते नीट ऐका. तुमचा भाऊ थोडं फार शिकलेला हय. त्याला बोलवून घ्या आन धोंडूदाच्या नावावरची जमीन तुमच्या दोघींच्या नावावर करून घ्या. योगाजी जेलमधून सुटायच्या आधी जिकडं तिकडं शिराडा झाला पाह्यजी. पैशासटी लईच तट करू लागला तर मनाव खाऊ पिऊ लागायला तूच व्हतास, मी काय एकल्यानं खाल्लं नाही.''

ग्यानूची ही पाचर धोंडिबा आणि जानकीच्या डोक्यात पक्की बसली.

योगाजीला वडिलोपार्जित सात एकर जमीन होती. तो कर्ता झाल्यापासून त्याने ह्याची त्याची करून दुसरी पन्नास एकर जमीन जुळवली होती. वादाच्या जमिनी, बेआधारी कुटुंबाच्या जमिनी, आर्थिक अडचणीत सापडलेल्यांच्या जमिनींवर योगाजीचा डोमकावळ्यासारखा डोळा असायचा. अडचणीतल्या लोकांना अधिक अडचणीत ढकलणे, दमकोंडी करून त्याना जेरीला आणणे आणि ते परेशान व्हावेत म्हणून कूटनीतीचा अवलंब करून त्याना नागवणे हा धंदा त्याला जमला होता. अशा पद्धतीने केलेल्या कमाईवर तो खूश होता. ह्या जायदादी हडप करताना अनेक कच्चे दुवे सुटलेले होते. ती मर्मस्थाने ग्यानूने शोधली आणि मूळ मालकांना योगाजीच्या विरोधात उभे केले. फसवल्या गेलेल्या लोकांना ग्यानूचा भक्कम पाठिंबा मिळाला. महिना दोन महिन्यांच्या आत मूळ मालकांनी आपआपल्या जमिनी परत बळकावल्या. हातपाय बांधून अंगावरचे कपडे ओरबाडल्यासारखी योगाजीची गत झाली. त्याने स्वत:च्या डोळ्यांनी आपले मरण पाहिले. जो किया-सो पाया ।

पन्नास साठ एकर जमीन असलेला, गर्वाने छाती काढून चालणारा योगाजी मूळच्या सात एकरावर आला. गर्वाचे घर खाली झाले. पोलिसांनी घरातले किडुक-मिडुक आणि बँक खाते रिते केले. तो जामिनावर सुटून येईपर्यंत घरादाराची बाराबाट झाली.

योगाजीच्या डोक्याला खवडे, अंगाला खरूज, माकडहाडाला नासरू आणि पायाला गजकर्ण झाले. त्याच्या डोक्यावर नेहमी माशा घोंगावायच्या. एकदा खाजवायला लागला की ती जागा रक्तबंबाळ होईपर्यंत अक्षरश: नखांनी उकरून काढायचा. गजकर्णाला पाणी सुटले की ते ठसठसायचे. त्याचा ओंगळपणा

बघून लोक त्याच्या जवळसुद्धा बसेनासे झाले. स्वलज्जेस्तव त्यानेही लोकात मिसळणे सोडून दिले.

योगाजी, धोंडिबा, रावण असे काही अपवाद सोडले तर गावात कोणी गरीब राहिले नव्हते. जवळ उत्पन्नाची साधने पारंपरिक मजुरांनासुद्धा काम आणि कामाचे भरपूर दाम मिळत होते. अन्न, वस्त्र, निवारा, शिक्षण, मनोरंजनासाठी थोडीसुद्धा चणचण नव्हती. ज्या ज्या गावात संघटना पोचली तिथे कमी अधिक अशीच सुबत्ता आली होती.

दुग्धजन्य पदार्थ, मुलांचा पोषक आहार, जनावरे व पक्ष्यांचे खाद्य, कोंबड्या, डुकरे, म्हशींचे डबाबंद मांस, चर्मोद्योग, प्राण्यांपासून मिळणाऱ्या इतर अवयवांपासून तयार होणाऱ्या विविधोपयोगी वस्तू, अशा कारखानदारीमुळे दुग्धोत्पादन, पशू व पक्षी पालनाच्या मूळ व्यवसायांना शाश्वतता प्राप्त झाली. जागतिक बाजारपेठेत क्रांती उत्पादनांना प्रचंड मागणी येऊ लागली.

प्राणिजन्य वस्तूंचे कारखाने अधून मधून टीकेचा विषय ठरू लागले. कुक्कुट आणि वराहपालन उद्योग त्यामुळे अडचणीत येतात की काय अशी पाल चुकचुकू लागली.

शेतीला लागणारी खते, औषधे, बी-बियाणे, यंत्रे, औजारे ह्या बाबतीत दर्जा राहिला नव्हता. निकृष्ट दर्जाचा माल तयार करायचा आणि प्रचंड जाहिरात करून शेतकऱ्यांना फसवायचे हा धोपटमार्ग झाला होता.

सार्वजनिक बांधकाम, सामान्य प्रशासन, वैद्यकीय व्यवसाय, न्यायदान, शिक्षण अशा सामान्य जनतेशी निगडित सर्वच क्षेत्रात नुसती लूटमार चालू होती. नीतिमत्ता कुठे औषधालाही शिल्लक नव्हती. येवढ्या आघाड्यांवर संघर्ष करून समाजघडी सुधारणे हे सोपे काम नव्हते. तोंड फिरवाल तिकडे एकापेक्षा एक अक्राळविक्राळ अंधारदऱ्या असतील तर मार्गक्रमण कसे करणार? शेतकऱ्यांनी कितीही कमाई केली तरी तिला अशा हजार वाटा मोकळ्या असल्यावर ती किती म्हणून बसर येणार? रक्ताचा घाम करून शेतकऱ्यांनी मिळवायचं आणि प्रतिष्ठित चोरांनी ते दिवसाढवळ्या लुटायचं ह्या पाशवी फंद्यातून ग्रामीण समाज मुक्त करणे जिवावरची पोळी होती. संघर्ष करावा तर विरोध होतो, न करावा तर समाज बुडतो! हे विचार शिवराजला चिंताग्रस्त करायचे.

संघटनेचा जोर वाढू लागला तसा संघटनेविषयी द्वेष पण वाढू लागला. माजूर होते, ते संघटना नेस्तानाबूत करायचे मनसुबे रचू लागले. भूस भरलेले बुजगावणे होते ते संघटनेसोबत युतीचा विचार करू लागले. जो तो आपआपल्या

परीने संघटना फोडायच्या उद्योगाला लागला.

क्रांती सभागृहात केंद्रीय कार्यकारिणीची मासिक सभा चालू असताना किसान सभेचे पंचवीस एक कार्यकर्ते भेटायला आले. सभा संपायला अजून एखादा तास अवधी होता म्हणून सभापती डॉ. वऱ्हाडेंनी पाहुण्यांना जयक्रांतीच्या कार्यालयात थांबायची सूचना केली.

थोडा वेळ आहे तर परिसर बघून घेऊ म्हणून पाहुणे बाहेर पडले. मंगल कार्यालय, कृषि पर्यटन केंद्र, आनंद उद्यान, यूथ हॉस्टेल, जय क्रांती छापखाना इत्यादी ठिकाणांना त्यांनी धावती भेट दिली. प्रत्येक प्रतिष्ठानाची कल्पकता, भव्यता, आधुनिकता आणि पर्यावरणाशी सुसंगतता पाहून पाहुणे आश्चर्यचकित झाले. आपल्या मनात ऐकीव गोष्टीची प्रतिमा वास्तवापेक्षा अधिक उदात्त असते पण इंजनगावात साकरलेली क्रांती प्रतिष्ठानने कल्पनेपेक्षा कितीतरी सरस होती.

बैठक संपताच पाहुण्यांना सभागृहत पाचारण करण्यात आले. देशातल्या कुठल्याही विधान भवनापेक्षा क्रांती सभागृह अधिक भव्य आणि अद्ययावत होते. किसानसभेला क्रांती संघटनेचा हा उत्तुंग दर्जा अभिप्रेत नव्हता. तिथल्या वैभवाने त्यांच्या छात्या दडपून गेल्या.

संघटना अध्यक्षा दुर्गाताई अंबोरेंनी पाहुण्यांचे स्वागत केले. त्या म्हणाला,

"शेतकऱ्यांच्या प्रश्नांवर संघर्ष करणारी किसान सभा ही देशातील एक प्रबळ संघटना आहे. त्यांनी आत्तापर्यंत अनेक निकडीच्या प्रश्नांवर तीव्र लढे उभारले आणि शासनाची दमछाक होईपर्यत कोंडी केली. असेच एक आंदोलन उभारण्यासाठी विचार विनिमय करायला ते आले आहेत. ह्या गटाचे प्रमुख श्री विजय जोशी यांना मी विनंती करते की त्यांनी विषयाची पार्श्वभूमी विशद करावी."

विजय जोशी पन्नाशीतले ज्ञानवृद्ध शहरी पंडीत होते. लोकांच्या कल्याणाचा आपणच मक्ता घेतला असून दबाव निर्माण झाल्याशिवाय प्रश्न मार्गी लागत नाहीत अशी त्यांची धारणा होती. सत्याग्रह, दंगेधोपे करून त्यांचे कार्यकर्ते थकले होते. नुसते लढे तरी किती दिवस देणार? कंटाळलेल्या कार्यकर्त्यांकडून आता निकराचे लढे देणे दुरापास्त दिसत होते म्हणून नव्या दमाच्या क्रांती संघटनेच्या मदतीची त्याना गरज वाटत होती. याशिवाय आंदोलनात उतरलेली क्रांती संघटना आक्रमक बनून जाचक वाटल्यामुळे ती चिरडून टाकायचे प्रयत्न सत्ताधारी करतील. संघटनेच्या शक्तीवर किसान सभेला श्रेय मिळून संघटनेचा ऱ्हास होईल असाही त्यांचा होरा होता. जोशी बोलले,

“बंधू भगिनीनो! ह्या परिसरातले तुमचे नवनिर्माण बघून आम्ही थक्क झालो आहोत. ह्या अप्रतिम निर्माणाच्या शिल्पकार दुर्गाताई अंबोरे यांचे अभिनंदन करावे तेवढे थोडेच आहे. त्यांनी ज्या अपुलकीने, मायेने, निष्ठेने आणि त्यागातून क्रांती संघटनेला आकार दिला त्याला इतिहासात तोड नाही. कुटुंबवत्सल, धार्मिक, शूरवीर, प्रतिभावंत, राजकारणी, समाजकारणी, अशा एकापेक्षा एक कर्तबगार स्त्रियांची एक थोर परंपरा ह्या देशात असली तरी या सम हीच! अशी दुर्गाताईंची प्रतिमा आमच्या मनात तयार झाली आहे. आज महाराष्ट्रातल्या वीस हजार गावात त्यानी संघटना वाढवली आहे. संघटनेचा कार्यक्रम नुसताच बोलघेवडेपणाचा नाही, तो कृतिशील आहे. प्रत्येक गावात उद्योग-व्यवसाय वाढले. आर्थिक क्रांती झाली. आत्मनिर्भरता आली. ग्रामस्थांची भाग्यरेषा बदलली. एवढे महदाश्चर्य घडवण्याचे कसब, प्रशासकीय नैपुण्य आणि संघटन कौशल्य आमच्या एका ग्रामीण महिलेच्या अंगी आहे, ही पूर्ण देशासाठी अभिमानाची आणि गर्वाची बाब आहे (टाळ्या). ही मूक क्रांती घडवणाऱ्या थोर, थोर, थोर, थोराहून थोर, क्रांती मातेला, किसान सभेचा साष्टांग दंडवत!” (प्रचंड टाळ्या)

श्रोत्यांचे खुललेले चेहरे आणि टाळ्यांचा प्रतिसाद बघून जोशी मनोमन खूश झाले. अर्धी लढाई जिंकल्याचा समज झाल्यामुळे त्यांचा आत्मविश्वास वाढला. ते पुढे म्हणाले,

“स्त्रियांनी कृती करायची आणि पुरुषांनी श्रेय लाटायचे हा जगभराच्या स्त्रीजातीला शाप आहे. असो!

“तर मी काय म्हणत होतो, मित्रहो! आम्ही आहोत चळवळे! शेतकऱ्यांवर अन्याय झालेला दिसला की आम्ही त्या विरुद्ध रान पेटवतो. सतत संघर्ष करणे सोपे नाही, तरी आम्ही तो नेटाने करत आहोत.

“सध्या महाराष्ट्रात विजेचा अपुरा पुरवठा, हा एक जीवघेणा प्रश्न बनला आहे. शहरातल्या कारखानदारीवर त्याचा परिणाम होत नाही. कारण कारखान्यांना हमी पुरवठा असतो. अंधारात राहतो फक्त गावकरी. रोजाना पंधरा ते वीस तास वीज बंद म्हणजे कडेलोट झाला. पिठाच्या गिरण्या बंद, घरातले पंखे, दिवे बंद आणि शेतात पंप बंद! वीज कधी दिवसा येते, कधी रात्री येते तर कधी आठ आठ दिवस गुल होते. बऱ्याच वेळा वीज येते पण एक फेज नसते. सर्व फेज असतात पण व्होल्टेज नसते. एक ना दोन, हजार भानगडी! पाण्याने विहिरी भरलेल्या असतात आणि त्याचवेळी पाणी उपसा न करता आल्यामुळे पिकं वाळत असतात. अशी अवकळा होण्याचे कारण? कारण आहेत आमचे अडाणी

पुढारी, भ्रष्ट अधिकारी आणि कुचराईखोर कर्मचारी!

"शेतकरी ह्या देशाचा कणा आहे, तो जगला तर देश जगेल, असे सर्वजण म्हणतात, पण प्रत्यक्षात त्याची होईल तेवढी लुबाडणूक करतात. घरावरून नांगर फिरला तरी शेतकरी मुकाटपणे सहन करतो. कारण तो बहिरा, मुका आणि आंधळा आहे. हाडे नसलेल्या ह्या लुळ्याबुळ्या समाजाला उभा करायची ताकद किसान सभेत आहे तशीच ती क्रांती संघटनेत आहे अशी आमची धारणा आहे. ह्या आंदोलनासाठी तुम्ही आम्ही मिळून शेतकऱ्यांना ललकारले तर महाराष्ट्रात अशांततेचा आगडोंब उठू शकतो. बुडाचं गाडगं फुटल्यावर उतरंड गडगडत जमीनदोस्त होते तसं हे सरकार कोसळून पडेल.

दुर्गाताईंची ताकद लपून राहणारी गोष्ट नाही. त्या महाराष्ट्रातलं प्रचंड शक्तिकेंद्र आहेत. काही लोक तळहातानं सूर्य झाकायचा प्रयत्न करत असले तरी ताईंचा सुविद्यपणा, त्यांचे बुद्धिचातुर्य, दूरदृष्टी, कामाची हातोटी, निःस्वार्थ, ह्या सर्व गुणांच्या एकत्रित प्रभावामुळे ग्रामीण क्रांती संघटना एवढ्या वेगाने वाढत आहे."

जोशी दुधारी शस्त्र चालवत होते. श्रोत्यांना त्यांचा हेतू कळला. ते पुढे म्हणाले,

"ह्या देशात बुद्धिवंतांची हेळसांड होते. आमच्या किसान सभेत तसे नाही. चंद्रकांत जहागीरदार हे आमचे अध्यक्ष. दहा लाखात हुशार माणूस. त्यांच्यापुढे भले भले तज्ज्ञ फिके पडतात. ते कोणाच्या ओंजळीने पाणी पीत नाहीत. कोणाचा रबरी शिक्का बनून रहात नाहीत.

"दुर्गाताई आणि आपणा सर्व कार्यकर्त्यांना माझं आव्हान आहे की तुम्ही विजेच्या ह्या अती जिव्हाळ्याच्या प्रश्नात लक्ष घालावं आणि जनेतची एक मोठी अडचण दूर करावी. लोकांचा प्रतिसाद मिळणारच आहे कारण, बंद विजेच्या धक्क्याने ते मेटाकुटीला आले आहेत. ह्या संधीचा आपण योग्य उपयोग केला तर क्रांती संघटना तळागाळात रूजेल आणि दुर्गाताईंच्या नेतृत्वाला लोकमान्यता मिळेल. शेतकऱ्यांचं हित हे आपल्या दोन्ही संघटनांचे समान ध्येय आहे. एकमेका साह्य करू... ... ... ह्या विचाराने आपण एकत्र आलो तर देशाचं कल्याण होईल. जय महाराष्ट्र! जय भारत!!"

सभापती डॉ. वऱ्हाडेंनी विषय चर्चेसाठी खुला असल्याचे जाहीर केले.

टाकळगावकर विश्वजीत कटारे म्हणाले,

"हा आपल्या चर्चेचा विषयच होऊ शकत नाही, अध्यक्षांनी आपले

धोरण स्पष्ट करावे.''

दुर्गाताई अंबोरे बोलायला उभ्या राहिल्या. म्हणाल्या,

''ग्रामीण क्रांती संघटनेच्या यशस्वी वाटचालीचं सर्व श्रेय मला एकटीला बहाल करून जोशीसाहेब मोकळे झाले. क्रांती संघटनेची धोरणं सामूहिक विचारमंथनातून आकार घेतात आणि लोकचळवळीच्या माध्यमातून साकार होतात. अध्यक्षा अगदीच अडगळीत पडलेली आहे आणि दुसरेच कोणीतरी श्रेय लाटत आहेत असे चित्र रंगवायचा जोशींचा प्रयत्न हे त्यांचे अज्ञान असावे किंवा खोडसाळपणा तरी असावा. घरी आलेल्या पाहुण्यांचा अनादर होऊ नये म्हणून मी हा विषय इथेच थांबवते. आमच्या भावना तुमच्या लक्षात आल्या म्हणजे झाले.

''वीज वितरण गरजेप्रमाणे होत नाही, हा प्रश्न गंभीर खराच! पण त्यासाठी आंदोलन हा मार्ग नाही. जेवढी गावं संघटनेच्या कक्षेत येतात त्या सर्वांची येत्या पन्नास वर्षातली विजेची गरज भागेल एवढे पॉवर जनरेशन प्लँट आम्ही स्वत:च्या खर्चाने उभारत आहोत. येत्या दोन वर्षाच्या आत आमचा हा प्रकल्प सुरू व्हावा असे नियोजन आहे. तुम्ही जो मुद्दा घेऊन आंदोलन छेडणार आहात तो प्रश्न आम्ही निकाली काढला आहे.

''क्रांती संघटनेच्या गावात शेतकऱ्यांची लूट आता इतिहासजमा झाली आहे. शेती निविष्ठा एकत्रित खरेदी केल्या जातात. त्या शंभर ठिकाणी तपासल्या जातात. उत्पादित माल संघटनेच्या कारखान्यात प्रक्रियेसाठी जातो. आता आमचा ग्रामस्थ आंधळा, बहिरा आणि मुका नाही. तो डोळस, बहुश्रुत आणि स्वाभिमानानं बेडरपणे संभाषण करणारा आहे. कुणब्याच्या घरात लक्ष्मी अवतरली आणि बळीचं राज्य आलं, आता कोणाची भीती नाही, धाक नाही की वचक नाही.

''किसान सभेच्या भावांनो! दंगे-धोपे करून प्रबळ राष्ट्राची निर्मिती होत नाही. क्रांती संघटनेची अध्यक्ष म्हणून आपल्याला सांगते, की आम्ही तुमच्या आंदोलनात सहभागी होऊ शकत नाही. प्रश्न सोडवायचा तो आमचा मार्ग नाही.''

दुर्गाताई सर्वांच्या मनातले बोलल्या. संघटना नेत्यांनी टाळ्या वाजवून संमती दिली.

संध्याकाळी शिवराज शेतातल्या बंगल्यासमोर लॉनवर खुर्ची टाकून बसला होता. दुपारी विजय जोशींनी केलेले भाषण राहून राहून त्याच्या कानात घोंगावत होते. जोशी एक सामाजिक कार्यकर्ते. परोपकार हा धर्म मानणाऱ्या संत कुळीतले.

मग त्यांचे मन विद्वेषाने ग्रस्त का असावे? मानवी मन धुतल्या तांदळासारखे स्वच्छ, निर्मळ का असू नये? दुर्गाताई आणि आपल्या संबंधात अंतर निर्माण झाले तर जोशींचा कोणता स्वार्थ साधला जाईल?

कोंबड्यांची झुंज लागल्यामुळे त्यांच्या फडफडाटाने शिवराजची तंद्री भंगली. नुकतेच वयात आलेले दोन कोंबडे मानेवरचे पंख फुगवून एकमेकांवर चवताळून हल्ला करता होते. चवताळण्याचा आविर्भाव दाखवत असले तरी निर्वाणीची झडप घालण्याऐवजी एकदुसऱ्याला भेडसावण्याचाच अधिक प्रयत्न करत होते. एकदा हार झाली की पुढचे सबंध आयुष्य पराजित म्हणून मार खावा लागतो हा सर्वसाधारण नियम असल्यामुळे प्राण्यात पहिली हार-जीत महत्त्वाची असते.

कोंबडे का भांडतात? कळपात आपले वर्चस्व प्रस्थापित करण्यासाठी प्रत्येक प्राणी जातभाईशी भांडतो. माणूससुद्धा त्याला अपवाद नाही. मानवाचे कल्याण हे जगातल्या सर्व धर्माचे अंतिम ध्येय आहे पण ते कल्याण माझ्या धर्माच्या विचारसरणीनुसारच व्हावे म्हणून सर्व धर्मात जबरदस्त भांडणे आहेत.

सूर्याच्या रथाने उठलेले लाल धूलिकण पृथ्वीवर विसावल्यामुळे आभाळात काळोख दाटू लागला. मळ्यातल्या झाडांवर चिमण्यांचा कलकलाट वाढला. राधा आणि एक गडी मशीन लावून म्हशींचे दूध काढत होते. वघारं ताकदीने दावे ओढून हंबरत होते. आकाशातून पंखांचा सुंई सुंई आवाज करीत कावळ्यांच्या रांगा दक्षिण दिशेला उडत जात होत्या. कावळ्यांच्या मागून बगळे सुरू झाले. फुलमाळीसारख्या बगळ्यांच्या माळांनी दिवसभर शिणलेले आकाश चेतनामय झाले. सगळीकडे किलबिलाट, लगबग, धावाधाव चालू असली तरी मन:शांती देणारी ती सुखद वेळ होती.

दूध काढून राधा आली. शिवराज वाटच पहात होता. तिच्याशी खूप खूप बोलायची त्याची इच्छा होती. राधाशी थोडी बातचीत झाली की त्याच्या मनावरचे ताणतणाव ढिले व्हायचे. गंभीर गोष्टी खेळकरपणाने घ्यायची तिची हातोटी मनाला प्रफुल्ल करणारी असायची.

एक खुर्ची ओढून ती शिवराज समोर बसली.

"संपली कामं?" शिवराजने विचारले.

"गिरणीचा पट्टा कितीही फिरला तरी तो संपत नाही! त्याला आदी ना अंत! तशीच कामाची शृंखला कधी थांबत नाही. दूध काढून झाल्याबरोबर येणार होते पण तुम्ही एवढे विचारमग्न दिसला की व्यत्यय आणणं नको वाटलं.

कसला विचार चालला होता एवढा?''

शिवराजच्या मनातला विषय समजून घेण्यासाठी राधाने विचारले.

आकाशात खिळलेली नजर न हालवता शिवराज म्हणाला, ''मला एक कोडं पडलंय राधा. ती बघ बगळ्यांची माळ. एवढ्या उंचावरून उडणारे हे पक्षी दूर अंतरावरून आले असून आणखी दूर दूर जात असणार हे उघड आहे. कुठे जात असतील ते? त्यांनी दररोज तिथे गेलेच पाहिजे का? एवढा लांबचा प्रवास करून अमुकच ठिकाणी का जायचे? तिथे त्यांच्या माड्या बांधलेल्या आहेत की नगरं वसलेली आहेत? साधा खोपासुद्धा नाही. मग कैक किलोमीटर उडण्यात शक्ती दवडून ठरावीक जागीच का जायचे? सगळी रानं झाड झाडोऱ्यानं भरलेली आहेत. कुठल्याही झाडावर बसलं तरी सारखंच! तरी पक्षी विशिष्ट ठिकाणीच मुक्कामाला का जातात?''

राधा म्हणाली, ''एखाद्या पक्षीतज्ज्ञानं संशोधन करण्यासारखा हा विषय आहे. आपण तर्कवितर्क करत बसायची गरज नाही.''

शिवराज म्हणाला, ''आणखी एक प्रश्न आहे. पशू, पक्षी, सूक्ष्म प्राणी मिळेल त्या परिस्थितीत राहतात. मुंग्या वारूळ बांधतात. वारुळात वसाहत करतात. मधमाशा पोळे बांधतात. बरेच प्राणी बिळं करून राहतात. काही आयत्या बिळात राहतात. गुरं-ढोरं, इतर पाळीव प्राणी त्यांना माणूस ठेवील तसे राहतात. बरेच पक्षी जमिनीवर गवताची गादी करून त्यावर अंडी घालतात. सुगरण गवताच्या काड्यांचा सुंदर खोपा बांधते. प्राण्यांना, पशू-पक्षांना घरटी बांधण्याची बुद्धी आणि हिकमत अवगत असते. ती काहींना जास्त असते तर काहींना कमी. मला प्रश्न असा पडलाय की पशु-पक्षांची जी जीवनशैली आहे ती सदासर्वकाळ सारखीच कशी राहते? तिच्यात थोडाही बदल का होत नाही? सुगरणीने अधिक चांगला खोपा का बांधू नये? सुगरणीचे बघून कावळ्याने सुबक घरटे बांधायला का शिकू नये? विकासाची क्रांतीज्योत पशुपक्ष्यांच्या मनात कोणी पेटवत नाही का? अगणित पक्षी झाडाच्या फांदीवर जन्मतात आणि फांदीवरच मरतात. ती फांदीसुद्धा त्यांच्या मालकीची नसते. ह्या जगात आपले म्हणून काही असावे असे पशु-पक्ष्यांना वाटत नाही का? ही अभिलाषा माणसालाच का असावी? प्राणी विकासाविना जगतात, मग माणसानेच विकासासाठी एवढी धडपड का करावी?''

तात्त्विक विचारांच्या भोवऱ्यात सापडलेला माणूस उगीचच गटांगळ्या खातो. आपल्याशी संबंधित नसलेल्या विषयात गुदमरून जातो. तशाच काहीशा

अवस्थेत शिवराज सापडला होता. विकास म्हणजे कल्पनारम्यता, विकास म्हणजे बौद्धिक भ्रम, विकास म्हणजे अनैसर्गिकता, विकास म्हणजे विध्वंस, विकास म्हणजे सर्वनाश, असे टोकाचे विचार त्याच्या डोक्यात धुडगूस घालू लागले.

राधा शांतपणे म्हणाली, "जीवन अधिक सुसह्य करण्यासाठी विकास करावा लागतो. माणसाला बुद्धीची देन आहे. इतर प्राणी आणि माणसात हा मोठा फरक आहे. स्वत:च्या अचाट बुद्धिसामर्थ्यावर माणूस कल्पना करतो आणि ती कल्पना प्रत्यक्षात उतरवण्यासाठी हुन्नर वापरतो.

"विकास करायचा की नाही, असा मुद्दाच नाही. जे विकसित होतात ते मागासलेल्यांना गुलाम बनवून त्यांची पिळवणूक करतात. पशु-पक्ष्यांचे अनुकरण आपल्याला करता येणार नाही. ते एकमेकांविषयी सोशिक असतात. त्याउलट माणूस अतिशय क्रूर, आपमतलबी आणि आक्रमक असतो. आपले अस्तित्व आणि स्वातंत्र्य टिकविण्यासाठी विकास अपरिहार्य असतो."

ग्रामीण क्रांती संघटनेने निर्माण केलेला विकासाचा झंझावात बुरसट विचारांचा धुराळा उडवू लागला. खरे कल्याणकारी विचारमोती निवडायची राजहंसाची कुशलता लोकांना अवगत होऊ लागली. खोट्या प्रतिष्ठा आणि अंधश्रद्धांच्या ओझ्याखाली दबलेल्या अडाणी गावंढळांना आपले हित कळू लागले. न कळत सत्यवादी विचारांचा पगडा बळकट होऊ लागला. शोषक रीती-रिवाजांवर असंतोषाची आगपाखड होऊ लागली.

त्यामुळे खेड्यांच्या नावावर वाढलेल्या संस्था, संघटना आणि पक्षांनी ग्रामीण क्रांती संघटनेची भलतीच धास्ती घेतली. क्रांती संघटना दुर्बळ झाली नाही तरं आपले काही खरे नाही, अशी सर्वांनाच भीती वाटत होती. त्यातल्यात्यात किसानसभा काट्याच्या आणीवर आली होती. एके काळी काय जोश होता. सभेने हाक द्यायचा अवकाश, महाराष्ट्रातले शेतकरी तळहातावर शिर घेऊन उभे रहायचे. किसान सभा सांगेल ते करायची लोकांची तयारी असायची. सभेच्या नेत्यांची नीती बदलली आणि किसान सभेच्या फुग्यातली हवा निघून गेली. क्रांती संघटना वाढली तर उरलेसुरले अस्तित्वही लयाला जाईल म्हणून किसान सभा क्रांती संघटनेच्या विरोधात उभी ठाकली.

लोक मेंढ्यासारखे केव्हा वागतात हे किसान सभेच्या नेत्यांना चांगले माहीत होते. त्यांनी एक शक्कल लढवली. रथयात्रा काढायचे ठरले. रथात राम, लक्ष्मण, सीतेच्या मूर्ती आणि मागे रथासारख्याच सजवलेल्या उघड्या जीपमध्ये उंच सिंहासनावर किसान सभेचे अध्यक्ष खुद्द चंद्रकांतराव जहागीरदार. रामाच्या

दर्शनाला लोक जमले की जहागीरदार त्यांना संबोधतील, दिवसभरात १५-२० गावांना भेटी देऊन रात्री मुक्कामाच्या गावी मोठी सभा, भजन, कीर्तन असा कार्यक्रम ठरला.

रथयात्रेच्या लव्याजम्यात एका ट्रकमध्ये बँड पथक, साऊंड सिस्टम, दुसऱ्या ट्रकमध्ये भजनी मंडळ, डोक्यावर तुळशी वृंदावन घेतलेल्या स्त्रिया, भगव्या पताका घेणारे मावळे, वासुदेवांचा ताफा, गोंधळी; एका ट्रकमध्ये शिधा, स्वयंपाकाची भांडी, जाहागीरदारांना मुक्कामासाठी तंबू व इतर सामान, असे सुई-दोऱ्यापासून बारीक सारीक सर्व सामान घेतले होते. क्रांती संघटनेच्या प्रमुख गावातून रथयात्रा जाईल असा मार्ग ठरवला होता.

सर्व प्रसार माध्यमातून रथयात्रेचा भरपूर प्रचार करण्यात आला. गावोगाव आकर्षक भिंतीपत्रके लावण्यात आली. यात्रा जाणार नाही अशा गावातून माणसं आणायला दहा टेंपो ठेवले होते. प्रभुरामचंद्राचे नाव असले तरी यात्रेचा मुख्य केंद्रबिंदू 'जहागीरदार' होते.

गावाच्या वेशीजवळ वाहने थांबवून यात्रेकरू पायउतार व्हायचे. सर्व जथ्थे आपआपल्या जागा धरायचे. वेगवेगळ्या आवाजांची सरमिसळ होऊन त्या कलकलाटाने गाव दणाणून जायचे. रात्रीच्या शांत वातावरणात एकदम कोल्हेकुई झाल्यावर गदारोळ उठतो तसा आवाजाचा गावावर मारा व्हायचा. उत्सुकतेपोटी लोक जमा व्हायचे. लोक पाहून यात्रेकरू बेभान व्हायचे. अंगातून घामाच्या धारा ओघळेपर्यंत संबळ बडवायचे, वासुदेव नाचायचे आणि भजने पावल्या खेळायचे. बेधुंद वातावरण तयार व्हायचे. सगळा गाव जमा व्हायचा. संत महात्म्याच्या थाटात जहागीरदार जनतेला आशीर्वाद द्यायचे. मावळ्यांच्या वेशातले दोन सेवक जहागीरदरावर चामरे ढाळायचे. मंगल वातावरण तयार करण्यासाठी सिंहासन, मावळे, चामरे, फुलमाळा, धूप धुपारे, वाद्यांचा कडकडाट व्हायचा. मग ठरलेल्या ठिकाणी सभा व्हायची. लोकांची दाटी बघून जहागीरदार आणि त्यांचे कार्यकर्ते जाम खूश व्हायचे. गावागावातल्या गर्दीचे फोटो काढून वृत्तपत्रात छापायचे. वृत्तवाहिन्यांवर लोकांचा प्रतिसाद दाखवायचे. रथयात्रा बेहद्द यशस्वी होत असल्याचा आभास निर्माण करायचे.

रथयात्रा धूमधडक्यात मार्गक्रमण करीत होती. पण रामासमोरची दानपेटी ठणठणीत रिकामीच राहात होती. दर्शनाला येणारे भाविक मुक्तहस्ते दान करतात हा नेहमीचा अनुभव गृहीत धरून जमा होणाऱ्या देणग्यांवर रथयात्रेचा खर्च आरामात निघेल असे आडाखे बांधून निघालेल्या रथाची चाकं वंगणाविना

करकरू लागली. एवढ्या भक्तिभावे गर्दी करणारे लोक दानपेटीत काहीच टाकत नाहीत हे चक्रावून टाकणारे कोडे होते. पूर्वी असे कधीच घडले नव्हते. रामलीलेच्या काही सूत्रधारांनी लोकात शिरून चाचपणी केली. देवापुढे देणगी का ठेवीत नाही, ह्या प्रश्नाचे उत्तर ठरलेले होते. लोक म्हणायचे, दान द्यायला परमेश्वर का भिकारी आहे? तो जगदोद्धारक, जगन्नियंता, चराचरात भरून राहिलेला परमेश्वर; त्याला आपण दान देणे म्हणजे त्याची थट्टा करणे आहे. दान स्वीकारण्याएवढा देव लहान नाही आणि त्याला भिक्षा वाढून त्याचे आम्ही विडंबन करू इच्छित नाही.

रथाचा कासरा आखडावा तर नामुष्की होती, आणि रथ भरधाव सोडावा तर आर्थिक आपत्ती होती. जहागीरदारांच्या अमृतवाणीत घरघर येऊ लागली. हिमत ओसरू लागली. रामाचे सोंग आणून रामलीला करता येते, पण पैशाचे सोंग कसे आणणार?

किसान सभा ज्या पक्षाचे पिल्लू होते त्या पक्षाच्या केंद्रीय कार्यकारिणीशी जहागीरदारांनी दिल्लीला संपर्क साधला. परिस्थितीचे गांभीर्य लक्षात घेऊन पक्षाने रथयात्रेच्या पुढच्या खर्चाची तजवीज केली.

जहागीरदरांना नवे अवसान आले. ते सिंहासनावर बसूनच सभेला संबोधित करायचे. स्वत: ताठ्यात रहायचे. इतरांनी आपल्याला वंदन करावे अशी अपेक्षा बाळगायचे. श्रेष्ठत्वाचे कितीही नाटक वठवले तरी ग्रामीण क्रांती संघटनावाले त्यांचे दर्शन घेत नव्हते, ही अत्यंत अपमानास्पद आणि खेदजनक बाब होती. जो पाया पडतो तो अंकित असतो. तुम्ही जे सांगाल ते तो शिरसावंद्य मानतो. जो तुमच्यापुढे वाकत नाही त्याचा काय भरवसा? पण परिस्थितीशी जुळवून घेणे गरजेचे होते.

सभेच्या अगोदर एक कसबगार वक्ता श्रीमान चंद्रकांतराव जहागीरदरांचा परिचय करून द्यायचा. अर्थातच जहागीरदार किती मोठे, किती विद्वान, किती थोर आणि शेतकऱ्यांचे कसे तारणहार आहेत, हेच प्रास्ताविकात अतिशय सुरेख पद्धतीने सांगितले जायचे. लोक आ वासून ऐकायचे. मग जहागीरदार धीर-गंभीर आवाजात भाषणाला सुरुवात करायचे.

चंद्रकांत जहागीरदार म्हणायचे, ''महाप्रभू राम भक्तांनो! तुमच्यामधला राम जागा करण्यासाठी मी एवढी पायपीट करीत आलो आहे. तुमच्या हदयी राम आहे, पण त्यावर ऐहिक लोभांचे आवरण चढले आहे, आणि तुम्ही चक्क रावणी वृत्तीत गुरफटत आहात. तुमचा विनाशकाल यायच्या आत तुम्हाला जागे

करावे अशी देवाज्ञा झाली म्हणून तुमच्या उद्धारासाठी मी आलो आहे. माझ्या म्हणजेच देवाज्ञेप्रमाणे जे अनुकरण करतील ते तरतील, जे देवाज्ञा धुडकावतील ते लयाला जातील. देवासमान, देवरूप असलेली तुम्ही माणसं अघोरी राक्षसी कृत्य करीत आहात.

"शेती हा आपला पवित्र व्यवसाय! शेती म्हणजे निर्मलता, शेती म्हणजे पावित्र्य, शेती म्हणजे नव निर्माण, शेती म्हणजे महादान, महापुण्य. शेती म्हणजे सौंदर्य, शांती आणि विसावा, भक्ती, मुक्ती. शेती म्हणजे निसर्गाशी तादात्म्य, आनंदी आनंद! शुद्ध शेतीतली फळे गोमटी होती. फळे, फुले, भाज्या, धान्य, दूध, दही, तूप, सुरस, स्वादिष्ट, पोषक आणि विपुल होते. शेतकरी जमीन कसायचा. जनावरांचे शेणमूत्र मातीत मिसळायचा. अस्सल गावरान जातीचे बी पेरायचा. कोणती रसायने नव्हती, विषारी कीटकनाशके नव्हती. धान्याच्या राशी पडायच्या, दूध, मध, फळांची रेलचेल असायची. सकस अन्न खाणारी माणसं बलवान असायची. ती शुद्धता, ती पौष्टिकता, ती रुचिता, आता लोप पावली, उरले केवळ अभद्र!

"शेतीत रसायनांचा वापर बेसुमार वाढला आणि शेतकऱ्याचे देवत्व संपले. विकासाच्या वेडगळ कल्पनांनी शेतकरी सर्व निष्पाप जीवांचा संहाकरक ठरला. जमीन, वातावरण, पाणी, प्राणी– कुठेच शुद्धता शिल्लक राहिली नाही. आईचे दूध सुद्धा विषारी बनले. ही परिस्थिती दिवसेंदिवस अधिक चिघळत चालली आहे.

"ज्या जमिनीत सूक्ष्म जिवाणू भरपूर वाढतात ती जमीन सुपीक बनते. जमिनीत भरपूर सेंद्रिय पदार्थ, ओलावा, योग्य उष्णतामान असेल तर जिवाणू वाढतात. रसायनांचा वापर केला तर जिवाणू नष्ट होतात. जीवघेणी रासायनिक शेती बंद करून पुन्हा शुद्धता आणण्यास एक तप लागते.

"धोकादायक रासायनिक शेती बंद करून नैसर्गिक शेतीकडे जाताना प्रथम मंगलमय, शिवास्पद व शुभद स्वरूप प्राप्त करावे लागते. हानिकारक विषारी तत्त्वे नष्ट करावी लागतात. जीवसृष्टी उभारावी लागते. एवढे व्हायला चार वर्षाचा कालावधी लागतो. दुसऱ्या चार वर्षाच्या टप्प्यात शेणखत वाढवणे आणि पिकांचा योग्य फेरपालट केल्याने जमिनीची जिवाणू व अन्नघटकांची संपृक्तता वाढते. शेवटच्या चार वर्षात शेणखताचे प्रमाण कमी करत शून्यावर नेणे, मशागत बंद, फवारण्या बंद, सर्व निसर्गाच्या स्वाधीन! शेतकरी स्थितप्रज्ञ होतो, त्याला मोक्ष प्राप्त होतो. मन, बुद्धी आणि आत्मा शुद्ध करता करता जीव,

जमीन, पाणी आणि पर्यावरण संपूर्ण शुद्ध बनवून कृषिमाल उत्पादन, स्वास्थ्य आणि समाज विशुद्ध बनवणे, ही पूर्ण इश्वरावलंबी, संतोषक, आध्यात्मिक, कर्मकांडमुक्त, तज्ज्ञमुक्त, शोषणमुक्त, दु:खमुक्त, चिंतामुक्त, अपेक्षामुक्त, विकारमुक्त शेती ईश्वराकडून निसर्गाला करायला लावायची. शेतकरी वाचन, मनन, चिंतन, ध्यान, लेखन, प्रवास, यात्रा, समाजसेवा, भक्ती करण्यासाठी पूर्ण मोकळा!

"आपण दूध आईचे पितो किंवा गाईचे! गाईच्या पोटात तेहतीस कोटी देव वास करतात एवढी ती पवित्र मानली आहे. गाईचे दूध पिणारे आपले ऋषी मुनी हजारो वर्षे जगायचे. सृष्टीची रहस्ये उलगडणारे ग्रंथ लिहायचे. अशा पवित्र गाईला अव्हेरून तुम्हाला म्हैसपालन करायला सांगितले जाते ही तुमची दिशाभूल आहे. तुम्हाला पापाचरणासाठी उद्युक्त करणे आहे. म्हैस हे अशुभ जनावर आहे. तिच्या भेसूरपणामुळे ती यमराजाचे वाहन मानलेली आहे. म्हैस एक अजागळ आणि घृणास्पद प्राणी आहे.

"जनावराचे दूध काढणे पाप आहे, कारण ते दूध वासराचे असते. वासराच्या तोंडचे दूध हिसकावून त्यावर पैसा कमावणे हा अन्याय आहे. प्राण्यांची हत्या, हे तर महाक्रूर कर्म आहे. तुम्ही विकासाच्या नावाखाली करोडो प्राण्यांची हत्या करता, कुठे फेडाल हे महापाप? हे पाप थांबवण्याचा जे प्रयत्न करतील त्यांना निश्चितपणे सद्गती मिळेल! जे पापाचरण चालू ठेवतील ते कोंबड्या-डुकरांच्या पोटी जन्माला जातील आणि मानेवर चरचर सुरी फिरूनच त्यांचा अंत होईल. हा अध:पात थांबवायचा असेल तर आजच श्रीरामाचे चरण स्पर्श करा आणि ऋषीमुनींनी सांगितलेल्या मार्गाने चला! जय श्री राम!!" जमाव जय श्री राम, अशी गर्जना करायचा आणि रथ मार्गस्थ व्हायचा.

रथयात्रेच्या माध्यमातून आपण लोकांचे फार मोठे मत परिवर्तन करीत आहोत असा यात्रा संचालकांना दृढ विश्वास होता. पिकावरून कापणी यंत्र फिरवल्यावर मागे शिर कापलेली धसकटे उभी असतात तसे ज्या गावावरून रथ फिरला तिथल्या बौद्धिक क्षमतेचे पूर्ण शिरकाण झाले असा यात्रेकरूंचा समज व्हायचा.

मुक्कामाच्या गावी सभेला भरपूर वेळ मिळायचा. जहागीरदारांच्या भाषणानंतर ग्रामस्थ चर्चा करायचे. लोक विचारायचे,

"तुम्ही नैसर्गिक शेतीची जी संकल्पना मांडली तसा एखादा मोक्षाला पोहोचलेला शेतकरी कुठे आहे काय?"

जहागीरदार - अजून नाही. म्हणून तो मान तुम्ही मिळवायचा आहे. शेवटी तुम्हाला खरोखरच सुख, समाधान आणि शांती मिळवायची असेल तर नैसर्गिक शेती हा एकच मार्ग आहे.

ग्रामस्थ - तुम्ही म्हणला नैसर्गिक शेतीकडे जायला बारा वर्षांचा काळ लागतो. बारा वर्षानंतर काय होईल हे तुम्हाला नक्की माहीत नाही. बारा वर्षात शेतकरी अपेक्षामुक्त होतो म्हणजे शेती पिको अथवा न पिको त्याचे तुम्हाला देणे घेणेच उरत नाही. बरं, शेती पूर्ण नैसर्गिक होईपर्यंत बारा वर्षात आम्ही खायचं काय?

जहागीरदार - काय खायचे हा प्रश्नच क्षुद्र बुद्धीचा आहे! अश्मयुगातले आपले पूर्वज काय खायचे? पोटाला चिमटा घेऊन जगायला शिकणे हा नैसर्गिक शेतीकडे जाण्यातला एक महत्त्वाचा भाग आहे.

नैसर्गिक जंगलात तशी व्यवस्था निर्माण झालेली आपण पाहतो. माणसाच्या हस्तक्षेपाशिवाय जंगले वाढतात, फळे, फुले, लाकूड देतात. जंगलात आपण झाडे लावत नाही, झाडांना खत पाणी देत नाही, मशागत करीत नाही तरी पाय ठेवायला जागा मिळणार नाही एवढी दाट झाडे वाढतात. तशी नैसर्गिक व्यवस्था शेतीत निर्माण झाली पाहिजे.

ग्रामस्थ - तशी व्यवस्था निर्माण होईल, पण त्यात जंगली झाडेच वाढतील. अन्नधान्याची, भाजीपाल्याची पिके वाढणार नाहीत. कांदा, लसूण, कोथिंबीर, गहू, ज्वारी, बाजरीची कुठे घनदाट जंगले वाढलेली नाहीत. ह्या वनस्पती जंगलात असतात. पण त्या कुठेतरी विरळ वाढणाऱ्या, निकृष्ट दर्जाच्या आणि क्षुल्लक उत्पादन देणाऱ्या असतात. समजा सगळी जंगलं या पिकांनी व्यापली तरी पाखरांनासुद्धा पुरणार नाही एवढे त्यांचे उत्पन्न किरकोळ असेल.

जहागीरदार - नाही, नाही, नाही! तसं मुळीच नाही. निसर्गाची शक्ती अफाट आहे. त्या बाबतीत तुमचे अज्ञान दिसते. त्याची शक्ती जाणून घ्या. त्याच्यावर विश्वास ठेवून कामाला जुंपा आणि मग पहा चमत्कार! अणूच्या विघटनातून किती प्रचंड शक्ती निर्माण होते, हे पहिला अणूबॉंब पडला तेव्हा जगाला कळले. साध्या मातीतल्या जिवाणूत अणू एवढीच शक्ती असते. सूक्ष्म जिवाणू अगदी अल्पावधीत एवढ्या मोठ्या प्रमाणात वाढतात की मानवाची मती

गुंग व्हावी. लॅक्टोबॅसिलस या जिवाणूचे उदाहरण सर्वांच्या माहितीतले आहे. दहा लिटर दुधात पाच ग्राम दही टाकले तर चोवीस तासात दहा किलो दही तयार होते. ह्या दहा किलो दह्यापासून पुढच्या चोवीस तासात वीस हजार किलो दही तयार होते. म्हणजे लॅक्टोबॅसिलस जिवाणू दर चोवीस तासात दोन हजार पटीने वाढतात. आहे की नाही आश्चर्य?

वातावरणातला नत्र जमिनीत स्थिर करणारे ऱ्हायझोबिया आणि अझोटोबॅक्टर हे जिवाणूसुद्धा प्रचंड गतीने वाढतात. मुगाच्या पाच किलो बियाला १२५ ग्राम ऱ्हायझोबियाम कल्चर चोळले तर एक एकरात कोटी कोटी जिवाणू तयार होतात. शेतीशास्त्रज्ञ एकरी वीस-पंचवीस टन शेणखत टाकायला सांगतात ते धादांत खोटे बोलतात. खरे तर एकरी पन्नास किलो शेणखत टाकले तरी तेवढे खाद्य जिवाणूंना पुरते. खत हे पिकांचे अन्न नाही, ते जिवाणूचे अन्न आहे, ही गोष्ट शास्त्रज्ञांना समजत नाही. शास्त्रज्ञांचा चुकीचा सल्ला ऐकून जे शेती करतात ते बरबाद होतात हे सत्य आता झाकून राहिलेले नाही. आधुनिक शेतीशास्त्र प्रमाण मानणारे सुधारणावादी शेतकरीच आत्महत्या करण्यात अग्रेसर आहेत.

ग्रामस्थ - शेती शास्त्रज्ञ समाजाचे शत्रू नाहीत. प्रयोगातून जे निष्कर्ष मिळतात तेच ते शेतकऱ्यांना सांगतात. तुम्ही मात्र आम्हाला उल्लू बनवताय हे स्पष्ट झाले. कृषि विद्यापीठात जाऊन आम्ही खतासंबंधीचे शेकडो प्रयोग बघितले आहेत. तुम्ही म्हणता त्याप्रमाणे एकरी पन्नास किलोच काय, पाचशे किलो शेणखत टाकले तरी तेवढ्यात कोणतेही पीक येत नाही. तुम्ही खोटी माहिती देऊन आमची दिशाभूल करीत आहात.

तुम्ही दह्या दुधाचे उदाहरण दिले तेसुद्धा भ्रमात टाकणारे आहे. जिवाणू वाढीची शक्ती दाखवण्यासाठी तुम्ही म्हणालात दहा किलो दुधाचे दही करायला पाच ग्राम विरजण लागते. आता सांगा, एक लिटर दुधात पाच ग्राम विरजण टाकून पंचवीस किलो दही करायची किमया जिवाणू करू शकतात का? जिवाणूंना जेवढं खाद्य उपलब्ध असेल तेवढ्याच प्रमाणात ते वाढतात. याचा अर्थ, वीस टनाऐवजी एकरी पन्नास किलो शेणखत पुरे

अशी चुकीची माहिती देऊन तुम्ही आमच्या मनात भ्रम निर्माण करीत आहात.

जहागीरदार - तुमच्या मनात भ्रम निर्माण करायला, मी तुमचा शत्रू थोडाच आहे? भारतीय संस्कृतीचा पाया ऋषी-मुनींनी घातला. मानवी जीवनाशी संबंधित सर्व शास्त्रांचा मूळ अभ्यास आपल्या पूर्वज ऋषींनी केला आणि वेद-पुराणे लिहिली. वेद-पुराणात लिहिलेल्या गोष्टी आपण अंतिम सत्य समजतो. वेदांनी जी कृषि पद्धत सांगितली ती रसायन विरहित नैसर्गिक शेती आहे. वेदांचा उपमर्द म्हणजे आपल्या महान संस्कृतीची अवहेलना आहे.

ग्रामस्थ - आपल्या संस्कृतीविषयी मनात पूर्ण आदर बाळगून सत्य-असत्याची पडताळणी करणे हा विज्ञाननिष्ठ मार्ग आम्ही मानतो. यालाच डोळसपणा म्हणतात. पशुपक्ष्यांचे बळी घेणे, जनावरांचे दूध काढणे हे पापाचरण आहे, असे म्हणणे अज्ञानमूलक आहे. ही हत्या करून आपण करोडो लोकांचे पोषण करतो ते पुण्य कुठेतरी जमा होतच असेल ना? सजीवाची हत्या करणे गैर मानावे तर आपण जे जे खातो ते सर्व सजीवच असते.

आपण सडेतोड मांडणी करून लोकांना निरुत्तर करतो अशी जहागीरदारांची समजूत होती त्यामुळे चर्चेत आपलीच सरशी झाल्याच्या खुशीत ते तंबूत निजधामी परतायचे.

क्रांती संघटनेच्या विचारांचे बुरुज जमीनदोस्त करीत मार्गक्रमण करणाऱ्या रथ यात्रेला आता विजयी मिरवणुकीचे स्वरूप येऊ लागले. गावोगाव गर्दी वाढू लागली. लोक माना डोलवून भाषणे ऐकू लागले. राममूर्ती डोळे भरून पाहण्यासाठी स्त्रिया झुंबड करू लागल्या. लोक स्वत: होऊन भजन-कीर्तनात सहभागी होऊ लागले. रथयात्रेला दाद देऊ लागले. कार्यकर्त्यांच्या उत्साहाला उधाण येऊ लागले. वैचारिक विरोध होत असला तरी त्यात आक्रमकता नव्हती. विषय समजून घ्यायची इच्छा अधिक प्रबळ होती.

रथयात्रा मजल दरमजल करीत पुढे जात होती. भारतीय संस्कृतीच्या जाणिवा जागवणारे महाअभियान असे तिचे वर्णन प्रसार माध्यमातून झळकू लागले. प्रत्यक्षात ग्रामीण समाज मात्र रथयात्रेकडे गंमत जंमत म्हणूनच बघू लागला. पुराणमतवाद्यांचा आंधळा अट्टाहास, असे त्याचे वर्णन होऊ लागले. ग्रामीण समाजाला मूर्ख बनवू पाहणारे शहरी पंडितांचे हास्यास्पद सोंग अशी

तिची खिल्ली उडवली जाऊ लागली. लोकांना वेडावण्यासाठी भविष्यात कोणी रथयात्रेचा चुकूनही विचार करू नये, एवढी ती बदनाम झाली.

रथयात्रेची पुरती वाट लागली. 'आहात तिथेच थांबा आणि घरी परत जा' असे पक्ष कार्यालयातून दिल्लीहून आदेश आले. रथयात्रेचा असा बोजवारा उडणे हा जहागीरदारांच्या सामाजिक जीवनाचा अंत होता.

क्रांती संघटनेच्या निवडणुका जाहीर झाल्या. संघटनेच्या स्थापनेनंतरची ही तिसरी निवडणूक होती. राजकीय निवडणुकात पुढारी आकाश पाताळ एक करतात. सर्वस्वाची बाजी लावून आटीतटीला येतात. संघटनेचे मात्र उलटे होते. पदाधिकारी व्हायला कोणाचीही तयारी नसायची. पदरमोड करून समाजसेवेची उठाठेव करण्यात कोणाला स्वारस्य असणार? पदाधिकाऱ्यांना अधिकार नव्हते किंवा कसल्याही सोई सुविधा नव्हत्या. संघटनेतल्या महत्त्वाच्या पदावर गेल्यावर एखाद्याची सामाजिक प्रतिष्ठा वाढते, असेही नव्हते. कारण सर्व निर्णय हे पाचामुखी असायचे. एखाद्या समितीचा अध्यक्ष असला तरी त्या समितीचे निर्णय सदस्यांच्या बहुमतावर अवलंबून असायचे. त्यामुळे काबिल व्यक्तींना प्रतिनिधी बनवण्यासाठी बळेच घोड्यावर बसवावे लागायचे.

एका आठवड्यात निवडणुका संपल्या. कसलाही गाजावाजा न होता नव-निर्वाचन झाले. नव्या कार्यकारिणीत अध्यक्ष गोलाटीचे दादा साळुंके, उपाध्यक्ष पाटोद्याचे दरोडे, सचिव साताऱ्याच्या निवृत्त कर्नल सौ. प्रतिभा कदम, खजिनदार नागपूरच्या डॉ नम्रता शिंदे आणि महाराष्ट्राच्या कानाकोपऱ्यातून इतर सभासद होते. इंजनगावचे मारुती गायकवाड उर्फ मालू उर्फ मालोजी नव्या कार्यकारिणीत सभापती झाले होते. संघटनेचा प्रत्येक सभासद स्वत:ला एक जबाबदार घटक समजायचा आणि निर्णय प्रक्रियेत हिरिरीने भाग घ्यायचा त्यामुळे कोण कोणत्या पदावर आहे ही बाब गौण होती.

राधा बोरगावाला माहेरी गेल्यावर जय क्रांती मासिकाच्या संपादनाची सर्व जबाबदारी पांडूने आपल्यावर ओढवून घेतली. तो सुद्धा एक सक्षम संपादक होता. राधाच्या गैरहजेरीत त्याने लेखणीची धार जराही बोथट होऊ दिली नव्हती. चांगले कल्पक कवी-लेखक गाठून ग्रामीण विकासावर एकापेक्षा एक सरस अंक काढायचा त्याने सपाटा लावला होता. नवा अंक निघाल्याबरोबर लोक तो आधाशासारखा वाचायचे. जय क्रांति, ग्रामीण तरुणांचे प्रेरणास्त्रोत बनले होते.

शेतातली कामं आटोपून शांताअक्का आणि शिवराज घरी आले. चहा घेऊ की भाऊ' असे आवतण देतच चालायचा. घरी जाईपर्यंत पाच पंचवीस

माणसं सहजच बैठकीला जमायची. अशाच शिळोप्याच्या गप्पा चालू असताना नांदेडच्या जिजामाता रुग्णालयातून फोन आला. तिकडून शिवराजचे मामा माधवराव बोलत होते.

माधवराव - हॅलो, शिवबा, अभिनंदन!राधाला मुलगा झाला. बाळ आन आई दोघंबी खुशाल हतं! अक्का हय काय जवळ?

शांताअक्का - कोन माधव? हं बोल!

माधवराव - अक्का, लई आनंदाची बातनी हय! तुला नातू झाला. लई गोड हय बग शिवराजवनीच!

शांताअक्का - लई चांगलं झालं रे देवा नारायना! संगमेसराची किरपा! राधा कशी हाय?

माधवराव - चांगली हय, चांगली हय! काही काळजी नाही! एकदम नार्मल डिलिव्हरी झाली. माय-लेकरू दोघंबी खुशाल हातं!

शांताअक्का - सुबानदादा, गंगा तिथं आसंल ना?

माधव - ते कोठं जातील? हतं की इथंच! हं, हे बग, सुबानदाला बोल.

शांता - बोला दादा! झालं काय मनासरकं?
(सुभानरावला आनंदानं भडभडून आलं, आवंढा गिळीत ते कसेतरी बोलले)

सुभान - मनासरकं काय अक्का, दसपट उजवं झाल. आपल्या डोळ्या देखत लेकरायचा दानापानी पिकला की आपल्या जिंदगीचं सार्तक झालं! अक्का, आता मही एक इच्छा हाय, दहा-पाच गावायला आवतान देऊन रग्गड बारसं करू.

शांता - ते बारशा बिरशाचं शिवालाच इचारा. त्याला त आशा गोष्टी आवडत नाहीत. आन खरं सांगायचं त मलायबी पस्मत पडत नाहीत.

तिन्ही सांजा झाल्या होत्या. कामं आटोपून लोक नुकतेच घरी परतत होते. शिवराजला मुलगा झाल्याची बातमी गावात कानोकानी पसरली. शिवराजचे मित्र गरगरा जमले. अभिनंदन करू लागले.

'मस्त झालं गड्या'

'पहिला पोरगाच पाहिजे व्हता'

'शांताअक्काला सोबत झाली'

'क्रांती संघटनेला कार्यकर्ता मिळाला'

वगैरे वगैरे वगैरे! अशा मित्रांच्या प्रतिक्रिया येत असताना एकजणाने मोठ्याने सूचना केली,

'अक्का आज चहा नको. मलाई मारून केशरदूधच करा.'

घरी दुधाला कमी नव्हतीच, आणि चेंगटपणा शांताअक्काच्या स्वभावातच नव्हता. गोड केशरदूध पिऊन, ओठावरून जीभ फिरवीत सर्व आपआपल्या घरी गेले.

दुसरे दिवशी सकाळीच शिवराजने राधाला फोन लावला.

शिवराज - हॅलो! रामराम! मेनी मेनी कॉंग्रॅच्युलेशन्स टू यू.

राधा - आय विश द सेम टू यू! थँक्यू!

शिवराज - थँक्स ए लॉट! बरं, बाळ दिसायला कसं आहे?

राधा - तुमची डिट्टो कार्बन कॉपी!

शिवराज - हॅत्येच्या! म्हणजे काळा कन्हैय्या आहे म्हण की!

राधा - अहो कार्बन कॉपी म्हणजे काळा नाही काही! हुबेहूब तुमच्या सारखा, पण रंगाने उजळ! आत्या कशा आहेत? तुम्ही इकडे कधी येणार आहात?

शिवराज - तुझ्या आत्याचं काही विचारू नकोस, बातमी कळली तेव्हापासून नुसती हवेत तरंगतेय. आम्ही बहुतेक उद्या सकाळीच नांदेडला येऊ. बाळाला कधी एकदा बघेन म्हणून आईची तगमग चालू आहे. तिला फार दम निघणार नाही.

राधा - मला वाटतं, तुमची पण अवस्था तशीच असेल.

शिवराज - नाही. माझं जरा वेगळं आहे. कल्पनारम्यतेत मला अधिक आनंद वाटतो.

राधा - आपण नुसतेच स्वप्नाळू असता तर आपल्या हातून एवढं प्रचंड काम झालंच नसतं.

शिवराज - कोणतं प्रचंड काम? बाप होण्याचं?

राधा - अहो काहीतरीच काय? मी संघटनेचं काम म्हणतेय.

शिवराज - बरं, भेटू या उद्या. यायचं ठरल्यावर फोन करतो. बाय!

दुसरे दिवशी सकाळीच शांताअक्का आणि शिवराज नांदेडला पोहोचले. दवाखान्यासमोर गाडी थांबताच बोरगाव, पिंपळगाव, वाघी, नाळेश्वर, ढोकी, रहाटी, सोमेश्वर, वरखेड, वानेगाव, वाडी, सुगाव अशा जवळपासच्या गावचे पाचशे एक स्त्री-पुरुष सामोरे आले. रामराम झाले. बऱ्याच लोकांनी हस्तांदोलन करून शिवराजचे अभिनंदन केले. शांताअक्काभोवती महिलांनी गराडा घातला. हातपाय धुवून आणि डिसइनफेक्टंटचे स्प्रे मारून दोघेच राधाच्या खोलीत गेले. बाकीच्या लोकांनी काचेच्या पार्टीशन वॉलबाहेर गर्दी केली. राधा उठून उभी राहिली. पलंगाच्या दुसऱ्या बाजूला सुभानराव, गंगाबाई आणि माधवराव उभे होते. एका परिचारिकेने खुर्ची पलंगाजवळ सरकवली आणि शांताअक्काला बसायची विनंती केली. त्या बसल्या. बाळ जागेच होते. राधाशिवाय बाळाला हात लावायची कोणालाही परवानगी नव्हती. नसता शांताअक्काने आत्तापर्यंत त्याचे किती मुके घेतले असते.

डॉक्टर बाई आल्या. त्यानी शिवराजला आदबीनं नमस्कार केला.

त्यांनी विचारले, "आपण शिवराज पाटील ना? मी तुमच्याविषयी खूप ऐकलंय. दूरदर्शनवर अनेक मुलाखती पाहिल्या, पण प्रत्यक्ष भेटीचा योग आज आला."

शिवराजने शांताअक्काची ओळख करून दिली. डॉक्टरनी बाळाची आणि आईची तब्येत उत्तम असल्याचे सांगितले. त्या पुढे म्हणाल्या,

"शिवराज, ग्रामीण भागातल्या लोकांची आपल्यावर जी श्रद्धा आहे ती पाहून मला नवल वाटते. इथे येणारे सर्वच स्त्री-पुरुष स्वत:च्या घरात नातू जन्मल्यासारखे आनंदून जात आहेत. कोणतेही पद हातात नसताना जनता तुमच्यावर निखळ प्रेम करते हे अद्‌भुत आहे. गेल्या तीस वर्षापासून मी हा दवाखाना चालवते. गरीब श्रीमंताच्या हजारो मुलांनी इथे जन्म घेतला. तुमच्या बाळाला बघण्यासाठी जी गर्दी जमत आहे ती गर्दी, ती आत्मीयता आणि तो आनंद यापूर्वी मी कधी पाहिला नव्हता. तुमच्या कार्याला मी मन:पूर्वक यश चिंतिते!"

"डॉक्टर, तुम्ही बाळाची आणि आईची जी काळजी घेतलीत त्याबद्दल मी आपला आभारी आहे."

त्याने डॉक्टरना अभिवादन केले. बाळाने नेम धरून जी लांब धार सोडली ती थेट शांताअक्काच्या मांडीवर. बेसावध अक्काला उठायचेही सुदरले नाही. ओले झालेले लुगडे झाडीत त्या म्हणाल्या, "दुस्माना, निवडून महीच

थट्टा काय रं?''

डॉक्टर सकट सगळेच गदगदून हसले. बाहेर हॉलमध्ये हशा पिकला.

* * *

२१

वारकरी सांप्रदाय नुसताच समाजाला बोझ झाला नव्हता तर विकासाच्या मार्गातील फार मोठा अडसर बनला होता. संप्रदायात आता कोणी संत नव्हते, कलावंत भरपूर झाले होते. प्रथेनुसार कीर्तनकारांच्या नावामागे ह.भ.प. लावले जात असले तरी नव्या संदर्भात 'हरी भक्तीतून परार्थशूर' म्हणजे, हरी भक्तीच्या नावाखाली परधन लुटणारे असा शब्दविस्तार मान्यता पावला होता.

महागाईच्या काळात पैसा ही संतांची निकड झाली होती. मग सुचेल त्या मार्गाने पैसा मिळवण्याची धडपड सुरू होती. कुबडे महाराज नांदगावकर ज्ञानेश्वरीवर जास्त प्रेम दाखवायचे. ज्ञानेश्वरी सुंदर रूपात प्रकाशित करायचीय म्हणून देणग्या मागायचे. गेल्या दहा वर्षात काही कोटी रुपये जमा झाले असतील पण ज्ञानेश्वरी काही अजून प्रकाशित झाली नाही.

ह.भ.प. मडके महाराज अचलपूरकर फारसे प्रभावी कीर्तनकार नव्हते. ते वागण्यात गाडगे महारांजाची नक्कल करायचे. प्रत्येक कीर्तनात मंदिरे आणि धर्मशाळा बांधण्यासाठी चंदा मागायचे. जी बांधकामे होतील ती महाराजांच्या खासगी मालमत्ता व उत्पन्नाची साधने व्हायची.

दादा महाराज वाखारकर तर ह्या दशकातले कीर्तनकारांचे शिरोमणी होते. दोन तासांच्या एका कीर्तनाला ते पाच लाख रुपये दक्षिणा घ्यायचे आणि एकाच मंचावर किमान तीन दिवस कीर्तन करायचे. त्यांच्या कीर्तनाची रंगत देखील तशीच असायची. दोन तास श्रोते नादब्रह्मात नुसते डुंबून जायचे. एखादी चांगली धून ऐकल्यावर ती आपल्या मनात ठसते आणि पुढे काही दिवस आपण ती गुणगुणत राहतो. दादा महाराजांनी गाईलेले अभंग लोक कायम गुणगुणत रहायचे. महाराजांचा सुरेल आवाज, स्पष्ट वाणी, प्रसंगाला साजेसे दृष्टांत देण्याची हातोटी, अमोघ वक्तृत्व, नाट्यमय मांडणी, हास्य विनोदातून जमलेल्या हजारो श्रोत्यांची मने भरून रंजन करणारे ते अद्वितीय कलाकार होते.

संत सखाराम बापू, संत यमुनाबाई जोगदंड, योगीराज गळाकाटू, दत्तोबा चांभार, संत मायादेवी चंदनहार, भगवानदास नखाते असे एकापेक्षा एक प्रभावी ह.भ.प. कलाकार प्रसिद्ध होते.

श्रोत्यांना मंत्रमुग्ध करायची त्यांच्यात ताकद होती. ऐकणारांना काल्पनिक विश्वात नेऊन त्यांच्यात असत्य, असंभव, श्रद्धा निर्माण करण्यात त्यांचा हातखंडा होता.

ग्रामीण क्रांती संघटनेमुळे लोकांचा भोळेपणा कमी झाला. भक्तांचा प्रतिसाद आटू लागला. तशी संतांची पाण्याबाहेर फेकलेल्या मासोळीसारखी तडफड होऊ लागली. संघटनेला ओले खाऊ की कच्चे अशा त्वेषात संतांनी बंड पुराकले. कोंबडी पालन, वराह पालन, प्राणीहत्या अधर्मी व्यवसाय आहेत, ते ताबडतोब बंद व्हावेत असे संतांचे म्हणणे होते.

"परोपकार हेच खरे पुण्य आहे. दुसऱ्याला त्रास देणेच काय, निंदा करणे सुद्धा पाप आहे. संतांच्या संगतीत सुख आहे. सर्वच प्राणिमात्रांचे ठिकाणी परमात्म्याचा सारखाच अंश असून प्राणी लहान मोठा कल्पिणे हे अयोग्य आहे. तुम्ही प्राणीहत्या करून महापातक करीत आहात. हे पापाचरण थांबवा आणि हरीभजनी लागा.

जोडीच्या हव्यासे । लागे धनाचेचि पिसे ॥
मग आणिक दुसरे । लोभ्या नावडती पोरे ॥
पाहे रूक्याकडे । मग अवघे ओस पडे ॥

"संपत्तीचा एकदा छंद लागला की त्याला स्वतःच्या संततीचीसुद्धा परवड वाटत नाही. द्रव्यछांदिष्टाला बाकीच्या सर्व गोष्टी उदास दिसतात. तीच गत कोंबड्या, डुकरे, म्हशींची कत्तल करणारांची झाली आहे.

विती एवढेसे पोट । केवढा बोभाट तयाचा ॥
जळो त्यांची विटंबना । भूक जना नाचवी ॥

"वितीएवढे पोट भरण्यासाठी केवढा खटाटोप चालला आहे. भूक लोकांना वाटेल तशी नाचवते, जळो अशी ही त्यांची फजिती. स्वतःचे पोट जाळण्यासाठी मुक्या प्राण्यांची हत्त्या केल्याने कोणाचे भले होईल असा विचारसुद्धा गाढवपणाचा वाटतो.

भूतदया गाई पशूचे पालन ।
तान्हेल्या जीवन वनामाजी ॥

"सर्व भूतांचे ठिकाणी दया करून गाई वगैरे पशूंचे जो पालन करतो आणि तहानेल्यांसाठी अरण्यात पाण्याची सोय करतो तो मोक्षाला जातो. प्राण्यांचा संहार करणारा नरकात पिचत पडतो.

"पशू-पक्षांची हत्या करून किंवा त्यांचे दोहन करून संपत्ती मिळवणे हा

अधर्म आहे. तो पापाचा पैसा समाजाला अधोगतीला नेणारा आहे, म्हणून हे पाप करायला लावणाऱ्या क्रांती संघटनेचा धि:कार करा," असे कीर्तनकार लोकांना कानी कपाळी ओरडून सांगत होते. संतांच्या अशा प्रचारामुळे अशिक्षित भोळ्या लोकांच्या मनात देवाविषयी भीती निर्माण होत होती.

एक अपवाद निघाला, रघुनाथ महाराज करंदीकर, ते स्वतंत्र विचाराचे वास्तववादी अभ्यासक होते. एक कोदंडी म्हणून सुरुवातीला त्यांची भयंकर अवहेलना झाली. शिवराज आणि संघटनेतल्या काही विचारवंतांनी त्यांची कीर्तने ऐकली. प्रस्थापित कीर्तनकारांना शह देऊ शकतील असे जबरदस्त कलागुण त्यांच्याकडे होते. संघटनेच्या कार्यकर्त्यांबरोबर त्यांच्या बैठका झाल्या. तात्त्विक विचारविनिमय झाला आणि संताना शह देण्याची मोहीम सुरू करण्यात आली.

करंदीकर महाराजांचे घणाघाती प्रहार प्रस्थापित कीर्तनकारांच्या ठिकऱ्या उडवू लागले. त्यांच्या तळमळीतून बाहेर पडलेले जळजळीत उद्‌गार ढोंगी बुवांना भाजून होरपळून काढू लागले. करंदीकर महाराज म्हणायचे,

"तुमच्यामध्ये कथा कीर्तनाला उभे राहणारे साधू नाहीत, पांडुरंगाच्या नावाने भाड खाणारे भोंदू आहेत, पैशासाठी हपापलेले लुटारू आहेत. संतांचे अंतरंग समजून न घेता त्यांच्या साहित्याचा गैरअर्थ लावून समाजाची दिशाभूल करणारे चांडाळ आहेत.

"संपत्ती मिळवू नका, असे ते किती आळवून आवळून सांगतात पण त्यात थोडे तरी तथ्य असते काय? ज्याला प्रपंच करायचाय त्याचे पैसा मिळवण्याशिवाय कसे चालेल? तुकारामांना अठरा बिघे जमीन होती. त्यांनी आयुष्यभर शेती केली. भूक लागली म्हणून भीक मागितली नाही. ते एका अभंगात म्हणतात भिक्षापात्र अवलंबणे लाजीरवाणे आहे, उत्तम व्यवहार करून धन जोडावे, सुखाने संसार करावा हा त्यांचा उपदेश मानवी प्रयत्नांचा गौरव करणारा आहे.

"कीर्तनकार नुसतेच वाचाळ असतात. त्यांचा उपदेश ताक घुसळून लोणी काढण्यासारखा निरर्थक असतो. भूस बडवून धान्य काढण्यासारखा नुसता शीण आणणारा असतो, चिपाडातून रस गाळण्याइतका वेडगळ असतो. अशा वाचाळांना तुकाराम खडसावतात, अरे कहाण्या आणि गोष्टी सांगत काय बसलात? पोटात भुका लागलेल्या असताना तुमचे बोल काय चाटायचे आहेत? शिरा-पुऱ्या ह्यासारख्या पदार्थांचे नुसते तोंडाने वर्णन करून काय उपयोग? जो वाचाळ नुसताच बोलतो कृति करायची त्याच्यात धमक नसते त्याचे बोलणे काय

जाळायचे आहे? अन्नाच्या नुसत्या वासाने भूक जात असती, तर घरोघरी स्वयंपाक कशाला झाले असते? पाणी पाहून जर तहान भागत असती, तर घरोघर पाण्याची साठवण कशाला केली गेली असती?''

करंदीकर महाराज सहा फूट उंच, दुहेरी हाडाचे, पहाडी आवाज लाभलेले, हजारात उठून दिसणारे व्यक्तिमत्त्व होते. ते कीर्तनाला उभे राहिले की हालीचे चार टाळकरी झाकून जायचे. नाकर्तेपणाचे रडगाणे लावणे त्याना मुळीच आवडत नसे. पुरुषार्थाचा उद्घोष करणाऱ्या कवनांवर त्यांचा भर असे. मर्दुमकीचा गौरव करणाऱ्या त्यांच्या विशिष्ट ढबदार शैलीने श्रोतृवृंद रोमांचित व्हायचा.

करंदीकर महाराज तुकारामाचे काही निवडक अभंग गाऊन श्रोत्यांची कर्तव्यभावना फुलवायचे. ते सांगायचे,

''सरावामुळे काही लोक 'बचनाग' नावाचे जालीम विष तोळा तोळा खातात. ही कृती इतरांना डोळ्यांनी पाहवत देखील नाही. सरावाने काही लोक साप हातामध्ये धरतात. सामान्यजन सापाला किती घाबरतात. हिकमत शिकल्यावर असाध्य वाटणारी गोष्ट साध्य होते. रोपाला वरचेवर पाणी घातले तर ते टवटवीत राहते. ते वाळून गेल्यावर पाणी घातले तर त्याला पालवी फुटत नाही. जो दगड टाकीचे घाव सोसतो त्याला देवपण प्राप्त होते. तुकाराम प्रयत्नवादाचा पुरस्कार करत होते हे त्यांच्या ह्या अभंगांवरून नि:संदिग्धपणे स्पष्ट होते. आपली इष्ट गोष्ट प्राप्त करण्यासाठी माणसाला अपार कष्ट करावे लागतात, आघात पचवावे लागतात, संकटे झेलावी लागतात. जो ह्या संघर्षातून तावून सुलाखून निघतो आणि यशस्वी होतो, त्याचा गौरव होतो, त्याला लोकांच्या मनात मानाचे स्थान मिळते.

''जीवनाचा संघर्ष करताना आधी आपली भूमिका निश्चित केली पाहिजे आणि ध्येयप्राप्तीसाठी मरणालाही सामोरे जायची मनाची तयारी असली पाहिजे. हे विचार प्रयत्नवादाचा पुरस्कार करणारे आहेत. यश मिळवण्यासाठी त्यागाची, समर्पणाची, प्रसंगी सर्वस्व गमावण्याची तयारी असावी लागते. एक बीज जमिनीत पेरले तर त्यापासून एक कणीस मिळते. जिवावर उदार होऊन कार्य केल्याशिवाय फुकाफुकी लाभ होत नाही. शेतात थोडे बी पेरले तर मग गाड्या भरभरून उत्पन्न होते. कुणब्याचा धंदा करणारे लोक पेरणीची योग्यवेळ चुकू देत नाहीत. प्रेत झाकून पेरणी करतात. मनुष्यदेह लाभलेल्या व्यक्तीने ह्या पद्धतीने आपले हित साधावे.'' एवढ्या हृदयस्पर्शी पद्धतीने खचितच कोणी कर्तव्यभावना जागृत केली असेल.

"प्रयत्नावाचून काही साध्य होत नाही, हे अनेक उदाहरणे देऊन तुकोबांनी सांगितले आहे,

"दह्यात लोणी असते, हे सर्वांना ठाऊक असते, पण जे मंथन कसे करायचे हे जाणतो, तोच ते लोणी वेगळे काढू शकतो. लाकडात अग्नी असल्याचे लोकांना ठाऊक असते, पण लाकडांचे घर्षण केल्याखेरीज तो अग्नी प्रज्वलित कसा होईल? खडे निवडले तर स्वच्छ दळण मिळते. आळस केला तर मात्र सगळेच नासते. तण काढून पीक स्वच्छ ठेवावे लागते, नसता तण धानाला खाऊन घेते. वागण्याची ही नीती, हे नियम यांचा विचार केला नाही, तर हित होत नाही. एका अभंगात तुकाराम विचारतात,

"अग्नी काय कुणाला हाक मारून बोलावून घेतो? ज्याला थंडी वाजेल तो स्वत: जाऊन त्याची ऊब घेतो. पाणी काय 'या आणि मला प्या' असे म्हणते? ज्याला तहान लागलेली असते तो ते पिण्यासाठी धाव घेतो. माणसाने स्वत: हालचाल केली पाहिजे, धडपडले पाहिजे, अनिष्ट गोष्टी प्रयत्नपूर्वक टाळल्या पाहिजेत, आळस करता कामा नये. प्रयत्न केल्याविना काहीही हाती लागत नसते इत्यादी प्रकारचे तुकारामांचे विचार हे मानवी प्रयत्नांचा गौरव करणारे आहेत. माणासांना प्रयत्न, कष्ट, अभ्यास यांची प्रेरणा देणारे आहेत."

चित्त एकाग्र झाल्याशिवाय उद्दिष्टाप्रत जाता येत नाही हे समजावताना करंदीकर श्रीरामकृष्ण परमहंसाचे उदाहरण द्यायचे,

"एक इसम मासे धरीत होता. श्रीरामकृष्णांनी त्याच्या जवळ जाऊन प्रश्न केला, 'भाऊ, अमुक ठिकाणी कोणत्या रस्त्याने जावे?' मासा गळाला लागण्याच्या बेतात होता. रामकृष्णांच्या प्रश्नाला काही एक उत्तर न देता तो माणूस अगदी एकचित्ताने गळाकडेच टक लावून बघत राहिला. मासा गळात अडकल्यानंतर मागे वळून तो म्हणाला, 'हं, काय विचारीत होता आपण?' रामकृष्णांनी प्रणाम करून म्हटले, 'तू माझा गुरू आहेस.' मी इच्छित कर्म करायला बसेन त्यावेळी माझेही मन असेच एकाग्र ठेवीन.' "

करंदीकर महाराज साधकांचे दोन प्रकार असल्याचे सांगायचे,

"एक वानराच्या बच्चासारखे ज्ञानमार्गी किंवा कर्ममार्गी आणि दुसरे मांजरीच्या पिलासारखे भक्तिमार्गी. वानराचे पोर प्रथम आपल्या आईला मिठी मारते आणि नंतर ती त्याला घेऊन उड्या मारत जाते. मांजराचे पिल्लू केवळ एका जागी बसून नुसते म्याव म्याव करते, मग त्याची आई मान धरून त्याला दुसरीकडे नेते. कर्ताकरविता सर्व काही ईश्वर आहे अशी मांजराच्या पिलाची

धारणा असते.'' कर्ममार्ग भक्तिमार्गापेक्षा श्रेष्ठ आहे, असा करंदीकर महाराजांचा उपदेश असायचा.

अंधश्रद्धा वाढवणाऱ्या अनेक पौराणिक कथा किती बनवाबनवी करणाऱ्या आहेत हे बुवा फारच मार्मिक पद्धतीने सांगायचे.

खोटा धर्म आणि अगणित काल्पनिक देवांचा विधायक विनाश केल्याशिवाय प्रगतीचा मार्ग स्पष्ट होणार नाही हे करंदीकर महाराज चांगले जाणून होते. करंदीकर महाराजांचे कीर्तन आणि अंधश्रद्धा वाढवणाऱ्या पौराणिक कथांचे विडंबन लोकांचे भरपूर मनोरंजन करायचे. त्यातून नकळत सत्य-असत्याची पारख व्हायची. धर्मभोळे लोक जागृत होऊन सत्यधर्माचा स्वीकार करायचे. करंदीकर महाराज आणि त्यांच्या काही शिष्यांनी लोकांच्या भोळ्या समजुती दूर करून ग्रामीण समाजावर मोठे उपकार केले. लोकांना भावुक बनवून त्यांना कायम अज्ञानाच्या अंध:कारात डांबून ठेवायचे वारकरी संप्रदायाचे षड्यंत्र अशा रीतीने उधळले गेले. संघटनेवरचा एक मोठा आघात टळला.

राजकारण्यात एकापेक्षा एक कपटी शकुनी असले तरी क्रांती संघटनेला शह देणारे कारस्थान कोणालाच सुचत नव्हते. क्रांती संघटनेला आवर घालता येत नाही म्हणून हायकमांडने मंत्रिमंडळात अनेकवेळा खांदेपालट केली. वेळोवेळी बदललेल्या सत्ताधारी पक्षाने संघटना संपवायचा विषय फारच गांभीर्याने घेतला. मोहिमेचे पूर्ण नियंत्रण मुख्यमंत्र्यानी स्वत:च्या हातात घेतले. बहुतेक मुख्यमंत्री राजकारणातल्या डावपेचांचा प्रदीर्घ अनुभव असलेले होते. साम, दाम, दंड, भेद असे सर्व मार्ग हाताळण्यात त्यांचा हातखंडा होता. 'डिव्हाईड ॲन्ड रूल' अशा भेद नीतीचा प्रभावी वापर करायचे त्यांनी ठरवले. सत्तेसाठी माणसं हपापलेली असतात ते त्याना चांगले ठाऊक होते. सत्तेचे बारीकसारीक तुकडे फेकले की संघटनेतले मोठमोठे दिग्गज गोंडा घोळत त्यावर तुटून पडतील असा पुढाऱ्यांचा ठाम विश्वास होता. सत्ता मिळावी म्हणून पक्षातले माजोरी सांडसुद्धा कसे ताटाखालच्या मांजरासारखे वागतात आणि थोडेसे घुरकावले की कंबर मोडेपर्यंत शेपटी आत घालतात हे शासनकर्त्यांच्या नित्य परिचयाचे होते. दिल्लीच्या पक्षश्रेष्ठींपुढे खुद्द मुख्यमंत्र्यांची गत ह्यापेक्षा वेगळी नव्हती.

राज्यपातळीवर विश्वासू कार्यकर्त्यांचा मोठा गट तयार केला गेला. महामंडळे, सल्लागार समित्या, आदी पदे रिक्त करण्यात आली. संघटनेच्या कोणत्या कार्यकर्त्याला कोणते पद द्यायचे ह्या विषयी सविस्तर चर्चा करून निर्णय घेण्यात आले. कोणत्या संघटना कार्यकर्त्याला कोणी फोडायचे त्याही जबाबदाऱ्या

ठरवल्या गेल्या. शत्रू सावध व्हायच्या आत त्याला जमीनदोस्त करायचे सापळे उभे केले गेले.

आपण किती बेमालूम व्यूहरचना केली म्हणून शासक स्वतःवरच खूश होते. आपल्याला शंभरटक्के यश मिळणार अशा कैफात ते होते. शिवराजची आठवण झाल्यावर मात्र कोणाही कपट रचणाराला हुरहुर वाटायची. शिवराज प्रकांड बुद्धिमत्तेचा कर्तबगार सच्चा मानवतावादी महापुरुष होता. शिवराजने दुष्काळी परिस्थिती किती कौशल्याने हाताळली ते शासक विसरले नव्हते. निगर्वी, शांत, मनमिळाऊ आणि माणसांची मने जोडणाऱ्या शिवराजवर आपण अन्याय करत आहोत ही खंत त्यांच्या मनाला डागण्या देत होती. आपण संघटनेचा विचका करून महाराष्ट्रातल्या तमाम जनतेला विकासापासून परावृत्त करत आहोत, ह्याची स्पष्ट कल्पना असलेले पुढारी मनातून कष्टी झाले होते. संघटनेविरुद्ध कोणताही कठोर निर्णय घेताना त्यांच्या मेंदूला झिणझिण्या येत होत्या. शिवराज एक महानायक असून आपण मात्र खलनायकाची भूमिका वठवत आहोत ह्याचा विषाद त्यांचे काळीज कुरतडत होता. शेवटी व्यवहार सांभाळणे अधिक महत्त्वाचे होते. त्यांना स्वतःचे अस्तित्व टिकवायचे होते. पक्ष अभेद्य ठेवणे ही त्यांचीच जबाबदारी होती. शिवराज, संघटना, विकास, समाज, ह्या बाबी गौण होत्या. पक्षाने डोळ्यावर कातडे ओढून कामाला सुरुवात केली.

क्रांती संघटना कुस्करून तिचा चेंदामेंदा करण्यासाठी सत्ताधीश कितीही टपलेले असले तरी ते काम सोपे नव्हते. फुंकर घालून पणत्या विझवता येतात, ज्वालामुखी नव्हे! स्वसंरक्षणाची कसलीही यंत्रणा अस्तित्वात नसूनसुद्धा संघटना एखाद्या अभेद्य भुईकोटासारखी भक्कमपणे उभी होती. संघटनेची शक्ती समूहात होती, तिथे व्यक्तीला अस्तित्व नव्हते.

क्रांती संघटनेचे संस्कार झालेली मंडळी दूधखुळी नव्हती. त्यांनी राजकारण अनुभवले होते. ग्रामीण समाजाला राखेतून उचलून वैभवाच्या शिखरावर नेणारा क्रांती संघटनेचा प्रतापही पहिला होता. संघटनेशी प्रतारणा म्हणजे आत्महत्या हे सर्वांना स्पष्ट माहीत होते. पक्ष कार्यकर्ते रात्रीचा दिवस करून नेटाने काम करत होते, पण संघटनावाल्यांपुढे त्यांची डाळ शिजत नव्हती. सगळीकडून येणाऱ्या अपयशाच्या वार्तांनी मुंबईत बसलेल्यांचे कान किटून जात होते. उसने आवसान दाखवून झाले, फुशारक्या हवेत जिरल्या. बढाया फुकट गेल्या, मोहिमेच्या सूत्रधारांभोवती जमणाऱ्या खबऱ्यांचे जथ्थे रोडावत रोडावत अदृश्य झाले, पक्षाचे धुरीण कपाळाला हात लावून सचिंत होऊन बसले. त्यांची ही हार सहन

करण्यापलीकडची होती.

राजकारण्यांनी मांडलेला संघटनेचा उच्छाद बघून शिवराजसुद्धा खूप कष्टी झाला होता. संघटनेतले अगदी विश्वासू आधारस्तंभ राज्यकर्त्यांच्या आमिषांना बळी पडतात की काय अशी भीती निर्माण होऊ लागली. बातम्यांचे हिंदोळे क्लेशकारक असायचे. राजकारण्यांकडे 'जिंका किंवा मरा' असे दोनच पर्याय असल्यामुळे त्यांची जशी जिद्द शिगेला पोहोचली होती तसे संघटना कार्यकर्त्यांचे नव्हते, त्यांच्या दृष्टीने संघटनेची मोडतोड हे प्रासंगिक संकट होते.

शिकस्तीचे प्रयत्न करून संघटनेतली एक टक्काही माणसे फोडता आली नाहीत. धान्यात मिसळलेले लोहकण त्यावरून फिरणाऱ्या लोहचुंबकाला फटाफट येऊन बिलगतात तसे सत्ताकांक्षी सत्तेकडे झेपावतील असा वरिष्ठांचा अंदाज होता, पण हा अंदाज खोटा ठरला. जी थोडी माणसं फितूर झाली ती फारशी प्रभावी नव्हती.

मोहीम चालवणारे सहजासहजी हार मानणारे नव्हते. त्यांनी शिताफीने दुसरा फासा टाकला. संघटनेतून फुटलेल्या लोकांना एकत्र करून त्यांना बहकवण्यात आले की,

ग्रामीण क्रांती संघटनेने केलेल्या कामाला जगात तोड नाही, ही संघटना कायम टिकावी अशी आमची तळमळ आहे. ग्रामीण भागातले जनमत संघटनेला अनुकूल आहे. संघटनेने स्वतंत्र राजकीय पक्ष उभा करून सत्ता हस्तगत करावी. ह्या कार्याला आमचा पूर्ण पाठिंबा राहील. गरज पडल्यास सक्रीय सहभागसुद्धा राहील.

लोकशाही शासन व्यवस्थेत राजकारण अटळ आहे. सरकार, सरकारचे नियम, कायदे, लोकमत यांना कोणीही डावलू शकत नाही. संघटनेला सरकारचा विरोध असता तर आज दिसणारी विकासाची कामे होऊच शकली नसती. मनासारखा विकास करायचा असेल तर अगोदर सत्ता तुमच्या हातात हवी. महाराष्ट्रात प्रचंड मताधिक्क्याने सरकार स्थापन करता येईल अशी क्रांती संघटनेची स्थिती आहे. ही संधी दवडू नये असे आम्हाला वाटते.

सत्ताधारी नेतृत्वाने दिलेला कानमंत्र त्या पक्षाच्या पथ्यावर पडणार होता पण कसलीही जोखीम पत्करून संघटना संपवणे आवश्यक होते. काही दिवस विजनवास सोसावा लागला तरी हरकत नाही पण येनकेन प्रकारे संघटना नेस्तनाबून करणे भाग होते. संघटना एकदा सक्रीय राजकारणात उतरली की राजकारणाचे दोष तिच्यात येतील आणि मग ती आपल्या मरणाने मरेल असा

नेतृत्वाचा होरा होता.

झालेही तसेच. 'राजकारण पाहिजे' आणि 'राजकारण नको' म्हणणारांचे संघटनेत दोन गट पडले. प्रत्येक गट आपलेच म्हणणे खरे असल्याचा दावा करत होता. त्यातून दोन गटातली वैचारिक दरी वाढत गेली आणि त्याचे पर्यवसान संघटनेत फूट पडण्यात झाले. सामान्य जनता संभ्रमात पडली. ज्या गटाचे ऐकावे त्याचाच युक्तिवाद खरा वाटू लागला.

सक्रीय राजकारण नको म्हणणारे सांगायाचे, "राजकारणात कावेबाजपणा, फसवणूक, लुटालूट, दिखाऊपणा आणि आपमतलब असतो. लोकांच्या कल्याणापेक्षा सत्तेतले आपले स्थान बळकट ठेवण्यावर राज्यकर्त्यांचा भर असतो. विकास करूनच मते वळवता येतात असे नाही. त्यापेक्षा दुसरे मार्ग सोपे आणि सहजसाध्य असतात. म्हणून सोप्या मार्गाचा अवलंब केला जातो. राजकारणी लोकांच्या प्रयत्नांमुळे क्वचित ठिकाणी प्रगती झाली असली तरी राज्याचे बहुतांश चित्र कमालीचे ओंगळ होते. लांब पल्ल्याच्या रेल्वे झाल्या, एक्सप्रेस हाय वे झाले, विमानतळ झाले, विमानसेवा वाढली, मोठमोठे दवाखाने झाले, शाळा, महाविद्यालये झाली पण गावकाऱ्यांच्या जीवनमानात फरक पडला का? त्यांचा आर्थिक दर्जा सुधारला का? त्यांचे कष्ट कमी झाले का? त्यांचे शोषण थांबले का? जिथे क्रांती संघटना वाढली तिथेच सामाजिक आणि आर्थिक परिवर्तन झाले. याचा अर्थ, क्रांती संघटना फक्त आपल्या हिताची आहे. राजकारणामुळे आपण फक्त दुःखाच्या खाईत ढकलले जाऊ शकतो. म्हणून राजकारणाच्या वाऱ्यालाही फिरकणे नको असा आपला दृढनिश्चय असला पाहिजे."

राजकारणात उतरावे म्हणणारांचा गट लहान नव्हता. सत्ता हातात असल्याशिवाय लोककल्याणाची कामे करता येत नाहीत असे ह्या गटाचे मत होते. विकासाच्या कामांना भक्कम राजाश्रय मिळाला तर भारत जगातली महासत्ता बनेल असे त्यांचे भाकीत होते. संघटनेच्या मंचावर येऊन ते राजकारण प्रवेशाचे जोरदार समर्थन करू लागले. ते म्हणायचे,

"ग्रामीण समाज आपण संघटित केला. एवढे एकीचे बळ पाठीशी असताना विकासासाठी दुसऱ्यांच्या मर्जीवर अवलंबून का राहायचे? संघटनेचे काम पूर्ण ताकदीने चालूच आहे. त्यात बाधा यायचे कारण नाही. संघटनेला राजसत्तेची जोड मिळाली तर तो दुग्धशर्करा योग ठरेल. ह्या संधीचा आपण फायदा उठवलाच पाहिजे."

सर्वसामान्य लोकांना वाटायचे, राजकारणात उतरल्यामुळे संघटनेची शक्ती

वाढणारच आहे. हातात कोणताच अधिकार नसताना संघटनेमुळे एवढे चमत्कार घडू शकतात, अधिकार मिळाल्यावर नक्कीच गहजब होणार. राजकारणवाद्यांचा दबाव वरचेवर वाढू लागला. संघटनेचे सच्चे कार्यकर्ते अस्वस्थ होऊ लागले. पण जे घडत होते ते थांबवता येणे शक्य नव्हते.

ज्यांच्या मनात राजकारण भरले ते सत्ता संपादनाच्या तयारीला लागले. सत्तेच्या शर्यतीत माणूसबळ लागते. जनतेची सदिच्छा मिळवण्यासाठी वेगवेगळ्या प्रकारे अफाट खर्च करावे लागतात. निवडणुका लढवणे हे तर निव्वळ धनदांडग्यांचेच काम असते. राजकारण हा पैशांचा खेळ असतो. त्यासाठी भल्याबुऱ्या मार्गाने पैसा मिळवावा लागतो, आणि सढळहस्ते खर्चही करावा लागतो. संघटनेने उभ्या केलेल्या प्रकल्पात ज्या राजकारण्यांचा वावर होता त्यानी कारखाने कुरतडायला सुरुवात केली. जिथे गैरप्रकार सुरू झाले त्या कारखान्यांना संघटनेने टाळे ठोकले आणि त्यांची बँकखाती गोठवली. अनेक प्रकल्प बंद पडले. त्यावर अवलंबून असलेले पूरक प्रकल्पही बंद पडले, शेतीचा आधार गळाला. हजारो लोक बेकार झाले. गावात पुन्हा गरिबी आणि लाचारी पसरू लागली.

औरंगाबाद-वेरूळ रस्त्याच्या बाजूला डोंगर टेकड्यात अत्यंत रमणीय अशा एकांतस्थळी विस्तीर्ण जागेवर ग्रामीण क्रांती संघटनेचे मुख्यालय उभारायचे ठरले होते. संघटनेचे मुख्यालय ही राज्याची प्रतिराजधानीच होणार होती. विधानभवन, सचिवालय, निरनिराळ्या खात्यांचे अध्यक्ष, इतर पदाधिकारी, त्यांच्या साहाय्यकांची कार्यालये, निवास, वसाहती, बाजार, शाळा, दवाखाने, बागा, नाट्यगृहे, सिमेनागृहे, क्रीडांगणे, तलाव अशा सर्व सुविधा तिथे प्रस्तावित होत्या. त्या संपूर्ण कामाची जिम्मेदारी पवन राजेंनी स्वीकारली होती. देशातले, किंबहुना जगातले सर्वात सुंदर नगर वसवण्याचा विडा पवन राजे आणि गिदिऑन सिनाई ह्या दोघांनी उचलला होता. आयुष्यातला सर्वोत्कृष्ट प्रकल्प पूर्ण करण्यासाठी ते दोघे झपाटून कामाला लागले होते. क्रांतिनगर कल्पनेतल्या इंद्रपुरीपेक्षा अधिक सुंदर बनवू असा त्यानी निश्चय केला होता. पण अनेक विघ्ने पार केल्याशिवाय ही स्वप्ननगरी प्रत्यक्षात अवतरणार नव्हती. संघटनेतली गटबाजी आणि फाटाफुटी बघून वित्तीय संस्थांनी हात आखडले आणि नगर निर्माणाचे काम बंद पडले. नदीच्या प्रवाहात पायाखालची वाळू निसटू लागल्यावर माणसाचे तोलांडे जातात त्याप्रमाणे संघटनेचा शक्तिक्षय झाल्यामुळे सर्वच प्रकल्पांची स्थिती डळमळीत होऊ लागली. हे लोकांना दिसत होते आणि समजतही होते. राजकारण हेच विनाशाचे एकमेव कारण आहे, हे आता कोणी कोणाला समजावून सांगण्याची

गरज राहिली नव्हती.

ग्रामीण भागात गटबाजीला उत आला. जाती जातीतल्या दऱ्या रुंदावू लागल्या. आपसात लाथाळ्या सुरू झाल्या. तंटे-बखेडे वाढले. अनुत्पादक कामात लोक गुरफटू लागले. माणूस एकदा निसटला की पुरता कपाळमोक्ष होईपर्यंत मध्ये थांबायला आधारच उरला नव्हता. जे राजकारण्यांच्या प्रभावाखाली आले, ते बरमुडा ट्रँगलमध्ये शिरल्यासारखे अंधार दरीत बेपत्ता होऊ लागले.

महाराष्ट्रातल्या ग्रामीण जीवनावरून उभे नांगर फिरवले जात असताना भरीसभर, आणखी दोन संकटे दत्त म्हणून प्रगट झाली. एक चिकन गुनिया आणि दुसरे स्वाईन फ्ल्यू. चिकन म्हणजे कोंबडी आणि स्वाईन म्हणजे डुक्कर. चिकन गुनियामुळे लोक लंगडे-लुळे होऊ लागले तर स्वाईन फ्ल्यूमुळे पटकी आल्यासारखे पटापट मरू लागले. चिकनगुनिया कोंबड्यापासून तर स्वाईन फ्ल्यू डुकरांपासून होतो अशा अफवा उठल्या. स्वाईन फ्ल्यूमुळे एका सरकारी इस्पितळातले एका मागोमाग पाच डॉक्टर्स मेले आणि लोक अक्षरश: हादरून गेले. जनतेच्या मनात प्रचंड भीती निर्माण झाली. कीर्तनकार-प्रवचनकारांनी कोंबड्या-डुकरांची भरपूर बदनामी केली होती. त्यांच्यामुळे आता माणसे मरत आहेत म्हटल्यावर ह्या दोन्ही व्यवसायासंबंधी लोकात असंतोषाची लाट उसळली. 'कोंबड्या-डुकरे खतम करा' अशी गावोगाव आंदोलने सुरू झाली. खुराड्यात काम करायला मजूर मिळणे बंद झाले. शेवटी नाइलाजाने शेतकऱ्यांनी कोंबड्या, डुकरे मिळतील त्या किमतीत विकून टाकली. गजबजलेले खुराडे कुडीतून प्राण गेल्यासारखे सुनेसुने झाले. ओस पडले. कोरडवाहू क्षेत्रातले दारिद्र्य घालवणारे व्यवसाय नष्ट झाले. वैभवाचा काळ स्वप्न पडल्यासारखा आला आणि गेला.

क्रांती संघटनेने निरनिराळ्या प्रकल्पात जी प्रचंड आर्थिक गुंतवणूक केली होती त्याची ढोबळ आकडेवारी दिनाजी पाटलांच्या जिभेवर होती. ते गुंतवणुकीचे आकडे सांगायचे आणि संघटनेच्या शिरावर कर्जाचे किती डोंगर आहेत हे दाखवून श्रोत्यांच्या छात्या फाडायचे. सत्ता हातात असेल तर हे प्रकल्प सरकारी खर्चाने उभारता येतील अशा बढाया मारायचे.

राजकारण्यांची बळजोरी आणि संघटनावाद्यांची कमजोरी पाहता संघटनेचे दिवस भरले, संघटनेचे तीन तेरा वाजले, असा लोकांचा समज होऊ लागला.

* * *

२२

संघटनेवरचे काळे ढग अधिक गडद होऊ लागले. ढगाळ वातावरणात गुदमरल्यासारखे होते तसा ग्रामीण समाज कासावीस होत होता. शिवराजकडे दररोज दहा पाच शिष्टमंडळे भेटीसाठी येऊ लागली. गावं कशी बिघडत आहेत आणि राजकारणी लोकांची शिरजोरी कशी वाढत आहे, त्याविषयी तक्रारी मांडू लागली. जनता वणव्यात सापडली असताना संघटना मूग गिळून स्वस्थ कशी बसली, म्हणून जाब विचारू लागली. भेटायला आलेले लोक वैतागून म्हणायचे, "आम्ही तुमच्यावर विश्वास टाकला, तुम्हाला आमचा आदर्श मानले. आज सगळीकडून अन्याय होत असताना आम्हाला वाऱ्यावर सोडून तुम्ही स्वस्थ बसला आहात, हे बरोबर नाही. तुम्ही आमची घोर फसवणूक केलीत."

शिवराज शिष्टमंडळाचे म्हणणे शांतपणे ऐकून घ्यायचा आणि तेवढ्याच गांभीर्याने म्हणायचा, "मी तुमची फसवणूक केली नाही. तुमच्यावर अन्याय झाल्यावर मी तुमच्यासाठी कंबर कसून लढाई करावी, अशी अपेक्षा तुम्ही काय म्हणून बाळगता? तुम्हाला स्वाभिमानाने जगायचे असेल तर स्वत:चं रक्षण करायची तुमची तयारी पाहिजे. तुम्ही माझ्यावर विश्वास टाकला म्हणता, पण मी तुम्हाला काही आश्वासन दिले होते, की काही याचना केली होती? क्रांती संघटनेच्या कार्यक्रमात तुम्हाला हित दिसलं, तुम्ही स्वत: होऊन त्याचा स्वीकार केला. आज तुम्ही संकटात सापडलात त्यातून मी तुम्हाला बाहेर कसे काढू शकणार? माझ्या जवळ काय पोलीस दल आहे की सैन्य? तुम्ही विचार करायला पाहिजे की सर्वसामान्य ग्रामीण माणूस हाच संघटनेचा शिपाई आणि तीच आपली एकमेव ताकद आहे. तुम्ही आज पारध्याच्या जाळ्यात अडकलेली कबुतरे आहात. अशा परिस्थितीत ब्रह्मदेवसुद्धा तुम्हाला वाचवू शकत नाही. तुम्हीच तुमची शक्ती एकत्रित करा आणि भरारी मारून जाळ्यासकट दूर दूर उडून जा." शिवराजचे हे म्हणणे लोकांना पटायचे पण खिन्न मनानेच ते निघून जायचे.

शिवराजचा संदेश शेकडो गावात पोचत होता. त्या अनुषंगाने जय क्रांती मध्ये लिखाणही होत होते, पण बेफाम सुटलेले राजकारणाचे वारू कसे थोपवायचे ते सुचत नव्हते.

शामसुंदर आता तीन वर्षांचा झाला होता. कितीही कामात असला तरी शिवराज त्याचे हट्ट पुरवायचा. त्याने कितीही आक्रस्ताळेपणा केला तरी शिवराज त्याच्यावर कधीच रागवत नसे. त्यामुळे शामसुंदर हट्टी आणि नंबर एकचा खोडकर झाला होता. आज त्याने शेतात जायचा एकच धोशा लावला.

शिवराज म्हणाला, "आई, शाम फारच हट्ट करतोय, सायंकाळी शेतात जायचं काय गं?"

शांताअक्का म्हणाली, "मंग जावावंच लागल की. मेला हे पाऊसय कोठं तोंड लपवून बसलाय की, जिवाची नुसती तगमग व्हयाली. मनूनच लेकरानं हाट धरलाय. चला जाऊ मोकळ्या वाऱ्यात."

शिवराज म्हणाला, "बरं, जेवायचा बेत काय करणार? काहीतरी साधा बेत कर."

शांताअक्का म्हणाली, "शीरखंड-पुरी चलंल काय"

शिवराज म्हणाला, "अगं साधं म्हणजे श्रीखंड नव्हे! करायला सोपं, खायला सोपं, आणि पचायला सोपं, असं साधं!"

माय लेकराचं एकमत होत नाही असं पाहून राधा मध्ये पडत म्हणाली, "तुमच्या सर्व अटी पूर्ण करणारा एकच मेनू आहे, रस्सेदार कोंबडी!"

शिवराज उत्साहाने म्हणाला, "आई तुला चालेल ना? राधाची आयडिया एकदम फिट आहे बघ!"

शांताअक्का म्हणाली, "हं ऽऽ! फिट नसायला काय झालं? आज सरावन सोम्मार, आन एकादस! कोंबडं खायाला आसा पर्यकाळ कोठून गठल?"

शिवराज थोडा हिरमुसला होऊन म्हणाला, "बरं बुवा, तुला काय आवडेल ते कर."

शांताअक्काने शिवराजचा चेहेरा दोन्ही हातात धरून त्याचे पटापट मुके घेत म्हणाली,

"मला काय आवडंल? जे मह्या राजाला आवडतंय तेच मलाय आवडतंय. मला नवल वाटलं ते राधाचं. इच्या सरक्या पोऱ्ही किती देव देव करतात, उपासतपास काय, वरतं काय, आन ही आमची सून, आपुन शेर तर ही सव्वाशेर! मिळाली आसती एखांदी देव्हाऱ्यात पुंजा मांडून जप करनारी, तर आपलं काही खरं नव्हतं!"

शांताअक्काची पिल्लावळ सायंकाळी चार वाजताच शेतात आली. हलका वारा सुटला होता. तरारून आलेल्या पिकांनी सारा शिवार हिरवागर्द दिसत होता.

वासराने वारा प्याल्यावर ते जसे चौखूर पळत सुटते तसा शामसुंदर बेभान होऊन धावत होता. राधा आणि शिवराज त्याचा पाठलाग करत होते. पण तो हाताशी लागत नव्हता. हळदीच्या शेतात, मिरचीच्या फडात तो झाडाच्या आड दडायचा आणि 'राधा, मी कुठे आहे? बाबा, मी कुठे आहे?' म्हणून हाका मारायचा. ते दोघे त्याला शोधत जवळ पोचले की तिघेही एकदमच मोठ्याने ओरडायचे. तो लगेच दुसरीकडे जाऊन लपायचा. शाम काट्याकुट्यात जाऊ नये, अडचणीत सापडू नये, म्हणून शांताअक्का थोड्या अंतरावर जवळ जवळच असायच्या. रानाच्या कानाकोपऱ्यात खेळून बागडून सगळे थकून भागून बंगल्यावर परतले. बाळाला पाजताना आई पदराखाली झाकून घेते तसे मावळतीच्या नारायणाला ढगांनी दडवले होते. जोरदार वृष्टीची चिन्हे दिसत होती. पोर्चमध्ये खुर्च्या टाकून ते बसले. राधाने चहा करून आणला. शामला थंड करून दूध दिले. दमलेल्या शामने एका झटक्यात ग्लास रिकामा केला. गड्याच्या बायकोला राधा म्हणाली,

"जना, बाळाला थोडावेळ म्हशीच्या गोठ्याकडे ने. दूध काढताना त्याला दाखव. मोकळा मात्र सोडू नको. विहिरीकडे, हौदाकडे जाऊ देऊ नको. मी आता स्वयंपाक आटोपून घेते."

शांताअक्का म्हणाली, "सैपाक मी करते बाई, तू त्या गुलामाला संबाळ. ते तिकडं गेला तरी बिगिनच वापस येईल. लेकरू थकून गेलंय. अर्धा सैपाक झाल्यावर आलं तर राह्यलेला अर्धा सैपाक मलाच कराव लागंल आन मंग कोनाच्यानं काय बिगल्डं त्याचा मेळ लागनार नाही."

राधा म्हणाली, "आत्या, तुम्हाला काम करण्यासाठी काही तरी कारण लागतं. मला वाटतं तुम्ही बसून पहावं, पण तुमची चूल काही सुटत नाही."

शांताअक्का म्हणाली, "हातपाय चलते हत तव्हर करीत रहाव माय, पुढी त बसनं हयेच की!"

राधा आणखी अजिजी करत म्हणाली, "बरं, मी तुम्हाला कुकर लावून देते आणि कांदा, लसूण, मसाला तयार करून देते."

निग्रह जराही कमी न होऊ देता शांताअक्का म्हणाली, "काही नको, मी घरून करून आणलय सगळं. उगी बस आन शाम आल्यावर त्याला खेळव."

जनाबरोबर शामसुंदर गेला. शांताअक्काने स्वयंपाकघराचा ताबा घेतला. राधा आणि शिवराज बोलत बसले. भोवती अंधार दाटू लागला. तशा पावसाच्या सरी सळसळत येऊ लागल्या. तहानेलेल्या कोकिळा पावसाचे थेंब वरच्यावर झेलू लागल्या. ताणावर आलेली पिके तर्रर होऊ लागली. धरती ओलीचिंब

झाली. रूक्षपणा जाऊन हवेत गारवा भरला. वाऱ्याच्या झोताबरोबर पोर्चमध्ये सूक्ष्म तुषार अंगावर पडत होते. त्यामुळे आल्हादात भरच पडत होती. पाऊस म्हणजे मौज, मजा आणि आनंद!

राधा म्हणाली, "स्वप्नातल्यासारखे वातावरण आहे आज. तुम्ही खरेच द्रष्टे पुरुष आहात. सकाळी आभाळ स्वच्छ होते. उन पडले होते. गेल्या दहाबारा दिवसापासून ढगांचा मागमूस नाही की पाण्याचा टिपूस नाही. पण आज संध्याकाळी आभाळ भरून येणार, जलधारा बरसणार, हे तुम्ही कसे काय हेरले?"

गमतीच्या सुरात शिवराज म्हणाला, "द्रष्टेपणाचे काही विचारू नका. त्या बाबतीत आमचा कोणी हात धरू शकत नाही. आता हेच बघा ना, जगातल्या करोडो मुलीतून आम्ही राधाचीचं निवड कशी केली? द्रष्टेपणातूनच ना? जो द्रष्टा नाही तो नतद्रष्ट असतो. नियोजनबद्ध निर्णयातून ब्रह्मानंद मिळतो. नियोजनशून्यतेतून ब्रह्मपीडाच नशिबी येते."

"माझ्या मनात एक फार मोठे कुतूहल आहे, तेवढीच काळजी पण आहे की, लयाला जात असलेली क्रांती संघटना बुडणार की तरणार?"

"हे मात्र ट्रेड सिक्रेट आहे हं, त्याचं उत्तर मी नाही सांगणार, पण राधा, संघटनेचं अंतरंग तुला जेवढं स्पष्ट माहिती आहे तेवढं दुसऱ्या कोणालाही नाही. तोंडापुरतं बोलायचं नाही. संघटनेच्या भवितव्याविषयी खरंच तुला काय वाटतं?"

"मला तर खात्री वाटते की तुम्ही संघटनेला बुडू देणार नाही. तुमच्या मनात सुरक्षेच्या काहीतरी कल्पना जरूर असणार, पण जसजसे दिवस चाललेत आणि परिस्थिती बिघडत चाललीय तसतसे आपण परत न फिरण्याच्या दिशेला दूरदूर चाललो आहोत अशी भीती वाटतेय. आजकाल तुम्हाला भेटायला येणाऱ्या शिष्टमंडळांशी तुम्ही जे बोलता त्यात दिलासा नसतो, त्यांच्या तंगड्या त्यांच्याच गळ्यात अडकवायचा प्रयत्न असतो. संघटना असहाय आहे, संघटनेकडे ना प्रतिकाराची शक्ती आहे ना संघर्षाची, अशी तुमची भूमिका असते. तुम्ही ह्या कल्पनेचे जनक आहात. दुष्टचक्रात सापडलेल्या संघटनेला तुम्ही वाचवू शकता अशी लोकांची श्रद्धा आहे. तुम्ही आवाज दिला, तर अखखा ग्रामीण महाराष्ट्र तुमच्या पाठीशी उभा राहील आणि संघटनेत चेतना निर्माण करील. पण आज तरी वेट अँड सी असाच तुमचा पवित्रा आहे."

"अेक्झॅक्टली! म्हणूनच म्हणतो, तुझ्या प्रश्नाचं उत्तर होकारार्थी किंवा नकारार्थीसुद्धा असू शकतं. खोटा दिलासा देऊन लोकांना खूश करून पाठवणं ही त्यांची फसवणूक होईल. लेट देम अंडरस्टँड द रिॲलिटी, लेट देम

अंडरस्टँड देअर प्रॉब्लेम्स!''

''हा कोसळता डोलारा सावरण्यासाठी तुम्हाला जन आंदोलन उभे करावेच लागेल. साप निघून गेल्यावर फरकंडीला बडवत बसून उपयोग नाही.''

''मला सांग, विकास कोणाचा करायचाय? लोकांचा! तो कोणी करायचाय? स्वत: लोकांनी! आज निर्माण झालेली परिस्थिती कोणी बदलायचीय? स्वत: लोकांनीच! हे लोकांकडून उत्स्फूर्तपणे घडणारे नाही, तोवर ती लोकचळवळ म्हणता येणार नाही. व्यक्तीच्या कुबड्या लावायची संघटनेला गरज पडू नये.''

राजकारण्यांना शह देऊन संघटना पुन्हा उभी करण्यासाठी शिवराजच्या मनात कोणता व्यूह आहे आणि तो रचण्यासाठी तो कोणत्या मुहूर्ताची वाट बघतोय हे राधाला काही उमजले नाही.

हिंगोली जिल्ह्याचे पालकमंत्री पंजाबराव बुलबुलेंचा फोन आला. ते शिवराजचे स्नेही होते. बुलबुले एक सुशिक्षित, सुसंस्कृत आणि चांगला माणूस होता. दुर्मीळातला दुर्मीळ, कोळशाच्या खाणीत हिरा असावा तसा. त्यांना शिवराजविषयी खूप आदर होता.

बुलबुले - हॅलो शिवराज पाटील, हिंगोलीहून पंजाबराव बुलबुले बोलतोय.

शिवराज - बोला बुलबुले साहेब, कशी काय आठवण केलीत?

बुलबुले - माननीय राज्यपालांनी तुमच्यासाठी माझ्याकडे एक पत्र दिले आहे. ते स्वत: मी आपल्याला द्यावे असा आदेश आहे. खास महत्त्वाचे असणार ह्यात वादच नाही. मी उद्या अकरा वाजता पत्र घेऊन इंजनगावाला येत आहे. पत्रकारांमध्ये ह्या पत्राविषयी कमालीचे औत्सुक्य आहे. आपली परवानगी असेल तर माझ्या सोबत पंधरा वीस पत्रकार येतील.

शिवराज - वा वा! अलभ्य लाभ! मोस्ट वेलकम! मी वाट पाहतो.

दुसऱ्या दिवशी दुपारी मंत्रीमहोदयांचा ताफा इंजनगावाला पोहोचला. जय क्रांतीच्या कॉन्फरन्स हॉलमध्ये सर्व जमले. मंत्री महोदयांनी मा. राज्यपालांचे पत्र आदरपूर्वक शिवराजला दिले. ते फोडून त्या लांबचलक चारपानी पत्रावरून शिवराजने झरझर नजर फिरवली. त्यात शिवराजच्या कार्याची भरपूर स्तुती होती. शिवराजच्या अतुलनीय कर्तबगारीची आणि समाजसेवेची उतराई म्हणून त्याला महाराष्ट्रातला सर्वोच्च 'लोकनायक महाराष्ट्रभूषण' किताब देऊन महासत्कार करण्यात यावा, असा मंत्रीमंडळाचा ठराव होता. गौरव समारंभाच्या अगोदर शिवराजची हत्तीवरून सपत्नीक भव्य मिरवणूक काढून राज्यपाल व मुख्यमंत्र्यांच्या हस्ते पुरस्कार द्यायचे ठरले होते. शिवराजने ते पत्र एका पत्रकाराला मोठ्याने

वाचायला सांगितले. तो जसजसा पत्र वाचत गेला तसा हॉलमध्ये टाळ्या वाजवून जल्लोश होऊ लागला. सर्वजण शिवराजचे अभिनंदन करू लागले. तो आनंदाने अभिनंदन स्वीकारू लागला.

कृषि पर्यटन केंद्राच्या हिरवळीवर मंडळी बसली. शिवराजने एका कोपऱ्यात बसून स्टेनोला डिक्टेशन दिले. स्टेनो पत्राचे उत्तर टाईप करून घेऊन आला. शिवराजने ते काळजीपूर्वक वाचून सह्या केल्या. एक प्रत मघाच्याच पत्रकाराला देऊन मोठ्याने वाचायची विनंती केली. पत्रकार वाचू लागला,

माननीय राज्यपाल, महाराष्ट्र राज्य.

महोदय,

स. न. आपले वरील संदर्भीय पत्र आमच्या जिल्ह्याचे पालकपंत्री माननीय नामदार पंजाबराव बुलबुले साहेबांनी मला स्वत: आणून दिले. मी महाराष्ट्रात ग्रामीण क्रांती संघटना उभी केली आणि ग्रामीण जनतेचा सर्वांगीण विकास घडवला म्हणून आपण आणि आपल्या मंत्रीमंडळाने माझा 'लोकनायक महाराष्ट्रभूषण' हा राज्यातला सर्वोच्च पुरस्कार देऊन गौरव करायचे ठरवले त्याबद्दल मी आणि माझी पत्नी सौ. राधा आपले अनंत आभारी आहोत. एखाद्याने केलेल्या चांगल्या कामाची कदर व्हावी, वडीलधाऱ्यांनी त्याच्या पाठीवर शाबासकीची थाप मारावी हे योग्यच आहे. तो गौरव आपण आम्हाला बहाल करायचे ठरवले त्याबद्दल शतश: धन्यवाद!

महाराष्ट्राच्या मंत्रीमंडळाने आणि आपण आम्हा उभयतांचा महासत्कार करायचे मोठ्या उदात्त भावनेने ठरवले त्याची कृतज्ञतापूर्वक जाणीव ठेवून मी आपल्याला सांगू करू इच्छितो की संघटना बांधणीत माझा खारीचासुद्धा वाटा नाही. लोकांनी निश्चय केला, विकास झाला. लोकात संभ्रम निर्माण झाला, संघटनेचा डोलारा कोसळला. मी निर्मितीचा शिल्पकार नाही किंवा विनाशाचे कारण नाही. मी नामानिराळा आहे. संघटनेच्या प्रत्येक सभासदाला हे स्पष्ट माहीत आहे, म्हणून हा सत्कार स्वीकारण्याचा मला अधिकार पोचत नाही.

पुनश्च धन्यवाद!

आपला नम्र,
शिवराज पाटील.

दुसरे दिवशी सर्वच वृत्तपत्रात शिवराजचे पूर्णाकृती फोटो आणि बातम्यांच्या हेडलाईन छापून आल्या. शिवराजच्या कार्याची सविस्तर माहिती आणि त्याच्या उत्तुंग विधायक कामाच्या स्तुतीने पेपर्स खचाखच भरले होते. बहुतेक वृत्तपत्रांनी अग्रलेख लिहून शिवराजच्या निष्काम सेवावृत्तीला अभिवादन केले होते. शांताअक्काने पेपर्सचा गठ्ठा विचकून बघितला. शिवराजचे पानोपानीचे फोटो बघून त्यांना खूप विस्मय वाटला. हे शिवराजचे कौतुकच असावे असा त्यांनी समज करून घेतला, पण कशामुळे वगैरे काही कळायचा प्रश्नच नव्हता. त्या पुन्हापुन्हा पेपर वाकडेतिकडे करून बघत होत्या. पण व्यर्थ.

बैठकीत कोणीतरी आल्याची चाहूल लागली. ते ग्यानोजी आणि दत्तराव होते.

ग्यानोजी म्हणाले, "अक्का, आद्रक घालून झकासपैकी बॉबी चहा कर."

शांताअक्का म्हणाली, "का, दोघय घरून भांडणं करून आल्या की काय रं?"

दत्तराव पैलवान म्हणाला, "तसं नाही अक्का, खुशी झाली की, तुह्या हातचं खान्यापिन्यात मजा वाटती बघ. कोठं गेली मंडळी?"

शांताअक्का म्हणाली, "कोठं जातील? शिवराज गेलाय मळ्यात, राधा गेली जय करांतीच्या छापखान्यात आन ते गुलाम गेलाय साळत. आरं हे फुटू कहामोळं आलेत एवढे?"

ग्यानू म्हणाला, "तेच सांगायला आलोत. आधी चहा त कर."

अक्का चहा टाकायला गेली, तेवढ्यात केशव, पांडू, मारुती आणि मालू आले.

दत्तराव लगेच ओरडला, "अक्का चार कोप वाढेव, मेंबर वाढले."

किचनमधूनच शांताअक्का ओरडली, "आधन येईस्तवर सगळं गाव जमनार हय मना की."

केशव बैठकीतूनच बोलला, "कोनाच्या नशिबात आसतंय अक्का? गावात कोनाच्या घरी जमतात काय मानसं?"

केशवने किचनमधून चहा आणला. शांताअक्का बैठकीत येऊन बसल्या. ग्यानू सांगू लागला.

"अक्का, काल आपल्या जिल्ह्याचा मंत्री पंजाबराव बुलबुले अल्ता, मंजेनी, खुद राज्यपालानच धाल्डं व्हतं. शिवराजची मुंबईत हात्तीवरून भलीमोठी मिरवणूक काढायची आन राधासोबत सत्कार करायचा आसं सरकारनं ठरविलं

व्हतं. परीक बहाद्दरानं सत्कार घेनार नाही मनून सांगून टाकलं. एवढी मोठी मानाची संधी चालून आली आसताना नको आम्हाला मानपान मननारा शिवराज आभाळावून मोठ्या मनाचा हय, आसं पेपरायमंदी छापून आलय. कालपसून टीव्ही वर याच बातन्या चालू हता. आन तुला कोनच सांगितलं नाही काय?''

शांताअक्का म्हणाली, ''आता बाप्पा, ते काल राती उशीरा आले आन आंगनात जेवताना इंग्रेजीत वाढोळ बोलत बसले. मनून मी त्याह्यच्याकडं ध्यानच देलं नाही.''

केशव मिष्किलपणानं म्हणाला, ''ध्यान देलं आसतं त कळालं आसतं काय?''

शांताअक्का हसून म्हणाली, ''आपल्याला कळतंय माती!''

मारुती म्हणाला, ''एवढ्या मोठ्या मानसाची माय इतकी आडानी आसल, हे कोनाला सांगितलं तर खरं तरी वाटल काय?''

शांताअक्काची बाजू उचलीत पांडू म्हणाला, ''काही अशिक्षित माणसं शिकलेल्यापेक्षा कैक पटींनी विद्वान आणि समजूतदार असतात. अक्कानं आमचा भग्न संसार पुन्हा जोडला. गावातल्या कित्येक कुटुंबांचं कल्याण केलं. तिच्या संस्कारातून शिवराजसारखा राष्ट्रपुरुष तयार झाला. शांताअक्का अडाणी नाही, ती परीस आहे परीस!''

शिवराजने सत्कार नाकारला, ही घटना सर्वांसाठीच अनपेक्षित आणि धक्कादायक होती. त्याच्या सत्काराने लोकांच्या मनातली सत्ताधारी पक्षाविषयीची सहानुभूती वाढेल आणि संघटनेच्या कोणत्याच पदावर नसणारा शिवराज सत्काराचा मानकरी कसा, असा छुपा विरोध होईल, अशा धोरणाने राज्यकर्त्यांनी सत्काराचा डाव टाकला होता, पण तो उलटापुलटा झाला. शिवराज आता सर्वांच्या चिंतेचा विषय बनला. सारे मंत्रीमंडळ फारच अस्वस्थ झाले. शिवराज तरला तर सर्व राजकारण्यांची धूळधाण होणार, हे समीकरण आता सर्वांना माहीत झाले होते. येणारी सार्वत्रिक निवडणूक महाराष्ट्राच्या राजकारणाचा अंत ठरते की काय अशी सर्वपक्षीयांनी धसकी घेतली होती.

सत्ताधाऱ्यांनी संघटनेविरुद्ध उडवलेले सर्वच बॉंब एवढे फुसके निघावेत ह्या बाबीची राजकीय गुन्हेगारी वर्तुळात कुचेष्टा होऊ लागली. 'तुम्हाला जमत नसेल तर आम्हाला सांगायचे असते. एक घाव दोन तुकडे केले असते' अशा वल्गना होत होत्या. म्हणणे सोपे होते, करणे फार अवघड होते. शिवराजच्या केसाला धक्का लागला तरी जनक्षोभाचा ज्वालामुखी भडकला असता, हे

राजकारण्यांना माहीत असल्यामुळे ते आततातईपणा करू शकत नव्हते. हजार डोकी हजार पद्धतीने काम करत होती. आपला घात अटळ आहे त्याची शिवराजला चाहूल लागली होती. त्याचे नेहमीचे मित्रसुद्धा अवचिन्हाच्या सुवाऱ्याने हवालदिल झाले होते. शिवराजला मानणाऱ्या अख्ख्या महाराष्ट्रातल्या हजारो गावात त्याच्या सुरेक्षेविषयी काळजी वाढलेली असतानाच निरंकारी बाबाच्या झोपडीवर दोन बैरागी आले. दोघेही तरुण होते. बलदंड होते. काळे कुळकुळीत हात हात लांब केस, तलवारकट मिशा, गुळगुळीत दाढी, कपाळावर अष्टगंधाची चंद्रकोर, मध्ये लालचुटुक टिकली, कानात सोन्याच्या भल्यामोठ्या इयररिंग्ज, त्यात पांढरेशुभ्र टपोरे मोती, भगव्या लुंगीवर कमरेला लटकता शंख, एका हातात कमंडलू, दुसऱ्या हातात खुळखुळ्याचा लोखंडी चिमटा, हा साधूंच्या कुठल्या पंथाचा वेश होता ते त्यांचे त्यांनाच माहीत. ते डौलात चालायचे. पुणेरी मराठी बोलायचे. त्यांनी निरंकारी बाबाला चुटकीसरशी भुरळ घातली आणि त्याच्या खोपीत पाय रोवले. ते सकाळी पाच वाजता तयार होऊन जवळपासच्या गावात जायचे, चांगले घर हेरून अंगणात बसून चिमट्यावर भजन म्हणायचे. त्यांच्या भजनावर खूश होऊन यजमान बऱ्यापैकी दक्षिणा द्यायचे. जे मिळेल ते आनंदाने स्वीकारून शंखनाद करायचे, तोंडभरून आशीर्वाद द्यायचे आणि पुढच्या घरी जायचे. भोवतालच्या खेड्यात फेरी झाली की आम्ही मुक्काम हलवू असे बाबांना सांगायचे. त्यांच्या मिळकतीवर बाबांची चंगळ चालू होती. त्यामुळे त्यांनी मुक्काम हलवावा असे बाबाजीना मुळीच वाटत नव्हते. बैराग्यांच्या हालचालींवर शंभर माणसांच्या दोनशे डोळ्यांची पाळत होती, पण त्यांच्या वागण्यात कोणालाही काही शंका येण्यासारखे जाणवले नाही.

अमावास्येची काळीकुट्ट रात्र. इंजनगावाच्या शिवारात डेअरी, पिगरी, पोल्ट्रीचे युनिट विखुरलेले होते. इतर गावांप्रमाणे त्यांची मोडतोड झाली नव्हती. शिवारात विजेच्या दिव्यांचा झगमगाट होता पण दूरदूरचे दिवे, अंधाराच्या घोंगडीला चिकटलेल्या काजव्यांसारखे दिसत होते. गावातली बहुतेक कर्ती माणसं वाड्या-वस्त्यांवर होती. श्रमिक जीव धरणीला खिळले होते. गंभीर सन्नाटा पसरला होता.

रात्री दोनच्या सुमाराला शिवराजच्या घरातून धुराचे लोट येत असलेले कोणीतरी पाहिले आणि त्याने आकांत केला. पाच मिनिटात सगळा गाव जागा झाला. तांब्या, बकेट, घागर जे हाताला येईल ते घेऊन लोक धावले. वाड्याचे मुख्य दार आतून बंद होते. मागचे दार लोकांनी तोडले का उघडे होते ते माहीत

नाही. दार मोकळे असले तरी सर्व खोल्या, बैठक आणि माडी ढणढण जळणाऱ्या जाळाने व्यापल्या होत्या. बाहेरच्या माणसांना प्रवेश तर दूरच, आत डोकावतासुद्धा येत नव्हते. लोकांनी मिळेल तिथून पाणी आणले पण ते तोकडे पडले. वाडा जळून राख झाला. काही म्हणता काही हाती लागले नाही.

विजेचा जोरदार धक्का बसावा तसे गाव सुन्न झाले. वाड्यात धुमसणारा विस्तव धगधगत होता तशी बाहेर बसलेल्या माणसांची मने पेटत होती. कोटी कोटी जनांचा पोशिंदा शिवराज, वात्सल्यमूर्ती राधा, गावावर सदा मायेचं पांघरूण घालणारी शांताअक्का आणि नुकतीच कळी उमलल्यासारखे देवरूपी निष्पाप बाळ. कोण अधिक प्रिय होतं? कोण अधिक गुणवान होतं? कोणाच्या हातून काय गुन्हा घडला होता, ज्यामुळे त्यांची निर्दयी हत्या झाली? शांत निद्रावस्थेत असताना बंद वाड्यात अग्निप्रकोप झाला तेव्हा मृत्यूचे तांडव बघून आत अडकलेले जीव किती घाबरले असतील, शेवटच्या क्षणी एकमेकाला साह्य करण्यासाठी किती घडपडले असतील, ज्वाळांनी लपेटल्यावर किती पोळले असतील, आणि अंगावरची चरबी वितळताना किती विव्हळले असतील? माणसं बसल्याजागी ओक्साबोक्शी रडत होती. तीन साडेतीन वाजले तरी शोक आवरत नव्हता. कोणी काही आठवण काढायचं आणि सर्वांना दु:खाचा उमाळा यायचा. शिवराजच्या कुटुंबात रडायला कोणी शिल्लक नव्हते; पण सारा गाव त्यांच्यासाठी धायधाय रडत होता.

चार वाजता रामराव पाटील उठून उभे राहिले. कमालीच्या फाटक्या आवाजात म्हणाले, "आता लडालडी बस झाली. जे व्हयाचं व्हतं ते व्हवून गेलं. आता पुढच्या कामाला लागा. आकोसराव, ग्यानू, मारोती, केशव, मालू, दत्तराव, पांडू सगळे एकाजागी बसा आन पुढचं नियोजन करा. कोनाला आंधी बातन्या देयाच्या आन कायकाय करायचं ते बगा."

संघटनेच्या पदाधिकाऱ्यांना सर्वप्रथम अवगत करण्यात आले. त्यामुळे शिवराज, कुटुंबीयांसह आगीत हुतात्मा झाल्याची वार्ता महाराष्ट्रात ध्वनीच्या वेगाने पसरली. ह्या अनपेक्षित हादऱ्याने सारा महाराष्ट्र शोकसागरात बुडाला.

सकाळी पाच वाजेपर्यंत काही प्रसार माध्यमांचे प्रतिनिधी दाखल झाले. चित्रीकरणाबरोबर भराभर बातम्या लिहिल्या जाऊ लागल्या. गावकऱ्यांनी सांगितले,

"नेहमीच्या रिवाजाप्रमाणे झोपायच्या अगोदर शिवराजच्या बैठकीत किमान पंचवीस माणसं होती. राजकारणाचे बदलते रंग बघता शिवराजची सुरक्षितता धोक्यात येत असल्याबद्दल गावकऱ्यांनी चिंता व्यक्त केली होती. काल त्याने

मित्रांसाठी द्राक्षे, अननस आणि सफरचंद आणले होते. मालू आणि मारुतीने मिक्स्ड फ्रूट ज्यूस तयार केला. साडेसात वाजता सर्वजण ज्यूस घेऊनच बाहेर पडले.''

सर्व टी.व्ही. चॅनलनी घोषित कार्यक्रम रद्द करून सकाळी सहापासूनच शिवराजच्या बातम्या द्यायला सुरुवात केली. दिवस उगवलाच नाही. काळ्याकुट्ट ढगांनी त्याची मुस्कटदाबी केली. पाखरं उठून जागीच किलबिलाट करू लागली, जणू त्यांना पुढचे काही सुचत नव्हते. जनावरं हंबरत होती. ते हंबरणे भेसूर वाटत होते. ती मनहूस सकाळ अख्ख्या महाराष्ट्राला रडवत होती.

राज्याच्या कानाकोपऱ्यातून इंजनगावाला येण्यासाठी वाहने सज्ज होऊ लागली. प्रत्येक वाहनावर 'शिवराज पाटील अमर रहे' असे मोठमोठे फलक लावले जात होते. स्त्री-पुरुषांनी भरलेले एक एक वाहन आपल्या दिवंगत नेत्याला श्रद्धांजली वाहण्यासाठी पुढे सरकू लागले. लोक डोळे पुसत होते, भडभडून येऊन हुंदके देत होते.

शिवराजच्या घराभोवती पोलिसांनी कडे केले. कंट्रोलरूम उभी राहिली. सर्व मंत्री, राज्यातले प्रमुख पुढारी आणि सुमारे एक कोटी लोक जमतील असे प्राथमिक अंदाज वर्तवले गेले. एवढा जनसागर आवरायचा कसा हा फार मोठा प्रश्न होता. नुसती प्यायच्या पाण्याची सोय करायची म्हटले तरी ते फार मोठे आव्हान होते. उच्चस्तरीय बैठका झडू लागल्या. धडाधड निर्णय होऊन यंत्रणा कामाला भिडू लागल्या.

मुख्यमंत्री आणि इतर पुढाऱ्यांचे टी.व्ही.वर शोकसंदेश येत होते. शिवराजला कोणी मारले त्याविषयी तर्क-वितर्क वर्तविले जात होते. सबंध राज्यभर लोक रेडिओ आणि टी.व्ही. भोवताल बसून होते. गाई-म्हशींना कोणी हात लावत नव्हते. फळे, भाजीपाला जिथे खुडला तिथेच पडला होता. खेड्यातून शहरात होणारी जीवनावश्यक वस्तूंची आवक शंभर टक्के थांबली होती. ग्रामीण जनता गावात थांबल्यामुळे शहरातल्या रस्त्यावर शुकशुकाट पसरला होता. हा अघोषित शोक इतिहासातल्या कुठल्याही घोषित शोकापेक्षा अधिक व्यापक, अधिक गंभीर होता.

बोरगावात सकाळी सकाळी सुभानरावाच्या घरासमोर गर्दी वाढू लागली. सुभानराव, माधवराव आणि चंदारपाटील सकाळी शेतात चक्कर मारून परतले. गर्दी पाहून त्यांच्या मनात एकदम धस्स झाले. घोळक्याकडे बघत सुभानरावांनी भीत भीतच विचारले,

“का, काय झालं रे, पोऱ्हव्हो?”

सगळे एकमेकाच्या तोंडाकडे बघत चिडीचिप.

सुभानराव अधिकच घाबरले जवळ जवळ रडवेल्या स्वरात ते चिरकलेच, “आरे काय झालं ते सांगसाल की नाही?”

एकजण दबत दबत म्हणाला, “टी.व्ही. वर शिवराज घरात जळून मेल्याच्या बातम्या येयाल्यात.”

माधवराव खेकसून म्हणाले, “आर ते त रातीच इथं आलेत की!”

ते तिघेही लगबगीने वाड्यात गेले. सकाळची कामं आटोपून शिवराज बैठकीत निवांत पेपर चाळीत बसला होता.

सुभानराव म्हणाले, “जरा टी व्ही लावा बरं.”

त्यांची धांदल बघून शिवराजने विचारले, “का, काय झालं? काही खास बातमी आहे का?”

असे बोलत बोलतच त्याने टी व्ही ऑन केला. सत्ताधारी पक्षाचे प्रदेशाध्यक्ष देविदासराव नाईक यांचा शोकसंदेश चालू होता. ते बोलू लागले,

“शिवराजची अशा तऱ्हेने केलेली क्रूर हत्या हा अमानुषतेचा उच्चांक, राजकीय महत्त्वाकांक्षेची परिसीमा आणि भेकडपणाचा नीचांक म्हणावा लागेल. ज्या नराधमांनी शिवराजला त्याच्या निरपराध कुटुंबीयांसह घरात जाळले त्यांना शोधून तशीच कठोर शिक्षा देण्यात येईल. ह्या हत्येच्या सूत्रधारांना, ते कोणीही असले तरी, गय केली जाणार नाही.

“शिवराज एक दैवी शक्ती लाभलेला असामान्य समाजसुधारक आणि न भूतो न भविष्यती येणारा क्रांतिकारी युगपुरुष होता. त्याच्या मृत्यूमुळे निर्माण झालेली पोकळी कधीही भरून निघणार नाही. मी शिवराज आणि त्याच्या कुटुंबीयांच्या मृतात्म्यांना शांती मिळो अशी प्रार्थना करतो.” त्यांनी बंद डोळ्यांनी हात जोडून नम्रभावे साष्टांग नमस्कार केला. टी.व्ही. वर शिवराजचे जळत असलेले घर, शोकाकूल गाव, इंजनगावाकडे निघालेली वाहने दाखवल्यावर सारा प्रकार शिवराजच्या लक्षात आला. त्याने काही वृत्तपत्रे व काही टी.व्ही. वाहिन्यांना फोन केले. तो व त्याचे कुटुंबीय बोरगावात सुरक्षित असल्याचे कळवले.

शिवराज आणि कुटुंबीय बोरगावात सुरक्षित असल्याच्या बातम्या झळकल्या आणि कोटी कोटी शोकाकुल लोकांचा जीव भांड्यात पडला. शोककळेची जागा आनंदोत्सवाने घेतली. हजारो गावात जल्लोश सुरू झाला. मेलेला माणूस जिवंत

झाल्यावर जसा आनंद होईल तसे शिवराजप्रेमींचे झाले.

झाले काय की, माधवरावांच्या नातवाचा वाढदिवस होता. त्यांनी शिवराज, अक्का आणि राधाला यायचा आग्रह धरला. शिवराज तयार नव्हता, पण माधवरावांनी सतत लकडा लावल्यामुळे त्याने बोरगावला जायचे ठरवले. घरची कामं आटोपून रात्री आठ वाजता घराला कडी कुलूप लावून ते बोरगावाला गेले. त्यामुळे ते बाहेर गेल्याचे कोणालाच कळले नाही. काळ आला होता पण वेळ आली नव्हती. नशीब बलवत्तर म्हणून त्यांना रात्री घर सोडून जायची बुद्धी झाली.

सुभानरावाच्या वाड्यासमोर सर्व गाव गोळा झाला. शेतातून येणारी माणसं डोक्यावरचं ओझं उतरून केविलवाण्या आवाजात विचारयचे,

"काय झालं रे पोऱ्हव्हो?"

घोळक्यातलं कोणीतरी म्हणायचं, "भयंकर व्हनार व्हतं, परीक बल्ला गेली एकदाची. आता बारा वर्सं घोर नाही बगा!"

शिवराज मेल्याच्या बातम्या ऐकून ज्यांनी सुटकेचा नि:श्वास सोडला होता, ते उलट बातम्यांनी बसल्याजागी गर्भगळित होऊ लागले.

रात्री शिवराजच्या घरी ज्यूस घेऊन माणसं वाड्याबाहेर पडली. बोलत बोलत गट वेगवेगळ्या गल्ल्यांकडे विखुरले. मारुती आणि ग्यानू काहीतरी कुजबुजत वाड्याच्या बाजूच्या चौकात थांबले. ते थोडे बाजूला भिंतीच्या सावतील उभे असल्यामुळे येणारा जाणाराला दिसण्यासारखे नव्हते. शिवराजच्या दारासमोरून दोन माणसं दबकत आली. दारासमोर किंचित रेंगाळली आणि पश्चिमेकडच्या रस्त्याने वर सरकली. ग्यानू व मारुती श्वास रोखून त्यांच्याकडे बघत राहिले. ग्यानू म्हणाला, "मारोती, हे जोगडे हत काय रे?"

मारुती म्हणाला, "अव्ह, हे आपल्या संगचेच मानसं हत की, एक पांडू आसल, आन दुसरा मालू. ते काय, त्याह्यच्याच घराकडं निघालेत."

मारुतीच्या हाताला हिसका मारून ग्यानू म्हणाला, "माघं माघं जाऊन तर बगू की बरं."

त्या दोघांनी पाठलाग केला पण गावाबाहेर अंधारात काही थांगपत्ता लागला नाही. ग्यानूच्या मनात मात्र संशय घोंगावत राहिला. घरी आला तरी त्याला चैन पडेना. कसेबसे जेवण उरकले. त्याने पाचसहा माणसांना मुलाजवळ निरोप देऊन आंथरूण पांघरूण सोबत आणायला सांगितले. शिवराजच्या घरी जागल टाकायची हे त्यांनी ओळखले.

दारासमोरच्या ओट्यावर पोते, घोंगड्या अंथरून पहारेकरी खालच्या

आवाजात गप्पा करत बसले. काहीजण लोळता लोळता घोरायला लागले. बाकीच्या दोघातिघांना थंड वाऱ्याच्या सुळुकेने डुलक्या लागल्या. वाडा पेटला. गलका झाल्यावर जागले खडबडून उठले तेव्हा वाचवायला काहीच शिल्लक राहिले नव्हते.

ग्यानूने चारपाच जणांना बरोबर घेऊन बाबाजीचा आश्रम गाठला. ते झोपडीच्या अगदी जवळ बसून तिथल्या हालचाली न्याहाळू लागले. एक फार मोठी कामगिरी फत्ते झाल्याबद्दल गोसावी भलतेच खूश झाले होते. आनंदाने सद्‌गदित झाल्यामुळे त्यांना धड बोलताही येत नव्हते. बाबाजींना त्यांनी बेधुंद करून झोपवले होते. त्यांनी बाबाजीना हलवून उठवायचा प्रयत्न केला पण ते मेल्यागत निश्चेष्ट पडले होते. एक जणाने त्यांच्या सर्वांगावर कमंडलूतले पाणी ओतल्यावर ते डोळे चोळीत उठले. झोपडीच्या बाहेर गेल्यावर सर्व गाव जागे असून लोक मोठमोठ्याने ओरडत असल्याचे त्यांच्या लक्षात आले. गावात काहीतरी मोठी घटना घडली असून ह्या गोसाव्यांचा तिच्याशी संबंध असावा हे कोणालाही समजण्यासारखे होते. तोंडावर पाणी मारून बाबाजी झोपडीत आले. गोसावी बाटल्या उघडून बसले होते. थोरला गोसावी म्हणाला,

"या बाबाजी, आता शेवटची बैठक. तुमच्या कृपाछत्राखाली आम्ही अगदी मजेत राहिलो. मठाधिपतीकडून आज्ञा आली आहे. आता आम्हाला गेलं पाहिजे. लवकर घ्या. आम्हाला फार घाई आहे. पंधरा मिनिटाच्या आत आम्ही दहावीस किलोमीटर दूर गेलो पाहिजे."

त्यांनी हजाराच्या नोटांचे बंडल बाबाजीपुढे ठेऊन त्याना नमस्कार केला आणि भराभर पेले रिकामे केले. थोरला गोसावी झोकांड्या देत उठला. लहान्याला म्हणाला,

"राघव, मला एकदमच किक बसली रे! सकाळची वेळ आहे ना, म्हणून! मी पुढे चलतो. तू सामान घेऊन ताबडतोब गाडीकडे ये. चल, आटप लौकर."

त्याने बाबाजीला नमस्कार केला आणि अंधारात गडप झाला. बाबाजी काही बोलायचा प्रयत्न करत होते पण तोवर तो निघूनही गेला. बाबाजींची नशा उतरली नव्हती. ते चाचरतच म्हणाले,

"राघव, गावात किलबिलाट चालू हय. तुम्ही काहीतरी आघोरी काम केलय. तुम्ही दोघं आसे एकाएकी निघून गेले त लोक मव्हा मुडदा पाडतील. मी त तुमच्या आधात ना मधात!"

राघव तुसडेपणाने म्हणाला, "आम्ही आमचा धंदा करतोय, कोणाचे

किती मुडदे पडतात त्याच्याशी आम्हाला काही देणे घेणे नाही.''

बाबाजींचा क्रोध वाढला. दाणदाण पाय आपटीत त्यानी दोन चार वेळा झोपडीच्या आत बाहेर केले. त्यांच्या हाताला एक दोरी लागली. साधूच्या गळ्याला दोरीचा फास लावण्यासाठी त्यानी शिकस्तीचा प्रयत्न केला, पण त्या आडदांड माणसाने बाबाजीना एका हिसक्यात जमिनीवर लोळवले. तो म्हणाला,

''बाबाजी, उगीच उसनं अवसान आणून ढगावर स्वार होऊ नका. मला विरोध केलात तर तुम्हाला खतम करण्याशिवाय माझ्याजवळ दुसरा मार्ग नाही. आम्हाला मदत करणाऱ्या माणसाला मारावं अशी माझी मुळीच इच्छा नाही. उगीच माझ्या मार्गात कडमडू नका.''

बाबाजीनी पडल्यापडल्या विचार केला, हा गावाचा गुन्हेगार पळून चाललाय. त्याला आपण पकडू शकलो तर गावासाठी एकतरी चांगले काम केल्याचे आपल्याला श्रेय मिळेल. राघवने एका झोळीत सामान भरले आणि तो जायला निघणार तेवढ्यात आहे नाही तेवढी शक्ती एकवटून बाबाजीनी त्याच्या भक्कीत कसून लाथ हाणली. गोसावी धाडकन जमिनीवर कोसळला. पोटातून मरणकळा आल्यामुळे त्याचा श्वास कोंडला. पण दुसऱ्याच क्षणी सावध होऊन अतिशय रागाने त्याने बाबाजीवर पिस्तुल रिकामे केले. बाबजीच्या छिन्नविच्छिन्न देहाकडे एक कटाक्ष टाकत त्याने झोपडीबाहेर पाऊल टाकताच ग्यानूने त्याच्या मानेवर काठीचा जोरदार वार केला. तो कोसळला. सावरायच्या आत दुसऱ्या तीनचार जणांनी त्याला जखडून पूर्ण ताब्यात घेतले. एका गुढघ्यावर काठीने चोप देऊन पाय लंगडा केला. उचलून त्याला झोपडीपासून एक किलोमीटर दूर घेऊन गेले. टाकळगावच्या विश्वजित कटारेला फोन केला. विश्वजीतने सांगितले,

''मी गाडी पाठवतोय. त्याला शिरडशहापूरच्या जंगलात दूर गुप्तस्थळी ठेवा. कटाची पूर्ण माहिती मिळाल्याशिवाय त्याला पोलिसांच्या किवा इतर कोणाच्या हाती लागू देवू नका. थोडाही गाफीलपणा करू नका. मी तुमच्या सतत संपर्कात राहतो.''

विश्वजीतने एस.पी. सुभाष जावळेंना फोन लावला. शिवराजच्या मारेकऱ्याला पकडल्याची वार्ता सांगितली. पुढे काय करायचे त्याविषयी विचारले. जावळे साहेब फोनवर नुसतेच रडत राहिले, ते काहीच बोलू शकले नाही. विश्वजीतला तर त्यांचा रागच आला.

अर्ध्या तासानंतर जावळे साहेबांचा फोन आला. मारेकऱ्याचे काय करायचे त्या विषयीच्या त्यांनी मोजक्या शब्दात सुचना दिल्या.

पुढाऱ्यांचा शिवराजला ठार मारण्याचा कट फसला, अशी राज्यभर चर्चा होऊ लागली. मारेकरी कोण असावेत त्यावर प्रत्येकाचे वेगळे तर्क होते.

पडकलेल्या गोसाव्याचे हातपाय बांधून त्याला पक्के जखडून ठेवले होते. दिवसभर तो अन्नपाण्याविना सताड उपाशी होता. संध्याकाळी अंधार पडत असताना तो हळूच सरकत शेजारी पडलेल्या दगडाजवळ गेला. दगडावर जोर कसून डोके आपटून त्याने स्वत:ला संपवले आणि कारस्थानी लोकांना वाचवले.

सार्वत्रिक निवडणुका तोंडावर आल्या असताना शिवराज विरुद्धच्या कटाचा असा विचका व्हावा हा राज्यकर्त्या पक्षाला फार मोठा झटका होता. येणाऱ्या संकटाचा सर्वांनीच धसका घेतला. जनमत आपल्या बाजूने कसे वळवायचे हा अती गहन विषय बनला होता. अचानक काहीतरी चमत्कार झाला तरच परिस्थिती बदलणार होती. 'गरिबी हटाव' ह्या दोन शब्दांनी किती मोठा चमत्कार घडवला, हा इतिहास जुना नाही. त्यामुळे चंबूगबाळे आवरून 'आम्ही जातो आमुच्या गावा' असे म्हणून पळ काढायची राजकारण्यांवर कधीच वेळ येत नाही, तरी पण ह्या वेळेला परिस्थिती बिकट होती.

मुख्यमंत्र्यांना भयानक स्वप्ने पडू लागली. आपण ज्या लोकांशी गद्दारी केली ते भाले-बरच्या घेऊन मारायला येत आहेत, शिवराजचे शिलेदार आपल्याला चौकात नंगे करून भर उन्हात कोरड्याने फोडून काढीत आहेत आणि हजारो नागरिक टाळ्या वाजवत आहेत अशी भयंकर स्वप्ने बघून ते ओरडत झोपेतून उठायचे आणि घरभर पळत सुटायचे. त्याच्या कुटुंबीयांचे जिणे हराम झाले होते. शिवराज नावाच्या महाशक्तीची मुख्यमंत्र्यांना जी जाणीव होती ती इतर कोणाला नव्हती. काय केले म्हणजे शिवराज संपेल, हा एकच विचार त्यांना सतावत होता.

प्रादेशिकतेच्या तकलादू कुबड्यांच्या आधारावर ते मोठ्या मुष्किलीने मुख्यमंत्रीपदी नुकतेच आरूढ झाले होते. पदाच्या उपभोगाचा गंध अजून त्यांच्या नाकापर्यंतही पोहोचला नव्हता. गुंडगिरीच्या कारकिर्दीचे दाखले देऊन शिवराजला नेस्तनाबूत करायच्या करारावर ते अधिकारावर आले पण झाले मात्र उलटेच. आता गोडीगुलाबीने आवळा देऊन भोपळा काढण्याशिवाय दुसरा मार्ग नव्हता. पुढचे एक वर्ष धास्तावलेल्या अवस्थेतच गेले.

हरियाणाच्या राज्यपालाच्या नेमणुकीची प्रक्रिया नुकतीच सुरू झाली होती. मुख्यमंत्र्यांना तो एक आशेचा किरण वाटला. ते सरळ दिल्लीला गेले आणि तिथेच तळ ठोकून बसले. देशातले प्रागतिक विचाराचे महाराष्ट्र राज्य टिकवायचे

असेल तर शिवराजला हरियाणाचा राज्यपाल करा, असा त्यांनी निर्वाणीचा आग्रह धरला. राष्ट्रपतींकडे वयोवृद्ध, ज्ञानवृद्ध, तपोवृद्ध महारथींची नावे आलेली होती. चाळीशीच्या आत पोरसवदा शिवराज आणि त्याच्या नेमणुकीसाठी एवढा आग्रह धरला जातोय ह्याचे राष्ट्रपतींना नवल वाटले. हरियाणाचे मुख्यमंत्री, पंतप्रधान आणि इतर सर्व संबंधितांना समजावण्यात मुख्यमंत्री यशस्वी झाले. त्यांचा एकच युक्तिवाद होता 'शिवराजला महाराष्ट्रातून सन्मापूर्वक हलवले नाही, तर महाराष्ट्र हे अतीप्रगत राज्य बनेल. मग तिथे लोकराज्य निर्माण होईल.' मुरब्बी राजकारण्यांना ह्या म्हणण्याचा लगेच अर्थबोध होऊन ते गप्प बसायचे.

सर्व थरांतून संमती मिळाल्यावर शिवराजच्या निवडीचा मार्ग मोकळा झाला. त्यात गुप्तता बाळगण्यासारखेही काही नव्हते. शिवराजची नेमणूक हे उघड गुपित झाले. प्रसार माध्यमांनी त्याच्यावर स्तुतिसुमनांचा वर्षाव सुरू केला. कोणाला त्याच्या बुद्धिचातुर्याचे कौतुक होते, कोणाला त्याच्या दूरदृष्टीचे, कोणाला त्याच्या निरिच्छ वृत्तीचे तर कोणाला त्याच्या लोभस व्यक्तिमत्त्वाचे, त्याच्या वागण्या बोलण्यात, आचार विचारात थोडाही आयब नव्हता. शिवराज संघटना वाचवण्यासाठी काही करीत नाही, हा मात्र सर्वांचा आरोप होता आणि जाणत्या माणसांचा त्याच्यावर रोषही होता. संघटनेचे आता काही खरे दिसत नव्हते. ती पुन्हा पहिल्या ताकदीने उभी राहील त्याचा भरवसा वाटत नव्हता. त्यामुळे शिवराजने आलेल्या संधीचा फायदा घ्यावा. अधिकाराचा वापर लोकसेवेसाठी करावा असे मत प्रसार माध्यमातून व्यक्त होऊ लागले. संघटनेतले ज्येष्ठ सहकारीसुद्धा तसाच सल्ला देऊ लागले.

पवन राजेंचा मुक्काम हल्ली कोल्हापूरला असला तरी त्यांचे सर्व लक्ष इंजनगावाकडे असायचे. थोडेकुठे खुट्ट वाजले तरी ते धावतच यायचे. शिवराज राज्यपाल होत असल्याचा त्यांना कोण आनंद झाला. अशा प्रसंगी त्याना कोल्हापूरात दम निघणे शक्यच नव्हते.

राजे आले म्हणून शिवराजने दुसऱ्या दहा मित्रांना गोळा केले. बंगल्यासमोरच्या हिरवळीवर सर्वजण निवांत बसले असताना राजे म्हणाले,

"अक्का, आज तब्येत खूश झाली बघ! एका नवजवान शेतकरी तरुणाला एका राज्याचा प्रमुख होण्याची संधी मिळतेय ही ग्रामीण जनतेसाठी अभिमानाची बाब आहे. आपल्यातलाच एक माणूस पूर्ण देशाच्या कुतूहलाचा विषय होतो, ही पुण्याई कोणाची म्हणायची?"

शांताअक्का म्हणाली, ''ही त्याची आपलीच पुन्याई हय, आन तुम्हा सरक्यायचे आशिर्वाद हत. वडील त शिवराजला कळतय नाहीत. मी आशी बेआधारी आडानी बाई. मह्यानं लेकराचा परतपाळ व्हईल की नाही त्याची बी खात्री नव्हती. परीक झालं कसंतरी. शिवराज शिकला, करता झाला. राधाच्या रूपानं लक्षीमीसरकी सून घरात आली, सोन्यासरका नातू झाला, याच्या पलीकडचं आम्हाला काही कळत नाही. घर संसार सुकानं चलला त्यातच आमचा आनंद!''

राधा खुलासा करत म्हणाली, ''अहो आत्या, मामा म्हणताहेत ते वेगळं आहे. हे हरियाणात फार मोठ्या अधिकाराच्या जागेवर जाणार आहेत. एका राज्याचा मुख्य कारभारी म्हणजे राजा झाल्यावर सहा सहा महिने इंजनगावाला येणे होणार नाही. आम्हा दोघांनाही तिकडेच रहावे लागणार.''

शांताअक्का म्हणाली, ''हो बाई ते कळालं, मातर तुम्ही दूर देसात राह्यल्यावर त्या मैशी कोन संबाळनार, शेती कोन बगनार आन गोरगरिबायचे कामं कोन करनार? शिक्षन झाल्यावर नवकरी मिळू लागली, तव्हा केली नाही. आता त कोन्या गोष्टीची कमी नाही. मंग, खाता उठवली आन पंढरी आठवली, ही नवकरी मंधीच कोठून आली?''

राजे समजावणीच्या सुरात म्हणाले, ''तसं नाही अक्का, विषय समजून घ्या. आपल्या राज्य व्यवस्थेत एक लोकांनी निवडून दिलेला मुख्यमंत्री असतो आणि मुख्यमंत्र्याच्यावर अधिकार असलेला पगारदार राजा म्हणजे राज्यपाल असतो. त्याला रहायला राजवाड्यासारखा मोठा बंगला असतो, बंगल्यावर चोवीस तास पहारा करणारे बंदूकधारी पोलीस असतात. कारभारात मदत करण्यासाठी मोठ्या अधिकाऱ्यांचा ताफा असतो. म्हणजे पूर्ण सरकारी इतमामात राहून जनतेची सेवा घ्यायची. हे भाग्य फार कमी लोकांना लाभतं. असा मानाचा राजा म्हणजे राज्यपाल!''

शांताअक्का म्हणाली, ''आपल्या जिवाभावाच्या मानसायसटी काम करन्यात आनंद आसतय. तुम्ही मनता ते राजा अधिकार गाजवतंय, तिथं त्याच्या डोळ्यासमोर माणसं नसतात. अधिकारी, पद, हुद्दे हे मोठेपनाचे लक्षनं नाहीत, ते मानसाचा हावरटपना हय. साधू-संतायला कोनते पदं नव्हते, तरी त्याह्यला आपल्या मनात आढळपद मिळालं. फळाची आशा न करता लोकायच्या भल्यासटी काम करीत रहा, आसं आपला धर्म सांगतय.''

राजे म्हणाले, ''तुम्ही अशी कितीही कामं केली तरी आजच्या काळात त्याला महत्त्व नाही. राज्यपालाची इतिहासात नोंद होते.''

आवाज चढवून शांताअक्का म्हणाली, "आतापस्तोर किती झाले असे राज्यपाल? त्याह्यच्या नावायच्या नोंदी ठेवून काय मठे दिये लागले? कोन वाचीवतय त्याह्यचा इतिहास? राजे, वाकडा शब्द तोंडून गेला तर माफ करा, मातर आपल्या माघारी लोकयनं आपले पवाडे गावाव आशा भावनेनं काम करनं चूक हय. शिवराज हय तिथच बरा हय."

राजे म्हणाले, "धन्य आहे माय तुझी! अक्का, कुठे शिकलात हो हे सगळं? आपल्या देशातले ज्ञानी म्हणवले जाणारे लोक असे सत्य बोलले असते, तर हे जगातले आदर्श राष्ट्र झाले असते."

दुसरे दिवशी राष्ट्रपतींचा प्रतिनिधी आला तो शिवराज बरोबर एक तास चर्चा करत बसला. चर्चेनंतर जेवण फराळ काही न करताच तो तडकाफडकी निघून गेला. कृषि पर्यटन केंद्रावर जणू उत्सुकता महोत्सव चालू होता. शिवराजचे शेकडो चाहते गोळा झाले होते. त्याचा निर्णय ऐकण्यासाठी आतुर झाले होते. छायाचित्रकार, पत्रकार, टीव्हीवाल्यांनीही गर्दी केली होती.

राष्ट्रपतींचा प्रतिनिधी गेल्यावर शिवराज इमारती समोरच्या हिरवळीवर आला. सर्वांना खाली बसवून शांतपणे म्हणाला,

"मित्र हो! मी राज्यपाल होण्यास असमर्थ असल्याबद्दल राष्ट्रपती महोदयांना कळवले आहे." हे ऐकून तिथे जमलेल्यांचा एकदम अपेक्षाभंग झाला. सर्वजण हिरमुसलेल्या चेहेऱ्यांनी जमिनीवर नजरा खिळवून बसले. मग पत्रकारांनी काहीसे चिडूनच वाकड्या तिकड्या प्रश्नांचा भडीमार केला. थोडाही तोल ढळू न देता शिवराजने आपल्या भूमिकेचे समर्थन केले.

संपूर्ण देशभरात 'शिवराजने राज्यपालपद धुडकावले' ही एकच अती नवलाची बातमी वेगवेगळ्या रूपात झळकत होती. ही एक असामान्य घटना ठरवली गेली. भारतीय गणराज्यात सर्वदूर विलक्षण अचंब्याची लहर पसरली. महाराष्ट्राचा छावा आता देशापातळीवर चर्चेचा विषय झाला.

* * *

२३

शिवराज मृत्यूच्या सापळ्यातून वाचला आणि सत्तेच्या जाळ्यातून सुटला. माणसाने अती चांगलेही असू नये. अती चांगल्याचा शेवट त्याच्या वधानेच व्हावा अशी जगरूढी आहे. शिवराजचे चांगुलपण अनेकांना असह्य झाले होते. ज्यांचे हितसंबंध मार खात होते त्यांना तो कर्दनकाळ वाटत होता. शिवराजचे मित्र त्याच्या सुरक्षेविषयी चर्चा करायचे ते ऐकून शांताअक्का भयभीत व्हायची. शिवराजचे बरे वाईट ही कल्पनाच तिला सोसायची नाही. राधा खरेच धीट होती का धिटाईचा आव आणायची ते माहीत नाही पण ती घातपाताच्या कल्पना सहज धुडकावून लावायची.

क्रांतीसंघटनेच्या विचारातून ज्यांची उन्नती झाली त्यांना शिवराज प्रेषितासारखा वाटे. ग्रामीण समाजात शिवराजविषयी अपार प्रेम आणि जिव्हाळा होता. वैयक्तिक, कौटुंबिक अथवा सामाजिक संकट आले तरी शिवराज त्यातून सोडवणूक करतो अशी लोकांची श्रद्धा होती. सर्व प्रश्नांचे उत्तर शिवराज, एवढी त्याच्याविषयी आपुलकी निर्माण झाली होती. तो बापाविना पोरका म्हणून गावाचा लाडका झाला. उच्चविद्या विभूषित म्हणून ज्ञानियांचा ज्ञानी झाला. जाती, धर्म, पंथ, भेद सोडून विज्ञाननिष्ठा जोपासली म्हणून तत्त्वज्ञ झाला. रया गेलेल्या ग्रामीण महाराष्ट्रात त्याने विकासाची संजीवनी ओतली म्हणून महान क्रांतिकारक ठरला दुष्काळात हजारो पशू आणि माणसांचे प्राण वाचवले, म्हणून देवदूत बनला. शिक्षणाची भक्कम मेढ रोवून अज्ञानात बुडणाऱ्या ग्रामीण समाजाला ज्ञानदृष्टी दिली म्हणून शिक्षणमहर्षी झाला. महासत्कार नाकारून संतपदी पोहोचला आणि अत्त्युच्च मानाचे पद झिडकारून लोकांचा हृदय सम्राट झाला.

दिवस जाऊ लागले तसे क्रांतिसंघटनेचे आंतरिक बळ वाढू लागले. वृक्षाची मुळे खोल जाऊन जमिनीचा भक्कम आधार घेतात तशी संघटना तळागाळात रुजत होती. संघटनेने सुरू केलेल्या शैक्षणिक संस्था संपूर्ण महाराष्ट्रात विखुरल्या होत्या. त्यात बालवाडीपासून विद्यापीठ स्तरापर्यंत लाखो विद्यार्थी संघटनेच्या संस्कारात वाढत होते. एकता, विश्वबंधुता, विज्ञाननिष्ठा, मानवता,

प्रामाणिकता, कर्तव्यदक्षता अशा उदात्त ध्येयांबरोबरच एक चुस्त विकासांक्षी समाज घडत होता. पहिल्या पठडीतले तरुण सज्ञान होऊन जबाबदार नागरिकांच्या भूमिकेत आले होते. लहानापासून प्रौढांपर्यंत सर्व वयोगटातली माणसं संघटनेच्या जबरदस्त प्रभावाखाली आली होती. समाज एकसंघ होऊ लागला तशी शिवराजची जनस्नेहाची कवच कुंडले अधिक भक्कम, अधिक अभेद्य आणि अधिकाधिक समर्थ्यशाली बनत होती. शिवराजला मारणे तर सोडाच त्याच्याकडे वक्रदृष्टी करण्याचीसुद्धा कोणाची मजाल राहिली नव्हती.

शिवराज संपला पाहिजे, नसता रामराज्याचा स्वीकार केला पाहिजे, हे दोनच पर्याय सत्ताकांक्षींच्या पुढे शिल्लक होते.

शिवराजला संपवण्याचे राजकारण्यांचे सर्व प्रयत्न निष्कळ ठरले होते. शिवराज आता व्यक्ती राहिली नव्हती, तो ग्रामीण क्रांतीचा विचार झाला होता. व्यक्ती मारता येतात, विचार अमर असतात. आता राजकारणाच्या माध्यमातून संघटनेच्या विचाराला शह देणे हा एकमेव मार्ग दृष्टिपथात दिसत होता. मतदानाच्या पेटीतूनच क्रांतीला विरोध करायचा यांवर सर्व विरोधकांचे मतैक्य झाले. प्रत्येक पक्ष मोर्चेबांधणीला लागला. ही लढाई आता साधीसुधी नव्हती, हा जीवनमरणाचा अटीतटीचा सामना होता. करा किंवा मरा, अशा निकराला पोहोचला होता. निवडणूक जाहीर होण्याच्या कैक महिने अगोदरपासून इच्छुक उमेदवार गुढग्याला बाशिंग बांधून तयार होते.

निवडणुका जाहीर झाल्या. पक्षोपक्षांच्या कार्यालयांना यात्रेचे रूप आले. एका एका जागेसाठी डझनावर उमेदवारांच्या उड्या पडल्या. शक्तिप्रदर्शनाची अहमहमिका लागली.

निवडणूक ऐन तोंडावर आली असताना क्रांतिसंघटनेत सर्वत्र संभ्रमाचे वातावरण तयार झाले होते. कोरडवाहू क्षेत्रातले कुक्कुट पालन आणि वराह पालनावर वरवंटा फिरला होता. अनेक प्रमुख आणि दुय्यम औद्योगिक प्रकल्पांना घरघर लागली होती किंवा ते बंद पडले होते. गेल्या दहा पंधरा वर्षात आलेली सुबत्ता जाऊन गावं कफल्लक झाली होती. कोंबड्या-डुकरे पाळायची की नाही, प्राणीहत्या करायची की नाही आशा पाप-पुण्याच्या कल्पनात गावकरी गोंधळून गेले होते. मोठ्या जलाशयात लाटांवर लाटा उठतात आणि लोप पावतात तसा क्रांतिसंघटनेचा विचार क्षणभंगुर आहे, तो शाश्वत होऊ शकत नाही असे अनेकांचे मत बनले होते. संघटनेची अशी दोलायमान अवस्था पुरेशी आत्मघातकी होती.

निवडणुकीसंबंधाने विचारविनिमय करण्यासाठी क्रांतिसंघटनेची सर्वसाधारण सभा बोलावण्यात आली. तीन दिवस चाललेली सभा खूपच वादळी ठरली. ज्यांना विकास पाहिजे त्यानी राजकारणाच्या पडछायेलाही जाऊ नये, हे सभापती मालू उर्फ मालोजींचे निवेदन फारच प्रभावी राहिले. 'सक्रिय राजकारणात भाग घेणाऱ्या कोणाही व्यक्तीला ग्रामीण क्रांतिसंघटनेचे प्रतिनिधी होता येणार नाही. असा महत्त्वाचा ठराव पास करण्यात आला. ठराव साधा होता पण राजकारण्यांची संघटनेबरोबरची नाळ तोडून टाकण्याएवढा अर्थगर्भ होता. निवडणुकीत संघटनेची भूमिका स्पष्ट करताना मालोजी म्हणाले,

"निवडणुकीत संघटना भाग घेणार नाही. आपल्याला कोणताही पक्ष जवळचा किंवा दूरचा नाही. आपण निवडणुकीत भाग घेऊ पण तटस्थ म्हणून. प्रतिनिधी निवडीचे स्वातंत्र्य सर्वांना सारखे असून कोणाच्याही प्रभावाखाली न येता मतदान करायचे आहे. जे उमेदवार संघटनेच्या विकास कामांना प्रोत्साहन देतील असे वाटते त्यांनाच निवडून द्यावे पण निवडीचा निर्णय मतदारांचा वैयक्तिक निर्णय असेल."

प्रचार सुरू झाला. कोणाची इच्छा असो अगर नसो, सर्वांना बळेच प्रचारात ओढले जाऊ लागले. जनतेवर आपण किती प्रेम करतो हे दाखवण्याची नेत्यांत चढाओढ लागली. आश्वासनांची तर ढगफुटीच झाली. आश्वासनांच्या महापुरात मतदार गोच्या खाऊ लागले. कल्पवृक्षाखाली उभे राहिल्यासारखे ज्याला जे पाहिजे त्याचे लगेच आश्वासन मिळू लागले. चार आठ दिवसात लोक हुशार झाले. देऊ, घेऊ, पाहू अशी उधारीची भाषा आळणी वाटू लागली. नगदीचे बोला, आज काय देता, असे लोक विचारू लागले. मग एका एका गावाला टेंपो भरून दारूच्या बाटल्या पोहोचू लागल्या, लहान-थोर एका मैफिलीत बसून पिऊ लागले. गावागावात उभा धिंगाणा सुरू झाला.

धुरळा उडवत गाड्यांचे ताफे गावोगाव फिरू लागले. एक गेला की दुसरा, दुसरा गेला की तिसरा, उमेदवारावर उमेदवार धडकू लागले. उमेदवारांचे स्वागत करण्यात दिवस कधी उगवला आणि कधी मावळला तेही समजेनासे झाले. सर्वांच्या डोक्यात एकच विचार, निवडणूक, निवडणूक आणि फक्त निवडणूक! निवडणुकीचा ज्वर चढू लागला तसे उमेदवार आणि मतदार हवेत तरंगू लागले. तरंगणारांना कायम अधांतरी ठेवण्याचे काम दारू करू लागली.

परंपरेनुसार ग्रामीण मतदार सत्ताधारी पक्षाच्या बाजूला असल्याचे अहवाल पक्षाध्यक्ष आणि मुख्यमंत्र्यांकडे जाऊ लागले. मतदारसंघात ज्या जातीचे वर्चस्व

असेल त्याच जातीला प्रतिनिधित्व दिल्यामुळे मतदारांना विचार करायला वावच नव्हता. एकाच जातीचे अनेक उमेदवार हा पेच मात्र गोंधळ उडवणारा होता. अशा ठिकाणी सत्ताधारी पक्षाची सरशी होते असाही पूर्वानुभव होता. शिवराजला संपवायचा विडा उचलून सत्तेत आलेले मुख्यमंत्री मात्र अस्वस्थ होते. शिवराजचा पकडला गेलेला मारेकरी आत्महत्या करून मेला की कटाची माहिती दिल्यावर संघटनेच्या कार्यकर्त्यांनी मारला हे त्यांना न उलगडलेले कोडे होते. संघटना मोडकळीला आली असली तरी युवा पिढीच्या ती नसानसात भिनलेली आहे. शिवराज घराबाहेर पडला तर ग्रामीण महाराष्ट्रात प्रस्थापित राजकारणाला मूठमाती मिळेल ह्याबद्दल त्यांची खात्री होती. मनात असेल तशी परिस्थितीला कलाटणी द्यायची शिवराजला संधी होती. शिवराजच काय, त्याच्या जागी ब्रह्मदेव असता तर त्यानेही ह्या संधीचा फायदा करून घेतला असता. शिवराजचा पवित्रा समजून घेण्यासाठी त्याला भेटायला ते उत्सुक झाले होते.

मुख्यमंत्री रात्री दहा वाजता शिवराजच्या भेटीला कार्यालयात येतील आणि फक्त चहा घेऊन परत जातील; ही अत्यंत गुप्त भेट असून तिची थोडीही वाच्यता होऊ नये असा शिवराजला संदेश आला. शिवराज अर्धा तास अगोदरच जय क्रांतीच्या कार्यालयात येऊन बसला. चहापाणी देण्यासाठी फक्त दोन विश्वासू सेवक ठेवले होते. मुख्यमंत्री, खासगी सचिव आणि ड्रायव्हर असे तिघेच साध्या गाडीने आले. शिवराजने कार्यालयाबाहेर जाऊन त्यांचे स्वागत केले. त्याच्या खांद्यावर हात टाकून मुख्यमंत्री आत आले.

शिवराज म्हणाला, ''मी भेटायला आलो असतो, आपण उगीच तसदी घेतलीत.''

''मला निवांत स्थळी एकांतात भेटायचं होतं म्हणून इथे आलो. आज सकाळपासून एकवीस सभा झाल्या. ह्या धावपळीत तुला कुठे ताटकळत ठेवायचे म्हणून मीच इकडे यायचा निर्णय घेतला. राज्यकर्त्यांनीच संघटनेची मोडतोड करायचे प्रयत्न केले असा काहींचा गैरसमज झालाय. क्रांती संघटनेनं जी जी विकासाची कामं हाती घेतली त्यांना सरकारचा भरीव पाठिंबा राहिला आहे. तुमच्या प्रत्येक कृतीला आम्ही प्रोत्साहन दिले आहे. आम्ही संघटना मोडायचा कधीच प्रयत्न केला नाही. हा! संघटनेला आमच्या पक्षात सामावून घ्यायचा जरूर प्रयत्न केला. संघटना आणि पक्ष एक झाले तर पक्षाचे बळ वाढेल आणि आपल्याला हवा तसा विकास साधता येईल आशी आमची धारणा होती आणि अजूनही आहे.

शिवराज म्हणाला, ''आम्ही लोकसत्ताक राज्य पद्धतीला विरोध केलेला नाही. तसे असते तर आम्ही मतदानावर बहिष्कार घातला असता. राजसत्तेत स्वारस्य नसल्यामुळे आम्ही तटस्थता स्वीकारली, ग्रामीण भागात जे परिवर्तन घडले ते लोकांच्या स्वयंस्फूर्तीतून घडले. त्याला ना सरकारचे प्रोत्साहन होते ना पाठिंबा. कागदावर ग्राम विकासाच्या ज्या योजना आहेत ती भ्रष्टाचाराची कुरणं बनली आहेत. सर्व बाजूंनी गाव ओरबाडायच्या व्यवस्था पक्क्या झाल्या आहेत. गावाचं शोषण थांबेल असा प्रयत्न होत नाही. सरकारच्या मेहेरबानीवर चालणाऱ्या सर्व योजना मरणासन्न आहेत. केवळ नोकरशाही पोसायची ती सोय आहे. देशासमोरचे जटिल प्रश्न सर्वांना माहीत आहेत पण ते सोडवायचे धाडस कोणी करत नाही. लोकसंख्या वाढ हा आमचा गंभीर प्रश्न आहे पण ती नियंत्रणात ठेवायचा मुद्दा एकाही पक्षाच्या अजेंड्यावर नाही. आरक्षण जातीला द्यायचे की गरजवंताना यावर कोणी तोंड उघडायला तयार नाही. कसे म्हणावे ह्याला कल्याणकारी राज्य?''

कपाळावरचा घाम पुशीत आवंढा गिळून मुख्यमंत्री म्हणाले, ''मी सरकारच्या कामाचं समर्थन करावं एवढा तू अज्ञानी नक्कीच नाहीस. आमच्या जबाबदाऱ्या आणि मर्यादांची तुला जी जाण आहे ती इतर कोणाला असू शकत नाही. परिस्थिती काट्याच्या आणीवर आहे. रात्र वैऱ्याची आहे. थोडाजरी गाफीलपणा झाला तरी नुसता मुखभंग नाही, पुरता कडेलोट होऊन विध्वंस होणार आहे. हा विध्वंस थांबवायची ताकद क्रांती संघटनेत आहे. तो थांबव म्हणून विनंती करायला आलोय.''

''विनंती नको, आज्ञा करा! मी तुमच्यापेक्षा लहान आहे.''

''लहान असला तरी अल्पवयात तू जी उंची गाठलीस ती बघून तुला आज्ञा करायला मन धजत नाही. माझा समाजशास्त्राचा जो अभ्यास आहे त्यावरून एक गोष्ट सांगावीशी वाटते. तुला काय वाटतं ते माहीत नाही, पण कुठल्याही संस्थेच्या भरभराटीचा एक काळ असतो. आज शिजवलेलं अन्न उद्या शिळं होतं. तशी ग्रामीण क्रांती संघटना संपली आहे. तिचं पुनरुज्जीवन शक्यतेच्या पलीकडे गेलं आहे. हे ताडूनच तुझ्या पुरस्कारासाठी आणि राज्यपालपदासाठी मी आटापिटा केला. हे दोन्ही प्रस्ताव तुला चिरायू करणारे होते, पण तू ते नाकारलेस. बरं, तो विषय संपला. गेल्या वीस पंचवीस वर्षात तू आमची, तशीच विरोधी पक्षांची सरकारं बघितलीस. तुमच्या विकास कार्याच्या कोणी आड आले का? शेवटी राजकारण्यांना सुद्धा समाजहिताचीच चाड असते! तुम्ही आर्थिक उन्नतीला विकास

समजता. आर्थिक उन्नती थोडीफार कमी झाली तरी चालते पण आपल्या गटाचे समाजावर कायम वर्चस्व रहावे असा आमचा प्रयत्न असतो. आज समाजातली बहुतांश बलाढ्य माणसं आपल्या जातीची आहेत. त्यांनी ज्या ज्या क्षेत्रात पाय रोवले तिथे त्यांना भक्कम संरक्षण पुरवण्यात आले आहे. आपले जे निष्ठावान कार्यकर्ते आहेत ते आर्थिक दृष्ट्या नुसते सबळ नव्हे तर प्रबळ व्हावेत म्हणून आपण जमेल त्या मार्गाने मदत करतो. प्रत्येक जिल्ह्यात, तालुक्यातच काय, गाव पातळीपर्यंत अशा हजारो कार्यकर्त्यांच्या फौजा आता तयार आहेत. ती आपल्या पक्षाची खरी ताकद आहे. हे काम एका दिवसात झालेले नाही, ती कैक तपांची पुण्याई आहे. न जाणो उद्या काही गडबड झाली आणि आपण निवडणुकीत हरलो तर ग्रामीण समाज उघड्यावर पडेल. आपल्या थोर नेत्यांनी अतिशय दूरदृष्टीने केलेल्या कडेकोट बांधणीवर पाणी फिरेल. जातीच्या परकाळ्या लोंबतील. सत्ता हातची गेली तर आपण पंचवीस वर्ष मागे फेकले जाऊ.'' मुख्यमंत्री पोटतिडिकीने बोलत होते पण शिवराज सहजपणे म्हणाला,

''जाती धर्मांचं राजकारण देशाला अधोगतीला नेणारं आहे असे संघटना मानते. आम्ही मानवधर्माचा पुरस्कार करतो. जो समाज स्वहिताच्या विरुद्ध वागेल तो उघडा पडेल. स्वत:चे हित जपायला संघटना शिकवते. खरे हित कशात आहे ते पारखूनच लोक मतदान करतील. त्यामुळे तुमची धोरणे कशी उपयुक्त आहेत तेवढेचं लोकांना सांगा.''

मंत्री म्हणाले, ''आम्ही सांगतोच आहोत, तुम्ही काय करणार आहात ते कळलं तर बरं होईल.''

शिवराज लगेच म्हणाला, ''आम्ही काय करणार आहोत ते जगजाहीर आहे. आम्ही काहीच करणार नाही! कडकडीत तटस्थ राहणार आहोत! जनतेच्या हिताचा संघटनेनं ठेका घेतलेला नाही! हित अहित हा ज्याचा त्याचा वैयक्तिक प्रश्न आहे. मारून मुटकून बळजोरीनं केलेली सुधारणा संघटनेला अपेक्षित नाही.'' कसलेही आढेवेढे न घेता शिवराज प्रामाणिकपणे बोलत होता. मुख्यमंत्र्यांना जी भीती वाटत होती तो आक्रमक पवित्रा संघटना घेणार नाही हे स्पष्ट झाल्यावर त्यांना हायसे वाटले. मुख्यमंत्री म्हणाले,

''तुम्ही मतदान करणारच आहात तर मग तुमच्या शब्दाबाहेर न जाणाऱ्या, आपल्यातल्या, आपल्या माणसांना मत द्या, येवढंच मी सांगायला आलोय. संघटनेच्या सर्व विकास योजनांना सरकारचा सक्रीय पाठिंबा राहील हे तर मी जाहीर सभातून सांगत आहे.'' एवढे बोलून मुख्यमंत्री उठले. आधारासाठी

शिवराजच्या खांद्यावर हात टाकून ते गाडीकडे चालत गेले.

शिवराज म्हणाला, "साहेब, प्रकृतीची काळजी घ्या. दररोज एवढ्या सभा, एवढी धावपळ हे योग्य नाही."

शिवराजचा हात प्रेमाने दाबीत मुख्यमंत्री म्हणाले, "चालायचंच! दगदग, धावपळ आपल्या पाचवीलाच पुजलेली आहे. मी काय सांगितलं ते लक्षात असू दे. एकदा बाण निघून गेल्यावर मग कोणालाच काही करता येणार नाही." पोटात शिरून गोडगोड बोलणारा मुख्यमंत्री शिवराजचा कोथळा बाहेर काढण्यासाठी किती आसुसलेला होता हे शिवराजलाही चांगले माहीत होते. म्हणून जराही दुरुत्तर न करता शिवराजने मुख्यमंत्र्याची बिदाई केली.

शिवराज शेतात बंगल्यावर आला तेव्हा राधा आवराआवर करून नुकतीच टी. व्ही समोर बसली होती. शिवराज येता येताच तिने विचारले, "काय म्हणाले मुख्यमंत्रीजी?"

एकदम चमकून शिवराज म्हणाला, "तुला कसं कळलं? मी तर कोणाजवळही बोललो नव्हतो, मुख्यमंत्र्यांच्या सिक्युरिटीलासुद्धा माहीत नव्हतं. टॉप सिक्रेट होती आमची बैठक."

"माझ्यासाठी काही नसतं टॉप अन बॉटम सिक्रेट. सगळे सिक्रेटस माहीत असल्याशिवाय नवरा मुठीत ठेवता येत नाही."

"तुला कळलं त्याचं काही नाही गं! पण माझ्या भोवतीची व्यवस्था एवढी ढिसाळ असावी हे बरोबर नाही. जे शिपाई चहापाणी देण्यासाठी ठेवले होते त्यांना बाहेर कोणाजवळही न बोलण्याची मी सक्त ताकीद दिली होती आणि त्या दोघांशिवाय ही भेट कोणालाही माहीत नव्हती."

"तुमचा संशय बरोबर नाही. शिपायांनी मला सांगितलं नाही. काल खुद्द मुख्यमंत्र्यांच्या फोन आला होता. ते काही विचारायच्या बेतात होते पण उत्तर देणे अडचणीचे जाईल म्हणून मी त्यांना बोलायची संधीच दिली नाही. निवडणुकीची धामधूम कशी आहे. धावपळीत तुमची खूप बेजारी होत असणार, संपूर्ण राज्याची भिस्त तुमच्या एकट्यावरच आहे, असा मी जो तोंडाचा पट्टा सोडला आणि शेवटी जेवायला घरी या म्हणून एवढा आग्रह केला की ते गोंधळून गेले आणि फोन ठेवून दिला."

"असं अस्सं अस्सं ऽऽऽ! म्हणजे अस्सं झालं म्हणा की! वा वा वा ऽ! चांगलंच मामा बनवलंस! पण काय विचारायचा रोख होता त्यांचा!"

"अगोदर त्यांनी तुमच्या 'टॉप सिक्रेट' बैठकी विषयी सांगितले. नंतर

एकदम म्हणाले, 'आता संघटनेतला जोम उतरलाय. सगळी वाताहत झालेली दिसतेय. संघटनेला नवे बळ मिळेल असे वाटत नाही. म्हणूनच राज्यपाल-पदाचा प्रस्ताव मी लावून धरला होता. शिवराजसारखा एक महाकर्तबगार माणूस एकाकी पडावा हे मला अजिबात पटलं नाही. तो सक्रीय राजकारणात येत असेल तर त्याच्यासाठी आम्ही मखमलीच्या पायघड्या... त्यांना मी इथच थांबवलं आणि अशी बडबड सुरू केली की त्यांच्या विमानाचं लँडीग अधांतरीच राहिलं!''

राधाच्या ह्या बोलण्यावर शिवराज अगदी खळखळून हसला. तिचे दोन्ही खांदे गदगदा हालवत म्हणाला, ''वा ग शेरणी! तू तर हरणीपेक्षा धोरणी निघालीस! तुझं कौतुक करावं तेवढं थोडं आहे.''

राधाने उत्सुकतेने विचारले, ''बरं, मुख्यमंत्री तुम्हाला काय म्हणाले?''

''त्यांच म्हणणं होतं, सध्या ग्रामीण नेतृत्वाच्या हातात सत्ता आहे, ही सत्ता हातची गेली तर ग्रामीण जनता निराधार होईल.''

''हे बोल ओठावरचे आहेत, पोटातले नाहीत. आपले आपले म्हणायचे आणि आपल्यांच्या टाळूवरचे लोणी चाटून स्वत:च्या तोंदी पुष्ट करायच्या ह्या थापेबाजीचा पुरता तिटकारा आलाय.''

''झुकवणारा भेटला तर लोक झुकतात हीच तर अडचण आहे. अनेक थापा पचवून लोक नव्या थापेला बळी पडतात हा आपला अनुभव आहे.''

''म्हणूनच म्हणते, शिवाने तिसरा डोळा उघडावा अशी परिस्थिती आहे. काल पवन राजेंचा फोन आला होता. चांगले अर्धा तास बोलले. त्याचं म्हणणं आहे, कोणताही एक पक्ष सत्तेत आला तर तो संघटनेला नावालासुद्धा ठेवणार नाही. क्रांती संघटना कशी वाचवायची याबद्दल त्यांना सतत हुरहुर लागलेली असते. सर्वत्र वणवा पेटला असताना तुम्ही मात्र शांतपणे शेती करत बसलात म्हणून ते खूप अस्वस्थ झाले आहेत.''

''शांत बसू नको तर काय करू? लोकांना जे हवं ते मिळालं पाहिजे. हागणदारीनं वेढलेल्या गावात लोकांना सुख वाटत असेल तर त्याची चिंता दुसऱ्यांनी का करायची? दारिद्र्यात किडेमुंग्यांसारखं क्षुद्र जीवन जगण्यात गोडी असेल त्यांना समृद्धीकडे ओढून बळजोरी का करायची? अज्ञान, अंधश्रद्धा, अविवेक यांच्या जोखडातून मुक्त होऊन ज्यांना स्वच्छंद मानवत नाही ते ज्ञानगंगेत बुडून मरतील, तरणार नाहीत. कसं राहायचं, कसं जगायचं, काय करायचं, काय नाही करायचं हे ज्याचं त्याला कळलं पाहिजे.''

"माझी भूमिका श्रोत्याची आहे, प्रवचन काराची नाही. क्रांती लोकांनी करायची आहे, मी नाही. एखाद्या व्यक्तीच्या नावानं वावधान उठवून क्रांती घडवणं शक्य आहे, पण ती त्या व्यक्तीनं घडवलेली क्रांती अल्पजीवी असेल. विकास जनतेचा श्वास बनला पाहिजे. व्यक्ती आणि संघटना कुठे ना कुठे थांबतात, तो निसर्गनियम आहे. विकासाचा श्वास जगाच्या अंतापर्यंत चालला पाहिजे."

निवडणुकीच्या प्रचाराचा जोर वाढू लागला. सर्वच पक्षांच्या कार्यालयात एकंदर आनंदाचे आणि उत्साहाचे वातावरण होते. दिवसभराच्या भटकंतीनंतर रात्री कांडेमोजणी सुरू व्हायची आणि आपलाच उमेदवार बाजी मारणार असे निष्कर्ष निघायचे. उमेदवारांना नसली तरी निवडणुकीचे सारथ्य करणाऱ्या पक्ष नेत्यांना वस्तुस्थितीची पूर्ण जाणीव होती. काहीतरी चमत्कार घडल्याशिवाय निवडणूक जिंकता येणार नाही हे पक्ष धुरीणांच्या लक्षात आले. क्रांती संघटना प्रचारात नसली तरी 'आपले हित जपा' एवढा कानमंत्र रामबाणासारखा परिणामकारी होता. सर्वांचे ऐकून घेतल्यावर 'आपले हित' ह्या दोनच शब्दांचा लोकांना ध्यास लागत होता. हा वैचारिक बदल जाणवल्याबरोबर तातडीने हालचाली झाल्या आणि केंद्रात व्यापक जनाधार असलेल्या नेत्यांना हुकमी एक्के म्हणून निवडणुकीच्या रिंगणात आणले गेले.

केंद्रीय नेत्यांच्या प्रचारसभा सुरू झाल्या. लाखो लोक सभांना गर्दी करू लागले. एका नेत्याने गर्जना केली, "भारत जगातली महासत्ता बनवण्यासाठी आमच्या पक्षाला निवडून द्या!" गर्जनेचा प्रभाव सुरुवातीला फारसा जाणवला नाही, पण वातावरण तापायला लागले. अखंड हरिनामासारखी "मत आम्हाला महासत्ता तुम्हाला" असा एकच गजर सतत सुरू झाल्यामुळे ते लोकांच्या डोक्यात भिनू लागले. राजकारणामुळे संघटना वाढली नाही किंवा तिच्या वाढीला खीळ बसली नाही, मग महासत्तावाल्यांना निवडून द्यायला काय हरकत आहे, ह्या विचाराला पुष्टी मिळू लागली. लोकांचे विचार एकदा इकडे तर एकदा तिकडे असे हेलकावे खाऊ लागले. ऐन मतदानाच्या वेळेपर्यंत कोणाचेही मत निश्चित होणार नव्हते. सत्ताधाऱ्यांचे पारडे जड होत असतानाच विचारांना वेगळे फाटे फुटू लागले. मुळाशी जाऊन विचार करणाऱ्या लोकांनी शंका काढली. महासत्ता खरंच होणार की ती नुसतीच भूलथाप आहे? महासत्ता होणार म्हणजे नक्की काय होणार आणि महासत्ता कशाच्या आधाराने होणार? ह्या प्रश्नांची उत्तरं कोणाकडूनही मिळत नव्हती. लोकांना बिथरायला हे सबळ कारण होते.

एकदाचे निवडणुकीचे सुप वाजले. तुटेपर्यंत ताणलेले रबर सोडल्यावर ढिले पडते तशी वातावरणात एकदमच शिथिलता आली. मांडववारा लागल्यासारखे लोक निपचित होऊन निद्राधीन झाले. निवडणुकीनंतरचा हा शीण जायला बरेच दिवस लागले.

निवडणुकीचे निकाल प्रस्थापित सत्ताधाऱ्यांना मूर्च्छा आणतील एवढे धक्कादायक लागले. मुख्यमंत्र्यांपासून राज्यमंत्र्यांपर्यंत सर्वच मंत्र्यांची बटालियन चारीमुंड्या चीत झाली. मी मी म्हणणारांचे डोले पाण्यात पडले. ज्यांनी घरातले किडक मिडूक पणाला लावून जी जानसे खर्च केला ते समूळ उद्ध्वस्त झाले कर्जबाजऱ्यांना घरं, दारं, शेतं विकून हातात कुदळ, फावडे, घेऊन रोजंदारी करावी लागणार होती. अशा शोकाकूल वातावरणात पंचपक्षीय मंत्रीमंडळाचा शपथविधी पार पडला.

क्रांती संघटनेच्या शाळा-महाविद्यालयातून बाहेर पडलेल्या तरुण मतदारांनी निवडणुकीत फार महत्त्वाची भूमिका बजावली. राजकारण्यांनी देशाचे सर्व आघाड्यांवर वाटोळे केले आणि पुढेही त्यांच्या वर्तणुकीत बदल संभवत नाही, हा विचार त्यांनी जनमानसात रुजवला 'मत' ह्या अतिजहाल अस्त्राची लोकांना खरी ओळख पटली. मतांच्या आधारे हवे ते स्थित्यंतर येते असा विश्वास निर्माण झाला. भूलथापांना भुलायचे नाही, स्वहित सोडायचे नाही. हा साधा विचार लोकांनी जीवनमूल्य म्हणून स्वीकारला, त्यातच स्वयंनिर्भर समाजनिर्मितीचे बीज रुजले.

क्रांती संघटनेत अफाट चैतन्य संचारले. गावोगाव तरुण गोळा होऊ लागले. विकासाची कोणती कामे सुरू करायची त्यावर चर्चा झडू लागल्या. अभ्यासगट स्थापना होऊ लागले. उत्पादन, प्रक्रिया, साठवणूक, विक्रीबाबत नवनवीन कल्पना पुढे येऊ लागल्या. गटांच्या माध्यमातून व्यवहार होऊ लागले. विस्कटलेली आर्थिक घडी सावरू लागली. जयक्रांती मधून विकासाच्या नव्या संधींवर अभ्यासपूर्ण लेखमाला प्रकाशित होऊ लागल्या. लोक कामाला लागले. मुलंबाळं अन्नाला लागली. बंद पडलेले जुने प्रकल्प पुन्हा उभे राहू लागले. खेड्यापाड्यात, वाड्या-वस्त्यात धनलक्ष्मी अवतरू लागली. आनंदी जीवनाला पुन्हा उधाण येऊ लागले.

क्रांतीनगरच्या निर्माणाला पुन्हा सुरुवात झाली. उत्साहाचे वंगण मिळालेली महाकाय यंत्रे धडधडू लागली. पवन राजे आणि गिदीऑन सिनाईचे डेरे पुन्हा क्रांती नगरात पडले.

देशोदेशीचे कारागीर त्यांच्या नेतृत्वाखाली काम करत होते. गिदिऑन

म्हणायचे, ''स्वर्गलोकात अप्रतिम सुंदर नगरी म्हणून इंद्रपुरीचे वर्णन आपण वाचतो. अप्रगत असताना हजारो वर्षापूर्वी मानवाने बघितलेले ते स्वप्न होते. हजारो वर्षांनंतर आता अतीप्रगत मानवाने पाहिलेले क्रांतिनगर हे आधुनिक स्वप्न आहे. म्हणजेच इंद्रपुरीपेक्षा क्रांतिनगर हजारो पटींनी सरस असणार आहे.''

संघटनेच्या सर्वसाधारण सभेला आज खूपच गर्दी जमली होती. सभागृह खचाखच भरले होते. वातावरणात वेगळाच उत्साह दाटला होता. नेहमीच्या चर्चेत कोणाचे फारसे लक्ष दिसत नव्हते. काहीतरी गोड गुपित दुसऱ्याला सांगण्यासाठी पोटात डचमळत होते पण कोणी बोलत मात्र नव्हते. मला माहीत आहे, मी का सांगेन दुसऱ्याला– सगळ्यांचा भ्रम एकच.

बैठक संपली. सर्वांनी शिवराज आणि राधाच्या भोवती एकच गर्दी केली. सभागृहाबाहेर इंजनगावचे सर्व गावकरी जमले होते. एक ट्रक झाडांच्या फांद्या आणि फुलमाळांनी सजवून सुशोभित केला होता. शांताअक्का आणि श्यामसुंदरलाही आणले होते. शिवराज, राधा, शांताअक्का आणि श्यामसुंदरला सजवलेल्या वाहनात बसायची लोक विनंती करू लागले. शिवराज काही केल्या तयार होईना. तो तसा तयार होणं शक्यच नव्हतं, गर्दीतून रामराव पाटील आणि रंगुमाय आले. रामराव म्हणाले, ''आज भाग्याचा दिवस हय. आज महाराष्ट्रातलं शेवटचं खेडं संघटनंचा सभासद झालं. अख्खा महाराष्ट्र संघटनामय झाला मनून पोऱ्हायन छोटासी कार्यकरम ठेवलाय. नका मनू नका, चला बसा'' रामराव आणि रंगुमाईचा आदेश मोडता न आल्याने ते चौघेही वाहनावर बसले.

बेळगाव कारवारसह एकूण एक मराठी भाषिक खेडे क्रांती संघटनेच्या छत्राखाली आले ही अभिमानाची बाब खरीच पण त्यासाठी शिवराजची वरात काय म्हणून? त्याला मनापासून ज्या गोष्टीचा तिटकारा आहे तिचा लोकांनी तरी एवढा आग्रह का धरावा? तो उद्विग्न मनानेच जल्लोश करणाऱ्या जमावाकडे बघत होता. शांताअक्का आणि राधासुद्धा चक्रावल्या होत्या. धरून आणल्यासारखी त्यांची गत झाली होती. मिरवणूक पूर्ण जोशात पुढे सरकत होती. वाजत्र्यांच्या रणधुमाळीने आसमंत दुमदुमत होता. सर्वसाधारण सभेसाठी महाराष्ट्राच्या कानाकोपऱ्यातून आलेले बरेच प्रतिनिधी इंजनगावात प्रथमच प्रवेश करीत होते तर काहीजण नेहमीच्या संपर्कातले होते.

शिक्षण संपवून शिवराज गावात आला त्यावेळचे इंजनगाव आणि आता पंचवीस वर्षांनंतरच्या इंजनगावात जमीन-आसमानचे अंतर पडले होते. रूंद सरळ रस्ते, भूमिगत निचरा, सर्व सोईनी युक्त प्रशस्त घरे, भरपूर पाणी, बागा,

मैदाने, पोहायचे तलाव, मनोरंजन गृहे, शाळा, दवाखाने, दुकाने, बँका, अशा सर्व आवश्यक सुविधा गावात आल्या होत्या. कमी जास्त अशीच सुबत्ता संपूर्ण ग्रामीण भागात आल्यामुळे ग्रामीण जीवन सर्वांना हवेहवेसे वाटू लागले. विकासाचा हा विचार शिवराजने स्वत:च्या आचरणातून रुजवला हे सर्वज्ञात होते. जो बदल घडला तो शिवराजमुळे अशी धारणा असल्यामुळे तो सर्वांचा जीव की प्राण बनला होता.

मारुती मंदिरासमोरच्या पटांगणात मिरवणूक आली तेव्हा संध्याकाळचे सात वाजले होते. सर्व गाव आणि पटांगण दिव्यांच्या रोषणाईने उजळले होते. गावात एका उंच इमारतीवर रंगीबेरंगी दिव्यांची आरास विशेष शोभून दिसत होती. पाहुणे आणि गावकरी एका दिमाखदार मंचासमोर विराजमान होताच पांडूने माईकचा ताबा घेतला. तो म्हणाला,

"इंजनगावच्या ह्या पुण्यभूमीत मी महाराष्ट्राचं हार्दिक स्वागत करतो. पंचवीस वर्षांपूर्वी इथे इवलीशी पणती पेटली. पण तीच पणती पेटत पेटत आज संपूर्ण महाराष्ट्र देदीप्यमान झाला आहे. ह्या देवभूमीत एक सुविचार रुजला आणि त्याने उभा महाराष्ट्र व्यापला. अविचार मोडीत काढून सुविचाराची कास धरल्याने हा बदल झाला. ह्या किमयेचं प्रेरणास्थान होता शिवराज! लोककल्याणाला वाहून घेतलेल्या शिवराजने लोकांकडून मात्र कधी दमडीचीही अपेक्षा केली नाही. साधा मानपानसुद्धा स्वीकारला नाही. शिवराजची इच्छा नसली तरी गावच्या भगिनी मंडळातर्फे एक छोटीशी भेट देण्यासाठी ह्या कार्यक्रमाचे आयोजन केले आहे. फळे व भाजीपाला प्रक्रिया उद्योगसमूहाच्या विभागीय अध्यक्षा श्रीमती लक्ष्मीबाई इंजनगावकर यांनी भेट प्रदान करावी अशी मी त्यांना विनंती करतो."

मंचावर संकोचून बसलेले शिवराज आणि कुटुंबीय एकमेकांकडे प्रश्नार्थक नजरेने पहात असतानाच लक्ष्मीने प्रवेश केला. कसलेल्या वक्त्यासारखी धिटाईने ती माईकसमोर आली, पण काय बोलावे ते न कळल्याने जाभाड चिकटल्यासारखी नुसतीच उभी राहिली. थोड्या वेळाने सावरून म्हणाली,

"साता जल्माची येडी, मला भाषण-बिषन काही येत नाही. तर बंधू भगिनी, मला आसं सांगायचं व्हतं की मी या गावात नवरी व्हवून आले. लगन झालं तव्हा कोठली आली शहानी व्हयाला, मग दोन तीन वर्सानं झाले. तर मला आसं सांगायचं व्हतं की शेतमजुरी करून शेनपानी करून, शिळंपाकं, खरकटं, मिळंल ते खावून कंठू लागले. धनी मोळीभारा करायचे. गरीब परान परीक हाऊस लई भारी! सासू-सासरे जवळ नसले की एकांत पाहून मनायचे, 'लक्षिमी,

यंदा तुला इरकली लुगडं घेईन तरच नावाचा मानिका!' त्याह्याचा लई जीव तुटायचा. परीक काय करनार, हातातोंडाची मिळवनी करता करता काहाचं लुगडं आन काहाचं काय! आयाबायायनं टाकून देलेल्या फाटक्या इटक्या लुगड्यावर आर्धा जलम गेला. मला त्याचंय काही वाटायंचं नाही. कामुन की महे मायबाप गनगोताचे तसेच सवसार मी पाह्यले व्हते. मला वाटलं ते धनी गेल्याचं. तीन लेकरं मह्या गळ्याला सोडून धनी तडकाफडकी गेले. (पदराच्या सोग्याने अश्रू पुसून थोडावेळ थांबते. हुंदके देत) आम्ही बेआधारी झालो. कोनी भीकसुदीक वाढीना. लेकरं घेऊन हिरीत उडी घेयाचा इचार केला. आन त्याच येळला देवानं धाडून देल्यासारख्या शांताअक्का, राधा आनं रंगुमाय मह्या झोपडीत येऊन आम्हाला जीवदान देलं. अंगावरच्या चमडीचे जोडे शिवून घातले तरी या भल्या मानसाचे उपकार फिटनार नाहीत. मह्या दोन्ही पोरी आठरायी पस्तोर शिकून मोठ्या नवकरीला लागल्यात. मुलगा मुंबईच्या आय. आय. टीत शिकून इंजिनिअर व्हयालाय. मी फळं-भाज्या प्रक्रिया उद्योग समूहाची मराठावाडा इभागाची अध्यक्ष हय. आनखी काय पाह्यजे?

"शिवराज भाऊनं थोडंथोडकं नाही, छप्पर फाडून देलं! मह्यासरक्या गरीब, बेआधारी भिकारनीला कोठल्याकोठं नेलं. पायात तुटकी चप्पल घालायची ऐपत नसलेली मह्यासारखी शूद्र बाई विमानानं फिरायली. ही देवाची नाही, शिवराज भाऊची देन हय. करोडो लोकायचं कल्यान करनारा हे येडा पीर मातर वनवास्यासरका शेतात राह्याला हे मला काही पटलं नाही. आम्ही समधा माया-भगिनीनं मिळून शिवराज भाऊचं जळालेलं घर बांधून भाऊभेट मनून देयालो. ही पेरमाची भेट रूजू करून घेवावं ही इनंती."

लक्ष्मीने नव्या वास्तूच्या किल्ल्या शिवराजला दिल्या. त्याने त्या आदरपूर्वक स्वीकारून जमावाला अभिवादन केले. नव्या वास्तूवर प्रकाशाचा महापूर आल्यासारखी रोषणाई झाली. वास्तूच्या सभोवती नळे, चंद्रज्योती, फुलबाज्यांचा प्रचंड वर्षाव झाला. शिवराजने आढेवेढे न घेता प्रेमाची भेट स्वीकारली म्हणून गावकऱ्यांच्या आनंदाला उधाण आले. शिवराजविषयीचा लोकलळा बघून अचंबित झालेले संघटना प्रतिनिधी संघटनेविषयी फार मोठ्या आशा मनात घेऊन गावोगावी परतले.

०-०-०

बापू दादासाहेब अडकिने

- बी.एस्सी. (कृषी)
- बी.एस्सी. (कृषी अभियांत्रिकी)
- एम.एस्सी. (कृषी अभियांत्रिकी)
- शिवराम चित्रमंदिराजवळ, शिवरामनगर,
- परभणी - ४३१४०१
- मो. ९८२३२०६५२६
- सेवा - व. ना. मराठवाडा कृषी विद्यापीठ, परभणी
- सहायक प्राध्यापक (कृषी अभियांत्रिकी)
- सहयोगी प्राध्यापक (कृषी अभियांत्रिकी)
- ज्येष्ठ शास्त्रज्ञ (पाणी-व्यवस्थापन)
- विभागप्रमुख (कृषी अभियांत्रिकी विभाग)
- विभागप्रमुख (सिंचन व निचरा विभाग)
- विद्यापीठ अभियंता (व. ना. म. कृ. वि.)
- प्राचार्य, कृ. अभि. महाविद्यालय, परभणी
- प्राचार्य, जैवतंत्र महा., नांदेड

विशेष सेवा -

- सल्लागार अभियंता - उपसा सिंचन,
- ठिबक व तुषार सिंचन, पाणलोटक्षेत्र विकास, जलनि:सारण
- स्वयंसेवा - कृषितज्ज्ञ - महाराष्ट्र सिंचन सहयोग

www.ingramcontent.com/pod-product-compliance
Lightning Source LLC
LaVergne TN
LVHW060548051026
849519LV00002B/330